ഗോതമ്പ് മണക്കുന്ന
പഞ്ചാബി ഗ്രാമങ്ങളിലൂടെ

Gothambu manakkunna
Punjabi gramangaliloode
Travelogue

Dr. Vallikkavu Mohandas

CHINTHA PUBLISHERS
Thiruvananthapuram

First Edition
January 2021

Second Impression
October 2021

Third Impression
February 2022

Published & Typesetting
Chintha Publishers, Thiruvananthapuram

Printed at
Repro India Ltd. Mumbai

Cover Design
Vinod Mangoes

ISBN : 978-93-90301-22-5

CO - 2962 / 5821

Email: chinthapublishers@gmail.com
Website: www.chinthapublishers.com

Distribution
DESHABHIMANI BOOKHOUSE
H O Thiruvananthapuram 695035

Branch
Head Office Kunnukuzhi • Statue Thiruvananthapuram
KSRTC Bus Station Thiruvananthapuram
KSRTC Bus Station Alappuzha • KSRTC Bus Station Ernakulam
Machingal Lane Thrissur • IG Road Kozhikode
Mavoor Road Kozhikode • NGO Union Building Kannur
Central Bus Terminal Complex Thavakkara Kannur

ഗോതമ്പ് മണക്കുന്ന
പഞ്ചാബി ഗ്രാമങ്ങളിലൂടെ

ഡോ. വള്ളിക്കാവ് മോഹൻദാസ്

ചിന്ത പബ്ലിഷേഴ്സ്
തിരുവനന്തപുരം-695 035

ഡോ. വള്ളിക്കാവ് മോഹൻദാസ്

കൊല്ലം ജില്ലയിൽ വള്ളിക്കാവിൽ ജനനം. മദ്രാസ് സർവ്വകലാശാലയിൽ നിന്നും പത്രപ്രവർത്തനചരിത്രത്തിൽ ഡോക്ടറേറ്റ് നേടി. യുവകലാ സാഹിതി സംസ്ഥാന പ്രസിഡന്റും ജനറൽ സെക്രട്ടറിയുമായിരുന്നു. പ്രോഗ്രസീവ് റൈറ്റേഴ്സ് അസോസിയേഷൻ ദേശീയ സെക്രട്ടറിയും സംസ്ഥാന ജനറൽ സെക്രട്ടറിയുമായി പ്രവർത്തിക്കുന്നു. കേരള സർക്കാർ സാംസ്കാരിക പ്രസിദ്ധീകരണ വകുപ്പ് ഉപ ദേശക സമിതിയംഗം, എഡിറ്റോറിയൽ ബോർഡംഗം, കേരള ഭാഷാ ഇൻസ്റ്റിറ്റ്യൂട്ട് ഭരണസമിതിയംഗം, കേരള സാക്ഷരതാ സമിതിയംഗം എന്നീ ചുമതലകൾ വഹി ച്ചിട്ടുണ്ട്. സാഹിത്യ പ്രവർത്തക സഹകരണ സംഘം ഡയറക്ടർ ബോർഡംഗം, കെ പി എ സി എക്സിക്യൂട്ടീവ് കമ്മിറ്റിയംഗം, പ്രഭാത് ബുക്ക് ഹൗസ് ഡയറ ക്ടർ, തോപ്പിൽഭാസി ഫൗണ്ടേഷൻ സെക്രട്ടറി, മണലിൽ ജി നാരായണപിള്ള ഫൗണ്ടേഷൻ അദ്ധ്യക്ഷൻ, ലൈബ്രറി കൗൺസിൽ ജില്ലാ നിർവ്വാഹക സമിതിയംഗം എന്നിങ്ങനെ വിവിധ ചുമതലകൾ വഹിക്കുന്നു.

അബുദാബി ശക്തി അവാർഡ്, കമലാ സുരയ്യ അവാർഡ്, പ്രചോദ അവാർഡ്, കർമ്മചന്ദ്രൻ അവാർഡ്, മീഡിയ അവാർഡ്, തീരഭൂമി മാധ്യമ അവാർഡ്, സാഹിത്യ കേരളം പുരസ്കാരം എന്നിവ ലഭിച്ചു.

കൃതികൾ: *ബാലപുരാണം* (ബാലസാഹിത്യം), *മാതേവിചരിതം, സങ്കീർത്ത നം, ചാരുലതയുടെ ദിവാസ്വപ്നം, മൈഥിലീസന്ദേശം, മയക്കം* (നോവലുകൾ), *ഹിമയാത്ര, ദില്ലിയുടെ പുരാവൃത്തം* (യാത്രാവിവരണം), *രാജ്യസമാചാരം ഒരു പഠ നം, പശ്ചിമോദയം, ആന്റിന, എഡിറ്റർ, കീഴാള പത്രപ്രവർത്തനം, പത്രാധിപർ* (മാധ്യമപഠനം), *കെ പി എ സിയുടെ ചരിത്രം, കേരള ചരിത്രം വിദ്യാർത്ഥികൾക്ക്, മുഗൾസ്* (ചരിത്രം), *അരയൻ, ധിഷണയുടെ താളം, ഡോ. വി വി വേലുക്കുട്ടി അരയൻ, കുട്ടികളുടെ ഗുരു* (ജീവചരിത്രം), *അരങ്ങിലെ ശോണബിംബം* (നാടക പഠനം), *ശ്രീനാരായണ സാഹിത്യ ദർശനം, നവമാർക്സിസം* (തത്ത്വചിന്ത), *എഴു ത്തിന്റെ പ്രൗചലങ്ങൾ, ചിന്തയുടെ അധിഷ്ഠാനം* (സാഹിത്യ വിമർശനം); *പരി സര കൗതുകം* (പരിസ്ഥിതി പഠനം); *പുതുപ്പള്ളി സ്മരണകൾ* (ഓർമ്മക്കുറിപ്പ്); *പുരോഗമന സാഹിത്യവും കേരളീയ സമൂഹവും, സി ഉണ്ണിരാജയുടെ തെരഞ്ഞെ ടുത്ത ലേഖനങ്ങൾ, എൻ ഇ ബാലറാമിന്റെ സാഹിത്യ ലേഖനങ്ങൾ, തകഴിയുടെ പ്രണയകഥകൾ, സ്നേഹപൂർവ്വം നിത്യ* (എഡിറ്റർ), *സി അച്ചുതമേനോൻ സമ്പൂർണ്ണ കൃതികൾ 15 വാല്യങ്ങൾ, കെ ദാമോദരൻ സമ്പൂർണ്ണകൃതികൾ* 10 വാല്യങ്ങൾ എന്നിവയുടെ എഡിറ്റർമാരിൽ ഒരാൾ. കഥകളി–പത്രപ്രവർത്തനം എന്നീ മേഖല കളിൽ ഡോക്യുമെന്ററികൾ സംവിധാനം ചെയ്തു.

ഭാര്യ	:	ഡോ. എസ് ഗിരിജാകുമാരി (അസി. പ്രൊഫസർ, ഡി ബി കോളേജ്, ശാസ്താംകോട്ട)
മക്കൾ	:	ഡോ. ഗോവിന്ദ് മോഹൻദാസ്, ഇളമോഹൻദാസ്, ഡോ. ഗ്രീഷ്മ
വിലാസം	:	ഗിരി, കരുനാഗപ്പള്ളി പി ഒ, കൊല്ലം – 690518
ഫോൺ	:	9447901994
e-mail	:	drvallikavu@gmail.com

ഉള്ളടക്കം

പ്രസാധകക്കുറിപ്പ്

ഗുരു നാനാക്ക് മുതൽ ഗുരു ഗോവിന്ദ് സിങ് വരെയുള്ള ഗുരുപരമ്പരയാൽ ബന്ധിപ്പിക്കപ്പെട്ട ഉത്തര ഭാരതത്തിലെ ഒരു സവിശേഷ വിഭാഗമാണ് സിഖുകാർ എന്നറിയപ്പെടുന്നത്. കായികശേഷികൊണ്ടും അദ്ധ്വാനത്വരകൊണ്ടും ആത്മാഭിമാനംകൊണ്ടും പോരാട്ടവീര്യംകൊണ്ടും അടയാളപ്പെടുത്തപ്പെട്ട സിഖുകാരുടെ പിതൃഭൂമിയിലൂടെ ഡോ. വള്ളിക്കാവ് മോഹൻദാസ് നടത്തിയ യാത്രയുടെ അലസ സഞ്ചാരമല്ല, ചരിത്രഭൂമികയിലൂടെയുള്ള മുൾനടത്തമാണ് ഈ കൃതി. പഞ്ചാബിലെ ഗോതമ്പുപാടങ്ങളും മഞ്ഞപ്പട്ടുവിരിച്ചതുപോലുള്ള കടുകുപാടങ്ങളും ചിനാർ മരങ്ങളും നേർത്ത മഞ്ഞാവരണങ്ങളും പഞ്ചാബി ഗ്രാമങ്ങളെ വേറിട്ടതാക്കുന്നു. പഞ്ചാബിനെപ്പറ്റി അറിയാനുള്ളതെല്ലാമുണ്ട് ഈ യാത്രാപുസ്തകത്തിൽ.

ചിന്ത പബ്ലിഷേഴ്സ്

പഞ്ചനദികളുടെ നാട്

ജലസമൃദ്ധമാണ് പഞ്ചാബ്.

സത്‌ലജ്, രവി, ബിയാസ്, ചിനാബ്, ഝലം തുടങ്ങിയ നദികളുടെ സാന്നിദ്ധ്യമുള്ളതിനാൽ 'പഞ്ചനദം' എന്നറിയപ്പെട്ട പഞ്ചാബ് വിശാലമായ വയലേലകളാൽ മനോഹരമായ നാടാണ്. കാർഷികനന്മയുടെയും പോരാട്ടവീര്യത്തിന്റെയും നിശ്ചയദാർഢ്യത്തിന്റെയും കർമ്മഭൂമി. വേദകാലഘട്ടത്തിൽ പഞ്ചനദികളുടെ സമുദ്രയാത്രയൊരുക്കുന്ന ഇടമെന്ന നിലയിൽ 'സപ്തസിന്ധു'വെന്നു പുകൾപെറ്റ പഞ്ചാബിന് *മഹാഭാരത*ത്തിലും *രാമായണ*ത്തിലും 'പഞ്ചനദം' എന്നായിരുന്നു നാമം. ഇസ്ലാമിന്റെ അധിനിവേശത്തിനുശേഷം പേർഷ്യൻ ഭാഷയിലേക്കു വിവർത്തനം ചെയ്ത് 'പഞ്ചാബ്' ആയിത്തീർന്നു. പഞ്ച്, അബ് എന്നീ പദങ്ങളുടെ സമന്വയം. അഞ്ചുനദികളുടെ ഡെൽറ്റാപ്രദേശം എന്ന് ഗ്രീക്കുകാർ രേഖപ്പെടുത്തുകയും തുർക്കികൾ പേർഷ്യൻ നാമമേകി ആദരിക്കുകയും മുഗളന്മാർ അത് പ്രചാരത്തിലെത്തിക്കുകയും ചെയ്തു. അൻപത്തിയേഴര ശതമാനം സിഖുകാർ അധിവസിക്കുന്ന സംസ്ഥാനമെന്ന നിലയിൽ പഞ്ചാബിന്റെ ശിരസ്സിൽ കടുംനിറമുള്ളൊരു ടർബൻ കവചമുണ്ടായതോടെ സിഖ് പോരാട്ടഭൂമികയായി വളർന്നു, പഞ്ചാബ്.

കബഡികളിയുടെ ഗർഭഗൃഹമായ പാട്യാലയിലെ പുരാതന ഗ്രാമമാണ് ദാദ്സൻ. രാജഭദ്ര സെയ്ൻ സ്ഥാപിച്ച രാജ്യതലസ്ഥാനത്തിനു തൊട്ടടുത്ത ഗ്രാമം. മനോഹരമായ ഈ ഗ്രാമത്തിൽ നില്ക്കുമ്പോൾ ഏതൊരു ഗ്രാമീണനും നമ്മെ ഓർമ്മപ്പെടുത്തുന്ന ഒരു കഥയുണ്ട്. കോകില രാജ്ഞിയുടെ അനശ്വര പ്രേമത്തിന്റെ കഥ! ചുട്ടുപൊള്ളുന്ന ആ കഥയിലൂടെ നമുക്ക് ഗ്രാമത്തെ അറിയാം.

കോകിലയെന്ന സുന്ദരിയായ രാജകുമാരി രാജഭദ്ര സെയ്നിന്റെ ഏക

മകളാണ്. ആ പെൺകൊടിയുടെ ജീവിതവുമായി ബന്ധപ്പെടുത്തിയൊരു തീവ്രതരമായ മിത്ത് ഗ്രാമീണർ ആവേശപൂർവ്വം ആവർത്തിക്കുമ്പോൾ കോകിലയുടെ നാടായി ദാദ്സൻ മാറുന്നു. ചതുരംഗം കളിക്കുന്നതിൽ പ്രവീണയായ കോകിലയെ പരാജയപ്പെടുത്തുവാൻ ആർക്കും കഴിയുമായിരുന്നില്ല. ചതുരംഗപ്പലകയിൽ തന്നെ കീഴ്പ്പെടുത്തുന്ന ആളെ മാത്രമേ താൻ വിവാഹം കഴിക്കുകയുള്ളൂവെന്ന് കോകില പ്രഖ്യാപിച്ചു. രാജകുമാരിയുടെ തീരുമാനം രാജ്യങ്ങളിലെമ്പാടും പരന്നു. നിരവധി രാജകുമാരന്മാർ കോകിലയ്ക്കു മുന്നിൽ അടിയറവു പറഞ്ഞു. അതിസുന്ദരിയായ രാജകുമാരിയുടെ കരുനീക്കങ്ങൾക്കു മുന്നിൽ കുതിരയും കാലാളും രഥവും നഷ്ടപ്പെട്ടവർ ഒട്ടനവധി. ചതുരംഗപ്പലകയിലെ ആദ്യനീക്കങ്ങളിൽത്തന്നെ രാജ്ഞിയെയും രാജാവിനെയും കോകിലയ്ക്കു വിട്ടുകൊടുക്കേണ്ടിവന്നവരും കുറവല്ല.

രാജകുമാരി കോകിലയ്ക്കു മുന്നിൽ ചതുരംഗലീലയിൽ പരാജിതരായ രാജകുമാരന്മാരുടെ സംഖ്യ ഏറിക്കൊണ്ടിരുന്നു. ഒപ്പം കോകിലയുടെ താൻപോരിമയും വർദ്ധിച്ചുവന്നു. മഹാരാജാവ് രാജഭദ്ര സെയ്ൻ വല്ലാത്ത ദുഃഖഭാരത്താൽ അവശനായി. തന്റെ മകൾക്ക് ചേർന്ന ഒരു വരൻ വന്നുചേരാത്തതിലുള്ള ദുഃഖം അരചൻ മന്ത്രിമാരുമായി പങ്കുവയ്ക്കുകയും ചെയ്തു. എല്ലാവരും കൂടുതൽ രാജകുമാരന്മാരെ കോകിലയുടെ കളിക്കളത്തിലേക്ക് അയക്കുവാൻ ശ്രമിച്ചു. പരാജയങ്ങളുടെ ആകാശക്കൂനയ്ക്കു മുന്നിൽ രാജകുമാരന്മാരെല്ലാം വിവശരായി. എന്നാൽ അഹങ്കാരിയായ കോകിലയെ തളയ്ക്കാൻ എവിടെയോ ഒരു സമർത്ഥൻ ജന്മം കൊണ്ടിട്ടുണ്ടെന്ന് മന്ത്രിസത്തമൻ ഉറച്ചുവിശ്വസിച്ചു. നാളുകൾക്കകം അതു സംഭവിക്കുകയും ചെയ്തു.

ചതുരംഗത്തിലും യുദ്ധരംഗത്തും ഭരണത്തിലുമെല്ലാം ഒരുപോലെ പ്രഗത്ഭനായ രാജകുമാരൻ രാസലു കൊട്ടാരത്തിലെത്തി കോകിലയുമായി മത്സരത്തിനു തയ്യാറെടുത്തു. മഹാരാജാവും രാജ്ഞിയും മന്ത്രിപ്രമുഖരും കൊട്ടാരവാസികളും പ്രജകളുമെല്ലാം തങ്ങളുടെ രാജകുമാരി പരാജയപ്പെടണമേയെന്നു പ്രാർത്ഥിച്ചു. രാജ്യത്തിന് അവകാശികളില്ലാതെ പോകുന്ന അവസ്ഥ ആർക്കും ആലോചിക്കാൻപോലും കഴിഞ്ഞില്ല.

കോകില വിവാഹിതയായില്ലെങ്കിൽ സന്തതിപരമ്പരകളില്ലാതെ രാജ്യം അന്യം നിന്നുപോകുമെന്ന് എല്ലാവരും ഭയപ്പെട്ടു. പക്ഷേ, എല്ലാവർക്കും ആശ്വാസമേകിക്കൊണ്ട് രാജാ രാസലു ചതുരംഗക്കളത്തിൽ കുശാഗ്ര ബുദ്ധിയും അതിസുന്ദരിയുമായ കോകില രാജകുമാരിയെ പരാജയപ്പെടുത്തുക തന്നെ ചെയ്തു. രാജകുമാരിയുടെ ശപഥം അങ്ങനെ പ്രാവർത്തികമായി.

കോകിലയെ രാജകുമാരനും വീരയോദ്ധാവും അതിബുദ്ധിമാനുമായ രാജാ രാസലു ആർഭാടപൂർവ്വം വിവാഹം ചെയ്തു. ചതുരംഗപ്പലകയിലെപ്പോലെ കാലാൾ, കുതിര, രഥം, രാജാവ്, രാജ്ഞി എന്നിങ്ങനെയുള്ള സൈനിക സംവിധാനങ്ങളോടെ വധൂവരന്മാരെ രാജ്യം സ്വീകരിച്ചാന

യിച്ചു. അങ്ങനെ പ്രജകളുടെയും മഹാരാജാവിന്റെയും ഉൽക്കണ്ഠയ്ക്കു വിരാമമുണ്ടായി. പക്ഷേ, എല്ലാം തകിടം മറിയാൻ ഏറെനാൾ വേണ്ടിവന്നില്ല. രാജ്യത്തിന്റെ ഭാവിയെത്തന്നെ ബാധിക്കുന്ന അനിഷ്ഠസംഭവങ്ങൾ ഒന്നൊന്നായി അനുഭവപ്പെട്ടുതുടങ്ങി.

കോകിലയുടെ മനസ്സിൽ രാജാ രാസലുവിന്റെ സ്ഥാനം ക്രമേണ മങ്ങിത്തുടങ്ങി. ചതുരംഗവിരുതൻ എന്നതിനപ്പുറം കോകിലയുടെ ഭാവനയ്ക്കൊത്ത ഒരു പുരുഷനായി അവൾക്ക് രാസലുവിനെ ഉൾക്കൊള്ളാനാവാതെ വന്നു. കോകിലയുടെ ഭാവനാലോകത്തേക്ക് മറ്റൊരു സുന്ദരകളേബരൻ കടന്നുവന്നിരുന്നു. അയാളുടെ കാഴ്ചയും സംഭാഷണവും ബുദ്ധികൂർമ്മതയും സാഹസികതയുമെല്ലാം കോകിലയെ വല്ലാതെ മോഹിപ്പിച്ചു. അവൾ ആ യുവാവിൽ അനുരക്തയായി. ഹോഡിയെന്ന രാജകുമാരന് ആദ്യദർശനത്തിൽത്തന്നെ ആ രാജകുമാരിയോടും പ്രണയം തോന്നി. ഇരുവരും തങ്ങളുടെ പ്രണയത്തെ രഹസ്യമാക്കിവച്ചു. വിവാഹിതയാണ് താൻ എന്ന് വിസ്മരിച്ചുകൊണ്ട് കോകില രാജാ ഹോഡിയെ സ്വന്തമാക്കാൻ അങ്ങേയറ്റം ആഗ്രഹിച്ചു. പ്രണയത്തിനു മുന്നിൽ പ്രതിബന്ധങ്ങൾക്ക് പ്രസക്തിയില്ലെന്ന് ഇരുവരും തെളിയിച്ചുകൊണ്ടേയിരുന്നു. അവരുടെ രഹസ്യ സമാഗമങ്ങൾ ആരാലും അറിയാതെ നടന്നുവന്നു.

കൊട്ടാരത്തിലെ അപൂർവ്വം ചില പരിചാരികമാർക്ക് നേരിയ സംശയം തോന്നിയെങ്കിലും കോകിലരാജ്ഞിയുടെ വിദ്വേഷം ഭയന്ന് അവർ നിശ്ശബ്ദത പാലിച്ചു. കോകിലയുടെയും രാജാ ഹോഡിയുടെയും തീവ്ര പ്രണയത്തിന്റെ ചൂടിൽ രാജകൊട്ടാരത്തിന്റെ അന്തഃപുരങ്ങൾ പോലും ചുട്ടുപഴുത്തു. ഉദ്യാനങ്ങളിലും തടാകതീരങ്ങളിലുമൊക്കെ അതീവ രഹസ്യമായി വേഷപ്രച്ഛന്നരായി ഇരുവരുമെത്തി സല്ലാപത്തിൽ മുഴുകി. അവരുടെ പ്രണയാതുരമായ മനസ്സുകൾക്ക് പ്രകൃതി കുടപിടിച്ചു. ഒരിക്കലും വേർപിരിയാനാവാത്തവിധം ഇരുഹൃദയങ്ങളും ഒന്നായപ്പോൾ മുന്നിൽ വന്നുചേരുന്ന തടസ്സങ്ങളെയെല്ലാം അതിജീവിക്കുവാനുള്ള കരുത്ത് യുവമിഥുനങ്ങൾ ആർജ്ജിക്കുകയായി. ജീവിക്കുന്നെങ്കിൽ ഒരുമിച്ചുമാത്രം എന്ന നിശ്ചയത്തിലേക്ക് കോകില രാജ്ഞിയും രാജാ ഹോഡിയും എത്തിച്ചേർന്നു.

വളരെ അവിചാരിതമായിട്ടാണ് രാജാ രാസലു തന്റെ പ്രിയപത്നി രാജകുമാരി കോകിലയുടെ പേരിനൊപ്പം രാജാ ഹോഡിയുടെ പേരും ചേർത്ത് ഒരു വാർത്ത കേൾക്കുന്നത്. അതും സ്വന്തം വളർത്തുപക്ഷികളിൽനിന്നും! രാജാ രാസലുവിന് പ്രിയപ്പെട്ട രണ്ട് മൈനകളുണ്ട് അരുമകളായി. അവ ഒഴിവു സമയങ്ങളിൽ തങ്ങളുടെ യജമാനനുമായി കണ്ടതും കേട്ടതും പറഞ്ഞുരസിക്കാറുണ്ട്. അങ്ങനെയൊരു സന്ദർഭത്തിലാണ് ഒന്നാം മൈന രാജ്ഞി കോകിലയെന്നും രണ്ടാം മൈന രാജാഹോഡിയെന്നും ആവർത്തിച്ചാവർത്തിച്ചു പറയുന്നത്. മനുഷ്യരുടെ വർത്തമാനങ്ങളും സംഭവങ്ങളും നിരീക്ഷിക്കുവാനും അതെല്ലാം ആവർത്തിച്ചു പറ

യുവാനും പ്രത്യേക പരിശീലനത്തിലൂടെ കഴിവുനേടിയ വളർത്തുപക്ഷികളുടെ വർത്തമാനം രാജാ രാസലുവിൽ സംശയത്തിന്റെ വിത്തുപാകി.

ആ സംഭവത്തിനു ശേഷം രാജാ രാസലു രഹസ്യമായി കോകിലയെ ശ്രദ്ധിക്കുവാൻ തുടങ്ങി. അവളുടെ എല്ലാ ചലനങ്ങളും ഒന്നൊഴിയാതെ പിന്തുടർന്ന രാജാ രാസലു ഞെട്ടിക്കുന്ന ആ സത്യം മനസ്സിലാക്കി. രാജകുമാരി കോകില തന്റെ പത്നിയായിരിക്കുമ്പോൾത്തന്നെ രാജാ ഹോഡിയുമായി തീവ്ര പ്രണയത്തിലാണ്. ഒരു ഭർത്താവിനും താങ്ങാനാവാത്ത ആ സത്യത്തിനു മുന്നിൽ തകർന്നുപോയ രാജാ രാസലു സ്വയം വിലയിരുത്തിനോക്കി. എന്തു കുറവാണ് കോകില തന്നിൽ കണ്ടെത്തുന്നത്. ഒന്നും തന്നെ തിരിച്ചറിയാനാകാതെ വലഞ്ഞ രാജാ രാസലുവിന് കോകിലയെ ആദ്യം കണ്ട നിമിഷങ്ങളും ചതുരംഗക്കളത്തിൽ തങ്ങൾ നടത്തിയ മത്സരവും മറ്റും ഓർമ്മയിൽ തികട്ടി വന്നു. ഇത്രകാലവും വിശ്വസ്തതയോടെയാണിരുവരും പ്രവർത്തിച്ചിരുന്നതെങ്കിൽ ഇപ്പോഴിതാ ഒരു ഇരുണ്ട വിശ്വാസരാഹിത്യം വന്നു ചേർന്നിരിക്കുന്നു. യഥാർത്ഥ കാരണങ്ങൾ തേടാനുള്ള സമചിത്തത നഷ്ടമായ രാജാ രാസലു അധികാരത്തിന്റെ ദണ്ഡ് പ്രയോഗിക്കുവാൻ തീരുമാനിക്കുകയായിരുന്നു. രാജ്യാധികാരം കൈവശമുള്ളതിനാൽ രാജ്ഞി കോകിലയ്ക്ക് കടുത്ത വിലക്കുകൾ കൊട്ടാരത്തിൽ ഏർപ്പെടുത്തി, കോകിലയറിയാതെ. എവിടെപ്പോകുമ്പോഴും നിരീക്ഷിക്കുവാൻ പ്രത്യേക ദാസിമാരെ നിയോഗിച്ചു. കോകിലയുടെ സ്വകാര്യ നിമിഷങ്ങളൊഴിച്ച് മറ്റെല്ലായ്പ്പോഴും കൂടെ ആളുണ്ടാകുമെന്ന അവസ്ഥ സംജാതമാക്കി. പ്രേമത്തെ കൂച്ചുവിലങ്ങ് അണിയിക്കാമെന്ന രാജാവിന്റെ ഉത്തരവ് പക്ഷേ, എത്രമാത്രം സഫലമായിത്തീരുമെന്ന് കാലം സംശയം പൂകി.

കോകില അറിയാതെ ഏർപ്പെടുത്തിയ വിലക്കുകൾ പിന്നീട് പ്രത്യക്ഷ വിലക്കാക്കി മാറ്റിയ രാജാ രാസലു ഫലത്തിൽ രാജ്ഞിയെ അന്തഃപുരത്തിൽ തടവിലാക്കുകയായിരുന്നു.

രാജാ രാസലു

പ്രേമപരവശരായ കോകിലയ്ക്കും രാജാ ഹോഡിക്കും തമ്മിലൊന്നു കാണാൻ പോലുമാകാത്ത സ്ഥിതിയിൽ അവർ അങ്ങേയറ്റം ദുഃഖിതരായി. പക്ഷേ, സാഹസികനായ രാജാ ഹോഡി നിരാശനായി മടങ്ങുവാൻ തയ്യാറായില്ല. കഠിനാദ്ധ്വാനത്തിലൂടെ അതീവ രഹസ്യമായി രാജാ ഹോഡി ഒരു ഭൂഗർഭപാത സൃഷ്ടിക്കുവാൻ ആരംഭിച്ചു. കൊട്ടാരത്തിലെ അന്തഃപുരത്തിലെത്തിച്ചേരുവാൻ തക്കവിധം ഭൂഗർഭത്തിലുടെ നിർമ്മിച്ച തുരങ്കം വഴി രാജാ ഹോഡി തന്റെ പ്രിയപ്പെട്ട പ്രേമഭാജനത്തെ കണ്ടുമുട്ടുക തന്നെ ചെയ്തു. ആരുമറിയാതെ ആ മിഥുനങ്ങൾ രാത്രിയുടെ അന്ത്യയാമങ്ങളിൽ പ്രേമപാരവശ്യത്തോടെ സന്ധിച്ചുകൊണ്ടിരുന്നു. ഇവ്വിധമൊരു സാഹസത്തിന് മുതിരുമ്പോഴും രാജ്യംഭരിക്കുന്ന രാജാവിന്റെ സഹധർമ്മിണിയെയാണ് താൻ പ്രേമിക്കുന്നതെന്ന് രാജാ ഹോഡി ചിന്തിച്ചിരുന്നതേയില്ല. തങ്ങൾക്കിടയിൽ ആർക്കും കടന്നുവരാനാകില്ലെന്നും അത്ര തീവ്രമാണ് തങ്ങളുടെ പ്രേമമെന്നും കോകിലയും രാജാ ഹോഡിയും നിശ്ചയംകൊണ്ടു. പക്ഷേ, ആ തീക്ഷ്ണപ്രണയത്തിനും ശക്തമായ തിരിച്ചടിയുണ്ടായി!

കോകിലയുടെയും രാജാ ഹോഡിയുടെയും ഭൂഗർഭ ഗുഹയിലൂടെയുള്ള സംഗമത്തെപ്പറ്റി രാജാ രാസലുവിന് രഹസ്യ വിവരം വൈകാതെ ലഭിച്ചു. ക്രുദ്ധനായ രാജാവ് കടുത്ത നടപടികൾക്കായി തയ്യാറെടുത്തു. ഒരു രാത്രിയിൽ രാജാ ഹോഡി ഗുഹവഴി കോകിലയുടെ അന്തഃപുരത്തിലെത്തി തന്റെ കാമുകിയെ കരവലയത്തിലൊതുക്കിയ നിമിഷം അവിടെ ചാടിവീണ രാജാ രാസലു പൈശാചികമായി ഇരുവരെയും വാളിനിരയാക്കി. എമ്പാടും നിണമൊഴുകുമ്പോൾ പ്രേമലോലുപമായ രണ്ടു ഹൃദയങ്ങൾ തകർത്തെറിഞ്ഞ വീറോടെ രാജാ രാസലു കുപ്രസിദ്ധിയുടെ കൊടുമുടിയിലേക്കു നടന്നുകയറി. രാജാ ഭദ്രസെയ്ൻ സ്ഥാപിച്ച 'ദാദ്സൻ' അങ്ങനെ കാമമോഹിത മിഥുനങ്ങളുടെ അരുംകൊലയാൽ ഇരുളടഞ്ഞ ഭൂഭാഗമായി മാറുകയും ചെയ്തു. നീറുന്ന ആ ഓർമ്മകളുമായി നിലകൊണ്ട ദാദ്സൻപ്രദേശത്തെ പിന്നെ സമൃദ്ധിയോ ഐശ്വര്യമോ കുറേക്കാലത്തേക്കെങ്കിലും കൈവിടുകയുംചെയ്തു.

നാഭയിലെ രാജാ ഹാമിർസിങ് 1759 ൽ ദാദ്സൻ ആക്രമിച്ചു കീഴ്പ്പെടുത്തിയതോടെ മറ്റൊരു കാലഘട്ടത്തിന് പ്രാരംഭം കുറിക്കുകയായി. അദ്ദേഹത്തിന്റെ പിൻഗാമിയായ രാജാ ജസ്വസിങ് ആണ് തകർന്നു കിടന്ന ദാദ്സൻ കോട്ടയുടെ അവശിഷ്ടങ്ങളിൽനിന്നും ഒരു പുതിയ കോട്ട പടുത്തുയർത്തിയത്. ഇന്നും ദാദ്സൻ കാത്തുസംരക്ഷിക്കുന്ന പൊലീസ് സേനാ താവളമായി പ്രസ്തുത കോട്ട നിലനില്ക്കുന്നുണ്ട്.

കാർഷിക സംസ്ഥാനമാകുമ്പോൾത്തന്നെ വ്യവസായത്തിലും ശ്രദ്ധ വയ്ക്കുന്ന പഞ്ചാബിന്റെ മികച്ച കാർഷിക യന്ത്ര നിർമ്മാണ പദ്ധതികൾ വിജയത്തിലെത്തിച്ച ഇടം കൂടിയാണ് പാട്യാല ജില്ലയിലെ ദാദ്സൻ. സാങ്കേതികതയിലും വ്യവസായവല്ക്കരണത്തിലും മറ്റിടങ്ങൾക്ക് മാതൃകയായി ഈ ഗ്രാമം മാറുന്നത് കൗതുകത്തോടെയാണ് സമൂഹം ഉറ്റു

നോക്കിയത്. വിളവെടുപ്പ് യന്ത്രങ്ങൾ നിർമ്മിക്കുന്നതിൽ പ്രാഗത്ഭ്യം തെളിയിച്ച ദാദ്സൻ ഇന്ന് ഇന്ത്യയാകെ പ്രശസ്തമാണ്. ഗോതമ്പ്, ചോളം, തിന, നെല്ല് തുടങ്ങിയവയുടെ വിളവെടുപ്പ് യന്ത്രവല്ക്കരിച്ച രാജ്യത്തെ പ്രഥമ യൂണിറ്റുകൾ ഈ പാട്യാലഗ്രാമത്തിനു സ്വന്തം. വൻതോതിലുള്ള കാർഷിക സംരംഭങ്ങൾക്ക് ഈ പഞ്ചാബി ഗ്രാമത്തെ നമ്പാതെ വയ്യ. 'സാന്റ് കംബയിൻസ്', 'കർത്താർ കംബയിൻസ്' എന്നിവ ദാദ്സൻ നിർമ്മിതികളാണെന്ന് രാജ്യമാകെയുള്ള കർഷകർക്ക് അറിയും. ആ മേഖലയിലുള്ളവരുടെ പ്രിയപ്പെട്ട നാടായി നാഭാ വിധാൻ സഭാമണ്ഡലത്തിലുൾപ്പെടുന്ന പാട്യാലയിലെ ഈ ഗ്രാമം മാറിയിട്ടുണ്ട്. ആകെ 7290 പേർ മാത്രം അധിവസിക്കുന്ന പഞ്ചാബി ബംഗര നൃത്തത്തിന്റെ ലഹരി പേറുന്ന ഈ ഗ്രാമം പാട്യാലയ്ക്കും അംലോഹിനും ഇടയിലായി സ്ഥിതി ചെയ്യുന്നു. പഴമയും പുതുമയും ഒരുപോലെ സമ്മേളിക്കുന്ന ദാദ്സൻ 'മക്കി'റൊട്ടിയും 'സാങ്ങും' കഴിച്ച് ബംഗരാ ഗാനമാസ്വദിച്ച് ശുദ്ധമായ യൂറോപ്യൻ ഇംഗ്ലീഷിൽ കാനഡയിൽ കുടിയേറിയ പഞ്ചാബി ബന്ധുക്കളുമായി ഐഫോൺ ചാറ്റിങ് നടത്തുമ്പോൾ ട്രാക്ടർ ഓടിക്കുന്ന സിഖുക്കാരനോട് നമുക്കു ബഹുമാനം തോന്നും. പഞ്ചാബ് പോലെതന്നെ ഹിന്ദിയും ഇംഗ്ലീഷും വഴങ്ങുന്ന ഒട്ടനവധി ആളുകളെ ദാദ്സനിൽ കണ്ടെത്താനാകുമ്പോൾ കായികവിനോദങ്ങൾക്ക് പേരുകേട്ട ഇടമായ പാട്യാലയുടെ സാമീപ്യം ഈ ഗ്രാമത്തെയും കായികോന്മുഖമാക്കുന്നു.

ബാഹ്യസഹായമേറെയൊന്നുമില്ലാതെ സ്വയം കണ്ടെത്തി വികസിപ്പിച്ചെടുത്ത കാർഷികയന്ത്രങ്ങളുടെ ഒരുനിര തന്നെ ദാദ്സൻ ലോകത്തിനു നല്കുമ്പോൾ നാഗരിക വികസനം എന്നൊക്കെയുള്ള സങ്കല്പങ്ങളെല്ലാം തകർന്നുവീഴും. വിവാഹം, ജന്മദിനം തുടങ്ങിയ ആഘോഷങ്ങളെല്ലാം തന്നെ തനി പഞ്ചാബിമാതൃകയിൽ ഇന്നും അരങ്ങേറുമ്പോൾ വസ്ത്രധാരണത്തിലും ആചാരങ്ങളിലും പാരമ്പര്യത്തെ കൈവിടുന്നുമില്ല ദാദ്സൻ ഗ്രാമം. വിദേശ നിർമ്മിത കാറുകളും ത്രിപീസ് സ്യൂട്ടും മറ്റും ചണ്ഡിഗറിലേക്കോ ഡൽഹിയിലേക്കോ ഒക്കെയുള്ള യാത്രകളിൽ എടുത്തണിയുന്ന പഞ്ചാബികൾ പക്ഷേ, തങ്ങളുടെ 'ശിഖ'മുദ്രയായ ടർബൺ ചുറ്റിയുണ്ടാക്കുന്ന തലപ്പാവ് അഭിമാനപൂർവ്വം 'ശിരസ്സാവഹിക്കുകയും' ചെയ്യും. സ്വാഭിമാനത്തിന്റെ മൂർത്തിമദ്ഭാവവുമായി ഗരിമയുള്ള വിനയം പ്രകടമാക്കി ശിഖന്മാർ ദാദ്സൻ പെരുമ ലോകമാകെ എത്തിക്കുന്നു സിഖ് വിശ്വാസപ്രൗഢിയോടെ....

മിക്കപ്പോഴും തണുത്ത കാലാവസ്ഥയുള്ള പഞ്ചാബിൽ ഉഷ്ണകാലത്തുള്ള ഏറ്റവും ഉയർന്ന താപനില ഇരുപത്തിയേഴ് ഡിഗ്രി സെന്റിഗ്രേഡ് ആണ്. ലുധിയാനയിലും അമൃത്സറിലുമൊക്കെ ഡിസംബർ മുതൽ ഫെബ്രുവരിവരെയുള്ള ശീതകാലം പൂജ്യം രണ്ട് ഡിഗ്രി സെന്റിഗ്രേഡിലായിരിക്കും. മേയ്-ജൂൺ മാസങ്ങളിൽ ജലന്ധറിലും മറ്റും ഉയർന്ന താപനില നാല്പതു ഡിഗ്രി സെന്റിഗ്രേഡ് വരെ സമീപകാലത്ത് എത്തിച്ചേർന്നിട്ടുണ്ട്. കർഷക പ്രധാനമെങ്കിലും നഗരവല്ക്കരണത്തിന്റെ

അപകടങ്ങൾ എല്ലാംതന്നെ പഞ്ചാബിലെ വൻനഗരങ്ങൾക്കും ബാധകമായിക്കൊണ്ടിരിക്കുന്നു. പക്ഷേ, ഗ്രാമീണ ജീവിതം ഇപ്പോഴും വൈക്കോലിന്റെ ഗന്ധവും കന്നുകാലികളുടെ ശബ്ദവും നാടൻപാട്ടിന്റെ ശ്രുതിയും ഗോതമ്പുറൊട്ടിയുടെ രുചിയും ബംഗരാനൃത്തച്ചുവടുകളും ഒത്തുചേർന്ന 'പഞ്ചനദക്കൂട്ട്' തന്നെ.

പാകിസ്ഥാൻ അതിർത്തി, പടിഞ്ഞാറു ഭാഗത്ത് പങ്കിടുന്ന പഞ്ചാബിന്റെ വടക്കുഭാഗത്ത് ജമ്മുകാശ്മീർ, കിഴക്ക് ഹിമാചൽപ്രദേശ് എന്നിവയും ദക്ഷിണഭാഗത്ത് ഹരിയാന, രാജസ്ഥാൻ എന്നിവയുമാണുള്ളത്. അതിർത്തിസംസ്ഥാനം എന്ന നിലയിൽ സംഘർഷാത്മക സാഹചര്യങ്ങൾ നിരന്തരം അനുഭവിച്ചിട്ടുള്ളതിനാൽ പോരാട്ട വീര്യം എപ്പോഴും ഉള്ളിൽ സൂക്ഷിച്ചിട്ടുള്ള സർദാർജികൾ രാജ്യത്തിന്റെ സായുധ സേനാ വിഭാഗങ്ങളിൽ സ്തുത്യർഹമായ സേവനം നിർവ്വഹിക്കുന്നുമുണ്ട്. കാർഷികവൃത്തിക്ക് ഉപയുക്തമായ മണ്ണും കാലാവസ്ഥയും ജലസമൃദ്ധിയും കഠിനാദ്ധ്വാനികളായ പഞ്ചാബികളെ വയലുകളിലേക്ക് നയിച്ചു.

പ്രധാന കൃഷി ഗോതമ്പാണ്. കണ്ണെത്താദൂരം പരന്നുകിടക്കുന്ന ഗോതമ്പുപാടങ്ങൾ പഞ്ചാബിന്റെ സമതലങ്ങളിലെ സ്ഥിരം കാഴ്ചയാണ്. നെല്ല്, പരുത്തി, കരിമ്പ്, മെയ്സ്, ബാർലി, പേൾമില്ലറ്റ്, പഴവർഗ്ഗങ്ങൾ എന്നിവയും വ്യാപകമായി കൃഷി ചെയ്യുന്നുണ്ട്. നെല്ലും ഗോതമ്പും മാറി മാറി കൃഷി ചെയ്യുന്നതിനാൽ മണ്ണിൽ അവ്വിധമുള്ള ഒരുക്കങ്ങളും കർഷകർ നടത്തുന്നു. പഞ്ചാബിലെ നെൽവയലുകളിൽ ആയിരക്കണക്കിന് ഏക്കറിലായി ഗോതമ്പുകൃഷിക്കു മുന്നോടിയായുള്ള നെൽവൈക്കോൽ കത്തിച്ചുകളയുന്ന പ്രവൃത്തി ഇന്ന് വലിയ പാരിസ്ഥിതിക പ്രശ്നമായി

ഗോതമ്പ് പാടം

മാറിയിട്ടുണ്ട്. സമീപവർഷങ്ങളിൽ മൂടൽമഞ്ഞും (Fog) പുകയും (smoke) കൂടി ചേർന്ന് 'സ്മോഗ്' എന്നൊരു അവസ്ഥ അമൃത്സറിലും ലുധിയാന യിലുമൊക്കെ രൂപപ്പെടുകയുണ്ടായി. കാഴ്ചയെപ്പോലും തടഞ്ഞുകൊണ്ട് പുകനിറഞ്ഞ മൂടൽമഞ്ഞ് അന്തരീക്ഷമാകെ നിറയുകയും അത് ഒട്ടന വധി ശാരീരിക പ്രശ്നങ്ങൾക്ക് കാരണമായിത്തീരുകയും ചെയ്തു. എന്നാലും ഇന്ത്യയെ തീറ്റിപ്പോറ്റുന്നതിൽ മുഖ്യപങ്കുവഹിച്ചുകൊണ്ട് 'ഇന്ത്യയുടെ ഗ്രാനറി' എന്ന വിശേഷണവുമായി ഇപ്പോഴും കാർഷിക വൃത്തിയിൽ ഒന്നാം സ്ഥാനത്തുതന്നെ തുടരുകയാണ് പഞ്ചാബ്. 'ഇന്ത്യ യുടെ ബ്രഡ് ബാസ്കറ്റ്' എന്ന് വിദേശികൾ വിശേഷിപ്പിക്കാറുള്ള പഞ്ചാ ബിന്റെ ജി ഡി പി 3.17 ലക്ഷം കോടിയാണ്. ആഗോളക്കണക്കുകളിൽ ലോകത്തിലെ ഗോതമ്പുല്പാദനത്തിന്റെയും പരുത്തി ഉല്പാദനത്തി ന്റെയും രണ്ടു ശതമാനവും നെല്ലുല്പാദനത്തിന്റെ ഒരു ശതമാനവും പഞ്ചാബിലെ കർഷകരുടെ അദ്ധ്വാനഫലമാണെന്നു രേഖപ്പെടുത്തിയി ട്ടുണ്ട്. പഞ്ചാബിലെ ഫിറോസ്പൂർ, ഫസീൽക്ക എന്നീ പ്രദേശങ്ങളാണ് ഗോതമ്പിന്റെയും നെല്ലിന്റെയും കലവറകളായി ലോകസമക്ഷം തെളി ഞ്ഞുവരുന്നത്. നാഷണൽ പ്രൊഡക്ടിവിറ്റി അവാർഡ് നിരവധി തവണ കരസ്ഥമാക്കിയ പഞ്ചാബ് ഇന്ന് ജലലഭ്യതയുടെ കുറവിൽ ആശങ്ക പുലർത്തുന്നുമുണ്ട്. എങ്കിലും ഇന്ത്യയിലെ സ്റ്റേറ്റ് ഹങ്കർ ഇൻഡക്സിൽ ഏറ്റവുംകുറവ് പട്ടിണി രേഖപ്പെടുത്തപ്പെട്ട സംസ്ഥാനവും പഞ്ചാബ് തന്നെ. അമിതമായ രാസവളപ്രയോഗവും ഭൂമിയുടെ ഫലഭൂയി ഷ്ഠതാനഷ്ടം എന്നിവയൊക്കെ പഞ്ചാബിലെ കർഷകർ നേരിടുന്ന ഭീഷ ണികളാണെന്നതും ഓർക്കാതെ വയ്യ. ഭൂഗർഭ ജലനിരപ്പ് വർഷത്തിൽ ഒരു മീറ്ററിലധികം താഴുന്നുണ്ടെന്ന മുന്നറിയിപ്പ് അഞ്ചുനദികളുടെ ഈ നാടിനെ ഉൽക്കണ്ഠപ്പെടുത്തുന്നുമുണ്ട്.

കബഡിയും ഗുസ്തിയും പോലെതന്നെ പഞ്ചാബികളുടെ ഇഷ്ട കായികവിനോദങ്ങളാണ് ഹോക്കിയും ക്രിക്കറ്റും. എന്നാൽ ഗ്രാമങ്ങളിൽ പ്രിയങ്കരമായ കായികവിനോദം വടംവലി, കാളവണ്ടി ഓട്ടം എന്നിവയാണ്. കിലാ റെയ്പൂർ സ്പോർട്സ് ഫെസ്റ്റിവൽ ലുധിയാനയ്ക്കു സമീപം വർഷംതോറും നടക്കും. പഞ്ചാബ് സർക്കാർ ലോകകബഡി ലീഗ് മത്സരം നടത്താറുണ്ട്. അർജന്റീന, കാനഡ, ഡെന്മാർക്ക്, ഇംഗ്ലണ്ട്, ഇറാൻ, കെനിയ, പാകിസ്ഥാൻ, സ്കോട്ട്ലാന്റ്, സിറിയ, സ്പെയിൻ, അമേരിക്ക എന്നിങ്ങനെയുള്ള ലോക രാഷ്ട്രങ്ങളിലെ ടീമുകൾ എത്തിച്ചേരുന്ന കബഡി വേൾഡ് കപ്പ് മത്സരം പഞ്ചാബിനെ ലോകകായിക ഭൂപടത്തിൽ എത്തിച്ചു. പഞ്ചാബി ഗ്രാമങ്ങളാണിന്നും കബഡിയെ ഊട്ടി വളർത്തു ന്നത് എന്ന സത്യവും ഇവിടെ കൗതുകത്തോടെ ഓർക്കാം.

ഹർഷച്ചിനാ ഗ്രാമത്തിൽ കർഷക കലാപം

ഇത് ഹർഷച്ചിനാ ഗ്രാമം.

പഞ്ചാബിലെ അമൃത്സറിനടുത്തുള്ള ചരിത്രപ്രസിദ്ധമായ ഗ്രാമം. ബ്രിട്ടീഷുകാർക്കെതിരെ കർഷക കലാപം അഴിച്ചുവിട്ട് ദേശീയ പ്രസ്ഥാനത്തിന്റെ ഭാഗമായി തിളങ്ങിയ പ്രദേശം. ഹർഷച്ചിനാ മോഗൊ മോർച്ചയുടെ കർഷക മുന്നേറ്റം ഭാരതമാകെ ശ്രദ്ധിക്കപ്പെടുന്ന വിധം സജീവമായപ്പോൾ ബ്രിട്ടീഷ് സർക്കാരിനെ മുട്ടുകുത്തിക്കുവാൻ കഴിഞ്ഞ ധീര ദേശാഭിമാനികളായ കമ്യൂണിസ്റ്റുകാരുടെ നാട്. ആകെ 6500 പഞ്ചാബികൾ മാത്രം അധിവസിക്കുന്ന ഗ്രാമത്തിന് ഇന്ത്യയുടെ സ്വാതന്ത്ര്യസമര ചരിത്രത്തോളം പ്രാധാന്യം കൈവരുമ്പോൾ പഞ്ചാബിന്റെ അഭിമാനസ്തംഭങ്ങളിലൊന്നായി ഈ ഗ്രാമവും മാറി.

ജാലിയൻവാലാബാഗ് കൂട്ടക്കൊലയാണ് പഞ്ചാബിലെ ഏറ്റവും ശ്രദ്ധേയമായ സ്വാതന്ത്ര്യസമരഏട് എങ്കിലും പുറംലോകം ഏറെ പ്രകീർത്തിക്കാതെ പോകുന്ന സമരമുന്നേറ്റങ്ങളും പഞ്ചനദത്തിന് പറയാനുണ്ട്. അവയിൽ പ്രമുഖമാണ് ഹർഷച്ചിനായിലെ മോഗൊമോർച്ച കലാപം. അമൃത്സറിലെ ശ്രീ ഗുരുറാം ദാസ്ജി ഇന്റർനാഷണൽ എയർപോർട്ടിൽനിന്നും 'അജ്നാലാ' റൂട്ടിൽ മൂന്ന് കിലോമീറ്റർ മാത്രം അകലെ സ്ഥിതിചെയ്യുന്ന ഗ്രാമത്തിന്റെ നാമം തന്നെ അർത്ഥസമ്പുഷ്ടമാണ്. 'ഹർസേ' എന്ന ഉറുദുവാക്കിന്റെ അർത്ഥം മൂന്നുഗ്രാമങ്ങൾ എന്നാണ്. അവയിൽ പ്രധാനപ്പെട്ടത് എന്ന നിലയിലാണ് ഹർഷച്ചിനാ രൂപപ്പെടുന്നത്. 'ഉച്ചല കിലാ', 'വിച്ചില കിലാ', 'സബാജ് പുരാ' എന്നിവയാണ് ആ മൂന്നു ഗ്രാമങ്ങൾ. മൂന്നുഗ്രാമങ്ങളിൽ വലുത് എന്ന നിലയിൽ ഹർഷച്ചിനാ പ്രാധാന്യം നേടി. കുക്രൻവാലാ പ്രദേശം കൂടിച്ചേർന്ന ഹർഷച്ചിനാ മുൻപ്

ഹർഷച്ചിനാ കർഷക സമരപ്പോരാളികൾ

ചൊഗവാൻ ബ്ലോക്കിന്റെ ഭാഗമായിരുന്നുവെങ്കിൽ ഇന്ന് സ്വതന്ത്ര ബ്ലോക്കായിത്തീർന്നിരിക്കുന്നു.

ഹർഷച്ചിനായിൽ 1946-47 ലാണ് ബ്രിട്ടീഷ് ഭരണത്തിനെതിരെയുള്ള കർഷകകലാപമായ മോഗൊമോർച്ചയുടെ പ്രവർത്തനങ്ങൾ നടക്കുന്നത്. സഖാവ് അച്ചാർസിങ്ച്ചിനാ, സഖാവ് സോഹൻസിങ് ജോഷ്, സഖാവ് മോഹൻസിങ് ഭാട്ടാ, ബാബാ കരംസിങ് ചീമാ, ജഗ്ബീർസിങ്ച്ചിനാ, സഖാവ് ഗുർദ്ദിയാൽ സിങ് ധില്ലൻ എന്നിവരുടെ നേതൃത്വത്തിൽ ഗ്രാമത്തിലെ കർഷകർ സംഘടിക്കുകയും മോഗൊ മോർച്ച രൂപീകരിക്കുകയും ചെയ്തു. കമ്യൂണിസ്റ്റ് പാർട്ടിയുടെ ശക്തമായ പിൻബലത്തോടെയാണ് കർഷകർ സംഘടിച്ചത്. അന്നത്തെ പഞ്ചാബിലെ ബ്രിട്ടീഷ് ഭരണകൂടം പഞ്ചാബിലെ കർഷകർക്ക് ജലസേചനത്തിനായി നല്കുന്ന ജലത്തിന്റെ അളവ് വൻതോതിൽ വെട്ടിക്കുറയ്ക്കുകയും കാർഷികവൃത്തിയെ പരിമിതപ്പെടുത്തുകയും ചെയ്തു. പഞ്ചാബിലെ ഗോതമ്പുവയലുകളിലും കരിമ്പിൻതോട്ടങ്ങളിലും ബ്രിട്ടീഷ് വിരുദ്ധവികാരം ഇളക്കിവിട്ട് കർഷക കലാപങ്ങൾ സംഘടിപ്പിക്കുവാൻ കമ്യൂണിസ്റ്റുകാരും ദേശീയ പ്രക്ഷോഭകാരികളും ശ്രമിക്കുന്നുവെന്ന ചിന്തയിൽ രൂപപ്പെട്ടതാണ് ബ്രിട്ടീഷ് സർക്കാരിന്റെ കർഷകവിരുദ്ധ നിലപാട്. എക്കാലവും ജന്മനാടിന്റെ മോചനം

സ്വപ്നം കാണുന്ന ഒരു ജനതയാണ് പഞ്ചാബികൾ എന്നറിയുന്ന ബ്രിട്ടീഷ് ഭരണാധികാരികൾ. അതുകൊണ്ടുതന്നെ പഞ്ചാബി ഗ്രാമങ്ങളെ പരമാവധി ഒറ്റപ്പെടുത്തുവാനും തളർത്താനും നോക്കി. അതിനുള്ള ഏക മാർഗ്ഗം പഞ്ചാബിലെ ഗ്രാമങ്ങളിലെ നടുവുനിവർന്നു നില്ക്കുന്ന കർഷ കക്കരുത്ത് ഇല്ലാതാക്കുകയോ ദുർബ്ബലപ്പെടുത്തുകയോ ചെയ്യുക എന്ന വഴിയാണെന്ന് ബ്രിട്ടീഷുകാർ ചിന്തിച്ചു.

കൃഷിയിടങ്ങളിലേക്കു നീണ്ടുപരന്നു കിടക്കുന്ന കനാലുക ളിൽനിന്നും പുറത്തേക്ക് ജലമൊഴുക്കുന്ന 'മുഖ'ങ്ങൾ പുതുക്കിപ്പണിതു കൊണ്ടും അതുവഴി കനാൽജലത്തിന്റെ ഒഴുക്കിനെ നിയന്ത്രിച്ചുകൊണ്ടും ഓരോ കർഷകനെയും സമ്മർദ്ദത്തിൽ ആക്കുകയായിരുന്നു സർക്കാർ. തങ്ങളുടെ കൃഷിഭൂമിയിലെ നീർവാർച്ച തടയുകയും അതുവഴി കൃഷി നാശം സംഭവിക്കുകയും ചെയ്താൽ പ്രതികരണശേഷി പോയിട്ട് ജീവിതം തന്നെ വഴിമുട്ടിപ്പോകുമെന്ന തിരിച്ചറിവിൽ കർഷകർ സംഘടിക്കുവാൻ തീരുമാനിച്ചു. കമ്യൂണിസ്റ്റ് പ്രസ്ഥാനത്തിന്റെ നേതൃത്വത്തിൽ ജലവിത രണ മുഖത്തെ മുൻനിർത്തി 'മോഗൊ മോർച്ച' സംഘടിപ്പിക്കുകയായി രുന്നു. ആയിരക്കണക്കിന് കർഷകർ തെരുവിലിറങ്ങുകയും ബ്രിട്ടീഷ് സർക്കാരിനെതിരെ കലാപം നടത്തുകയും ചെയ്തു. കലാപത്തിനിടയിൽ പ്രതിഷേധജ്ജ്വാലയുമായി എത്തിയ തൊള്ളായിരത്തി അൻപത് കർഷകരെ പൊലീസ് അറസ്റ്റുചെയ്ത് ലാഹോർ ജയിലിൽ മൂന്നുമാസ ക്കാലം തടവിൽ പാർപ്പിച്ചുകൊണ്ട് ജനരോഷത്തെ അടിച്ചമർത്തി. ജയിൽ നിറഞ്ഞുകവിഞ്ഞു. പ്രസ്തുത നടപടിയെ നിഷ്പക്ഷമതികൾ ശക്തമായി അപലപിച്ചു. പത്രങ്ങൾ ബാനർ ഹെഡ്ഡിങ്ങുകളിൽ ബ്രിട്ടീഷ് സർക്കാർ കർഷകജനതയെ ഭയന്ന് ഒരു ഗ്രാമത്തെയാകെ ജയിലിൽ അടച്ചുവെന്ന വാർത്ത പ്രചരിപ്പിച്ചു.

ഇതിന്റെ പരിണതിയായി സർവ്വകക്ഷിയോഗം വിളിക്കുവാൻ ബ്രിട്ടീഷ് അധികാരികൾ നിർബ്ബന്ധിതമായി. എല്ലാ രാഷ്ട്രീയ പ്രസ്ഥാന ങ്ങളുടെയും പ്രതിനിധികൾ ഒത്തുകൂടിയപ്പോൾ അധികാരികൾക്കെതിരെ അതിരൂക്ഷമായ വിമർശനങ്ങളുണ്ടായി. മുൻകാലങ്ങളിൽ കർഷകരും സർക്കാരും തമ്മിലുണ്ടാക്കിയിരുന്ന ഉടമ്പടി വീണ്ടും പ്രാബല്യത്തിൽ കൊണ്ടുവരാനും കൂടുതൽ ജലം കാർഷികാവശ്യങ്ങൾക്കായി കർഷ കർക്കു വിട്ടുനല്കുവാനും ബ്രിട്ടീഷ് സർക്കാരിന് സമ്മതിക്കേണ്ടിവന്നു. അങ്ങനെ ഹർഷച്ചിനാ മോഗൊ മോർച്ച കർഷക കലാപം വിജയത്തി ലെത്തി.

കർഷകകലാപത്തിൽ പങ്കെടുത്തവരെയെല്ലാം സ്വതന്ത്ര ഭാരതം സ്വാതന്ത്ര്യസമര സേനാനികളായി ആദരിക്കുകയും അവർക്കു പെൻഷൻ ഉൾപ്പെടെയുള്ള അംഗീകാരങ്ങൾ നല്കുകയും ചെയ്തു. പഞ്ചാബിലെ കർഷക കലാപങ്ങൾക്ക് ദീർഘകാലചരിത്രമാണുള്ളത്. ആയിരത്തി ത്തൊള്ളായിരത്തി ഇരുപതുകളിലും മുപ്പതുകളിലും ആരംഭിക്കുന്ന

കർഷക മുന്നേറ്റങ്ങൾക്ക് നേതൃത്വം നല്കിയിരുന്നത് പഞ്ചാബിലെ സിഖ് വിഭാഗത്തിൽപ്പെട്ട കർഷകരാണ്. സമരങ്ങളുടെയും കലാപങ്ങളുടെയും അന്തിമഘട്ടങ്ങളിൽ പഞ്ചാബികളായ ഹിന്ദുക്കളും മുസൽമാന്മാരും ഒത്തു ചേർന്നു. സിഖ് കർഷകപോരാട്ടങ്ങളെ രാജ്യത്തിന്റെയാകെ പൊതു സമരങ്ങളാക്കി മാറ്റി. പഞ്ചാബിലെ കർഷകമുന്നേറ്റങ്ങൾ പ്രധാനമായും കേന്ദ്രീകരിച്ചിരുന്നത് മദ്ധ്യപഞ്ചാബിലെ ജലന്ധർ, അമൃതസർ, ഹോസി യാർ പൂർ, ലാൽപൂർ, ഷേക്ക്പുരാ എന്നീ ജില്ലകളിലാണ്. സ്വയം കൃഷി ചെയ്തു ജീവിച്ചുവന്ന സിഖ് കർഷകരാണീ പ്രദേശങ്ങളിലെല്ലാം അധി വസിച്ചിരുന്നത്. 'ഭൂനികുതി'യുടെ പുനർനിർണ്ണയമാണ് കർഷകരെയാകെ അസ്വസ്ഥതപ്പെടുത്തിയ സർക്കാരിന്റെ ആദ്യനടപടി. ഭൂനികുതി വർദ്ധി പ്പിക്കുവാൻ ബ്രിട്ടീഷ് സർക്കാർ നിശ്ചയിക്കുകയായിരുന്നു. അത് നേരിട്ട് നടപ്പാക്കാതെ ഭൂനികുതി പുനർ നിർണ്ണയിച്ച് വർദ്ധിപ്പിച്ച നിരക്കിലേക്കെ ത്തിക്കുകയായിരുന്നു. ഇത് കർഷകർക്ക് താങ്ങാനാകുന്നതിലും വലിയ തുകയായി മാറിയപ്പോൾ അവർക്കിടയിൽ എതിർപ്പുകൾ തലപൊക്കി. മറ്റൊരു വർദ്ധന 'കനാൽ നികുതി'യിലായിരുന്നു. പഞ്ചാബിലെ ഗ്രാമ ങ്ങളിലേക്ക് നദീജലം എത്തിച്ചിരുന്നത് കനാലുകൾ വഴിയാണ്. സർക്കാർ നിർമ്മിത കനാലുകളിൽനിന്നും കാർഷികാവശ്യത്തിനായി ജലം എടു ക്കുമ്പോൾ കർഷകർ നല്കേണ്ട 'കനാൽ നികുതി' വൻതോതിൽ വർദ്ധിപ്പിച്ചപ്പോൾ കൃഷിത്തൊഴിൽ വൻ നഷ്ടത്തിലേക്കു കൂപ്പുകുത്തി. കർഷകരുടെ നടുവൊടിക്കുന്ന ഈ രണ്ട് നടപടികളും കർഷകർക്ക് താങ്ങാനാകാത്തതും അവരുടെ എതിർപ്പ് വിളിച്ചുവരുത്തുന്നതുമായി ത്തീർന്നു. കർഷകർ ഒരു സംഘമായി മാറുന്ന കാഴ്ചയാണ് 1939 ലെ പഞ്ചാബിന്റെ കാർഷിക ചരിത്രം കാട്ടിത്തരുന്നത്. ആദ്യമായിട്ടാണ് കർഷ കർ ചേർന്നു ഒരു സംഘടിത ഭാവത്തിലേക്കെത്തുന്നത്. ചെറിയ കർഷ കരും കൂട്ടായി കൃഷി ചെയ്തിരുന്നവരും സെമീന്ദാർമാർക്കെതിരെ ശബ്ദ മുയർത്തുവാൻ ആദ്യമായി ധൈര്യം കാട്ടി. മദ്ധ്യപഞ്ചാബിലുണ്ടായ ഈ ഉണർവ്വ് വൈകാതെ നാട്ടുരാജ്യങ്ങളിലേക്കും പടർന്നു.

പാട്യാല, പ്രമുഖ നാട്ടുരാജ്യമെന്ന തരത്തിൽ കർഷക കലാപത്തിനു വേദിയായി. അവിടെ ഉദ്യോഗസ്ഥരും ഭൂവുടമകളും ഒത്തുചേർന്ന് കർഷ കരുടെ ഭൂമി കൈക്കലാക്കി അവരെ കഷ്ടപ്പെടുത്തുകയായിരുന്നു. എന്നാൽ കർഷക കലാപത്തിൽ സജീവമായവർ തങ്ങളുടെ കൃഷിഭൂമി മോചിപ്പിച്ചെടുത്തു. പക്ഷേ, കലാപകാരികളെയെല്ലാം സർക്കാർ അതി ശക്തമായി നേരിടുകയും കലാപം അടിച്ചമർത്തുകയും ചെയ്തു. കർഷക നേതാക്കളെയെല്ലാം അറസ്റ്റു ചെയ്തു ജയിലിൽ അടച്ചു. പാട്യാലയിൽ ഏറെയൊന്നും ജീവനാശം സംഭവിച്ചില്ല. പൊലീസും കലാപകാരികളും തമ്മിലുള്ള ഏറ്റുമുട്ടലുകൾ പലേടത്തും അരങ്ങേറിയെന്നുമാത്രം.

ഇങ്ങനെ നടന്ന കർഷക കലാപങ്ങളുടെയെല്ലാം ഫലമായി പഞ്ചാ

ബിലെ ബഹുഭൂരിപക്ഷം വരുന്ന കർഷക സമൂഹത്തിന് പലവിധ നേട്ടങ്ങളും പില്ക്കാലത്ത് ലഭിക്കുകയുണ്ടായി. അവയിൽ പ്രധാനപ്പെട്ടത് 1953 ലെ നിയമനിർമ്മാണം തന്നെയാണ്. അതുവഴി കൃഷിയിടങ്ങളിൽ പണിയെടുത്തു കൃഷിചെയ്തു വന്ന പാട്ടക്കാരായ കർഷകർക്ക് കൃഷിഭൂമി സ്വന്തമായി ലഭിച്ചു. പഞ്ചാബിന്റെ പൊതുസ്ഥിതിയിൽ ഇത് വലിയ മാറ്റങ്ങളാണുണ്ടാക്കിയത്. സിഖ് കലാപത്തിൽ ആരംഭിച്ച് പഞ്ചാബിലെ മുഴുവൻ കർഷകരുടെയും മുന്നേറ്റമായിത്തീർന്ന കർഷക കലാപം ഇതര സംസ്ഥാനങ്ങളിലും സ്വാധീനം ചെലുത്തി. പലയിടങ്ങളിലും കർഷകസൗഹൃദ നിയമങ്ങളോ നടപടികളോ പ്രാവർത്തികമായി. പാട്ടക്കാർക്ക് ആനുകൂല്യങ്ങൾ ലഭിച്ചപ്പോൾ ജന്മികുടിയാൻ ബന്ധങ്ങളിൽ ഉടച്ചുവാർക്കലുകൾ ഉണ്ടായി.

ബ്രിട്ടീഷ് കോളനിവാഴ്ചക്കാലത്ത് മിലിട്ടറി ഉദ്യോഗസ്ഥരും ഇടപ്രഭുക്കന്മാരായ ഭൂവുടമകളും സർക്കാർ ഉദ്യോഗസ്ഥരും ചേർന്നുള്ള ഗൂഢസംഘം ജലവിഭവത്തെ തങ്ങളുടെ സൗകര്യം പോലെ ക്രയവിക്രയം ചെയ്ത് 'കനാൽ ഭരണം' നടത്തി വൻതോതിൽ തുക കർഷകരിൽനിന്നും കൊള്ളയടിച്ചു. ഈ ഫ്യൂഡൽ സമ്പ്രദായത്തിലെ പോരായ്മകളും വൈരുദ്ധ്യങ്ങളും കർഷക കലാപത്തിലേക്കു നയിക്കുകയായിരുന്നു. സ്വാതന്ത്ര്യലബ്ധിക്കു ശേഷം ലാന്റ് സീലിങ് ആക്ട് നടപ്പിൽവന്നു. കാർഷികരംഗം യന്ത്രവല്ക്കരണത്തിനനുസൃതമായി നവീകരിക്കപ്പെട്ടു. തുടർന്ന് ഹരിതവിപ്ലവം കാർഷികമേഖലയിൽ വമ്പിച്ച മാറ്റങ്ങൾക്കു കാരണമായി. എന്നാൽ ഇക്കാലത്തെ ഏറ്റവും പ്രബലമായ പ്രശ്നം നഗര മേഖലയുടെയും ഗ്രാമീണ മേഖലയുടെയും വിപണന വഴികളിലുണ്ടായ അസന്തുലിതാവസ്ഥയും അതുവഴി വന്നുചേർന്ന സാമ്പത്തിക വൈരുദ്ധ്യങ്ങളുമാണ്. കാലം മാറിയതോടെ രാഷ്ട്രീയരംഗത്തേക്ക് നേരിൽ ബന്ധപ്പെടാതെ നിന്നിരുന്ന കർഷകപ്രസ്ഥാനങ്ങൾ വ്യാപകമായി തിരഞ്ഞെടുപ്പുകളെ സ്വാധീനിക്കും വിധം സമ്മർദ്ദഗ്രൂപ്പുകളായി വളർന്നുവരുകയും കാർഷികരംഗത്തിന് മുന്തിയ പരിഗണന ലഭിക്കുകയും ചെയ്തു. എന്നാൽ ഇന്ന് ആഗോളമുതലാളിത്തത്തിന്റെ നിയന്ത്രണത്തിൽ പെട്ട് കാണാച്ചരടുകളിൽ കുടുങ്ങിക്കിടക്കുന്ന കർഷകർ കൂട്ട ആത്മഹത്യയിലേക്കു വീണു പോകുന്ന ചിത്രങ്ങളും രാജ്യം കാട്ടിത്തരുന്നു. പക്ഷേ, അപ്പോഴും പഞ്ചാബിലെ കർഷക സമൂഹം തങ്ങളുടെ പൂർവ്വികർ നടപ്പിലാക്കിയ കൃഷിപ്പണിയെ കൈവിടാതെ കൊണ്ടുപോകുന്നു. സംസ്ഥാനത്തിന്റെ വരുമാനത്തിൽ ഒട്ടും കുറവല്ലാത്ത സംഭാവന നല്കുവാൻ പഞ്ചാബിലെ വയലേലകൾക്കു കഴിയുന്നുണ്ട്. വർത്തമാനകാല ജീവിതത്തിൽ സിഖ് പോരാട്ടത്തിലെ ഹരിതഭാഗമായി പച്ചപ്പുപിടിച്ചു നില്ക്കുന്നുമുണ്ട്.

വീണ്ടും ഹർഷച്ചിനാ ഗ്രാമത്തിലേക്കു മടങ്ങിയെത്തുമ്പോൾ സമൃദ്ധി നിറഞ്ഞ ഒരിടമാക്കി സാധാരണ ജനങ്ങൾ പരുവപ്പെടുത്തിയ ഗ്രാമീണ

നന്മകളാണ് കാണാനാകുന്നത്. ഇപ്പോഴും കൂട്ടുകുടുംബവ്യവസ്ഥ നിലനിർത്തി പരമാവധി കൃഷിയിടങ്ങൾ ഒരുമിച്ചുചേർത്ത് കൂടുതൽ നേട്ടമുണ്ടാക്കുന്ന കൂട്ടുകൃഷി നടത്തി ഹർഷച്ചിനാ കാർഷികഗ്രാമമെന്ന യശസ്സ് നിലനിർത്തുന്നു. യന്ത്രവല്ക്കരണത്തിന്റെ വഴിയേ സഞ്ചരിക്കുന്ന പുതിയ തലമുറയും കർഷകവൃത്തിയെ തള്ളിപ്പറയുന്നില്ല. ഒരു കൈ സഹായിക്കുവാൻ അവർ സന്നദ്ധരുമാണ്. ഹർഷച്ചിനാഗ്രാമം പഞ്ചാബിലെ ഒരു മാതൃകാഗ്രാമമായി ഇന്നും പാരമ്പര്യങ്ങളെ കാത്തു രക്ഷിക്കുന്നു.

ബാബാ ബക്ക്ലായിലെ കലമാനുകൾ

കലമാനുകളുടെ നാട് എന്ന് ഈ ഗ്രാമത്തെ വിശേഷിപ്പിച്ചിരുന്നത് എന്നു മുതലാണെന്നു കൃത്യമായി കണ്ടെത്താനാകുകയില്ലെങ്കിലും 'ബാബാ ബെക്കലേ' എന്നു വാത്സല്യപൂർവ്വം ആദ്യമായി വിളിച്ചത് സിഖ് ഗുരുപരമ്പരയിലെ ആചാര്യൻ ഗുരു ഹർകിഷൻ ആണ്. എന്നാൽ ഈ ഗ്രാമം ഏറ്റവുമധികം കടപ്പെട്ടിരിക്കുന്നതാകട്ടെ ഒൻപതാം സിഖ് ആചാര്യൻ ഗുരു തേജ് ബഹാദൂറുമായിട്ടാണ്. അദ്ദേഹത്തിന്റെ ഏറ്റവും പവിത്രമായ ജീവിതത്തിലെ 26 വർഷവും ഒൻപത് മാസവും പതിമൂന്ന് ദിനങ്ങളും ഈ ഗ്രാമത്തിലാണ് ചെലവിട്ടത്. പ്രാർത്ഥനയിലും ധ്യാനത്തിലുമായി ഇത്ര കാലവും ബാബാ ബക്ക്ലായിൽ കഴിഞ്ഞുകൊണ്ട് ആ പ്രദേശത്തിന്റെ പ്രാധാന്യം സിഖ് ചരിത്രത്തോളം വളർത്തിയ സിഖ് ഗുരു ഒരു വീരചരിതമാണ് ഗുരുപരമ്പരയിൽ എഴുതിച്ചേർത്തത്. ആദ്യകാലഘട്ടങ്ങളിൽ 'ബക്കൻവാലാ' എന്നാണ് ഈ ഗ്രാമം അറിയപ്പെട്ടിരുന്നത്. പെർഷ്യൻ ഭാഷയിൽ ബക്കൻവാലായ്ക്ക് കലമാനുകളുടെ നാട് എന്നാണർത്ഥം. പ്രാചീനകാലത്തും മദ്ധ്യകാലഘട്ടത്തിലും വനനിബിഡമായിരുന്നിരിക്കാം ഈ പ്രദേശമെന്നും ധാരാളമായി കലമാനുകളെ കാണപ്പെട്ടിരുന്നതിനാൽ കലമാനുകളുടെ നാടായി പരിഗണിക്കപ്പെട്ടിരുന്നതായും കരുതാം.

അമൃത്സറിൽനിന്നും നാല്പത്തിമൂന്നു കിലോമീറ്റർ അകലെ ജലന്ധറിനും ചണ്ഡീഗഢിനും ഇടയിലായി ബട്ടാല റോഡ് ഭാഗത്ത് സ്ഥിതിചെയ്യുന്ന ഈ പ്രസിദ്ധ പ്രദേശം പഞ്ചാബിന്റെ ചരിത്രവുമായി ചേർന്നു നില്ക്കുന്നു. ഗുരുമുഖിയിലുള്ള പഞ്ചാബി ഭാഷ സംസാരിക്കുന്ന ഭൂരിഭാഗം സിഖുകാരും ന്യൂനപക്ഷമായ ഹിന്ദു, ജൈനവിശ്വാസികളുമാണീ ഗ്രാമത്തിലെ ജനങ്ങൾ. പ്രാചീനകാലത്ത് ഭുള്ളാർ ജാട്ടുകളും ശുക്ല

ബാബാ ബെക്കലേ

പണ്ഡിറ്റുകളുമായിരുന്നു ഈ പ്രദേശത്തിലെ ആദിമ ഉടമകൾ. എന്നാൽ കാലക്രമേണ ഇവർ മറ്റിടങ്ങളിലേക്ക് മാറിപ്പോകുകയും ബാബാ ബക്ക്ലാ ഒരു സിഖ് ഭൂരിപക്ഷദേശം ആയി മാറുകയും ചെയ്തു. ഇന്ത്യയുടെ വിഭജനം ഉത്തരേന്ത്യൻ ഭൂപ്രദേശങ്ങളെയാകെ ദുരിതക്കയത്തിലേക്കാഴ്ത്തിയെങ്കിൽ അത് പഞ്ചാബിലെ ജനജീവിതത്തെയും താറുമാറാക്കി. അഭയാർത്ഥിപ്രവാഹംകൊണ്ട് പൊറുതി മുട്ടിയ അതിർത്തിപ്രദേശങ്ങളിൽ പഞ്ചാബും ഉൾപ്പെട്ടു. ബാബാ ബക്ക്ലായിൽ കുടിയേറിയ നല്ലൊരു ശതമാനം അഭയാർത്ഥികൾ മുസ്ലീം സഹോദരങ്ങളായിരുന്നു. 1947 മുതൽ 55 വരെ തുടർന്ന പ്രവാഹം പിന്നീടാണ് ഏറക്കുറെ നിലച്ചത്.

ഇന്ത്യാ സെൻസസ് റിപ്പോർട്ട് 2011 പ്രകാരം ബാബാ ബക്ക്ലായിലെ ജനസംഖ്യ 8946 ആണ്. ആയിരത്തി എണ്ണൂറ്റിമുപ്പത്തി നാല് കുടുംബങ്ങളുള്ള ഗ്രാമത്തിൽ സ്ത്രീപുരുഷ അനുപാതം ആയിരം പുരുഷന്മാർക്ക് തൊള്ളായിരത്തി അഞ്ച് സ്ത്രീകൾ എന്ന രീതിയിലാണ്.

സിഖ് ചരിത്രത്തിൽ ബാബാ ബക്ക്ലായുടെ പ്രാധാന്യം പരമ്പരയിലെ ഒൻപതാം ഗുരുവിനെ അവിടെനിന്നു കണ്ടെത്തുന്നതുമായി ബന്ധപ്പെട്ട സംഭവമാണ്. ദില്ലിയിൽനിന്നും വിടപറയും മുമ്പ് അക്കാലഗുരുവായിരുന്ന ഗുരു ഹർകിഷൻ തന്റെ ധ്യാനനിമിഷങ്ങളിൽനിന്നു മുക്തനായി വന്ന് പെട്ടെന്ന് 'ബാബാ ബക്കലെ' എന്ന് ഉച്ചത്തിൽ അരുളിചെയ്തു. ഗുരുവിന്റെ അന്ത്യനാളുകളിൽ കേട്ട ഈ ഓർമ്മപ്പെടുത്തൽ തന്റെ പിൻഗാമിയെ കണ്ടെത്തുന്നതുമായി ബന്ധപ്പെട്ടാണെന്നു തിരിച്ചറിഞ്ഞ ശിഷ്യർ അമൃത്സറിൽനിന്നും ഏറെ അകലെയല്ലാതെയുള്ള പ്രസ്തുത

ഗുരു ഹരികൃഷ്ണൻ

ഗ്രാമത്തിലെത്തുകയും അവിടെ ധ്യാനനിമീലനായി കഴിഞ്ഞിരുന്ന ഗുരു തേജ് ബഹാദൂറിനെ സന്ധിക്കുകയുമായിരുന്നു. തന്റെ മുൻഗാമിയുടെ ഇച്ഛപ്രകാരം ബാബാ ബക്ക്ലായിൽ നിന്നുള്ള ഗുരുതേജ് ബഹാദൂർ സിഖ് ഗുരുപരമ്പരയിലെ ഒൻപതാം ഗുരുവായി സ്ഥാനമേല്ക്കുകയും ചെയ്തു. ആ സ്മരണയിൽ ഗുരു ധ്യാനം ചെയ്തിരുന്ന ഇടത്ത് ഏറ്റവും പവിത്രമായി സിഖുകാർ കരുതുന്ന ഗുരുദ്വാരയും പടുത്തുയർത്തുകയുണ്ടായി.

ഗ്രാമജീവിതം സമാധാനപൂർവ്വമാണ് ഇവിടെ അനുഭവപ്പെടുന്നത് കന്നുകാലികളെ വളർത്തിയും കൃഷിയിടങ്ങളിൽ കാർഷിക വൃത്തിയിൽ ഏർപ്പെട്ടുമാണ് ബഹുഭൂരിപക്ഷം ജനങ്ങളും കഴിയുന്നത്. അതിരാവിലെ തന്നെ ഒട്ടെല്ലാ ഗൃഹങ്ങളിലും വളർത്തുന്ന പശുക്കളെ കറന്ന് പാൽ ശേഖരിക്കുന്ന ഗൃഹനാഥന്മാരെ കാണാം. ഇന്ധനമായി പാചകത്തിനും മറ്റും ഉപയോഗിക്കുന്നത് ചാണകവറളികളാണ്. പച്ചച്ചാണകം വൃത്താകൃതിയിൽ പരത്തിവച്ച് വെയിലിൽ ഉണക്കി ശേഖരിച്ചുവയ്ക്കുന്ന ചാണകവറളി കൂനകൾ എല്ലാ ഗ്രാമങ്ങളിലും കണ്ടെത്താനാകും. കാളകളെ നിലം ഉഴുന്നതിനുപയോഗിക്കുമ്പോൾ തന്നെ ട്രാക്ടർ ഉള്ള സമ്പന്ന കർഷകരും അവിടവിടെ ഉണ്ട്. 'ചപ്പാറിൽ' നിന്നും ശേഖരിക്കുന്ന പ്രത്യേക തരം കളിമണ്ണ് ഉപയോഗിച്ച് മൺപാത്രങ്ങളും കുടങ്ങളും കൂജകളും മറ്റും നിർമ്മിക്കുന്ന കുശവന്മാരും ഒട്ടുമിക്ക ഗ്രാമങ്ങളിലുമുണ്ട്. ഇപ്പോഴും പ്രാദേശികമായുണ്ടാക്കുന്ന മൺപാത്രങ്ങൾ ഉപയോഗിക്കുന്നതിൽ പഞ്ചാബിലെ ഗ്രാമീണർ കാട്ടുന്ന ശ്രദ്ധ അവരുടെ ആരോഗ്യപരിപാലനത്തിന്റെ മുഖമുദ്രകൂടിയാണ്. ശുദ്ധജലം ശേഖരിച്ചുവയ്ക്കുന്ന വലിയ ജാറുകൾ എല്ലാ ഗൃഹങ്ങളിലും കാണാം. ഗാരാ, സുറാഹി എന്നിങ്ങനെയുള്ള പഞ്ചാബിപ്പേരുകളാണ് ഇത്തരം വലിയ മൺപാത്രങ്ങൾക്കുള്ളത്. എല്ലാ ഗ്രാമങ്ങളിലും കൊല്ലപ്പണിക്കാരും അവരുടെ ആലയും നിശ്ചയമായും വേണം. കാരണം സിഖ് പാരമ്പര്യത്തിൽ തിളങ്ങി നില്ക്കുന്ന അവരുടെ വാളുകൾ നിർമ്മിക്കുന്നതും അടുക്കളയിൽ ഉപയോഗിക്കുന്ന ഇരുമ്പുപകരണങ്ങൾ തയ്യാറാക്കുന്നതും കൃഷിപ്പണിക്കു വേണ്ട തൂമ്പ, കലപ്പ തുടങ്ങിയവയും കാളകളുടെയും പോത്തിന്റെയും ലാടവുമെല്ലാം കൊല്ലന്റെ ആലയിലാണ് ചുട്ടുപഴുത്ത് പാകമാകേണ്ടത്.

കൊത്തുപണികൾ ചെയ്ത ഫർണിച്ചറുകളും വീട്ടുപണിക്കുവേണ്ട

അലങ്കാരപ്പണിചെയ്ത കതകുകളും മറ്റും പഞ്ചാബിലെ താർക്കന്മാരുടെ തനതു കലകളാണ്. അസാധാരണ ശില്പചാരുതയോടെ നിർമ്മിക്കുന്ന പഞ്ചാബി ഫർണിച്ചറുകൾക്ക് മറ്റിടങ്ങളിലും വലിയ ഡിമാന്റാണുള്ളത്. അതുകൊണ്ടുതന്നെ വ്യാവസായികാടിസ്ഥാനത്തിൽ തടിപ്പണി ചെയ്തു കൊടുക്കുന്ന സ്ഥലങ്ങളും പഞ്ചാബിലെ ചില ഗ്രാമങ്ങളിൽ കാണാം. കുലത്തൊഴിലായി ഈ പ്രവൃത്തിയിൽ ഏർപ്പെടുന്നവരെ കൂടാതെ ഒരു കൈത്തൊഴിൽ എന്ന നിലയിൽ തടിപ്പണി വശപ്പെടുത്തി വരുമാനമുണ്ടാക്കുന്ന ചെറുപ്പക്കാരെയും ഗ്രാമങ്ങളിൽ കണ്ടുമുട്ടി. അവിടെ നിർമ്മിക്കുന്ന ഉരുപ്പടികൾ മറ്റ് സ്റ്റേറ്റുകളിലേക്ക് ലോറിയിൽക്കൊണ്ടുപോയി വില്പന നടത്തുന്നവരുമുണ്ട്. ലോറിയും ഡ്രൈവിങ്ങും പഞ്ചാബികളുടെ ബലഹീനതകളാണ്. അവർ ആസ്വദിച്ചു ചെയ്യുന്ന ഒരുതൊഴിലാണ് ഡ്രൈവിങ്. തനിനാടൻ പാട്ടുകളും മൂളി അരോഗ ദൃഢഗാത്രരായ സിഖുകാർ രണ്ടാൾപ്രായം പൊക്കമുള്ള കൂറ്റൻ ചരക്കു ലോറികളിൽ തലപ്പാവണിഞ്ഞിരുന്ന് സ്റ്റിയറിങ് വീൽ തിരിക്കുമ്പോൾ ആ കാഴ്ച തന്നെ രസാവഹമാണ്. ലോറികളാകട്ടെ കുഞ്ചലങ്ങളും നിറമുള്ള റിബ്ബണുകളും ചെറിയ ഗിൽറ്റുവച്ച കൊടികളുമൊക്കെയായി മനോഹരമാക്കിയിട്ടുമുണ്ടാകും. രാജ്യത്തിന്റെ വിവിധ ഭാഗങ്ങളിലേക്ക് ഹിന്ദിഭാഷയും ധൈര്യവും മാത്രം കൈമുതലുള്ള പഞ്ചാബി ഡ്രൈവർമാർ ചരക്കുനിറച്ച ലോറികളുമായി മാസങ്ങൾ നീളുന്ന യാത്രയ്ക്ക് അനായാസേന ഇറങ്ങിപ്പുറപ്പെടുമ്പോൾ അതും പഞ്ചാബിന്റെ തനതു പ്രത്യേകതയാണ്.

'ആലു' എന്നുവിളിക്കുന്ന ഉരുളൻകിഴങ്ങും 'ഗോഭി' എന്നറിയപ്പെടുന്ന കോളിഫ്ളവറും വെണ്ണയും ചേർത്തുള്ള പ്രഭാതഭക്ഷണം, മക്കിറൊട്ടിയും സാർസൻ സാഗും ഉള്ളികൊണ്ടു തയ്യാറാക്കിയ ചട്ണിയും ചേർന്ന ഉച്ചഭക്ഷണം, ഡാൽ, ഗോതമ്പ് ചപ്പാത്തി, തൈര്, തന്തൂരി റൊട്ടി എന്നിവ അടങ്ങിയ രാത്രിഭക്ഷണം. ഇവയ്ക്കൊപ്പം കടുകിന്റെ ഇലയും മറ്റ് പാലുല്പന്നങ്ങളും ഉണ്ടാകും. മാംസാഹാരമായി മട്ടൺ, ചിക്കൻ എന്നിവയും തയ്യാറാക്കുന്നു. മീൻ ഭക്ഷിക്കുന്നവർ ഇല്ലെന്നുതന്നെ പറയാം. കൂടുതൽ പേരും സസ്യാഹാരികളാണ്. ഹോട്ടലുകളിൽ പോലും മാംസാഹാരങ്ങൾ അപൂർവ്വമായേ ലഭിക്കാറുള്ളൂ. പാലുല്പന്നങ്ങളുടെയും ലഡ്ഡു ജിലേബി തുടങ്ങിയ മധുരപലഹാരങ്ങളുടെയും വർദ്ധിച്ച ഉപഭോഗമാണ് പഞ്ചാബികൾക്കിടയിലുള്ളത്. സമൃദ്ധമായ ഭക്ഷണവും ഉയർന്ന കായികക്ഷമതയും ഉന്നതമായ സാംസ്കാരിക സമൃദ്ധിയും അവിതർക്കിതമായ ദേശഭക്തിയും പ്രകടിതമാക്കുന്ന പഞ്ചാബികൾക്കൊപ്പമുള്ള സഹവാസം തന്നെ ആവേശദായകമാണ്.

പഞ്ചാബിലെ നാടൻ പാട്ടുകളുടെ ജീവത്തായ ശബ്ദസാഗരം നിമ്നോന്നതങ്ങളിലൂടെ വേലിയേറ്റം സൃഷ്ടിക്കുമ്പോൾ മനസ്സും ശരീരവും തിരമാലകളിൽപ്പെട്ടതുപോലെ ആടിയുലയും. പ്രിയസുഹൃത്തും പഞ്ചാബ് സർവ്വകലാശാലയിലെ പ്രൊഫസറുമായ ഡോക്ടർ സുഖ്ദേവ്സിങ് പഞ്ചാബി ഫോക്സോങ്ങുകളെക്കുറിച്ച് വാചാലനാകുമ്പോൾ

പിന്നെ, അതിരുകളില്ലാത്ത സിഖ് ജീവിതത്തിന്റെ താളവും ലയവും ചരിത്രവും വീരകഥകളും അനാവൃതമാകുകയായി. എത്ര പറഞ്ഞാലും തീരാത്ത അർത്ഥവ്യാപ്തിയുള്ള ജീവിത ഗന്ധിയായ നാടൻപാട്ടുകൾക്കൊപ്പം തോളുകളും കൈകാലുകളും പിന്നീട് ശരീരമാകെയും ചലിപ്പിച്ച് കലമാനുകളുടെ ക്രീഡാനൃത്തം പോലെ 'ബാംഗ്രാ' നൃത്തത്തിലേക്കു പടർന്നേറുമ്പോൾ; താടിവളർത്തി, ടർബൻ കെട്ടി, സ്റ്റീൽവള അണിഞ്ഞ്, മനസ്സുകൊണ്ടൊരു തനി പഞ്ചാബിയായി സ്വയം മാറിപ്പോകുന്ന അനുഭവം! 'ബാംഗ്രാ'യുടെ അനുപമമായ താളക്കൊഴുപ്പിൽ കാലുകൾ അറിയാതെ ചലിക്കുമ്പോൾ അവാച്യമധുരമായ നാടൻപാട്ടിലെ മാസ്മരികതയിൽ നാം ആണ്ടുപോകുന്നു. ഡോലക്കിന്റെ താളത്തിനൊത്ത് ക്രമേണ ഒരു ഗ്രാമം മുഴുവൻ നൃത്തത്തിലും പാട്ടിലും ലയിക്കുമ്പോൾ പഞ്ചാബിന്റെ ആത്മാവിലേക്ക് നാം അലിഞ്ഞു ചേരുകയായി. ഒരിക്കലും അവസാനിക്കരുതെന്ന് ആഗ്രഹിക്കുംവിധം ബാംഗ്രായുടെ നൃത്തലഹരിയിൽ ആമഗ്നരാകുമ്പോൾ നാം നൂറ്റാണ്ടുകൾ പഴക്കമുള്ള ഒരു കാർഷിക സമൃദ്ധിയുടെ ഇങ്ങേയറ്റത്തെ കണ്ണിയായിത്തീരുന്നു. സ്വയം പഞ്ചാബിയായി രൂപാന്തരപ്രാപ്തി കൈവരിക്കുന്നു!

പഞ്ചാബിഭാഷയിലെ പ്രമുഖ ഭാഷാഭേദങ്ങളായ 'മാജ്ഹി'യും 'ദോബി'യും കൂടാതെ ഒട്ടനവധി പ്രാദേശിക ഭാഷാഭേദങ്ങളിലൂടെ നൂറ്റാണ്ടുകൾക്കപ്പുറം രൂപംകൊണ്ടു വികസിപ്പിച്ചതാണ് അവിടത്തെ നാടൻപാട്ടുകളും നാട്ടുവഴക്കങ്ങളും. 'മാൾവി', 'പാവ്ഡി' എന്നീ പ്രാദേശിക ഭാഷാഭേദങ്ങളിൽ ധാരാളം നാടൻപാട്ടുകൾ പ്രചരിക്കുകയുണ്ടായി. 'ബാംഗ്രാ', 'ഗിദ്ധാ' എന്നീ നൃത്തരൂപങ്ങൾക്ക് വായ്ത്താരിയാകുന്ന ഗാനങ്ങൾ ഇത്തരം പ്രാദേശിക ഭാഷകളിലാണ് കാണപ്പെടുന്നത്. നിരവധി നാടോടിക്കഥകൾ പഞ്ചാബിൽ ഇന്നും വലിയ പ്രചാരം നേടി നിലനില്ക്കുന്നുണ്ട്. 'മിർസാ സാഹിബ്', 'ഹീർ രൻജ്ഹ', 'സോനി മഹിവാൾ', 'സാസ്സി പുന്നൂൻ', 'ജഗ്ഗാ ജാട്ട്', 'ഡുള്ളാ ഭാട്ടി' 'പുരം ഭാഗത്', 'ജിയോന മൗഡ്' എന്നിങ്ങനെ പല സവിശേഷതകളുമുള്ള വ്യത്യസ്ത നാടോടിക്കഥകൾ പഞ്ചാബിന്റെ സാംസ്കാരിക പൈതൃകത്തിൽ കണ്ടെത്താനാകും. 'സിഖ് ഗുരുക്കന്മാരുടെ ഷാലൂക്കുകൾ' 'ബാബാ ഫരീദ്' എന്നിങ്ങനെയുള്ള അതിഭൗതിക നാടോടിഗാനങ്ങളും ഏറെ പ്രചാരമുള്ളവയാണ്. 'മേഹിയ', 'ദോളാ', 'ബോളിയാൻ' തുടങ്ങിയ പ്രേമഗാനങ്ങളും 'ധമ്മാൾ' സാമ്മി' എന്നീ പ്രണയനൃത്തങ്ങളും നാടോടിസംസ്കാരം പഞ്ചാബിനു നല്കിയ സൗഭാഗ്യങ്ങളാണ്. എന്നാൽ ലോകമാകെ പഞ്ചാബിന്റെ സംസ്കൃതിയെ അടയാളപ്പെടുത്തുന്നത് പ്രേമവും വിരഹവും ഭാഷയും വേഷവും ആചാരവും ചടങ്ങുകളുമെല്ലാം ഇടകലർന്ന ബാംഗ്രാ നൃത്തവും പാട്ടും തന്നെ.

ആദ്യകാല പഞ്ചാബിസാഹിത്യം മറ്റിടങ്ങളിലെപ്പോലെ പദ്യരൂപത്തിൽ ഉടലെടുക്കുകയും പില്ക്കാലത്ത് ഗദ്യസാഹിത്യത്തിലേക്ക് വളരുകയും ചെയ്തു. പഞ്ചാബിന്റെ സാംസ്കാരികസത്ത ആവാഹിച്ച് കലാ, സാമൂഹിക, വിദ്യാഭ്യാസ, രാഷ്ട്രീയ മേഖലകളെയാകെ സ്വാധീനിച്ചു

കൊണ്ട് പഞ്ചാബി സാഹിത്യം പ്രോജ്ജ്വലമാകുകയായി. വ്യത്യസ്തങ്ങളായ ലിപികളിൽ രേഖീയമാകുന്ന പഞ്ചാബിസാഹിത്യം 'ഷാഹ്മുഖി'യിലും 'ഗുരുമുഖി'യിലുമായി മുഖ്യധാരയിൽ ശ്രദ്ധേയമാകുന്നു. ജീവിതത്തിന്റെ സമസ്തമേഖലകളിലും വ്യാപരിക്കുമ്പോഴും സാംസ്കാരിക മുദ്രകൾ കൈവിടാത്ത പഞ്ചാബികൾ തനതു നന്മകളുടെ കൊടിയടയാളമാണ് ഉയർത്തിപ്പിടിക്കുന്നത്. മറ്റിടങ്ങളിൽനിന്നും വ്യത്യസ്തമായി ഗ്രാമങ്ങളിലും വൻനഗരങ്ങളിലും ലോകത്തിന്റെ ഏതു കോണിലുമെത്തിയാലും പഞ്ചാബിന്റെ ഗന്ധവും സവിശേഷതകളും നിലനിർത്തുന്ന പഞ്ചാബികൾക്കു സമം പഞ്ചാബികൾ മാത്രം...

ജാലിയൻവാലാബാഗ് രണസ്മാരകം

ഇന്ത്യയുടെ സ്വാതന്ത്ര്യസമരചരിത്രത്തിൽ ജ്വലിച്ചു നില്ക്കുന്ന ഒരു ഏടാണ് അമൃത്സറിലെ ജാലിയൻവാലാബാഗ്! ബ്രിട്ടീഷ് സേനയുടെ കിരാതമായ ആക്രമണത്തിൽ ജാലിയൻവാലാബാഗ് ഉദ്യാനത്തിൽ ഉണ്ടായിരുന്ന ആയിരത്തിൽ അധികം ആളുകൾ കൂട്ടക്കുരുതിക്കു വിധേയമായ സംഭവം ലോകമനസ്സാക്ഷിയെത്തന്നെ ഞെട്ടിച്ചു. പഞ്ചാബിലെ സിഖ് സമൂഹത്തെയാകെ ദേശീയ പ്രക്ഷോഭത്തിന്റെ എരിതീയിലേക്ക് എടുത്തുചാടാൻ പ്രേരിപ്പിച്ച അമൃത്സർ കൂട്ടക്കൊല വലിയ പ്രത്യാഘാതങ്ങളാണ് ക്ഷണിച്ചുവരുത്തിയത്. ബ്രിട്ടീഷ് കണക്കുകൾ പ്രകാരം 379 പേർ മരിക്കുകയും 1200 പേർക്ക് പരിക്കേല്ക്കുകയും ചെയ്തുവെന്നാണെങ്കിൽ ഇന്ത്യൻ നാഷണൽ കോൺഗ്രസിന്റെ രേഖകളിൽ കൊല ചെയ്യപ്പെട്ടവർമാത്രം 1000 ത്തോളം വരും!

ഏഴ് ഏക്കറിലായി പരന്നുകിടക്കുന്ന ജാലിയൻവാലാബാഗ് ഉദ്യാനത്തിന് നാലുഭാഗത്തും മതിലുകളും അഞ്ച് പ്രവേശന കവാടങ്ങളുമാണുള്ളത്. 1919 ഏപ്രിൽ 13 ന് ബ്രിട്ടീഷ് ഇന്ത്യൻ ആർമിയുടെ സേനാംഗങ്ങൾ കേണൽ റെജിനാൾഡ് ഡയർ എന്ന കമാന്ററുടെ നേതൃത്വത്തിൽ ഉദ്യാനത്തിനുള്ളിൽ തടിച്ചുകൂടിയ ജനക്കൂട്ടത്തിനു നേരെ റൈഫിളുകൾ കൊണ്ട് വെടിവെക്കുകയായിരുന്നു. അമൃത്സറിലെ ജാലിയൻവാലാബാഗിൽ ജനങ്ങൾ ഇങ്ങനെ ഒത്തുകൂടിയപ്പോൾ പ്രധാന കവാടത്തിലൂടെ സൈന്യം പ്രവേശിക്കുകയും മറ്റ് കവാടങ്ങളെല്ലാം സൈന്യം മുൻകൂട്ടി അടയ്ക്കുകയും ചെയ്തു. പാറ്റൻ ടാങ്കുകൾ നിരത്തിയാണ് പുറത്തേക്കുള്ള കവാടങ്ങൾ ബ്രിട്ടീഷ് സൈന്യം ബന്ധിച്ചത്. അകത്ത് അകപ്പെട്ടുപോയ പൊതുജനങ്ങൾ നിരായുധരാണെന്നിരിക്കെ അവർക്ക് നേരെ നിറയൊഴിച്ച പൈശാചിക നടപടി ദൂരവ്യാപകമായ ഫലങ്ങളാ

ജാലിയൻ വാലാ ബാഗ് സ്മാരകം

ണുണ്ടാക്കിയത്. ഈ അതിക്രമം നടത്തിയ കേണൽ ഡയർ അന്വേഷണ നാടകത്തിൽനിന്നും മുക്തനാകുകയും ബ്രിട്ടീഷ് ജനപ്രതിനിധിസഭയിൽ പരിക്കേല്ക്കാതെ സ്വതന്ത്രനാകുകയും ചെയ്തപ്പോൾ ഇന്ത്യയിൽ വലിയ പ്രതിഷേധമാണുണ്ടായത്. അത് രാജ്യമാകമാനം പ്രത്യാഘാതങ്ങൾ സൃഷ്ടിക്കുകയും 1920-22 കാലത്ത് കത്തിപ്പടർന്ന നിസ്സഹകരണ പ്രസ്ഥാനത്തിന് വഴിതെളിക്കുകയുമുണ്ടായി. സിഖ് ജനതയ്ക്കുമേൽ ബ്രിട്ടീഷ് സൈന്യം നടത്തിയ ഈ അതിക്രമത്തിന് പകരംവീട്ടുവാൻ 20 വർഷങ്ങൾക്ക് ശേഷം ഒരു യുവാവുണ്ടായി. 1940 മാർച്ച് 13 ന് ലണ്ടനിലെ കോക്സ്റ്റൺ ഹാളിൽ വച്ച് അമൃത്സർ കൂട്ടക്കൊലയുടെ സൂത്രധാരനായിരുന്ന പഞ്ചാബിൽ അന്നത്തെ ബ്രിട്ടീഷ് ലെഫ്റ്റനന്റ് ജനറൽ മൈക്കേൽ ഒ ഡയർ എന്ന സായിപ്പിനെ ഉദ്ദംസിങ് എന്ന യുവാവ് വെടിവെച്ചുകൊന്നു.

ഡിഫൻസ് ഓഫ് ഇന്ത്യാ ആക്ട് എന്ന പേരിലും റൗലത്ത് ആക്ട് എന്നപേരിലും യഥാക്രമം 1915, 1919 എന്നീ വർഷങ്ങളിൽ ബ്രിട്ടീഷ് ഇന്ത്യയിൽ നടപ്പിലാക്കിയ കരിനിയമങ്ങളാണ് അമൃത്സർ കൂട്ടക്കൊലയ്ക്കു വഴിവച്ചത്. ആളും അർത്ഥവും നല്കി ഒന്നാം ലോകമഹായുദ്ധവേളയിൽ ബ്രിട്ടീഷ് സൈന്യത്തെ ഇന്ത്യ സഹായിക്കുകയുണ്ടായി. ബ്രിട്ടീഷ് സേനയ്ക്കൊപ്പം ധാരാളം ഇന്ത്യൻ ഭടന്മാർ യൂറോപ്പ്, ആഫ്രിക്ക, മിഡിൽ ഈസ്റ്റ് എന്നിവിടങ്ങളിൽ സേവനമനുഷ്ഠിച്ചു. ഇന്ത്യൻ നാട്ടുരാജാക്കന്മാരാകട്ടെ ഭക്ഷണം, പണം, ആയുധങ്ങൾ എന്നിവ ധാരാളമായി നല്കി യുദ്ധത്തെ സഹായിച്ചു. അപ്പോഴും പഞ്ചാബും ബംഗാളും സാമ്രാജ്യത്വവിരുദ്ധ സമ

രങ്ങളുടെ വിളഭൂമിയായി അവശേഷിച്ചു. ഈ രണ്ടിടങ്ങളിലെയും വിപ്ലവകാരികളുടെ ദേശീയ പ്രക്ഷോഭം അവിടങ്ങളിലെ ബ്രിട്ടീഷ് വിരുദ്ധ കലാപങ്ങളിൽ ഏറ്റവും ശ്രദ്ധേയമായത്. ബ്രിട്ടീഷ് ഭരണക്രമത്തെ ഉലച്ചുകൊണ്ടിരുന്നു. അമേരിക്കയിലും ജർമ്മനിയിലും ഇന്ത്യയിലുമായി 1914 നും 1917 നും ഇടയിൽ സജ്ജമാക്കിയ ബ്രിട്ടീഷ്സേനയിലെ ഇന്ത്യൻ ഭടന്മാർ 1915 ഫെബ്രുവരിയിൽ യാഥാർത്ഥ്യമാക്കാൻ ശ്രമിക്കുകയായിരുന്നു. എന്നാൽ ബ്രിട്ടീഷ് ഇന്റലിജൻസ് വിഭാഗം ഇത് മുൻകൂട്ടി മണത്തറിയുകയും കലാപത്തിന്റെ സൂത്രധാരന്മാരെ അറസ്റ്റു ചെയ്ത്, കലാപത്തെ ശക്തമായി അടിച്ചമർത്തുന്നതിൽ വിജയിക്കുകയുമുണ്ടായി. ഇതിന്റെ പശ്ചാത്തലത്തിൽ പൗരസ്വാതന്ത്ര്യവും രാഷ്ട്രീയ സ്വാതന്ത്ര്യവും നിയന്ത്രിച്ചുകൊണ്ട് ബ്രിട്ടീഷ് സർക്കാർ 1915 ൽ 'ഡിഫൻസ് ഓഫ് ഇന്ത്യ ആക്ട്' നടപ്പിലാക്കി. പഞ്ചാബ് പ്രവിശ്യയിലെ ലഫ്റ്റനന്റ് ഗവർണർ ആയ ബ്രിട്ടീഷ് ഉദ്യോഗസ്ഥൻ മൈക്കേൽ ഒ ഡയർ ആയിരുന്നു സാമൂഹ്യ സ്വാതന്ത്ര്യം അപ്പാടെ കവർന്നെടുത്ത ഈ കരിനിയമത്തിന്റെ പ്രധാന ശില്പി.

റൗലത്ത് ആക്ട് വഴി സൃഷ്ടിച്ച അസ്വസ്ഥതകൾക്കു പിന്നാലെ 1919 ഏപ്രിൽ 10 ന് അമൃത്സറിലെ ഡെപ്യൂട്ടി കമ്മീഷണറുടെ ബംഗ്ലാവിലേക്ക് ഒരു പ്രതിഷേധ ജാഥ പഞ്ചാബിലെ ജനങ്ങൾ സംഘടിപ്പിച്ചു. ദേശീയ പ്രസ്ഥാനത്തിലെ സമരനായകന്മാർ ആയിരുന്ന സത്യഗ്രഹികൾ, സത്യപാൽ, സെയ്ഫുദ്ദീൻ കിച്ച്ലു എന്നിവരെ ബ്രിട്ടീഷ് പട്ടാളം അറസ്റ്റ് ചെയ്ത് രഹസ്യകേന്ദ്രത്തിൽ തടവിലാക്കിയതിനെതിരെയുള്ള പ്രതിഷേധം കൂടിയായിരുന്നു അത്. പ്രകടനത്തെ തടഞ്ഞ ബ്രിട്ടീഷ് സൈനികർ ജാഥയ്ക്കു നേരെ വെടിവയ്ക്കുകയും നിരവധി പേർ തെരുവിൽ മരിച്ചു വീഴുകയും ചെയ്തു. ജനക്കൂട്ടം അക്രമാസക്തരാകുകയും ബാങ്കുകളും സർക്കാർ മന്ദിരങ്ങളും റെയിൽവേസ്റ്റേഷനുകളും ബ്രിട്ടീഷ് ഉദ്യോഗസ്ഥരുടെ ഓഫീസുകളും ആക്രമിക്കുകയുമുണ്ടായി. ഇതുവഴി അഞ്ചോളം യൂറോപ്യന്മാർ കൊല്ലപ്പെട്ടു. ഉടൻതന്നെ ജനക്കൂട്ടത്തെ പിരിച്ചുവിടാൻ പട്ടാളം വെടിയുതിർത്തു. ഇരുപതോളം സമരഭടന്മാർ മരിച്ചുവീണു.

തുടർന്നുവന്ന രണ്ടുനാളുകൾ അമൃത്സർ നഗരം നിശ്ശബ്ദമായി നിലകൊണ്ടു. ജനജീവിതം സ്തംഭിച്ചു നിന്നു. ഭീതി എമ്പാടും തളം കെട്ടി നിന്നു. എന്നാൽ പഞ്ചാബിന്റെ ഇതരഭാഗങ്ങളിൽ ജനങ്ങൾ പ്രക്ഷോഭങ്ങളിൽ മുഴുകി. ഏപ്രിൽ 12 ന് പഞ്ചാബിലാകെ നിരോധനം ഏർപ്പെടുത്തിക്കൊണ്ട് ബ്രിട്ടീഷ് പട്ടാളം കർഫ്യൂ നടപ്പിലാക്കി. ഒത്തുകൂടുന്നതും അഭിപ്രായം പ്രകടിപ്പിക്കുന്നതുമെല്ലാം വിലക്കി. അതോടെ പ്രക്ഷോഭത്തിനും ഹർത്താലിനും ആഹ്വാനംചെയ്ത ദേശീയ പ്രക്ഷോഭനേതൃത്വം അമൃത്സറിലെ ഹിന്ദു കോളേജിൽ യോഗം ചേർന്നു. പതിമൂന്നാം തീയതി വൈകിട്ട് 4.30 ന് ജാലിയൻ വാലാബാഗ് ഉദ്യാനത്തിൽ പരസ്യപ്രതിഷേധ യോഗം കൂടണമെന്ന് അവിടെവച്ച് ഹാൻസ് രാജ് നിർദ്ദേശിച്ചു. ഡോക്ടർ സെയ്ഫുദ്ദീന്റെ അനുയായിയായിരുന്നു അദ്ദേഹം. ഡോക്ടർ മുഹമ്മദ്

ബഷീറിനെയും സീനിയർ കോൺഗ്രസ് നേതാവ് ലാൽ കന്യാലാൽ ഭാട്ടിയെയും പ്രഭാഷകരായി നിർദ്ദേശിക്കുകയും ചെയ്തു. കൂടാതെ ബ്രിട്ടീഷ് അതിക്രമങ്ങൾക്കെതിരെയുള്ള പ്രമേയങ്ങൾ അവർ അവതരിപ്പിച്ച് അംഗീകരിക്കുകയും ചെയ്തു.

ബൈസഖി ഉത്സവദിനമായ ഏപ്രിൽ 13 ന് പ്രഭാതത്തിൽ കേണൽ ഡയർ സൈനിക ഉദ്യോഗസ്ഥന്മാർക്കും സിവിൽ ഉദ്യോഗസ്ഥന്മാർക്കുമൊപ്പം അമൃത്സർ നഗരത്തിലൂടെ സഞ്ചരിച്ച് സ്ഥിതിഗതികൾ വിലയിരുത്തുകയും കർഫ്യൂവിന്റെ തീവ്രത കൂട്ടി നഗരത്തെ പൂർണ്ണമായും പിടിയിലൊതുക്കുകയും ചെയ്തു. പുറത്തിറങ്ങേണ്ടവർക്ക് അത്യാവശ്യമെങ്കിൽ പാസുകൾ വിതരണം ചെയ്യാനും സംവിധാനമുണ്ടാക്കി. എന്നാൽ രഹസ്യ പൊലീസുകാർ അന്ന് വൈകിട്ട് ജാലിയൻവാലാബാഗിൽ നടക്കാൻ പോകുന്ന യോഗത്തെക്കുറിച്ചുള്ള വിവരങ്ങൾ ചോർത്തിയെടുത്ത് കേണലിന് നല്കിക്കൊണ്ടുമിരുന്നു. ഉച്ചയ്ക്ക് 1.30 ഓടെ കേണലും ഉദ്യോഗസ്ഥരും സുരക്ഷിത കേന്ദ്രങ്ങളിലേക്കു പിൻവാങ്ങി. എന്നാൽ ജനങ്ങൾ ഒത്തുകൂടി മദ്ധ്യാഹനമായപ്പോഴേക്ക് ജാലിയൻവാലാബാഗ് ഉദ്യാനത്തിലേക്ക് എത്തിത്തുടങ്ങി. അവരിൽ ഹിന്ദുക്കളും മുസ്ലീങ്ങളും സിഖുകാരും ഉണ്ടായിരുന്നു. ഏഴോളം ഏക്കറിൽ പരന്നുകിടക്കുന്ന ജാലിയൻ വാലാബാഗിൽ ആയിരക്കണക്കിനു ജനങ്ങൾ സംഘം ചേർന്നു. ഉദ്യാനമദ്ധ്യത്തിലെ മൈതാനത്തിനു നടുവിൽ ഒരു സമാധാന സ്ഥലവും അല്പം അകലെയായി ഇരുപതടി ചുറ്റളവുള്ള ആഴമേറിയ കിണറുമുണ്ടായിരുന്നു. ഉദ്യാനത്തിനു പുറത്ത് ഉയർന്ന ചുറ്റുമതിലിൽ അഞ്ച് കവാടങ്ങൾ പല ഭാഗത്തായി നിർമ്മിച്ചിരുന്നുവെങ്കിലും ഒന്നു മാത്രമേ ഉപയോഗിക്കാറുണ്ടായിരുന്നുള്ളൂ.

സുവർണ്ണ ക്ഷേത്രദർശനം നടത്താൻ എത്തിയ ഭക്തരെക്കൂടാതെ പഞ്ചാബിന്റെ നാനാഭാഗത്തുനിന്നും കന്നുകാലികളെ വാങ്ങാനും കുതിരകളെ വില്ക്കാനും മറ്റുമായി ബൈസഖി വാർഷികോത്സവത്തിലെ കന്നുകാലിച്ചന്തയിലെത്തിയ ഗ്രാമീണ കൃഷിക്കാരും ജാലിയൻവാലാ ബാഗിലേക്കൊഴുകിയെത്തി. കച്ചവടവും കന്നുകാലി പ്രദർശനവും മറ്റും ഉച്ച തിരിഞ്ഞതോടെ അവസാനിച്ചതിനാൽ കച്ചവടക്കാരുടെ വൻസംഘവും മൈതാനത്തിലേക്കു വന്നു. ആകെക്കൂടി ഇരുപതിനായിരത്തിനും ഇരുപത്തിഅയ്യായിരത്തിനും ഇടയിൽ ജനങ്ങൾ ആ ദിനത്തിൽ ഉദ്യാനമൈതാനിയിൽ തടിച്ചുകൂടിയിരുന്നു. യോഗം നടക്കുന്നതിനെക്കുറിച്ചും ജനങ്ങൾ ഇങ്ങനെ വന്നുചേർന്നതിനെക്കുറിച്ചും അറിവുണ്ടായിരുന്ന ഭരണാധികാരികളും പൊലീസ് ഉദ്യോഗസ്ഥരും ജനങ്ങളെ സമാധാനപരമായി പിരിച്ചുവിടാനും ശ്രമങ്ങളൊന്നും നടത്തിയില്ലെന്നു മാത്രമല്ല ആകാശമാർഗ്ഗേണ ചെറുവിമാനത്തിലൂടെ വന്ന് സ്ഥിതി കണ്ടുപോകുകയും ചെയ്തു.

വൈകുന്നേരം 4.30 ന് കേണൽ ഡയർ വിപുലമായ ഒരു സൈനിക വ്യൂഹത്തോടൊപ്പം അമൃത്സറിലെത്തിച്ചേർന്നു. സായുധരായ സൈനി

കർ ജാലിയൻവാലാബാഗിനെ വളഞ്ഞു. കവാടങ്ങളിൽ ടാങ്കുകൾ വഹിച്ചുകൊണ്ടുള്ള വാഹനങ്ങൾ നിരത്തിയിട്ട് പ്രതിബന്ധം സൃഷ്ടിച്ചു. യാതൊരു മുന്നറിയിപ്പും കൂടാതെ സമാധാനപരമായി സമ്മേളനത്തിനു സാക്ഷ്യം വഹിക്കാനെത്തിയ നിരായുധരായ ജനങ്ങൾക്കു നേരെ നിറയൊഴിക്കുവാൻ സൈന്യത്തിന് കേണൽ ഡയർ ഉത്തരവു നല്കി. അനുസരണയുള്ള ബ്രിട്ടീഷ് പട്ടാളം തുടരെത്തുടരെ 303 റൈഫിൾകൊണ്ട് ജനങ്ങൾക്കു നേരെ വെടിയുതിർത്തു. നിലവിളികളോടെ നിസ്സഹായരായ മനുഷ്യർ പിടഞ്ഞുവീണുകൊണ്ടിരുന്നു. കൈവശമുള്ള തോക്കിൻതിര മുഴുവൻ സാധുജനങ്ങൾക്കു മേൽ ഉപയോഗിക്കണമെന്ന നിർദ്ദേശം കൊണ്ടാകാം സൈന്യം നിറയൊഴിച്ചുകൊണ്ടേയിരുന്നു. അരുംകൊലയും ദീനരോദനങ്ങളും ഏറെനേരം നീണ്ടുനിന്നു. ജാലിയൻവാലാബാഗിലെ പച്ചപ്പുൽത്തകിടി രക്തവർണ്ണത്താൽ വിറങ്ങലിച്ചു. വെടിമരുന്നിന്റെയും ചുടുരക്തത്തിന്റെയും ഗന്ധം എമ്പാടും പടർന്നു. വെടിശബ്ദവും നിലവിളികളും തുടരെത്തുടരെ ഉയർന്നുകൊണ്ടിരുന്നു. രക്തദാഹിയായ ഡയർ നരഭോജിയായ കാട്ടുമൃഗത്തെപ്പോലെ മുരണ്ടുകൊണ്ട് കൂട്ടക്കൊലയ്ക്കു നേതൃത്വം നല്കി സൈന്യമദ്ധ്യത്തിൽ നിലകൊണ്ടു. കർഫ്യൂ ലംഘിച്ച് ഒത്തുകൂടിയ ജനക്കൂട്ടത്തെ പിരിച്ചുവിടുക എന്നതായിരുന്നില്ല അനുസരണയില്ലാത്ത ഇന്ത്യാക്കാരെ ഒരു പാഠം പഠിപ്പിച്ച് ശിക്ഷിക്കുകയായിരുന്നു തന്റെ ലക്ഷ്യമെന്ന് ഡയർ എന്ന ക്രൂരനായ ബ്രിട്ടീഷ് കേണൽ നിശ്ചയിച്ചുറപ്പിച്ചിരുന്നു. രാജ്യം കണ്ട ഏറ്റവും പൈശാചികമായ കൂട്ടക്കുരുതിക്ക് അങ്ങനെ അമൃതസറിന്റെ മണ്ണ് സാക്ഷ്യംനിന്നു. ഒരിക്കലും ഉണങ്ങാത്ത മുറിവായി രാജ്യാഭിമാനത്തിന്റെ മാറിൽപ്പതിച്ച കൊടിയ അപമാനമായി സിഖ് മണ്ണിൽ ഒഴുകിയ രക്തപ്പുഴ പ്രകൃതിയെത്തന്നെ മരവിപ്പിച്ചു. അധിനിവേശത്തിന്റെ കരാളതയുടെ ഏറ്റവും ബീഭത്സമാർന്ന അടയാളമായി ജാലിയൻവാലാബാഗ് അവശേഷിക്കുകയുണ്ടായി.

ഇംപീരിയൽ ലെജിസ്ലേറ്റീവ് കൗൺസിൽ യോഗം 1919 സെപ്തംബർ 12 ന് കൂടുമ്പോൾ അവിടെ പണ്ഡിറ്റ് മദൻമോഹൻ മാളവ്യ ജാലിയൻവാലാബാഗ് കൂട്ടക്കുരുതിയുടെ ദുരന്തചിത്രം വികാരതീവ്രമായി അവതരിപ്പിച്ചു. അമൃത്സറിൽ ബ്രിട്ടീഷ് തോക്കിന് ഇരയായി പിടഞ്ഞു വീണവരിൽ 42 ആൺകുട്ടികൾ ഉണ്ടായിരുന്നുവെന്നും ഏറ്റവും പ്രായംകുറഞ്ഞ കുട്ടിക്ക് വെറും 7 മാസം പ്രായമേയുണ്ടായിരുന്നുള്ളൂവെന്നും പണ്ഡിറ്റ്ജി വ്യക്തമാക്കുമ്പോൾ കൗൺസിൽ അംഗങ്ങൾ ശ്വാസം അടക്കിപ്പിടിച്ചാണ് അതു കേട്ടിരുന്നത്. പ്രസ്തുത സംഭവത്തെക്കുറിച്ച് ബ്രിട്ടീഷ് സർക്കാർ നിയോഗിച്ച ഹണ്ടർ കമ്മിറ്റിയുടെ അന്വേഷണറിപ്പോർട്ടിൽ 337 മനുഷ്യർ കൊല്ലപ്പെട്ടുവെന്നും അവരിൽ 41 ആൺകുട്ടികളും ആറ് ആഴ്ചപ്രായമുള്ള കുട്ടിയുമുണ്ടായിരുന്നുവെന്നാണ് കണ്ടെത്തിയത്. എന്നാൽ ദേശീയ പ്രക്ഷോഭകാരിയായ സ്വാമി ശ്രദ്ധാനന്ദയുടെ മഹാത്മജിക്കയച്ച കത്തിൽ 1500 പേർ കൊല്ലപ്പെട്ടതിന്റെ വിശദാംശങ്ങൾ അടങ്ങിയിരുന്നു. മുറിവേറ്റ ആയിരക്കണക്കിന് ഹതഭാഗ്യരെക്കുറിച്ച് എവിടെയും പരാമർശമുണ്ടാ

യില്ലായെങ്കിലും സർക്കാർ രേഖകളിൽ അത് ആയിരമായി നിജപ്പെടുത്തിയിരുന്നു!

സായുധ വിപ്ലവകാരികളെ താൻ അടിച്ചമർത്തി എന്നാണ് കേണൽ ഡയർ മേലധികാരിക്ക് റിപ്പോർട്ട് ചെയ്തത്. സെക്രട്ടറി ഓഫ് സ്റ്റേറ്റ്സ് ആയിരുന്ന വിൻസ്റ്റൺ ചർച്ചിലും പ്രധാനമന്ത്രി എച്ച് എച്ച് അസ്കിത്തും അമൃത്സർ കൂട്ടക്കൊലയെ അപലപിച്ചുവെന്നത് ആ സൈനിക നടപടിയുടെ അപകടകരമായ അവസ്ഥയെ വെളിപ്പെടുത്തി. വില്യം ലോഡ് ഹണ്ടർ ചെയർമാനായുള്ള അന്വേഷണക്കമ്മീഷൻ പ്രഹസനമായിരുന്നുവെന്ന് പില്ക്കാല സംഭവങ്ങൾ തെളിവു നല്കുന്നു.

ജാലിയൻവാലാബാഗിൽ ബ്രിട്ടീഷ് പട്ടാളം വെടിയുതിർത്ത ഭിത്തികൾ – സംരക്ഷിക്കപ്പെട്ടിരിക്കുന്നു

അമൃത്സർ കൂട്ടക്കൊല നടന്നതിന് രണ്ടു ദിവസങ്ങൾ കഴിയുമ്പോൾ പഞ്ചാബിലെ ഗുജ്റൻ വാലിയിൽ ഏപ്രിൽ 15 ന് വമ്പിച്ച പ്രതിഷേധറാലി നടന്നു. ആയിരക്കണക്കിനു ജനങ്ങൾ പങ്കെടുത്ത റാലിക്കു നേരെ ബ്രിട്ടീഷ് പൊലീസും വ്യോമസേനയും താഴെനിന്നും മുകളിൽ നിന്നും നടത്തിയ ആക്രമണത്തിൽ നിരായുധരായ പന്ത്രണ്ട് ദേശാഭിമാനികൾ കൊല്ലപ്പെടുകയും ഇരുപത്തി ഏഴുപേർക്ക് ഗുരുതരമായി പരിക്കുകൾ ഉണ്ടാകുകയും ചെയ്തു. എല്ലാം അടിച്ചമർത്തി എന്ന അഹങ്കാരത്തിൽ ബ്രിട്ടീഷ് ഭരണാധികാരികൾ തൃപ്തിയടഞ്ഞു. എന്നാൽ ജാലിയൻവാലാബാഗ്, ദേശാഭിമാനികളുടെ ഉള്ളിൽ പുകഞ്ഞുകൊണ്ടേയിരുന്നു.

ലണ്ടനിലെ കോക്സ്റ്റൺ ഹാളിൽ 1940 ൽ മൈക്കേൽ ഒ ഡയർ എന്ന ബ്രിട്ടീഷ് ലഫ്റ്റനന്റ് ജനറലിനെ വെടിവെച്ചുകൊന്ന ഉദ്ദംസിങ് ജാലിയൻവാലാബാഗ് കൂട്ടക്കൊലയ്ക്കു സാക്ഷ്യം വഹിച്ച യുവാവാണ്. പഞ്ചാബിലെ സുനാം സ്വദേശിയായ ആ യുവാവിന്റെ നടപടിയെ അക്കാ

ലത്തെ പ്രമുഖ പത്രമായ *അമൃത് ബസാർ* പത്രികയുൾപ്പെടെ പിന്തുണച്ചു. 1940 ജൂലൈ 31 ന് തൂക്കിലേറ്റുമ്പോഴും തന്റെ പ്രവൃത്തി ശരിയായിരുന്നുവെന്ന് ധീരനായ ഉദ്ദംസിങ് ആവർത്തിച്ചു. ഗാന്ധിജിയും നെഹ്റുവും ആ ജീവൻ രക്ഷിക്കാൻ കിണഞ്ഞു ശ്രമിച്ചെങ്കിലും വിഫലമായി. പിന്നീട് 1952 ൽ ഇന്ത്യയുടെ പ്രഥമ പ്രധാനമന്ത്രി ജവഹർലാൽ നെഹ്റു വീരനായ ഉദ്ദംസിങ്ങിനെ അനുസ്മരിക്കവേ പറഞ്ഞു "I salute Shaheed -i-Azam Udham Singh with reverence who had kissed the noose. So that we may be free" രാഷ്ട്രത്തിനുവേണ്ടി വീര രക്തസാക്ഷിത്വം വഹിച്ച ധീരയോദ്ധാവെന്ന നിലയിൽ ഉദ്ദംസിങ് അന്നുമുതൽ 'ഷഹീദ്' എന്ന ബഹുമതിയാൽ അനശ്വരനാക്കപ്പെട്ടു.

ജാലിയൻവാലാബാഗ് ഇന്ത്യൻ സ്വാതന്ത്ര്യ സമരചരിത്രത്തിലെ

ജാലിയൻ വാലാ ബാഗ് കിണർ

ഉജ്ജ്വലമായ ഏട് എന്ന നിലയിൽ എക്കാലവും സ്മരിക്കുന്നതിനായി അവിടെ ഉചിതമായ സ്മാരകം നിർമ്മിക്കുവാൻ 1920 ൽ ഒരു ട്രസ്റ്റ് രൂപീകരിച്ചു. പ്രസ്തുത പ്രോജക്ടിനായി 1923 ൽ സുവർണ്ണക്ഷേത്രത്തിനടുത്ത് ഭൂമി വാങ്ങുകയും ലോകപ്രശസ്ത ആർക്കിടെക്ട് ബെഞ്ചമിൻ പോൾക്ക് രൂപകല്പന ചെയ്ത സ്മാരകം 1961 ഏപ്രിൽ 13 ന് ഇന്ത്യൻ രാഷ്ട്രപതി ബാബു രാജേന്ദ്രപ്രസാദ് ലോകത്തിനു തുറന്നുകൊടുക്കുകയും ചെയ്തു. അവിടെ ഒരിക്കലും കെട്ടുപോകാതെ സൂക്ഷിക്കുന്ന ദീപശിഖയും സ്ഥാപിച്ചു.

പ്രധാന കവാടം കടന്നു ചെല്ലുമ്പോൾത്തന്നെ പുൽത്തകിടിയിൽ തോക്കുചൂണ്ടി നില്ക്കുന്ന ബ്രിട്ടീഷ് പട്ടാളത്തെ കാണാം. ചെടികൾകൊണ്ട് രൂപപ്പെടുത്തിയ ആ ശില്പങ്ങൾ ലക്ഷ്യം പിടിക്കുന്നത് അകലെ കാണുന്ന ചുവരുകളിലേക്കാണ്. ഒരു നൂറ്റാണ്ടിന്റെ പഴക്കമുള്ള ചുവന്ന ചുവരുകളിൽ കേണൽ ഡയർ ഉതിർത്ത ബ്രിട്ടീഷ് വെടിയുണ്ടകൾ തുളഞ്ഞുകയറിയ അസംഖ്യം ദ്വാരങ്ങൾ... അതിനപ്പുറം മനുഷ്യജീവനുകൾ കൊഴിഞ്ഞു വീണതിന്റെ ദുരന്തസ്മൃതികൾ... ഏറെ അകലത്തല്ലാതെ അഗാധമായ കിണറും അതിനുമുന്നിലെ 'രക്തസാക്ഷിക്കിണർ' എന്ന ഞെട്ടിക്കുന്ന ബോർഡും. തലങ്ങും വിലങ്ങും വെടിയുണ്ടകൾ പായുമ്പോൾ പ്രാണരക്ഷാർത്ഥം പാവം മനുഷ്യർ ഓടിയൊളിച്ച കിണർ... ആദ്യം വീണവർ ഒന്നൊന്നായി വെള്ളം കുടിച്ചും പിന്നീടു വന്നവർ വെടിയുണ്ടയേറ്റും തുടർന്ന് ജീവച്ഛവങ്ങളായവരെ ബ്രിട്ടീഷ് സൈന്യം കുത്തിനിറച്ചും മൂടിയിട്ട മരണക്കിണർ! അതിനു മുമ്പിലെ കവാടത്തിലൂടെ അകത്തേക്ക് പാളിനോക്കുമ്പോൾ ഉള്ളിൽനിന്നും നിലവിളികൾ കാതിൽ വന്നലയ്ക്കുന്നതുപോലെ... അരുംകൊലകളുടെ ഒരായിരം കഥകളുമായി ഒരിക്കലും അണയാത്ത ദേശഭക്തിയുടെ ദീപപ്രകാശവും പേറി ജാലിയൻവാലാബാഗ് സ്മാരകം പഞ്ചാബിന്റെ മണ്ണിൽ സ്വാതന്ത്ര്യം ഉദ്ഘോഷിക്കുന്ന ലോകത്തിലെ ഏറ്റവും ഉൽകൃഷ്ടമായ ബലികുടീരമായി നിലകൊള്ളുന്നു. സൂര്യചന്ദ്രന്മാർക്കും ഒരായിരം നക്ഷത്രങ്ങൾക്കും താഴെ നീണ്ടു പരന്നുകിടക്കുന്ന ചുടുനിണം ഒഴുകിയ രണഭൂമിയായി പഞ്ചാബിന്റെയാകെ ദേശീയ സമരചരിത്രസ്മരണയിൽ വെട്ടിത്തിളങ്ങുകയാണ് ജാലിയൻവാലാബാഗ്. ആത്മസമർപ്പണത്തിന്റെയും ത്യാഗത്തിന്റെയും പാരതന്ത്ര്യത്തിൽ നിന്നുള്ള ഉയിർത്തെഴുന്നേല്പിന്റെയും സ്മാരകമാകുമ്പോൾ തന്നെ ആ വലിയ ശോണസ്മൃതി ഭൂമികയിൽ എവിടെ നിന്നോ ഒരു ഉറച്ച ശബ്ദം നമ്മുടെ കാതുകളിൽ ഗാംഭീര്യത്തോടെ വന്നു പതിക്കുന്നു. ഒരായിരം വെടിയൊച്ചകൾക്കും നിലവിളികൾക്കും ആക്രോശങ്ങൾക്കും കാതങ്ങൾക്കിപ്പുറം 1940 ൽ ബ്രിട്ടീഷ് ആസ്ഥാനത്തുമുഴങ്ങിയ ഒറ്റവെടിയുടെ ദൃഢതരമായ ശബ്ദം: ഒപ്പം ഒരു സിഖ് യുവാവിന്റെ നിശ്ചയദാർഢ്യം തുടിക്കുന്ന ഉറച്ച ശബ്ദം "പ്രതികാരം രണ്ടു പതിറ്റാണ്ടുകൾ കാത്തിരുന്ന് ഞാൻ നിറവേറ്റുന്നു... ഞാൻ അഭിമാനിക്കുന്നു...." ശിരസ്സുയർത്തി നെഞ്ചുവിരിച്ച് ഏതൊരു ഭാരതീയനും ആ സിഖ് യൗവനത്തിനു മുന്നിൽ അഭിവാദ്യമർപ്പിക്കും- ഷഹീദ് ഉദ്ദംസിങ് ലാൽസലാം..!!!."

ഹിരണ്മയയാത്ര

അമൃതസരിത്തിൻ നടുവിലെ സൂര്യോദയമായി ആ സുവർണ്ണ ശില്പം നീലാകാശത്തിൽ പ്രതിബിംബം സൃഷ്ടിച്ചു. ഹിരണ്മയപ്രഭയിൽ എമ്പാടും വെട്ടിത്തിളങ്ങുമ്പോൾ അഭൗമിക ശോഭയോടെ *ഗുരുഗ്രന്ഥസാഹിബ്* മന്ത്രണം കേട്ടുതുടങ്ങി. പരിശുദ്ധിയുടെ പരമകോടിയിൽ മനുജകുലമാകെ ഒരേ ലക്ഷ്യത്തോടെ ധ്യാനനിമഗ്നം ചലിച്ചുകൊണ്ടിരുന്നു. താളനിബദ്ധമായ മന്ത്രണത്തിനപ്പുറം ഇടവിട്ടുള്ള മണിനാദമല്ലാതെ അപരശബ്ദങ്ങളേതുമില്ല. 'സന്തുക്കൾ' വെഞ്ചാമരം വീശുന്ന മാരുതശബ്ദ സീൽക്കാരത്തിൽ *ഗുരുഗ്രന്ഥസാഹിബിനു* മേൽ പുതച്ച നേർത്ത പട്ടുചേലകൾ ഇളകിക്കൊണ്ടിരുന്നു. മധുരോദാരമായ ആ മന്ത്രണത്തിൽ ചന്ദനസുഗന്ധം പരന്ന അന്തരീക്ഷം ഭക്തിസാന്ദ്രമായി. ധവള, പീത, നീലിമ, ഹരിത, അരുണ മേഘവർണ്ണങ്ങളിൽ ടർബനണിഞ്ഞ ശിഖന്മാർ ആത്മാർപ്പണം നടത്തവെ ബഹുമതസ്ഥർ ശിരസ്സുമറച്ച് ആചാരപ്രകാരം സ്വകീയാർപ്പണങ്ങളിൽ മുഴുകി. ജാതി മതചിന്തകൾക്കപ്പുറം സാഹോദര്യത്തിന്റെയും സമഭാവനയുടെയും സ്നേഹകാരുണ്യങ്ങളുടെയും മൈത്രീബന്ധം പ്രഫുല്ലമാക്കുന്ന ഏകതാനമായ ഒരു ഇടമായി സുവർണ്ണക്ഷേത്ര സമുച്ചയത്തിനകത്തളം ദീപ്തമായി നിന്നു. കാലത്തിനപ്പുറത്തേക്ക് സമഷ്ടിയുടെ ശാദ്വലങ്ങൾ നീട്ടി മാനവികതയുടെ സുവർണ്ണഗോപുരമായി ലോകസമക്ഷം ഭാരതം വച്ചുനീട്ടുന്ന മനോജ്ഞമായൊരു ശിഖപ്രണാമം!

ലോകത്തിലെ വിഗ്രഹങ്ങളില്ലാത്ത അത്ഭുതദേവാലയങ്ങളിൽ പ്രമുഖസ്ഥാനം അലങ്കരിക്കുന്ന സുവർണ്ണക്ഷേത്രം പഞ്ചനദികളുടെ മണ്ണിലെ നിത്യവിസ്മയമാണ്. ഒരുപക്ഷേ, ഇത്ര മനോജ്ഞമായൊരു ദേവാലയാനുഭവം മറ്റെവിടെയുമുണ്ടാവുകയുമില്ല. സൗവർണ്ണശോഭയോടെ തടാക

ചണ്ഡിഗഡിലെ പാർലമെന്റ്

മദ്ധ്യത്തിൽ നീലാകാശത്തിനുതാഴെ സ്ഥിതി ചെയ്യുന്ന സുവർണ്ണക്ഷേത്ര സമുച്ചയം കാഴ്ചയിലും പരിശുദ്ധിയിലും അപൂർവ്വത ഏറ്റുവാങ്ങുന്നു. സമഭാവനയാൽ അത്യുൽകൃഷ്ടവുമായിത്തീരുന്നു. സിഖ് മതാനുയായികളുടെ സ്വത്വപ്രഖ്യാപനമായി കരുതപ്പെടുമ്പോഴും നാനാജാതി മതസ്ഥർക്കും അവരവരുടെ വിശ്വാസപ്രമാണങ്ങൾ നിലനിർത്തിക്കൊണ്ടു തന്നെ വിലക്കുകളേതുമില്ലാതെ പ്രവേശിക്കാവുന്ന ദേവാലയവുമാണ് ലോകപ്രശസ്തമായ സുവർണ്ണക്ഷേത്രം.

അമൃത്സർ എന്ന പുണ്യനഗരത്തിൽ സ്ഥിതിചെയ്യുന്ന സ്വർണ്ണപ്പാളികൾ പതിച്ച ക്ഷേത്രസമുച്ചയം അമൃതസരിത് എന്നു കരുതപ്പെടുന്ന തടാക മദ്ധ്യത്തിലാണ് മരുവുന്നത്. ശ്രീഹരിമന്ദിർസാഹിബ് എന്ന ഇവിടം ഒരു ദേവാലയം മാത്രമല്ല സിഖ് വിശ്വാസത്തിന്റെ ബഹുസ്വരതയുടെ ഉറവിടം കൂടിയാണ്. പഞ്ചശുദ്ധിവരുത്തി തലമറയ്ക്കുക എന്നതൊഴിച്ചാൽ മറ്റൊരാചാരത്തിനും വശംവദരാകാതെ നാനാജാതിമതസ്ഥർക്കും പ്രവേശനമുള്ള ശ്രീഹരിമന്ദിർ സാഹിബ് സമാധാനത്തിന്റെയും സഹവർത്തിത്വത്തിന്റെയും അച്ചടക്കത്തിന്റെയും സേവനത്തിന്റെയും ദാനത്തിന്റെയും മഹത്വവല്കൃതരൂപമാണ്. എന്നാൽ വാൾത്തലയുടെ സീൽക്കാരവും രുധിരമൊഴുകിയ രണഭേരിയും ഇവിടെ മുഴങ്ങിയിട്ടുമുണ്ട്. ഗതകാല നോവുകളെ പേർത്തും പേർത്തും ഓർമ്മിപ്പിച്ചുകൊണ്ടും രക്തസാക്ഷികളെ അനുസ്മരിപ്പിച്ചുകൊണ്ടുമാണ് വീരന്മാരായ ശിഖന്മാർ. തങ്ങളുടെ ദേവാലയ കവാടം സമൂഹത്തിനുമുന്നിൽ തുറന്നിട്ടിരിക്കുന്നത് എന്നും അറിയുക. പക്ഷേ, അവിടെ പകയുടെ ഇരുട്ടിനുപകരം സഹനത്തിന്റെ തെളിനീരാണുള്ളതെന്ന് സന്ദർശകർക്ക് ബോദ്ധ്യമാകുകയും ചെയ്യും.

പഞ്ചാബിന്റെയും ഹരിയാനയുടെയും പൊതുതലസ്ഥാനമായ ചണ്ഡിഗറിൽനിന്നും നാലുമണിക്കൂർ റോഡുമാർഗ്ഗം യാത്ര ചെയ്താൽ അമൃത്സറിലെത്താം. പവിത്രനഗരമായി കരുതപ്പെടുന്ന അമൃത്സറിലെ ഏറ്റവും വലിയ ആകർഷണങ്ങൾ സുവർണ്ണക്ഷേത്രവും തൊട്ടടുത്തു

തന്നെയുള്ള സ്വാതന്ത്ര്യസമരസ്മാരകമായ ജാലിയൻവാലാബാഗുമാണ്. മാതൃരാജ്യത്തിനുവേണ്ടി ജീവൻ സമർപ്പിച്ച സിഖുകാരായ രക്തസാക്ഷികളെ സ്മരിക്കുവാനായി നിർമ്മിച്ചിട്ടുള്ള സവിശേഷ ശില്പത്തിന്റെ ധവള ഗാംഭീര്യത്തിനുമുന്നിൽ ശിരസ്സുനമിച്ചുകൊണ്ടാണ് നാം നേരെ കാണുന്ന സുവർണ്ണക്ഷേത്ര കവാടത്തിലേക്കു നടകൊള്ളുന്നത്. ആകാശം മുട്ടെ നില്ക്കുന്ന കമാനംവരെ നിരത്തുകൾക്കിരുപുറവും ചെറുകടകളിൽ പഞ്ചാബി വസ്തുക്കളുടെ സമൃദ്ധമായ ശേഖരം. പ്രദർശന വില്പനയിൽ ഏറ്റവും കൂടുതൽ കാണപ്പെടുന്നത് സിഖ് പാരമ്പര്യത്തിലെ മുഖ്യവസ്തുവായ പഞ്ചാബി ആയുധങ്ങൾ തന്നെ. ആചാരത്തിന്റെ ഭാഗമായി സിഖുകാർക്ക് എപ്പോഴും കൈവശം സൂക്ഷിക്കാവുന്ന വിവിധതരം 'കൃപാൺ' വാളുകൾ മറ്റ് ഉപആയുധങ്ങൾ എന്നിവയുടെ വിപുലമായ ശേഖരം അവിടെ കടകളിൽ ഒരുക്കിയിരിക്കുന്നു. പിന്നെ ഷാളുകളും മറ്റും വില്ക്കുന്ന കടകളിലാകട്ടെ വിവിധ നിറങ്ങളിലുള്ള അതും കടുംനിറങ്ങളായ നീല, പച്ച, ചുവപ്പ്, കുങ്കുമം, മഞ്ഞ, വയലറ്റ്, റോസ്, വെള്ള എന്നിവയിലുള്ള നെടുനീളൻ ടർബൻ തുണി. സിഖുകാരന്റെ ശിഖയെന്ന തലപ്പാവ് ഒരുക്കുവാനുള്ള നീളൻ തുണിയാണത്. ഹരിയാനക്കാരായ ജാട്ടുകൾ ഇത് ഇങ്ങനെ ധരിക്കാറില്ല. സിഖ് മതവിശ്വാസികൾ മുടിയും താടിയും വളർത്തി തലപ്പാവായി ടർബൻ കെട്ടി കൂർപ്പിച്ച്, കൈകളിൽ സ്റ്റീൽ വളകൾ ധരിച്ച്, പൈജാമയും കുർത്തയുമിട്ട് കൃപാൺ എന്ന ആയുധവും എളിയിൽ തിരുകി നെഞ്ചുവിരിച്ച് ആറരയടി പൊക്കത്തിൽ നിലകൊള്ളുമ്പോൾ അതൊരു ഭീമൻ കാഴ്ച തന്നെയാണ്. എന്നാൽ അതിബുദ്ധിമാന്മാരും തന്റേടികളും രാജ്യസ്നേഹികളും സമർപ്പിത ചേതസ്സുകളുമായ സർദാർജിമാരെ കളിയാക്കിക്കൊണ്ടുള്ള തമാശക്കഥകൾ എങ്ങനെയാണു പ്രചാരത്തിലെത്തിയതെന്ന് ഇന്നും വ്യക്തമല്ല. സർദാർജിമാരിൽ ശ്രദ്ധേയനായിരുന്ന പ്രശസ്ത പത്രപ്രവർത്തകനും എഴുത്തുകാരനുമായ ഖുശ്വന്ദ് സിങ്ങും സർദാർജി ഫലിതങ്ങൾ സരസമായി പ്രതിപാദിച്ചിട്ടുണ്ടെന്നതും കൗതുകകരമായി ഇവിടെ ഓർത്തെടുക്കാം. പക്ഷേ, നാം കണ്ടുമുട്ടുന്ന സർദാർജി ഡ്രൈവർപോലും ബഹുമിടുക്കന്മാരാണെന്നു രേഖപ്പെടുത്താതെ വയ്യ.

കൃപാണും ടർബണും തല്ക്കാലം മാറ്റിവച്ച് മുഖ്യകവാടം കടന്ന് സുവർണ്ണക്ഷേത്ര സമുച്ചയത്തിലേക്കു പ്രവേശിക്കുന്നതിനായി വിശാലമായ തുറന്ന സ്ഥലത്തേക്കു കടക്കുന്നു. പതിനായിരക്കണക്കിന് ആളുകൾക്ക് ഒരേസമയം ഒത്തുകൂടാൻ കഴിയുന്ന അവിടം മുഴുവൻ വെളുത്ത മാർബിൾ പാകി മനോജ്ഞമാക്കിയിരിക്കുന്നു. എവിടെയും മാലിന്യലേശമില്ലാതെ പരിപാലിക്കുന്ന അവിടംകഴിഞ്ഞ് അകത്തേക്കു പ്രവേശിക്കുന്നിടത്ത് കാൽ കഴുകുന്നതിനുള്ള സ്വാഭാവിക സംവിധാനമൊരുക്കിയിരിക്കുന്നു. കാലും മുഖവും മറ്റും കഴുകിയിട്ടുമാത്രമേ സുവർണ്ണക്ഷേത്ര സമുച്ചയത്തിനു ചുറ്റുമുള്ള കൂറ്റൻ എടുപ്പുകൾക്കു മദ്ധ്യേയുള്ള പടികൾ നടന്നുകയറുവാനാകൂ. ഈറനണിഞ്ഞ കാല്പാദങ്ങളുമായി വെണ്ണക്കൽ

പടികൾ കയറിയിറങ്ങുന്നതോടെ തടാകമദ്ധ്യത്തിലെ സുവർണ്ണാത്ഭുതം സൂര്യപ്രകാശത്തിൽ ഹിരണ്മയബിംബമായി തെളിഞ്ഞു നില്ക്കുന്ന വിസ്മയക്കാഴ്ച കാണാം. ഒരു നിമിഷം നാം അവിടെ തറഞ്ഞു നിന്നു പോകും.

അകത്തു ചുറ്റിനും കാണുന്ന തൂവെള്ള മണിമന്ദിരങ്ങളുടെ ചത്വര ത്തിനുള്ളിൽ വിശാലമായ നടവഴികളിലൂടെ ജനസഞ്ചയം ഭക്തിനിർഭയ മായി നീങ്ങുന്നു. നടവഴികളുടെ ഒരറ്റം തടാകക്കരയിലെ പടിക്കെട്ടുകളി ലാണ് അവസാനിക്കുന്നത്. സ്നാനഘട്ടത്തിലേക്കെത്തി കൈയും കാലും മുഖവും കഴുകി ശുദ്ധിവരുത്തി തലയിൽ തൂവാലകൊണ്ട് ശിരോവസ്ത്ര മണിഞ്ഞു നാം ചെന്നെത്തുന്നത് 'ദുഃഖഭഞ്ജിനി ബേർ സാഹിബി'നു മുന്നിലാണ്. ദുഃഖത്തെ അകറ്റുന്ന പവിത്രവൃക്ഷമായി കരുതുന്ന 'ബേർ' മരമാണ് തടാകതീരത്തു സ്ഥിതി ചെയ്യുന്നത്. ഈ ബേർ വൃക്ഷത്തിന് പവിത്രമായ ഒരു ഐതിഹ്യവുമുണ്ട്. ബേർ സാഹിബിന്റെ കഥ ഇങ്ങനെ നൂറ്റാണ്ടുകളായി പറഞ്ഞു വരുന്നു- 'പാറ്റി' എന്ന പ്രദേശത്ത് പണം പലിശയ്ക്കു കൊടുക്കുന്ന അത്യാഗ്രഹിയും ധനികനുമായ ദുനിചന്ദ് വസി ച്ചിരുന്നു. അയാൾക്ക് സമ്പന്നനാണെന്നതിനാൽ ഒട്ടൊരു അഹങ്കാരവും കൈമുതലായുണ്ടായി. അഞ്ചു പെൺമക്കളുമായി കഴിഞ്ഞുവന്ന ദുനി ചന്ദിന്റെ ഏറ്റവും ഇളയ പുത്രിയായിരുന്നു ഭക്തയായ ബീബി രഞ്ജി നി. ഗുരുനാനാക്കിന്റെ വചനങ്ങളിൽ ആകൃഷ്ടയായിരുന്ന ബീബി രഞ്ജിനി വിശ്വാസത്തിൽ അടിയുറച്ച ചിന്തകളാണു വച്ചുപുലർത്തിയിരുന്നത്. ദൈവം എല്ലാത്തിനും കാരണഭൂതനും സർവ്വ ചരാചരങ്ങളുടെയും സംര ക്ഷകനുമാണെന്ന് ആ പെൺകുട്ടി ഉറച്ചുവിശ്വസിച്ചിരുന്നു. എല്ലാറ്റിന്റെയും അധിപനും ഭക്ഷണമേകുന്നവനും സംരക്ഷകനും ആ വിശുദ്ധ ശക്തി യാണെന്ന് അവൾ ദൃഢമായി നിശ്ചയിച്ചിരുന്നു.

1576 ൽ നടന്ന ആ സംഭവങ്ങളിലേക്ക് നാം എത്തുകയാണ്. ഐതി ഹ്യകഥയാണെങ്കിലും യഥാതഥമായിത്തന്നെ സിഖ് വിശ്വാസികൾ ദുഃഖ ഭഞ്ജിനിയുടെ ചരിത്രം വിവരിക്കുകതന്നെ ചെയ്യും. ഒരു ദിവസം ലുബ്ധ നായ ദുനിചന്ദ് തന്റെ മക്കൾക്കു മുന്നിൽ ഒരു ചോദ്യം ഉന്നയിച്ചു. അവർ ഓരോരുത്തരെയും വിളിച്ചിട്ട് അയാൾ ആരാഞ്ഞു "ആരാണവർക്ക് ഭക്ഷ ണമേകുന്നത്" എന്ന്. ഒന്നാമത്തെ കുട്ടിയും രണ്ടാമത്തെ കുട്ടിയും പറഞ്ഞു തങ്ങളുടെ പിതാവു തന്നെ ഭക്ഷണം നല്കുന്നതെന്ന്. മൂന്നാമ ത്തെയും നാലാമത്തെയും പെൺമക്കൾ അതേ ഉത്തരം ആവർത്തിച്ച പ്പോൾ പിതാവായ ദുനിചന്ദ് സന്തോഷവാനായി. എന്നാൽ അഞ്ചാമത്തെ മകൾ ബീബി രഞ്ജിനി മാത്രം പറഞ്ഞു "എനിക്ക് എന്താണോ ദൈവം വിധിച്ചിട്ടുള്ളത് അത് ഭക്ഷണമായി ലഭിക്കുന്നു" എന്ന്. അസന്തുഷ്ടി യോടെ അയാൾ ചോദ്യം ആവർത്തിച്ചു. അപ്പോഴും ഉത്തരത്തിന് മാറ്റമു ണ്ടായില്ല. ദൈവകല്പിതമാണെല്ലാം എന്നുറച്ചു വിശ്വസിച്ചിരുന്ന ബീബി രഞ്ജിനിക്ക് മറ്റൊരുത്തരം ഉണ്ടായിരുന്നുമില്ല. കുപിതനായ ആ പിതാവ് അനിയന്ത്രിതമായ അഹങ്കാരത്തോടെ ഇളയ മകളെ ഒരുപാഠം പഠിപ്പി

ക്കുവാൻ തീരുമാനിച്ചു. തന്റെ വർദ്ധിച്ച സമ്പത്തിൽനിന്നും ഒരുപൈസ പോലും അവൾക്കു നല്കില്ലെന്നു നിശ്ചയിച്ചുറച്ച അയാൾ തന്റെ മകളെ നിർദ്ധനനായ ഒരു കുഷ്ഠരോഗിയായ പിച്ചക്കാരന് വിവാഹം ചെയ്തു കൊടുത്തിട്ട് ആക്രോശിച്ചു. "സ്വന്തം തന്തയുടെ സമ്പത്തില്ലാതെ നീ ഇനി എങ്ങനെ ഭക്ഷണം കഴിക്കുമെന്നു കാണട്ടെ." പാവം ബീബി രഞ്ജിനി തന്റെ ഭർത്താവിനെ ചെറിയ ഉരുളുകളിൽ സ്വയം ഉന്തിപ്പോകുന്ന പിച്ചവണ്ടിയിലിരുത്തി ഉരുട്ടി തെരുവിലൂടെ നടന്നു മറഞ്ഞു. പിതാവുപേക്ഷിച്ച് കുഷ്ഠരോഗിയായ പിച്ചക്കാരന്റെ ഭാര്യയായിത്തീർന്ന അവളുടെ വിശ്വാസം രക്ഷയ്ക്കെത്തിയോ? കാത്തിരുന്നു കാണാം.

ദുഃഖഭഞ്ജിനി ബേർ സാഹിബ്

വിശപ്പും ദാഹവും സഹിച്ച് കുഷ്ഠരോഗിയായ ഭർത്താവിനെയും ഉരുൾവണ്ടിയിൽ ഉന്തിക്കൊണ്ട് തെരുവിലൂടെ നടന്നുനീങ്ങുമ്പോഴും സുന്ദരിയായ ബീബി രഞ്ജിനി ആത്മവിശ്വാസം കൈവിട്ടിരുന്നില്ല. അവൾ ഗുരുചൗക്കിലെ നീർത്തടത്തിൻ കരയിൽകണ്ട ഒരു ബേർ വൃക്ഷത്തിനു ചുവടെ തന്റെ ഭർത്താവിനെ ഇരുത്തിയിട്ട് എന്തെങ്കിലും ഭക്ഷണം അന്വേഷിച്ചുപോയി. ചെറിയ ഒരു ജലാശയത്തിന്റെ കരയിലായിരുന്നു ആ ഇല

ബേർ സാഹിബ് മന്ദിർ

ന്തപ്പഴ വൃക്ഷം തളിർത്തുനിന്നിരുന്നത്. അതിനാൽ ആ വൃക്ഷഛായയിൽ ഉരുൾവണ്ടിയിൽ നിന്നും കുഷ്ഠരോഗിയായ ഭർത്താവിനെ എടുത്ത് ഇരുത്തിയിട്ടാണ് ബീബി രഞ്ജിനി പോയത്. കുറേനേരം ഇരുന്നുമടുത്തപ്പോൾ അയാൾ ആ കുളത്തിലേക്കു നോക്കിയിരുപ്പായി. അപ്പോഴാണ് ആ അത്ഭുതം അയാൾ കാണുന്നത്. ഒരു കറുമ്പൻ കാക്ക ശബ്ദമുണ്ടാക്കിക്കൊണ്ട് മരച്ചില്ലയിൽനിന്നും കുളത്തിലെ ജലത്തിലേക്ക് പറന്നിറങ്ങുകയും നിമിഷാർദ്ധത്തിൽ മുങ്ങി നിവർന്ന് വെളുവെളുത്ത അരയന്നമായി മാറുന്നതും അയാൾ അത്ഭുതസ്തബ്ധനായി നോക്കിയിരുന്നു.

ചരിത്രമുറങ്ങുന്ന സംരക്ഷിത 'ബേർ വൃക്ഷം'

അയാൾ ഇരുന്നിടത്തുനിന്നും ക്രമേണ നിരങ്ങിനീങ്ങി കുളത്തിൻ കരയിലെത്തി. കരയിൽക്കണ്ട ഒരുതടിക്കഷണം വലതു കൈവിരലുകൾക്കിടയിൽ പിടിച്ചുകൊണ്ട് പതുക്കെ ജലത്തിലേക്കിറങ്ങി. തടിക്കഷണം ഉയർത്തിപ്പിടിച്ചിരുന്ന വലതുകരത്തിന്റെ ഭാഗമൊഴിച്ച് ജലത്തിൽ മുങ്ങിയ ഭാഗമെല്ലാം രോഗം സുഖപ്പെടുകയും വിരൂപനായിരുന്ന കുഷ്ഠരോഗി അതീവസുന്ദരനായ യുവാവായും മാറി. രഞ്ജിനി മടങ്ങിവന്നപ്പോൾക്കണ്ട കാഴ്ച അവൾക്കു വിശ്വസിക്കുവാനായില്ല. എന്നാൽ വലതുകൈ വിരലുകൾ പഴയപോലെ തന്റെ ഭർത്താവിന്റെ രോഗാതുരഭാവത്തെ വെളപ്പെടുത്തുന്നതവൾ തിരിച്ചറിഞ്ഞു. ഗുരുറാംദാസ്ജി എന്ന ഗുരുനാനാക്ക് പരമ്പരയിലെ നാലാംഗുരുവിനെ ഭക്തർ അവിടേക്കു ക്ഷണിച്ചുകൊണ്ടുവന്നു. അദ്ദേഹത്തിന്റെ നിർദ്ദേശപ്രകാരം യുവാവ് വല

തുവിരൽഭാഗങ്ങൾകൂടി പവിത്രജലത്തിൽ മുക്കിയതോടെ പരിപൂർണ്ണ സുന്ദരനായി ആ യുവാവ് മാറി. അന്നുമുതൽ അത്ഭുതത്തിനു നിദാന മായി ശീതളഛായയേകി നിലകൊണ്ട ബെറിവൃക്ഷത്തെ 'ദുഃഖഭഞ്ജിനി ബേർ സാഹിബ്' എന്നറിയപ്പെടാനും തുടങ്ങി.

ബേർ സാഹിബ് നിലകൊള്ളുന്ന ഇടം പവിത്രമാണെന്നുള്ള ഉൾക്കാഴ്ചയിൽ അപ്പോഴത്തെ സിഖ്ഗുരു ശ്രീ ഗുരുറാംദാസ്ജിയുടെ നിർദ്ദേശ പ്രകാരം ആ ചെറുകുളത്തെ വിപുലപ്പെടുത്തുവാൻ തീരുമാനിച്ചു. ബേർസാഹിബിനു സമീപത്തുനിന്നും ആരംഭിച്ച ആ പ്രക്രിയയിൽ അനേകം ഭക്തർ പങ്കെടുത്തു. അതൊരു 'കർസേവ'യായി വളർന്നു പവിത്രകർമ്മത്തിലേക്കുയർന്നു. ഇപ്പോൾ സുവർണ്ണക്ഷേത്രം സ്ഥിതി ചെയ്യുന്നത് ഇങ്ങനെ 1577 ൽ നിർമ്മിച്ച വിശാലമായ ജലാശയമദ്ധ്യത്താണ്. അമൃത്സറിലെ സുവർണ്ണക്ഷേത്രത്തിൽ ദർശനത്തിനായി എത്തുന്ന ലക്ഷക്കണക്കിന് സന്ദർശകരുടെ കര, ചരണ, പാദ, വദന ശുദ്ധി നിർവ്വഹിക്കുന്നതിനായി ഈ പവിത്ര ജലാശയത്തെ ഉപയോഗപ്പെടുത്തുമ്പോൾ കൃത്യമായ ഇടവേളകളിൽ ജലശുദ്ധി ഉറപ്പുവരുത്താനുള്ള നിർദ്ദേശങ്ങളും എക്കാലത്തും നടപ്പിലായിക്കൊണ്ടുമിരുന്നു.

സുവർണ്ണക്ഷേത്ര തടാകത്തിന്റെ ശുദ്ധീകരണ പ്രക്രിയ വലിയ ഉത്സവഘോഷത്തോടെ നടത്തപ്പെടുന്ന ചിട്ടയായ വിശുദ്ധകർമ്മമാണ്. ആദികാലത്ത് ബേർ സാഹിബിനു സമീപമുള്ള ചെറിയ ജലാശയം വൃത്തിയാക്കുവാൻ നൂറോളംപേരുടെ കർസേവ മതിയാകുമായിരുന്നു. ഗുരു അമർദാസ്ജിയുടെ അനുഗ്രഹാശിസ്സുകളോടെ ഗുരുറാം ദാസ്ജി നേരിട്ടെത്തി ദുഃഖഭഞ്ജിനി ബേർ സാഹിബിനു സമീപത്തുനിന്നും കർസേവ ആരംഭിച്ചു. ആയിരക്കണക്കിനാളുകൾ പങ്കെടുക്കവെ വളരെ പെട്ടെന്നു തന്നെ ജലം മുഴുവൻ മാറ്റി അടിത്തട്ട് വൃത്തിയാക്കുവാൻ കഴിഞ്ഞു. വിപുലപ്പെടുത്തിയ ജലാശയത്തെ സിമന്റു ചെയ്ത് ബലപ്പെടുത്തുന്നത് അഞ്ചാമത്തെ ഗുരു ശ്രീ അർജ്ജുൻദേവ്ജിയുടെ കാലത്താണ്. അടിത്തട്ട് ബലപ്പെടുത്തിയതിനുശേഷം വശങ്ങളും പടിക്കെട്ടുകളും ശക്തമാക്കിയതോടെ ജലാശയമദ്ധ്യത്തിൽ 'ശ്രീഹരിമന്ദിർ സാഹിബിന്റെ' നിർമ്മാണ പ്രവർത്തനവും ആരംഭിച്ചു. അതു പൂർത്തിയായിക്കഴിഞ്ഞതോടെ അമൃതജലം നിറച്ച് ജലാശയത്തെ വീണ്ടും പുഷ്ടിപ്പെടുത്തി വിശ്വാസികളുടെ സമക്ഷം തുറന്നു നല്കി.

കാലം കടന്നുപോകവെ 1809 ൽ ലാഹോർ ഭരണത്തിലെ ദിവാൻ ലഘുപത് റായ് തന്റെ സഹോദരനെ സിഖ് യോദ്ധാക്കൾ കൊല ചെയ്തതിലുള്ള പക തീർക്കുന്നതിനായി അമൃതജലാശയത്തിൽ പരുക്കൻ മണ്ണ് നിക്ഷേപിച്ച് ജലസംഭരണിയെ അപവിത്രമാക്കി. വർദ്ധിതമായ അധികാരത്തിന് മുന്നിൽ ഇതികർത്തവ്യതാമൂഢരായിപ്പോയ ജനത നിശ്ശബ്ദത പാലിച്ചു. പിന്നീട് തുർക്കികളെ തന്റേടികളായ ദുൽഖൽസാ സംഘം പരാജയപ്പെടുത്തിയതോടെ അമൃത്സറിൽ വീണ്ടും ജലസംഭരണിയിൽ വിപുലമായ കർസേവ നടത്തുവാൻ കഴിഞ്ഞു. അങ്ങനെ ശുദ്ധമാക്കിയ

മഹാരാജാ ഷേർ സിങ്

ജലാശയത്തിൽ പേർഷ്യൻ നിർമ്മിത കിണറുകളിൽനിന്നുള്ള പരിശുദ്ധ ജലം നിറച്ച് ജലസമൃദ്ധി സൃഷ്ടിച്ചു. പക്ഷേ, വെല്ലുവിളികൾ തുടർന്നുകൊണ്ടേയിരുന്നു.

അഹമ്മദ് ഷാദുറാനി 1819 ൽ അമൃത്സറിലെ ജലസംഭരണി മണ്ണിട്ട് നിശേഷം മൂടുകയും ശ്രീഹരിമന്ദിർസാഹിബ് വെടിമരുന്നുകൾ ഉപയോഗിച്ച് തകർക്കുവാൻ ശ്രമിക്കുകയും ചെയ്തു. ഏറെ വൈകാതെ സിഖ് ജനത പതിനായിരക്കണക്കിന് ഒത്തുചേരുകയും ശക്തമായ ആക്രമണത്തിലൂടെ ഷായുടെ സൈന്യത്തിൽനിന്നും അമൃത്സർ നഗരം മോചിപ്പിക്കുകയും ചെയ്തു. സ്വയം കർസേവകരായി മാറിയ അവർ തകർന്ന ക്ഷേത്രത്തിന്റെ പുനർ നിർമ്മാണത്തിനായി സന്നദ്ധരാകുകയും ചെയ്തു. പാന്ദിലെ ജത്തേദാർ ആയിരുന്ന എസ് ജസാസിങ് അലുവാലി ശിലാസ്ഥാപനം നടത്തി ശ്രീഹരിമന്ദിർസാഹിബ് കൂടുതൽ പ്രൗഢിയോടെ പുനർ നിർമ്മിക്കുവാൻ തുടങ്ങി.

മഹാരാജാ ഷേർസിങ്ങിന്റെ ഭരണകാലത്ത് 1842 ലാണ് പിന്നീട് അമൃതസരത്തിൽ കർസേവ നടക്കുന്നത്. തീർത്ഥം ശുദ്ധി ചെയ്യുന്നതിനായി രേഖാമൂലമുള്ള ഒരു തീരുമാനം 1923 ൽ പ്രമേയം വഴി നടപ്പിലാക്കി തുടങ്ങിയത് ശിരോമണി ഗുരുദ്വാര പ്രബന്ധക് കമ്മിറ്റിയാണ്. അൻപതു വർഷങ്ങൾക്കുശേഷം വളരെ വിപുലമായ ഒരു കർസേവ 1973 ൽ നടക്കുകയുണ്ടായി. 1984 ജൂണിലെ ഹോളോകോസ്റ്റിനുശേഷം അഞ്ച് സിങ് സാഹിബുകളുടെയും സൂക്ഷ്മനിരീക്ഷണത്തിൽ സംഘതുകൾ സമൂല ശുദ്ധീകരണപ്രക്രിയ ജലസംഭരണികളിൽ നടപ്പിലാക്കി.

'ഓപ്പറേഷൻ ബ്ലാക്ക് തണ്ടർ' എന്ന പേരിൽ അറിയപ്പെട്ട 1988 ലെ സ്തോഭജനകമായ സംഭവത്തിനുശേഷം സുവർണ്ണ ക്ഷേത്രത്തിലേക്ക് സൈനികർ കടന്നു കയറിയതിന്റെ പരുക്കുകൾ പരിഹരിക്കുന്നതിന്റെ ഭാഗമായി ജലസംഭരണിയിലെ ജലം അപ്പാടെ മാറ്റുകയും അറ്റകുറ്റപ്പണികൾക്കുശേഷം പുതുജലം നിറയ്ക്കുകയുമുണ്ടായി. ജലസംഭരണി

യിലേക്ക് എത്തിക്കുന്ന ജലം അരിച്ച് ശുദ്ധീകരിക്കുവാനുള്ള സംവിധാനം ഏർപ്പെടുത്തുന്നത് 2004 മാർച്ച് 25 മുതലാണ്. മഹത്തുക്കളായ ഗുരുക്കന്മാർ സുവർണ്ണതൂമ്പയും വെള്ളിപ്പാത്രങ്ങളും ഉപയോഗിച്ചാണ് സുവർണ്ണക്ഷേത്ര സമുച്ചയത്തിനു ചുറ്റുമുള്ള ജലസംഭരണി ശുദ്ധി ചെയ്തിരുന്നതെന്നതിനാൽ ആ പാരമ്പര്യം അനുഷ്ഠാനപൂർവ്വം ഇന്നും കർസേവകളിൽ ആചരിച്ചുവരുന്നു. ഇപ്പോൾ മുപ്പതോളം ആധുനിക ഫിൽട്ടറുകൾ ഉപയോഗിച്ച് ശുദ്ധി ചെയ്താണ് കനാലിൽനിന്നും ജലം ക്ഷേത്രത്തിനു ചുറ്റുമുള്ള ജലസംഭരണിയിലേക്കെത്തുന്നത്. ഹാൻസ്‌ലി മീഡിയം ഉപയോഗിച്ചുള്ള ശാസ്ത്രീയമായ അരിപ്പിനുശേഷമാണ് ജലം പവിത്രജലാശയത്തിലേക്ക് ഒഴുകുന്നത്. ഗുരുവിന്റെ സംഘതുകൾ നിതാന്ത ജാഗ്രത പുലർത്തി ഇരവുപകലുകളിൽ അമൃതജലസംഭരണിയെ ശുദ്ധമാക്കി കാത്തു സൂക്ഷിച്ചുവരുന്നു. ദുഃഖഭഞ്ജ്ജിനി ബേർ സാഹിബ് കടന്നു മുന്നോട്ടുപോയാൽ നാം ഒരു മണ്ഡപത്തിനു മുന്നിലെത്തിച്ചേരും. അതാണ് 'താരാസാഹിബ്.'

താരാ സാഹിബ്

അമൃതജലാശയത്തിനു കിഴക്കുഭാഗത്തായി ശ്രീഹരിമന്ദിർ സാഹിബിന് എതിർദിശയിൽ ദുഃഖഭഞ്ജിനിയുടെ ദക്ഷിണാഗ്രത്തു കാണപ്പെടുന്ന മാർബിൾ മണ്ഡപത്തിനു മുന്നിലാണിപ്പോൾ ആൾക്കൂട്ടം. എല്ലാവരും ഭക്തിപാരവശ്യത്തോടെ മണ്ഡപത്തിൽ പുഷ്പാർച്ചന നടത്തുകയും ഭക്തിഗീതങ്ങൾ ആലപിക്കുകയും ചെയ്യുന്നുണ്ട്. ഏറ്റവും പവിത്രമായി കരുതുന്ന ആ മണ്ഡപത്തിലാണ് അമൃത്സറിന്റെ ശില്പികളായ ഗുരുക്കന്മാർ ശ്രീ ഗുരുറാം ദാസ്ജിയും അദ്ദേഹത്തിനുശേഷം പിൻഗാമിയായിരുന്ന ശ്രീഗുരു അർജ്ജുൻദേവ്ജിയും സ്ഥിരമായി ഇരുന്ന് പ്രാർത്ഥന നടത്തിയിരുന്നത്. ഈ മണ്ഡപത്തിലിരുന്നു നോക്കിയാൽ ഇപ്പോൾ ശ്രീ ഹരിമന്ദിറിന്റെ കവാടം കാണാം. ശ്രീ ഗുരുഅർജ്ജുൻദേവ്ജി പവിത്ര ഗുർബ്ബാനിയുടെ കൈയെഴുത്തുപ്രതി ഗോയിന്ദ് വാളിൽനിന്നും ശേഖരിക്കുന്നതും അത് പ്രചരിപ്പിക്കുന്നതും ഈ മണ്ഡപത്തിലിരുന്നുകൊണ്ടായിരുന്നു. രാത്രികാലങ്ങളിൽ ശുദ്ധശുഭ്രമായ ശബ്ദത്തിൽ കീർത്തനങ്ങൾ ആലപിച്ചുകൊണ്ട് സിഖ് സംഘങ്ങളെ ഭക്തിയുടെ ഗിരിശൃംഗങ്ങളിലേക്കുയർത്തിയിരുന്ന ഗുരുഅർജ്ജുൻദേവ്ജി ആയിരക്കണക്കിന് ഭക്തരെയാണ് ഈ മണ്ഡപത്തിനു മുന്നിലേക്കാകർഷിക്കുന്നത്. താരാ സാഹിബ് എന്നറിയപ്പെടുന്ന മണ്ഡപം ഇന്ന് പ്രധാന സന്ദർശനകേന്ദ്രമാണ്.

ധർമ്മസങ്കടങ്ങളുമായി തന്റെ സവിധത്തിലണയുന്ന ജനസഞ്ചയത്തെ വിശുദ്ധിയുടെ ആത്മീയ മന്ത്രങ്ങളുപദേശിച്ചുകൊടുത്ത് സംഗീതത്തിന്റെ സാന്ത്വനമേകിയിരുന്ന ശ്രീ ഗുരുഅർജ്ജുൻദേവ് ഒപ്പം തന്നെ ക്ഷേത്രസമുച്ചയത്തിന്റെ കാര്യങ്ങൾ ശ്രദ്ധിച്ചിരുന്നതും ഈ മണ്ഡപത്തിലിരുന്നുകൊണ്ടുതന്നെ. കർസേവയ്ക്ക് എത്തുന്നവർക്ക് മണ്ഡപത്തിലുപവിഷ്ടനായിരിക്കുന്ന ഗുരുവിന്റെ സാന്നിദ്ധ്യവും ദർശനവും അലൗകിക

താരാസാഹിബ്

ശക്തിയാണു പ്രദാനം ചെയ്തിരുന്നത്. സമൂഹത്തിന്റെ വിവിധ തുറകളിൽ നിന്നുള്ള ആളുകൾ ഗുരുവിന്റെ ദർശനം തേടി എത്തുകയും അദ്ദേഹത്തിന്റെ ഉപദേശത്തിലൂടെ സർവ്വതിനും പരിഹാരം കൈവരുത്തുകയും ചെയ്തുവന്നു. താരാ സാഹിബിലേക്കുള്ള ജനസഞ്ചയത്തിന്റെ പ്രയാണം അനുസ്യൂതം തുടരുകയും വർദ്ധിതമാകുകയുമായി. ഒപ്പംതന്നെ ഗുരുവിന്റെ ഭക്തൻ മഹാരാജാ രഞ്ജിത്സിങ്ങിന്റെ കാലത്ത് താരാസാഹിബ് കൂടുതൽ ബലപ്പെടുത്തി പുനരുദ്ധരിക്കുകയും ഒരു പ്രത്യേക മേൽക്കട്ടി മണ്ഡപത്തിനു മുകളിൽ നിർമ്മിക്കുകയും ചെയ്തു. താരാസാഹിബിന് ദക്ഷിണ ഭാഗത്തായി കാണപ്പെടുന്ന 'അഥ് സാഥ് ഘട്ട്' സവിശേഷ പ്രാധാന്യമുള്ളതാണ്. ഇവിടെ ഉപവിഷ്ടനായി ശ്രീ ഗുരു അർജ്ജുൻദേവ് പ്രഖ്യാതമായ പവിത്ര കീർത്തനം രചിച്ചു എന്നു വിശ്വസിക്കുന്നു. "അഥ സാഥീ, തീരഥ്, ജഹ് സാഥ്, പഹ് ധാരീ" എന്നിങ്ങനെ രാംകാളിയിൽ രചന നിർവ്വഹിക്കുമ്പോൾ അതൊരു വിശിഷ്ട സംഭാവനയായിത്തീരുന്നു. ഈ ഭാഗം നേരത്തെതന്നെ ഗുരുക്കന്മാരായ ശ്രീ ഗുരു നാനാക്ക് ദേവ്ജി, ഗുരു അനംഗ് ദേവ്ജി, ഗുരു അമർദാസ് ജി, ഗുരു റാംദാസ്ജി എന്നീ പുണ്യവാന്മാരാൽ പവിത്രമാക്കപ്പെട്ട ഇടവുമാണ്. അമൃത്സറിൽ

ഗുരുനാനാക്

നടന്ന അറുപത്തി എട്ടോളം തീർത്ഥാടനകാലങ്ങളുടെ ധന്യതയിലേക്ക് ഈ മഹാരഥന്മാരായ സന്ന്യാസിശ്രേഷ്ഠന്മാരുടെ അനുഗ്രഹം ചൊരിയാനിടയായതും ഇവിടെനിന്നുതന്നെ. ഈ സ്നാനഘട്ടത്തിൽ ഒന്നു മുങ്ങി നിവരുമ്പോൾ പവിത്ര ജലത്തിലൂടെ ധന്യമാക്കപ്പെടുന്നത് അറുപത്തി എട്ട് തീർത്ഥാടന പുണ്യമാണ് എന്നും സിഖുമതവിശ്വാസികൾ ഏറ്റുപറയുന്നു. ചെറിയ മേക്കട്ടിയുള്ള ഒരു ദേവാലയം ഇവിടെ വളരെ പണ്ട് നിലനിന്നിരുന്നുവെന്നും ചിലർ ഓർക്കുന്നുണ്ട്. എന്നാൽ ഇപ്പോൾ ഘട്ട് മാത്രമേ കാണാനുള്ളൂ.

'സിഖ്' എന്ന പഞ്ചാബി പദത്തിന്റെ സംസ്കൃത ഭാഷയിലെ തദ്ഭവം 'ശിഷ്യ' എന്നാണ്. പഠിതാവ് എന്നോ ശിഷ്യൻ അല്ലെങ്കിൽ വിശ്വാസി, അനുയായി എന്നിങ്ങനെയോ അർത്ഥം കണ്ടെത്താനാകുമ്പോൾ 'സിഖ്' പദത്തിന്റെ വ്യാപ്തി വ്യക്തമാകും. ഗുരുനാനാക് മുതൽ ഗുരുഗോവിന്ദ് സിങ് വരെയുള്ള ഗുരുപരമ്പരയാൽ ഒന്നിപ്പിക്കപ്പെട്ട ഉത്തരഭാരതത്തിലെ ഒരു വിശേഷ ജനവിഭാഗത്തെ ആകെക്കൂടി വിശേഷിപ്പിക്കുവാനും 'സിഖ്' എന്ന പദം ഉപയോഗിക്കാറുണ്ട്. വിഭജിക്കപ്പെട്ടും തമ്മിൽ കലഹിച്ചും കിടന്ന ജനതയെയാണ് വിശ്വാസത്തിന്റെയും കടുത്ത ജീവിതക്രമങ്ങളുടെയും ആചാരങ്ങളുടെയും നൂലിഴകളാൽ കൂട്ടിക്കെട്ടി വലിയൊരു സംഘടിതശക്തിയാക്കിത്തീർത്തത്. തന്റേടമുള്ള ധൈര്യശാലികളായ ഈ ജനസമൂഹം രാജ്യത്തിനാകെ പ്രയോജനമുള്ളവരായും ത്യാഗം ചെയ്യാൻ സന്മനസ്സുള്ളവരായും മാറുമ്പോൾ സിഖ് സമൂഹം ഭാരതത്തിന്റെ അഭിമാനമായിത്തീർന്നു. അതുകൊണ്ടുതന്നെ 'സിഖിസ'ത്തിന്റെ സ്ഥാപക

നായ ഗുരുനാനാക്ക് ദേശാഭിമാനത്തിന്റെ പ്രതിഷ്ഠാപകനായും വാഴ്ത്തപ്പെടുന്നു. ഇന്ന് 'നങ്കനാ സാഹിബ്' എന്നറിയപ്പെടുന്ന പാകിസ്ഥാനിൽപ്പെട്ട ലാഹോറിനു തെക്ക് പടിഞ്ഞാറുഭാഗത്തുള്ള തൽവാൺടി റായ് ഭോയി എന്ന ഗ്രാമത്തിൽ 1469 ഏപ്രിൽ മാസത്തിൽ ജനിച്ച ഗുരുനാനാക്ക് വിപ്ലവകാരിയായ മതചിന്തകനും സാമൂഹിക പരിഷ്കർത്താവുമായിട്ടാണ് അറിയപ്പെട്ടത്. ഭരണാധികാരികളുടെയും മതമേധാവികളുടെയും കൈകളിൽ രാഷ്ട്രീയാധികാരവും സാംസ്കാരികാധികാരവും ഒത്തുചേർന്ന് ദുഷിച്ചതു വഴിയാണ് സാമൂഹികാധഃപതനം ഉണ്ടായതെന്നു വിശ്വസിച്ച ഗുരുനാനാക്ക്, തുല്യതയും സഹവർത്തിത്വവും ജനങ്ങൾക്കിടയിൽ ഊട്ടി വളർത്തേണ്ടതുണ്ടെന്ന് ഉൽബോധിപ്പിച്ചു. പുത്തൻ അവബോധത്തിലൂടെ ദൈവികമായ പൈതൃകാധീശത്വത്തെ അംഗീകരിച്ചുകൊണ്ട് മനുഷ്യനും മനുഷ്യനും തമ്മിലുള്ള വേർതിരിവുകളെ ഇല്ലായ്മ ചെയ്യണമെന്നും സമൂഹത്തിൽ സ്ത്രീകൾക്കും തുല്യ നീതി ഉറപ്പാക്കണമെന്നും ബോധനം ചെയ്ത ഗുരുനാനാക്ക് നിലവിലുണ്ടായിരുന്ന ജാതിചിന്തയെയും യാഥാസ്ഥിതിക മതവിലക്കുകളെയും ചോദ്യം ചെയ്യുകയും നിരാകരിക്കുകയും ചെയ്തു.

അനൈക്യവും വിശ്വാസങ്ങളിലെ വൈരുദ്ധ്യവുമാണ് മനുഷ്യന്റെ കഷ്ടതകൾക്ക് മുഖ്യകാരണമെന്നു കണ്ടെത്തിയ ഗുരുനാനാക്ക് അതുകൊണ്ടുതന്നെ ഭിന്നിച്ചു നില്ക്കുന്ന മനുഷ്യരെ ചിന്തകൊണ്ടും പ്രവൃത്തികൊണ്ടും ഒന്നിപ്പിക്കുവാൻ ശ്രമിച്ചു. മനുഷ്യന്റെ തുല്യതയിൽ അടിയുറച്ച ഒരു പൊതുവിശ്വാസപ്രമാണവും സാമൂഹിക സംവിധാനവും രൂപപ്പെടുത്തിയ ഗുരു അതിനായി 'സംഘട്ട്' സ്ഥാപിച്ചു. എല്ലാ സായാഹ്നങ്ങളിലും വിശ്വാസത്തിലെ സഹോദരന്മാരായി ഒത്തുചേരുക, ഗുരുവചനങ്ങൾ അടങ്ങിയ പ്രാർത്ഥനാഗീതങ്ങൾ ആലപിക്കുക, ജീവിതത്തെ പുനഃസംവിധാനം ചെയ്യുന്നതിനുള്ള ശക്തി ആർജ്ജിക്കുക എന്നിവയായിരുന്നു സംഘട്ടിലെ അംഗങ്ങൾ അനുഷ്ഠിക്കേണ്ട ചര്യകൾ. ഒപ്പം തന്നെ സൗജന്യമായ, ഒരുമിച്ചിരുന്നു ഭക്ഷണം കഴിക്കുന്നതിനായി പൊതു അടുക്കള - ഗുരുവിന്റെ ലങ്കാർ (Guru ka langar)- സ്ഥാപിക്കുകയും ചെയ്തു. അവിടെ എല്ലാവരും തുല്യരായി ഒരേ നിരയിൽ നിലത്തിരുന്ന് ഭക്ഷണം കഴിച്ചു. ഹിന്ദുവെന്നോ മുസ്ലീമെന്നോ ബ്രാഹ്മണനെന്നോ ശൂദ്രനെന്നോ ഉള്ള വേർതിരിവുകളൊന്നുമില്ലാതെ ഭക്ഷണത്തിനു മുന്നിൽ തുല്യരാകുന്ന പൊതുസാമൂഹികതലം സൃഷ്ടിച്ചുകൊണ്ട് ഗുരുനാനാക്ക് യാഥാസ്ഥിതികതയുടെ നൂറ്റാണ്ടുപഴക്കമുള്ള ശാഠ്യങ്ങളെയാകെ തകർത്തെറിഞ്ഞു.

ഭാരതത്തിലെ ഇതര ഉൽബോധകരിൽനിന്നും വ്യത്യസ്തമായി ഗുരുനാനാക്ക് പ്രാർത്ഥനയുടെയും ദൈവികതയുടേതുമായ ഒരു ജീവിതത്തെ മാത്രമല്ല മുഖ്യമായി കണ്ടത്. അക്രമകാരികളുടെ കാൽക്കീഴിൽ ജനതയാകെ അമരുമ്പോൾ ധ്യാനത്തിൽ മുഴുകി നിഷ്കാമ കർമ്മികളാകുന്നത് ഒരിക്കലും ശരിയല്ലെന്ന് ഗുരു പ്രഖ്യാപിച്ചു. ഉണർന്നെഴുന്നേല്ക്കു

വാൻ ജനങ്ങളോടും ഭരണാധികാരികളോടും ആവശ്യപ്പെട്ട അദ്ദേഹം ഭാരതത്തിലെ നാട്ടുരാജാക്കന്മാരിൽ വിശ്വാസമർപ്പിക്കുവാൻ തയ്യാറായില്ല. ജനക്ഷേമ തല്പരരായ രാജാക്കന്മാരെ ഏറെയൊന്നും ഇന്ത്യൻ മണ്ണിൽ കണ്ടെത്താനാകുന്നില്ലെന്നു തുറന്നടിച്ച ഗുരുനാനാക്ക് തുല്യനീതിയുടെയും സത്യസന്ധമായ നീതിബോധത്തിന്റെയും അഭാവം നമ്മുടെ ഭരണാധികാരികളിൽ ദർശിച്ചു. അതുകൊണ്ടുതന്നെ അധികാരം കൈയാളുന്നവർ ജനങ്ങളുടെ സമഷ്ടിബോധത്തിനെതിരു നില്ക്കുന്നവരാണെന്ന് വ്യക്തമാക്കുവാനും ഗുരുനാനാക്ക് മടിച്ചില്ല. നമ്മുടെ ഭരണാധികാരികളുടെ ഭരണകാലത്ത് ധർമ്മവും ഉത്തരവാദിത്വബോധവും നീതിന്യായവും അപ്രത്യക്ഷമായിപ്പോയെന്ന്, അത്തരം നന്മകളൊക്കെ ചിറകുവച്ച് പറന്നുപോയിയെന്ന് ഗുരുനാനാക്ക് ആലങ്കാരികമായി വിമർശനമുന്നയിക്കുകയും ചെയ്തു. എന്നാൽ പ്രതീക്ഷയുടെ ഒരു ജീവിതപദ്ധതിയാണ് സിഖ് ജീവിതം മുന്നോട്ടുവച്ചത്.

ഗുരുഘർ

അമൃത്സറിലെ ശ്രീഹരിമന്ദിർ സാഹിബ്, പവിത്ര തീർത്ഥമടങ്ങിയ അമൃത സരോവരം, ചുറ്റിനുമുള്ള മറ്റ് എടുപ്പുകൾ എന്നിവയെല്ലാം ഉൾപ്പെടുന്ന അമൃത്സർ ടൗൺ നിർമ്മിക്കുന്നതിനാവശ്യമായ ഭൂമി പരിസര ഗ്രാമങ്ങളിലെ ഭൂവുടമകളിൽനിന്നും ഗുരു അമർദാസ്ജിയുടെ നിർദ്ദേശപ്രകാരം ഗുരുറാംദാസ്ജി വിലയ്ക്കുവാങ്ങുകയായിരുന്നു. അങ്ങനെ ആ പ്രദേശമാകെ 'ഗുരുഘർ' എന്ന സംവിധാനത്തിൻ കീഴിലായി. പവിത്രജലാശയം വിപുലപ്പെടുത്തിക്കൊണ്ടിരുന്ന വേളയിൽ അവിടെനിന്നും ഖനനം ചെയ്ത മണൽ ഉപയോഗിച്ച് ചുറ്റുപാടുമുള്ള പ്രദേശം ഉയർത്തിയെടുത്തു. കൂടാതെ ഇവിടെയെത്തുന്ന തീർത്ഥാടകർക്ക് വിശ്രമിക്കുന്നതിനുള്ള കെട്ടിടങ്ങളും ഇരവുപകൽ വ്യത്യാസമില്ലാതെ സന്ദർശകർക്കുമുഴുവൻ ഭക്ഷണം നല്കുന്ന പൊതു അടുക്കള കെട്ടിയുയർത്തുന്നതിനും ആവശ്യമുള്ള ചെളിയും മണലും ശേഖരിച്ചതും ജലാശയം തുരന്നതുവഴിയാണ്. ആദ്യകാലത്തെ കെട്ടിടങ്ങൾ മുഴുവൻ ചെളിക്കട്ട കൊണ്ടു നിർമ്മിക്കുകയായിരുന്നു. അക്കാലത്തെ ഏറ്റവും നവീനമായ നിർമ്മാണരീതി അതുതന്നെയാണെന്നുമോർക്കാം.

ദീവാളിയും ബൈസാഖിയും ശ്രീഹരിമന്ദിറിലെ വാർഷികാഘോഷങ്ങളാകുമ്പോൾ പതിനായിരക്കണക്കിന് ശിഖന്മാരും മറ്റുള്ളവരും അവിടെ എത്തിച്ചേർന്നുതുടങ്ങി. അവർക്ക് തങ്ങുന്നതിനും കൂട്ടായിരുന്ന് ഭക്ഷണം കഴിക്കുന്നതിനും വിപുലമായ അടിസ്ഥാനസൗകര്യങ്ങൾ ആവശ്യമായി വന്നു. കൂടാതെ പ്രതിമാസ വിശേഷദിവസങ്ങളിലും സന്ദർശകർ വർദ്ധിച്ചുകൊണ്ടിരുന്നു. അമാവാസി നാളിൽ കറുത്തവാവ് ആചാരങ്ങളും പൗർണ്ണമി നാളിൽ വെളുത്തവാവ് ആഘോഷങ്ങളും മാസത്തിന്റെ ആദ്യദിവസമായ സംക്രാന്തി പൂജകളും തുടരെ സംഘടിപ്പിച്ചതോടെ ഭക്ത

ഗുരുഘർ കവാടം

ജനപ്രവാഹം ഇരട്ടിച്ചു. ചെളികൊണ്ട് പടുത്തുയർത്തിയ എടുപ്പുകൾ സിമന്റ് ചെയ്ത് ബലപ്പെടുത്തിയും കൂടുതൽ വാസസ്ഥലങ്ങളും വളരെ വിശാലമായ ഭോജനശാലയും നിർമ്മിച്ചും സൗകര്യങ്ങൾ വർദ്ധിപ്പിച്ചു.

സിഖ് മൗസലുകളുടെ കാലത്ത് ശ്രീഹരിമന്ദിർ സാഹിബ് പുനർ നിർമ്മാണം നടത്തി കൂടുതൽ മനോഹരമാക്കി. മൗസലുകളുടെ തലവന്മാർ ആകാശത്തേക്കു തലയുയർത്തി നില്ക്കുന്ന കൂറ്റൻ ഗോപുരങ്ങൾ ഉൾക്കൊള്ളുന്ന 'ബുൻജ് മന്ദിറുകൾ' നിർമ്മിക്കുവാൻ മുൻകൈ പ്രവർത്തനം നടത്തി. നിരവധിയായ ഗോപുരങ്ങൾ ചുറ്റിനും എടുപ്പുക

ളായി കാണപ്പെടുമ്പോൾ വളരെ അകലെനിന്നു തന്നെ അമൃത്സറിന്റെ പ്രൗഢി പ്രഖ്യാപിതമാകുന്നു. സിഖ് ഭരണാധികാരികൾ പല പ്രദേശങ്ങളിലെയും ഭരണമേറ്റെടുത്തതോടെ അവരവരുടെ പ്രദേശങ്ങളിൽ നിന്നും എത്തുന്ന ശിഖന്മാർക്കായി അമൃതനഗരത്തിൽ ബുൻജ് എടുപ്പുകൾ അവർ മത്സരിച്ചു നിർമ്മിക്കുവാൻ തുടങ്ങി. മിക്കപ്പോഴും അതാതു നാട്ടുരാജ്യങ്ങളിൽനിന്നും നേരിട്ട് ആളുകൾ എത്തി നിർമ്മാണവേലയിൽ മുഴുകി. ഈ പ്രവൃത്തിയെ ദൈവികമായ ഒരു കർമ്മമായിട്ടാണ് സിഖു സമൂഹം വിലയിരുത്തിപ്പോരുന്നതും. ഇന്നും അതു തുടരുന്നത് ശ്രീഹരിമന്ദിർ സാഹിബ് സന്ദർശിക്കുന്ന വേളയിൽ നേരിൽ ബോദ്ധ്യമാകുകയും ചെയ്യും. ഗുരുഘറിന്റെ അധീനതയിൽ കൂടുതൽ തീർത്ഥാടകരെ ഉൾക്കൊള്ളാനാകും വിധമുള്ള കെട്ടിടങ്ങൾ മനോജ്ഞമായ നിർമ്മാണ ചാതുരിയോടെ ഉണ്ടായിക്കൊണ്ടിരുന്നു. നാട്ടുരാജാക്കന്മാരുടെ സിഖ് വിശ്വാസത്തിന് മകുടോദാഹരണമായി ഈ മന്ദിരങ്ങൾ ഉയർന്നുവന്നതോടെ സിഖ് ഗുരുഘറിലേക്കുള്ള തങ്ങളുടെ പവിത്രമായ സംഭാവനയായി അവ മാറ്റുന്നതിലും ശിഖന്മാരായ രാജപ്രമുഖർ താല്പര്യം കാട്ടി. അക്കാലത്ത് ക്ഷേത്രസന്ദർശകർക്ക് വസിക്കുന്നതിനായി കിഴക്കുഭാഗത്ത് പത്ത് ബുൻജ്മന്ദിറുകളും അമൃതസരോവരത്തിന് തെക്കുഭാഗത്തായി ഇരുപത്തിരണ്ട് ബുൻജുകളും പടിഞ്ഞാറുഭാഗത്ത് ഇരുപത്തി എട്ടും ഉത്തരഭാഗത്ത് ഒൻപത് ഗോപുരവാസ മന്ദിരങ്ങളുമാണ് നിർമ്മിച്ചത്. ഗ്യാനി ഗിയാൻ സിങ്ജിയുടെ *ത്വാരിക് അമൃത്സർ* എന്ന ചരിത്രഗ്രന്ഥത്തിൽ ആദ്യകാല ക്ഷേത്ര നിർമ്മാണ വേലകളെപ്പറ്റിയുള്ള രേഖപ്പെടുത്തലുകൾ സമൃദ്ധമായുണ്ട്. ഈ നിർമ്മാണ ജോലികളെല്ലാം തന്നെ സേവന സന്നദ്ധരായ സിഖ് വിശ്വാസികളുടെ ദൈവിക വേലകളായിരുന്നുവെന്നതിനാൽ അധികമൊന്നും ധനം വ്യയം ചെയ്യേണ്ടിവന്നിരുന്നില്ല. പൊതു ഖജനാവിനെ ചൂഷണം ചെയ്യാതെ തന്നെ ഗുരുഘറിലെ ഒട്ടനവധി എടുപ്പുകൾ യാഥാർത്ഥ്യമായിത്തീർന്നു.

വിവിധ പ്രദേശങ്ങളിലുള്ള സിഖ് സംഘാതങ്ങളുടെ പ്രത്യേക താല്പര്യത്തിലും സഹൃദയരായ സർദാർമാരുടെ ഇഷ്ടപ്രകാരവും പവിത്രവേലയിലേർപ്പെട്ട് സിഖ് ഗുരുഘറിലെ നിർമ്മാണ പ്രവർത്തനങ്ങൾ വളരെയേറെ മുന്നേറി. ശ്രീഹരിമന്ദിർ സാഹിബിനും അമൃതസരോവരത്തിനും ചുറ്റിലുമായി നാലു ദിക്കുകളിലും വെണ്ണക്കൽ ശില്പങ്ങളായി ധാരാളം ബുൻജ് മന്ദിരങ്ങൾ ഉണ്ടായിവന്നു. ആ പ്രദേശമാകെ വ്യത്യസ്ത രീതിയിലുള്ള ഒരു ടൗൺഷിപ്പെന്ന വിധം അക്കാലത്തു തന്നെ വിപുലപ്പെടാൻ തുടങ്ങി. ഈ നിർമ്മാണ പ്രവർത്തനങ്ങളെല്ലാം തന്നെ ഗുരുവിന്റെ കൃപ ലഭിക്കുന്ന പവിത്രവേലകളായി സർവ്വരാലും അംഗീകരിക്കപ്പെടുകയും ചെയ്തു. ഈ ബുൻജകളുടെയും മന്ദിരങ്ങളുടെയും പേരുകൾ പ്രശസ്തരായ സിഖ് സർദാരുകളുടെയും രാജാക്കന്മാരുടെയും സിഖ് സംഘാതങ്ങളുടെയും സിഖ് മൗസലുകളുടെയും ചക്രവർത്തിമാരുടെയും സിഖ് പ്രവിശ്യകളുടെയും നാമങ്ങൾക്കൊപ്പം തിളങ്ങി വിളങ്ങി

പ്രശസ്തമാകുകയുമുണ്ടായി. ഗ്യാനികളുടെ ബുൻജ് മന്ദിറിൽ ശ്രീ *ഗുരു ഗ്രന്ഥസാഹിബ്* പരിശുദ്ധിയോടെ ഉരുവിട്ടു പഠിക്കുന്നതിനുള്ള പാഠശാലകൾ പ്രവർത്തിച്ചു വരുന്നു. അകാലികളുടെ ബുൻജ് മന്ദിറിൽ ശ്രീ ഗുരു ഗ്രന്ഥസാഹിബ് ഭക്തിയോടെയും ഗുരുക്കന്മാർ ആലപിച്ചിരുന്ന വിധവും പരിശീലിക്കുവാനുള്ള കുട്ടികളുടെയും യുവാക്കളുടെയും കളരിയാണ് നടക്കുന്നത്. കൂടാതെ പ്രാർത്ഥനയുടെ കല എന്തെന്നും എങ്ങനെയാണ് പൂജാദികർമ്മങ്ങൾ ചെയ്യേണ്ടതെന്നും പഠിപ്പിക്കുന്നു. യഥാർത്ഥത്തിൽ പൂജാരികളോ വിഗ്രഹമോ ഇല്ലാത്ത സിഖ് വിശ്വാസത്തിൽ പവിത്രഗ്രന്ഥമായ ശ്രീ *ഗുരു ഗ്രന്ഥസാഹിബ്* ശ്രുതിമധുരമായി ആലപിക്കുക എന്നതാണ് ഏറ്റവും പവിത്രമായ ഈശ്വര സേവ. *ഗുരു ഗ്രന്ഥസാഹിബ്ജി* ആണ് സിഖ് ജീവിതത്തിന്റെ ജീവാത്മാപരമാത്മാ സംയുക്തം!

ആകാശത്തിലേക്ക് ഗോപുരങ്ങൾ വീശി നിലകൊള്ളുന്ന ബുൻജ് മന്ദിരങ്ങളിലെല്ലാം ഇത്തരം പ്രാർത്ഥനാ നിർഭരമായ ആചാരങ്ങൾ നിറവേറ്റുമ്പോൾത്തന്നെ അവിടെ എത്തിച്ചേരുന്ന സന്ദർശകർക്ക് വസിക്കുന്നതിനുള്ള മുറികളും എല്ലാവർക്കും സമൂഹസദ്യയിൽ പങ്കെടുക്കുന്നതിനായുള്ള വിശാലമായ പൊതു അടുക്കളകളായ 'ഗുരു കാലങ്കാറുകളും' ആവശ്യത്തിന് നിർമ്മിച്ചിരുന്നു. അവ വിഘ്നം കൂടാതെ പ്രവർത്തിപ്പിച്ചിരുന്നതിൽ സംഘാതങ്ങൾക്ക് കൃത്യതയുമുണ്ടായിരുന്നു.

നൂറ്റാണ്ടുകളായി നടന്നുവരുന്ന രീതികൾക്കൊന്നും അവധി നല്കാതെ ഇപ്പോഴും ശ്രീഹരിമന്ദിർ സാഹിബ് എന്ന സുവർണ്ണക്ഷേത്രം സന്ദർശിക്കാൻ എത്തിച്ചേരുന്നവർക്കെല്ലാം തലചായ്ക്കാനൊരിടം അവിടെ കരുതിയിട്ടുണ്ടാകുമെന്നത് ഒരു വിസ്മയമായി നിലനില്ക്കുന്നു. നിങ്ങൾ സിഖ് മതത്തെക്കുറിച്ചോ സിഖ് ഗുരുക്കന്മാരെക്കുറിച്ചോ ഒന്നും തന്നെ മനസ്സിലാക്കുന്നില്ലെങ്കിലും നിസ്വാർത്ഥതയോടെ നടന്നുവരുന്ന ക്ഷേത്രനടപടികൾ ആ സമൂഹത്തെക്കുറിച്ചുള്ള മുൻധാരണകളെല്ലാം മാറ്റി ആദരവിന്റെ വെണ്മയിലേക്ക് ഉയർത്തപ്പെടും. പതിനായിരക്കണക്കായ വ്യത്യസ്ത മതവിശ്വാസികളും മതബന്ധങ്ങളില്ലാത്തവരും വളരെ ചിട്ടയോടെ വരിനിന്ന് *ഗുരുഗ്രന്ഥസാഹിബി*നെ വണങ്ങി സുവർണ്ണക്ഷേത്ര ദർശനം നടത്തി പിൻവാങ്ങുമ്പോൾ ശുദ്ധജലം, ശുദ്ധമായ അന്തരീക്ഷം, അങ്ങേയറ്റം വൃത്തിയായ പരിസരം, സൗജന്യതാമസം, വയറുനിറയെ സൗജന്യഭക്ഷണം എല്ലായ്പ്പോഴും എന്നിങ്ങനെയുള്ള അസുലഭ അനുഭവങ്ങളും ഒപ്പം ലഭിക്കുന്നു. പൂജാരികളുടെയും പുരോഹിതവർഗ്ഗത്തിന്റെയും പ്രമാണിത്തം ലവലേശമില്ലാത്ത ആരാധനാലയമെന്ന സവിശേഷതയും ഏറ്റവും പവിത്രമായ സിഖ് ദേവാലയമായ സുവർണ്ണക്ഷേത്രത്തിനാണെന്നുമറിയുക.

ഇലായ്ച്ചിബേറും ബാബാ ബുദ്ധസാഹിബും

ശ്രീഹരിമന്ദിർ സാഹിബിന്റെ ദക്ഷിണ ദിക്കിൽ 'ദർശിനി ദിയോധി'യുടെ സമീപത്തായി കാണപ്പെടുന്ന ബേർവൃക്ഷം - പ്ലം എന്നു പരക്കെ അറിയപ്പെടുന്ന ഇലന്തപ്പഴവൃക്ഷം - ചില പ്രത്യേകതകളുള്ളതായി സിഖ് പരമ്പരയിലെ അഞ്ചാം ഗുരുവായ ഗുരുഅർജ്ജുൻ ദേവ്ജിക്കു തോന്നി. ബേർ വൃക്ഷത്തിൽ ഉണ്ടാകുന്ന ഫലങ്ങളെല്ലാം തന്നെ ഇലായ്ച്ചി കായയുടെ (ഏലക്കായ) രൂപസാദൃശ്യമുള്ളതായി കണ്ടതോടെ അദ്ദേഹം വാത്സല്യപൂർവ്വം 'ഇല്ലാച്ചി ബേർ' എന്നു വിളിപ്പേരിട്ടു. അന്നുമുതൽ തളിർത്തു പന്തലിച്ചു നില്ക്കുന്ന പച്ചിലകളാൽ സമൃദ്ധമായ ആ വൃക്ഷം 'ഇലായ്ച്ചി ബേർ' എന്നറിയപ്പെട്ടുതുടങ്ങി.

അഞ്ചാം ഗുരു അർജ്ജുൻ ദേവ്ജി പവിത്ര ജലാശയം ശുദ്ധിയാക്കുന്ന പ്രവർത്തനങ്ങൾ കർസേവയിലൂടെ നിർവ്വഹിച്ച ചരിത്രപ്രസിദ്ധമായ നാളുകളിൽ അതിനു നേതൃത്വം നല്കി ഉപവിഷ്ടനായിരുന്നത് ഇലായ്ച്ചിബേറിന്റെ ശീതളച്ഛായയിലാണ്. അതുകൊണ്ടുതന്നെ ഈ വൃക്ഷഛായ പവിത്രീകരിക്കപ്പെടുകയും ഭക്തരുടെ നിത്യസന്ദർശനവേദിയായി മാറുകയും ചെയ്തു. അക്കാലങ്ങളിൽ ഗുരുവിനെ വണങ്ങുന്നതിനും അദ്ദേഹത്തിന്റെ ഉപദേശവും അനുഗ്രഹവും തേടുന്നതിനും ശിഖന്മാർ എത്തിക്കൊണ്ടിരുന്നതും ഇവിടെയാണ്. കർസേവയിലെത്തുന്ന ഭക്തരെല്ലാം പ്രവൃത്തിയുടെ ആരംഭത്തിൽ ഗുരുവിനെ വന്ദിക്കുവാൻ ഈ ബേർവൃക്ഷച്ചുവട്ടിൽ നിരനിരയായി നില്ക്കുമായിരുന്നു. ഗുരുവിന്റെ ആശീർവാദം വാങ്ങി ആരംഭിച്ചിരുന്ന കർസേവ വളരെ പെട്ടെന്ന് ഫലപ്രാപ്തിയിലെത്തുമെന്നവർ ഉറച്ചുവിശ്വസിച്ചിരുന്നു. അതിന് തെളിവായി തൊട്ടുമുൻപുള്ള ദിനങ്ങൾ അവർക്ക് ഓർത്തെടുക്കാനും കഴിഞ്ഞു.

ഇലാച്ചിബേറിനു സമീപത്തെ അമൃതസേതു കാഴ്ച

ഗുരുവിന്റെ അനുഗ്രഹത്തോടെ കർസേവകരെയെല്ലാം നിയന്ത്രിച്ചുകൊണ്ട് തടാക വിപുലീകരണത്തിൽ ഏർപ്പെട്ടിരുന്ന സിദ്ധനായ കർസേവക മുഖ്യൻ ഗുരുവിന്റെ ഉത്തമനായ പരികർമ്മി ഭായി സാലോജി ഇടയ്ക്കിടെ ഗുരുമുഖത്തുനിന്നുമുള്ള നിർദ്ദേശങ്ങൾ വാങ്ങിയിരുന്നതും ഈ ബേർ വൃക്ഷച്ചുവട്ടിൽനിന്നാണ്. യഥാർത്ഥത്തിൽ അമൃതസരോവരത്തിന്റെ വിപുലീകരണം ഇലായ്ച്ചിബേറിനെ കേന്ദ്രീകരിച്ചായിരുന്നു അക്കാലത്ത് സംഭവിച്ചത്.

ശ്രീഹരിമന്ദിർസാഹിബിന്റെ നിർമ്മാണകാലത്തും ഈ

ബേർവൃക്ഷം പ്രധാന ആകർഷണകേന്ദ്രമായിത്തന്നെ നിലനിന്നു. കാരണം ശ്രീഹരിമന്ദിർ പൂർത്തിയാക്കുന്ന വേളയിൽ അതിനു നേതൃത്വം നല്കിയവരിൽ പ്രമുഖരായ ഭായ് സുഖ് സിങ്, ഭായി മെഹതബ് സിങ് എന്നീ സിഖ് പ്രമാണിമാർ അവരുടെ കുതിരകളെ വിശ്രമിക്കാൻ അനുവദിച്ചിരുന്നതും ഈ ബേർ വൃക്ഷച്ചുവട്ടിലാണ്. തീർന്നില്ല, അവർ ഇരുവരും വിശ്രമിച്ചിരുന്നതും സാക്ഷാൽ ഇലായ്ച്ചി ബേറിന്റെ തണലിൽ തന്നെയായിരുന്നു. അക്കാലത്തും ഇലായ്ച്ചി ബേറിന്റെ ഛായയിൽ ഒട്ടനവധി തീരുമാനങ്ങളുടെയും നിർദ്ദേശങ്ങളുടെയും ഘനഗംഭീര ശബ്ദങ്ങൾ നിറഞ്ഞുനിന്നിരുന്നു. ഇവർ ഇരുവരും 'മാസ്സ രംഗാറിന്" നേതൃത്വം കൊടുത്തിരുന്നതും ഈ ബേർ വൃക്ഷത്തിന്റെ ആതിഥ്യം സ്വീകരിച്ചു കൊണ്ടായിരുന്നുവെന്നും ക്ഷേത്രചരിത്രം രേഖപ്പെടുത്തുന്നു.

ഇലായ്ച്ചി ബേറിന്റെ തൊട്ടടുത്തായി ഒരു ചെറിയ ഗുരുദ്വാർ സ്ഥിതി ചെയ്യുന്നതു കാണാം. അതിനുള്ളിൽ അലങ്കരിച്ച മണ്ഡപത്തിൽ പവിത്രമായ *ഗുരുഗ്രന്ഥസാഹിബ്* പ്രതിഷ്ഠിച്ചിട്ടുണ്ട്. കൂടാതെ *ഗുരുഗ്രന്ഥസാഹിബ്* എന്ന ആ സിഖ് പരിശുദ്ധ ഗ്രന്ഥത്തിന്റെ അഖണ്ഡ പാരായണവും അവിടെ നടക്കുന്നു. 'അഖണ്ഡ് പഥ്' എന്ന പേരിലറിയപ്പെടുന്ന പ്രസ്തുത ആലാപന പരിപാടി സവിശേഷവും കർണ്ണാനന്ദകരവും ഭക്തിനിർഭരവുമാണ്. വാദ്യമേളങ്ങളുടെ അകമ്പടിയോടെയുള്ള പാരായണം അതീവ ഹൃദ്യവും അനുഭൂതിസാന്ദ്രവുമാണെന്ന് അനുഭവം സാക്ഷ്യം പറയും. ഇവിടെ എത്തുന്ന സംഘട്ടുകൾക്ക് വേണ്ട സൗകര്യങ്ങൾ ഏർപ്പെടുത്തുന്നതിനും ഇതു കേന്ദ്രമായിത്തീർന്നതോടെ ഗുരുദ്വാര ഇലായ്ച്ചി ബേർ ശ്രദ്ധേയ ഇടമായി മാറി. സംഘട്ടുകൾക്ക് 'കരാഹ് പ്രസാദം' നല്കുന്നതും ഗുരുദ്വാര ഇലായ്ച്ചിബേറിൽ നിന്നായി. ഇലായ്ച്ചി ബേർ ഗുരുദ്വാരാ സാഹിബിനൊപ്പം യശസ്സു നേടുന്നവിധം ശിഖന്മാർ പരിപോഷിപ്പിച്ചു.

പവിത്ര സരോവരത്തിന്റെ വടക്കുഭാഗത്തായി വളരെ പുരാതനമായ ഒരു ബേർ വൃക്ഷം കാലത്തെ അതിജീവിച്ചുകൊണ്ട് നിലനില്ക്കുന്നതും സന്ദർശകരെ ഏറെ ആകർഷിക്കാറുണ്ട്. ഈ പ്ലം വൃക്ഷത്തെ ഒന്നു സ്പർശിക്കുന്നതിനും ഇലകളിൽ തലോടുന്നതിനും ഛായയിൽ അല്പ നേരം വിശ്രമിക്കുന്നതിനും തീർത്ഥാടകർ തിക്കിത്തിരക്കിയെത്തും. എന്നാൽ ഒരു ഇലപോലും അടർത്തിയെടുക്കാൻ ആരും ശ്രമിക്കാറുമില്ല. കൊഴിഞ്ഞുവീണു കിടക്കുന്ന ഇലകൾ ദിവ്യമായി എടുത്തു സൂക്ഷിക്കുന്നവരെയും കാണാം. 'ബേർ ബാബാ ബുദ്ധ സാഹിബ്' എന്ന അപര നാമധേയത്തിലാണ് ഈ ബേർവൃക്ഷശ്രേഷ്ഠൻ അറിയപ്പെടുന്നത്. ശ്രീഹരിമന്ദിർസാഹിബിന്റെ നിർമ്മാണ പ്രവർത്തനങ്ങളിൽ നേതൃത്വം കൊടുത്ത ബാബാ ബുദ്ധ സാഹിബ് ജി ഈ വൃക്ഷശ്രേഷ്ഠന്റെ തണലിലാണ് അക്കാലമെല്ലാം വിശ്രമിച്ചിരുന്നത്. ഇതിനു ചുവട്ടിലാണ് കർസേ

വകർക്കുള്ള ആയുധങ്ങൾ വിതരണം ചെയ്തിരുന്നത്. കൂടാതെ സംഘട്ടുകളുടെ ഉപകരണങ്ങളും മറ്റും സൂക്ഷിച്ചിരുന്നതും ഇവിടെത്തന്നെ. മാത്രവുമല്ല പ്രത്യേക പരിശീലനം സിദ്ധിച്ച കല്പണിക്കാർക്കും മറ്റും വേതനം ദിനംപ്രതി വിതരണം ചെയ്തിരുന്നതും ഈ ബേർവൃക്ഷത്തിന്റെ ചുവട്ടിലിരുന്നിട്ടാണ്. ബാബാ ബുദ്ധ സാഹിബ്ജിയുടെ വിശ്രമസ്ഥലവും ഇവിടമായിരുന്നതിനാൽ അദ്ദേഹത്തെ സന്ദർശിക്കുവാനെത്തുന്നവരുടെയും ശ്രദ്ധാകേന്ദ്രമായി ഈ ബേർ.

നാന്നൂറു വർഷം പഴക്കമുള്ള ഈ ബേർ വൃക്ഷത്തെ സംരക്ഷിക്കുന്നതിനായി വളരെ സൂക്ഷ്മമായ പരിചരണമാണ് ഇപ്പോൾ നല്കുന്നത്. ശിഖരങ്ങൾ നാലുപാടും പടർന്ന് തായ്ത്തടിക്കു താങ്ങാനാകുന്നതിനുമപ്പുറമുള്ള ഭാരവുമായാണ് നാലു തലമുറകളുടെ സുഖദുഃഖങ്ങളും ഭക്തിവിശ്വാസങ്ങളും ഏറ്റുവാങ്ങിയ കാലസാക്ഷിയായ 'ബേർബാബാ ബുദ്ധ സാഹിബ്' നിലകൊള്ളുന്നത്. എന്നാൽ പച്ചനിറത്തിൽത്തന്നെയുള്ള നെറ്റുകൾ കൊണ്ട് ശിഖരങ്ങൾ താങ്ങി നിർത്തിയും ചുവട്ടിലേക്ക് തായ്ത്തടിക്കു ഭാരം ഉണ്ടാകാത്ത വിധം ശിഖരങ്ങളെ ഇരുമ്പു തൂണുകളിൽ താങ്ങി നർത്തിയും പുരാതനവൃക്ഷത്തെ കാത്തുരക്ഷിക്കുകയാണ് ശിരോമണി ഗുരുദ്വാർ പ്രബന്ധക് സമിതി. ബേർ വൃക്ഷത്തിന്റെ ചുറ്റിനുമായി ധവളിമയാർന്ന മാർബിൾ ശിലകൊണ്ടു മനോഹരമായ ഒരുതറയും കെട്ടിയുറപ്പിച്ചിട്ടുണ്ട്. നാലു നൂറ്റാണ്ടിന്റെ ചരിത്രവും പേറി ബേർബാബാ ബുദ്ധസാഹിബ് പരിചരണങ്ങളുടെ പിൻബലത്തിൽ കടുത്ത പച്ചപ്പിൽ സന്ദർശകരെയാകെ സ്വീകരിക്കുവാൻ തയ്യാറായി നില്ക്കുന്നു. ബേർബാബാ ബുദ്ധസാഹിബിന്റെ ചരിത്രം രേഖപ്പെടുത്തിയ വലിയ ബോർഡുകൾക്കു മുന്നിൽ വിശ്വാസികളുടെ തിക്കും തിരക്കും. ഇത്ര പൗരാണികമായ വൃക്ഷമുത്തച്ഛനെ അത്ഭുതാദരങ്ങളോടെ വീക്ഷിച്ച് ഭക്തിപൂർവ്വം വണങ്ങി. വലംവച്ചു തൊഴുതു പോകുന്ന ഭക്തർക്ക് വിസ്മയമായി 'ബേർബാബാ', ശിഖരങ്ങൾ താഴ്ത്തി മരുവുന്നു.

സമൃദ്ധി എവിടെയും പെയ്തിറങ്ങുന്ന ശ്രീഹരിമന്ദിർ സാഹിബ് അങ്കണത്തിൽ പവിത്രജലമൊഴുകുന്ന അമൃതസരോവരത്തിനു ചുറ്റിനുമായി മൂന്നു ബേർ വൃക്ഷങ്ങളാണിങ്ങനെ അസാധാരണ വൈഭവവുമായി കാണപ്പെടുന്നത്. ഓരോന്നും പ്രത്യേകം പ്രത്യേകം കഥകളുമായി അമൃതസരിത്തിന്റെ ജലസമൃദ്ധി നുകർന്ന് ശാദ്വലങ്ങൾ സൃഷ്ടിച്ച് സ്ഥിതി ചെയ്യുന്നു. സന്ദർശകർക്ക് തണലേകി, തണുപ്പേകി, ആശ്വാസമേകി, കഥകളുടെ ദലഭാണ്ഡങ്ങൾ തുറന്നുകൊടുത്ത്, വിസ്മയത്തുമ്പത്തേക്കവരെ ഉയർത്തി, ഗതകാല ചരിത്രത്തിലാറാടുവാൻ അനുവദിച്ച്, കാറ്റിൽ ഇളകിയാടുന്ന ചില്ലുകളുമായി 'ബേർത്രയം' സുവർണ്ണക്ഷേത്രഭൂമിയെ ഹരിതാഭമാക്കുന്നു. അമൃതസരോവര തീരത്തണയുന്ന ഏതൊരു സന്ദർശകന്റെയും മനോമുകുരത്തിൽ ഈ ഹരിതജാലകങ്ങൾ തുറന്നുതന്നെ കിടക്കും, സുഖദമായ ഓർമ്മപ്പെടുത്തലായി. പ്രകൃതിയും മനുഷ്യനും

തമ്മിലുള്ള നാഭീനാളബന്ധം ഓർമ്മപ്പെടുത്തിക്കൊണ്ടാണ് ബേർ വൃക്ഷങ്ങളുടെ കാവലിൽ, അമൃതജലസംഭരണി അകതാരിൽ, സുവർണ്ണ ഗേഹത്തിൽ, ആശയസമൃദ്ധിയുടെ മാനവികതാ മന്ത്രം ഉരുവിടുന്ന സമഷ്ടിബോധത്തിന്റെ മിത്രനന്മപ്പുസ്തകമായ *ഗുരുഗ്രന്ഥ സാഹിബ്* ലോകമാനവനു മുന്നിൽ അനാവൃതമാകുന്നു. മതാതീത വിശുദ്ധിയുടെ ആ മന്ത്രണം *ഗുരുഗ്രന്ഥ സാഹിബിൽ* നിന്നുമുയരുകയായി!

ദീപ്സിങ്ജി സ്മൃതിമണ്ഡപം

ലാഹോറിൽ നിന്നുള്ള ഒരു മുഗൾ സുബേദാർ, ജനറൽ ജഹാൻ ഖാൻ 1757 ൽ വലിയൊരു സൈന്യവുമായി അമൃത്സർ ആക്രമിക്കുന്നു. വൻപടയുമായി ആക്രമിക്കാനെത്തിയ ജഹാൻഖാൻ ഏറെ ആത്മവിശ്വാസത്തിലായിരുന്നു. ആയിരത്തോളം വരുന്ന തന്റെ കാലാൾ സൈന്യവും അതിന്റെ ഇരട്ടിവരുന്ന അശ്വാരൂഢസേനയും അയാളെ മദം കൊള്ളിച്ചു. വാളും പരിചയും ഉപയോഗിക്കുന്നതിലുള്ള പ്രാഗത്ഭ്യം കാലാൾപ്പടയുടെ ശക്തിയായിരുന്നുവെങ്കിൽ നീളമുള്ള കുന്തവും ഇരുതലമൂർച്ചയുള്ള നീണ്ടവാളുമായിരുന്നു അശ്വസേനയുടെ കൈമുതൽ. യുദ്ധതന്ത്രങ്ങൾ നന്നായി പരിശീലിപ്പിച്ചിട്ടുള്ള തന്റെ സൈന്യത്തിന്റെ അപാരമായ പ്രഹരശേഷിയിൽ അഹങ്കരിച്ചിരുന്ന ജഹാൻ ഖാന് ഇന്നോളം ഒരു പരാജയവും ഏറ്റുവാങ്ങിയ അനുഭവവും ഉണ്ടായിരുന്നില്ല. അപ്പോൾ അതിരറ്റ അഹങ്കാരത്തിന്റെ അഗ്രിമസ്ഥാനത്തായിരുന്നു അയാളുടെ നില!

സിഖ് പാരമ്പര്യത്തിന്റെ കെട്ടുറപ്പിലും ആ വിശ്വാസത്തിന്റെ ധ്യാനാത്മകതയിലും അസൂയ പെരുത്ത ജഹാൻ ഖാന് അമൃത്സറിൽ ധാരാളം സ്വർണ്ണവും നിധികുംഭങ്ങളും സൂക്ഷിച്ചിട്ടുണ്ടെന്ന തെറ്റിദ്ധാരണയും ഉണ്ടായിരുന്നു. മാത്രവുമല്ല അധികാരം മറ്റുള്ളവരുമായി പങ്കുവയ്ക്കാതെ പരമാധികാരത്തെ സ്വയം കൈയാളിയിരുന്ന സിഖ് ഭരണക്രമത്തെയും ജനറൽ ഖാൻ ഒരു വെല്ലുവിളിയായി ഏറ്റെടുത്തു. അമൃത്സറിലേക്ക് പട നയിച്ച ഖാൻ താൻ നേരിടാൻ പോകുന്ന ശക്തികളെക്കുറിച്ച് കൃത്യമായ ധാരണകളോടെ തന്നെയായിരുന്നു മുന്നേറിയത്. എന്നാൽ സിഖ് ഗുരുവിന്റെ നിർദ്ദേശപ്രകാരം സിഖ് പന്തുകളുടെ ജനറൽ ബാബാ ദീപ് സിങ്ജി അമൃത്സറിലെ സിഖ് ദേവാലയമായ ശ്രീഹരിമന്ദിർസാഹിബിൽ പ്രതിഷ്ഠിക്കേണ്ട വിശുദ്ധ ഗ്രന്ഥമായ ശ്രീഗുരു ഗ്രന്ഥസാഹിബിന്റെ സമാ

ദീപ്സിംങ്ജി സ്മൃതി മണ്ഡപം

ഹരണപ്രക്രിയയെന്ന പവിത്രവേലയിൽ മുഴുകിയിരിക്കുന്ന സമയം നോക്കിയാണ് മുഗൾ ആക്രമണകാരി ആയുധം പ്രയോഗിച്ചത്. *ഗുരുഗ്രന്ഥസാഹിബി*ന്റെ അക്ഷരത്താളുകളിൽ മുഴുകിയിരുന്ന ബാബാ ദീപ്സിങ് പക്ഷേ, പെട്ടെന്ന് അപകടം തിരിച്ചറിയുകയും വിശുദ്ധ ദേവാലയത്തിന്റെ സുരക്ഷയ്ക്കായി ആയുധമണിഞ്ഞ് യോദ്ധാക്കളോടൊപ്പം അമൃത്സറിനുപുറത്ത് തമ്പടിച്ചിരുന്ന മുഗളന്മാരുമായി ഏറ്റുമുട്ടാൻ തയ്യാറായി. പുറപ്പെടും മുമ്പ് സിഖ് യോദ്ധാക്കളുടെ ഒപ്പം പവിത്രഗ്രന്ഥത്തെ

സാക്ഷിനിർത്തി അമൃത്സർ കാത്തുസൂക്ഷിക്കുമെന്ന ദൃഢപ്രതിജ്ഞ എടുത്തു. അദ്ദേഹത്തിനു മുന്നിൽ പ്രതിബന്ധങ്ങളെല്ലാം അപ്പോൾ നിസ്സാരമായിരുന്നു. അനുയായികളും എത്തിയപ്പോൾ അവിടെ ഒരു വിപുലമായ സിഖ് സൈനികപ്പട തന്നെ അവരെ കാത്തുനിന്നിരുന്നു.

അമൃത്സറിനുപുറത്ത് സിഖ് സൈന്യം എത്തിയതോടെ ജനറൽ ജഹാൻഖാന്റെ മുഗളപ്പട ശക്തമായ ആക്രമണം അഴിച്ചുവിട്ടു. പക്ഷേ, വികാരവിക്ഷോഭത്തോടെ പവിത്രനഗരം സംരക്ഷിക്കുവാൻ ഇറങ്ങിത്തിരിച്ച സിഖ് പോരാളികൾ അതിരൂക്ഷമായിത്തന്നെ തിരിച്ചടിച്ചു. അമൃത്സറിനു വേണ്ടി നടന്ന ഏറ്റവും തീവ്രമായ പോരാട്ടം എന്നു ചരിത്രം വിശേഷിപ്പിക്കാറുള്ള ഈ ഏറ്റുമുട്ടലിൽ മുഗളപ്പട ഛിന്നഭിന്നമാകുകയും നല്ലൊരു ശതമാനം മുഗൾ സൈനികർ ജീവരക്ഷയ്ക്കായി തിരിഞ്ഞോടുകയും ചെയ്തു. എന്നാൽ പലായനം ചെയ്ത മുഗളന്മാരെ മറുവശത്തു കൂടിയെത്തി തടഞ്ഞു നിർത്തിയ ബാബാദീപ്സിങ് പക്ഷേ, പിന്നിലൂടെ നടന്നുകൊണ്ടിരുന്ന ചതി അറിഞ്ഞിരുന്നില്ല. ജനറൽ ജഹാൻഖാനെ സഹായിക്കുന്നതിനായി തിരിച്ചിരുന്ന മറ്റൊരു വിഭാഗം മുഗൾസേന ഹാസി അത്രിഖാന്റെ നേതൃത്വത്തിലെത്തി വിജയശ്രീലാളിതരായി നിന്നിരുന്ന ബാബാദീപ്സിങ്ജിയെയും സിഖ് സൈന്യത്തെയും ആക്രമിച്ചു. രണ്ടാമതൊരു മുഗൾ സൈന്യത്തെക്കുറിച്ച് യാതൊരറിവുമില്ലാതിരുന്നതിനാൽ കരുതലെടുക്കുവാൻ കഴിയാതെപോയ സിഖ്സേന പതറിപ്പോയി. എങ്കിലും ശക്തമായി തിരിച്ചടിച്ചു തുടങ്ങിയ സിഖ് സൈനികർക്ക് അതിസാഹസികമായ നേതൃത്വമാണ് സിഖ് സേനാനായകൻ ജനറൽ ബാബാ ദീപ് സിങ്ജി നല്കിയത്. പരാജയത്തിന്റെ ആഴങ്ങളിൽ കഷ്ടിച്ച് കരകയറിയ മുഗളപ്പടയ്ക്ക് കനത്ത ക്ഷതമേല്പിക്കുവാൻ ചെറുതെങ്കിലും കെട്ടുറപ്പുള്ള സിഖ് സൈന്യത്തിനു കഴിഞ്ഞു. ഇതിൽ നായകനായ ബാബാ ദീപ്സിങ്ജിയുടെ ധീരമായ നേതൃപാടവം തിളങ്ങി വിളങ്ങിനിന്നു. ഓരോ സൈനികനും ബാബാജിയുടെ വീറോടെയുള്ള പോരാട്ടത്തിൽനിന്നും ആവേശമുൾക്കൊണ്ട് അതിശക്തമായി മുഗളസേനയോടേറ്റുമുട്ടി സധൈര്യം മുന്നേറി.

ശത്രുക്കളെ നിഗ്രഹിച്ചു സാഹസികത കാട്ടിയ ബാബാ ദീപ് സിങ്ജിക്കു പക്ഷേ, ഏറെ മുറിവുകൾ പറ്റിയിരുന്നു. വൻ മുഗളസൈന്യത്തെ പല ഘട്ടങ്ങളിലും ഒറ്റയ്ക്കു നേരിട്ടതിനാൽ സംഭവിച്ച മുറിവുകൾ അശേഷം വകവയ്ക്കാതെ വിജയത്തിലേക്കു കുതിക്കാൻ വെമ്പിയ അതിസാഹസികനായ ബാബാജിക്ക് അവസാനം കഴുത്തിൽ തന്നെ ആഴത്തിൽ മുറിവേറ്റു. ഇടതുകരംകൊണ്ട് മുറിവ് അമർത്തിപ്പിടിച്ച് രക്തസ്രാവത്തെ നിയന്ത്രിച്ച ബാബാജി വലതുകരത്തിലെ ഉടവാൾ കൊണ്ട് ശത്രുക്കളെ അരിഞ്ഞുവീഴ്ത്തിക്കൊണ്ടിരുന്നു. മുഗളപ്പടയുടെ മുന്നേറ്റത്തെ ഫലപ്രദമായി തടഞ്ഞശേഷം അമൃത്സറിലേക്കു പിൻവാങ്ങിയെത്തിയ ബാബാജിയും സിഖ് പോരാളികളും വിശുദ്ധ ജലാശയത്തിൻ കരയിലെത്തി. ശ്രീഹരിമന്ദിർസാഹിബിന് അഭിമുഖമായിനിന്ന് പ്രാർത്ഥനാനി

രതനായ സിഖ് സേനയുടെ പടനായകൻ ജനറൽ ബാബാ ദീപ് സിങ്ജി തന്റെ ഇടതുകരം കഴുത്തിൽ നിന്നുമെടുക്കുകയും ശിരസ്സു മുറിഞ്ഞ് നിലം പൊത്തുകയും ചെയ്തു, ഒരു മഹാവൃക്ഷം ചരിയുമ്പോലെ. അതിസാഹസികനായ, ധീരദേശാഭിമാനിയായ, ഭക്തനായ, സിഖ് വീര്യത്തിന്റെ രണശോഭയിറ്റുന്ന നായകരൂപമായ ബാബാദീപ് സിങ്ജി വീരമൃത്യു അടയുന്നതു സിഖ് യോദ്ധാക്കൾക്കു നിസ്സഹായരായി ഒപ്പം വർദ്ധിത വീരത്തോടെ നോക്കി നില്ക്കേണ്ടി വന്നു. എങ്ങനെ ആ ധീരനായകൻ ഇത്ര നേരവും ഇങ്ങനെ കഠിനമായ മുറിവുമായി യുദ്ധരംഗത്ത് കൊടുങ്കാറ്റു വിതച്ചു നിലകൊണ്ടു എന്ന് ആർക്കും മനസ്സിലായില്ല! അത്ഭുതകരമായി ആ ധീരസാഹസികന്റെ പോരാട്ടഗാഥ ഉറക്കെ ഉദ്ഘോഷിക്കുകയല്ലാതെ മറ്റൊന്നും സിഖ് സൈനികർക്ക് ചെയ്യാനായില്ല. ധീരദേശാഭിമാനിയും അതിസാഹസികനുമായ സിഖ് ജനറൽ ബാബാ ദീപ്സിങ്ജിയുടെ വീര്യമൃത്യു നടന്ന സ്ഥലം അന്നുമുതൽ അങ്ങേയറ്റം പവിത്രമായ ഒരു പ്രാർത്ഥനാ സ്മൃതികേന്ദ്രമായി പരിണമിച്ചു. അവിടെ ബാബായുടെ വീരചരമ സ്മരണ നിലനിർത്തുന്നതിനായി ഒരു ഗുരുദ്വാര സാഹിബ് പടുത്തുയർത്തി. ഇരവുപകലുകൾ വ്യത്യാസമില്ലാതെ പ്രസ്തുത ഗുരുദ്വാരയിൽ *ഗുരുഗ്രന്ഥസാഹിബ്* പാരായണം ചെയ്യുവാൻ സംവിധാനമൊരുക്കി. സിഖ് മതാനുസാരിയായ ചടങ്ങുകൾ ഗുരുദ്വാരയിൽ നിർവ്വഹിക്കുന്നതിനായി ഗുരുഗ്രന്ഥസാഹിബിൽ പ്രവീണരായ ഗ്രന്ഥിസിങ്ങുകൾ നിയമിതരായി. ഇന്നും പ്രാർത്ഥനാ നിർഭരമായി ബാബാ ദീപ്സിങ്ജിയുടെ രക്തസാക്ഷിത്വം നിർവിഘ്നം അനുസ്മരിച്ചുവരുന്നു.

സുവർണ്ണക്ഷേത്രം എന്നു പുകൾപെറ്റ ശ്രീഹരിമന്ദിർസാഹിബിലേക്കെത്തുന്ന സന്ദർശകരുടെയും വിശ്വാസികളുടെയും ശ്രദ്ധ ഹഠാദാകർഷിക്കുന്ന ഒരിടമായി ഗുരുദ്വാരാബാബാ ദീപ്സിങ്ജി മാറിയത് നിശ്ചയമായും അദ്ദേഹത്തിന്റെ വീരമൃത്യുവിന്റെ രക്തശോഭയാലാണെന്ന കാര്യത്തിൽ സംശയമേതുമില്ല. ഇത്ര സാഹസികമായി യുദ്ധരംഗത്തു പോരാടി വീരചരമമടഞ്ഞ മറ്റൊരു യോദ്ധാവിനെ സിഖ് ചരിത്രത്തിലെവിടെയും കണ്ടെത്താനാകാത്തതിനാൽ ബാബാ ദീപ്സിങ്ജി സിഖ് സമൂഹത്തിനു മാത്രമല്ല ഭാരതീയ സംസ്കൃതിയിലാകെ ദേശാഭിമാനത്തിന്റെ ഏറ്റവും ശക്തമായ സാഹസിക ചിഹ്നമായി സുവർണ്ണക്ഷേത്ര സന്ദർശകർ തിരിച്ചറിയുന്നു. ബാബായുടെ ഈ സാഹസിക വീരചരിതം അവിടെ ആലേഖനം ചെയ്തിട്ടുള്ളത് വായിച്ച് നെടുവീർപ്പിടുന്ന സ്ത്രീകളും അഭിമാന ബോധത്താൽ ശിരസ്സുയർത്തി നില്ക്കുന്ന പുരുഷന്മാരും രാജ്യസ്നേഹത്തിന്റെ ശോണബിംബമായി സ്വയം കത്തിജ്ജ്വലിച്ചു തുടങ്ങുന്ന യുവാക്കളും പതിവുകാഴ്ചകളാണ്. സുവർണ്ണക്ഷേത്രത്തിലെ ഓരോ ഇഞ്ചു സ്ഥലവും ഇങ്ങനെ ചരിത്രകഥകളുടെ ആവേശത്തിമിർപ്പിൽ ജാജ്ജ്വല്യമാനമായിക്കൊണ്ടേയിരിക്കുമ്പോൾ നമുക്കിനി അകാൽത്തക്ത് സാഹിബ് സന്ദർശിക്കാം.

അകാൽത്തക്ത് സാഹിബ്

ശ്രീഹരിമന്ദിർ സാഹിബിന്റെ നേരെ എതിർവശത്ത് പശ്ചിമഭാഗത്തായി സ്ഥിതി ചെയ്യുന്ന അഞ്ച് എടുപ്പുകളും സ്വർണ്ണത്താഴികക്കുടവുമുള്ള കൂറ്റൻ നിർമ്മിതിയാണ് വിശാലമായ അകാൽത്തക്ത് സാഹിബ് മന്ദിരം. അമൃതസരോവരം വിശാലമാക്കിക്കൊണ്ടിരുന്ന വേളയിൽ ഖനനം ചെയ്തെടുത്ത മണൽ കുന്നുകൂടിയ ഭാഗത്ത് ശ്രീഹരിമന്ദിർസാഹിബ് പണി നടക്കെ ശ്രീ ഗുരുഅർജ്ജൻ ദേവ്ജി ഒരു വിശ്രമമന്ദിരം, 'കോത്താ സാഹിബ്' എന്ന പേരിൽ നിർമ്മിക്കുകയുണ്ടായി. അദ്ദേഹം പിന്നീട് അവിടെ വസിച്ചുകൊണ്ടാണ് സുവർണ്ണക്ഷേത്ര നിർമ്മാണത്തിന് നേതൃത്വം കൊടുത്തത്.

ലാഹോറിലേക്ക് 1663 ജേത്‌വാഡി എട്ട് സമാവത്തിൽ യാത്രയാകുമ്പോൾ ശ്രീ ഗുരുഅർജ്ജൻ ദേവ്ജി വലിയ ഉത്തരവാദിത്വമായ ഗുർഗഡിയുടെ ചുമതല കോത്താസാഹിബിൽവച്ച് ശ്രീ ഹരിഗോബിന്ദ് സാഹിബിനെ ഏല്പിക്കുകയുണ്ടായി. ഇക്കാര്യങ്ങൾ 'ഗുർ പ്രതാപ് സൂരജി'ൽ എഴുതി രേഖപ്പെടുത്തിയിട്ടുള്ളത് ഇന്നും ചരിത്ര വസ്തുതകളായി പില്ക്കാല തലമുറകൾക്ക് ലഭിച്ചിട്ടുമുണ്ട്. ഇപ്പോൾ കാണുന്ന അകാൽത്തക്ത് സാഹിബിന്റെ നിർമ്മാണത്തിനായി ആദ്യത്തെ ശില സ്ഥാപിച്ചത് ശ്രീഗുരു ഹരിഗോബിന്ദ് സിങ്ജി ആണെന്നും കാണുന്നു. ആരംഭത്തിൽ ഒരു ശിലാമണ്ഡപമായി പണിതുടങ്ങി പുരോഗമിക്കുമ്പോൾ ബാബാ ബുദ്ധാജിയുടെയും ഭായി ഗുരുദാസ്ജിയുടെയും നേതൃത്വമാണു ലഭിച്ചുവന്നത്. പുറത്തുനിന്നുള്ള ഒരു കല്പണിക്കാരന്റെയും സഹായം തേടാതെ ഭക്തരുടെ കരവിരുതാണ് മുൻകാല നിർമ്മിതി. തുടർന്ന് വിപുലപ്പെടുത്തുമ്പോൾ നേരെ കാണുന്ന ശ്രീഹരിമന്ദിർ സാഹിബിനോടുള്ള ആദരവ് പ്രകടമാക്കുന്നതിനായി അകാൽത്തക്ത് സാഹിബിന്റെ ചെറിയ ചരിവോടുകൂടിയാണ് ശ്രീഗുരുഹരിഗോബിന്ദ് സിങ്ജി രൂപകല്പന

ചെയ്തത്. സുവർണ്ണക്ഷേത്രത്തിനു മുന്നിൽ ഭക്തിയോടെ ശിരസ്സുവണങ്ങി അല്പം വളഞ്ഞു നില്ക്കും വിധം കൗതുകകരമായ അകാൽത്തക്ത് സാഹിബ് മന്ദിരം സന്ദർശകരുടെ ശ്രദ്ധയെ കൂടുതൽ ആകർഷിക്കാറുമുണ്ട്. ഉയർന്നു നില്ക്കുന്ന മലയുടെ ഭാഗത്താണ് ചരിവ് എന്നതിനാൽ കെട്ടിടത്തിന് ഇതുവഴി ബലക്ഷയമുണ്ടാകുമെന്നുള്ള ഉൽക്കണ്ഠയും പരിഹരിക്കപ്പെട്ടു.

'അകാൽതക്ത് സാഹിബി'നു മുന്നിലെ പ്രാർത്ഥന

സിഖ് പാരമ്പര്യത്തിലെ ആദ്യത്തെ അധികാരപീഠമായ സിംഹാസനം അകാൽത്തക്ത് സാഹിബിനുള്ളിൽ സ്ഥാപിക്കുന്നതിന് ശ്രീഹരിഗോവിന്ദ് സിങ്ജിയുടെ നിർദ്ദേശം ലഭിച്ച ബാബാ ബുദ്ധാജി അതീവശ്രദ്ധയോടെ ആ കർത്തവ്യം നിറവേറ്റി. ഉയർന്ന ഒരു മണ്ഡപത്തിൽ പ്രതിഷ്ഠിച്ചിട്ടുള്ള സിംഹാസനത്തിനു മുന്നിൽ മിറി-പിറി എന്നീ പവിത്ര ഖണ്ഡങ്ങൾ സ്ഥാപിച്ചു. അതുകൂടാതെ സിംഹാസനാരൂഢനാകുന്ന ഗുരുവിന് അണിയുന്നതിനായി 'പവിത്ര തിലക്' പ്രത്യേകമായി തയ്യാറാക്കുകയും ചെയ്തു. ഏറ്റവും ഉന്നതമായ ഈ സിംഹാസനത്തിൽ ഉപവിഷ്ടനാകും മുമ്പ് അധികാര ചിഹ്നങ്ങളായ ഈ രണ്ട് വാളുകളും സ്വയം ധരിച്ച് പ്രത്യേകമായി നിശ്ചയിച്ചിട്ടുള്ള വസ്ത്രവും ആഭരണങ്ങളുമണിഞ്ഞ് ഒരു കൈയിൽ പവിത്രമായ ശൂലവും വഹിച്ച് 'ബീർ ആസനം' എന്ന പ്രത്യേക രീതിയിൽ ഇരുന്നു മരുവുമ്പോൾ സംഘട്ടിന്റെ പരമോന്നത പദവിയിലേക്ക് ഗുരു ഉയർത്തപ്പെടുകയായി. തുടർന്ന് ദിവ്യമായ വചനങ്ങളാൽ ആശ്വാസമേകിയും തീരുമാന

ങ്ങൾ ഉത്തരവുകളായി പുറപ്പെടുവിച്ചും 'ഹുക്കും നാമ'ങ്ങൾ പകർന്നു നല്കിയും സിഖ് സമൂഹത്തിനാകെ അവസാനവാക്കായി മാറുവാൻ ഗുരുക്കന്മാരുടെ പരമ്പരകൾക്കു കഴിയുമ്പോൾ അകാൽത്തക്ത് സാഹിബ് മന്ദിരം മതത്തിന്റെയും ഭരണത്തിന്റെയും പരമോന്നത നീതിപീഠം കൂടിയായിത്തീരുന്നു. എന്തു കാര്യത്തിനും ഒരുതീർപ്പുകല്പിക്കേണ്ടിവരുന്ന സന്ദർഭത്തിൽ സിഖ് സമൂഹത്തിന്റെ അവസാനത്തെ ആശ്രയം അകാൽതക്ത് സാഹിബിലെ ഈ നീതി നിർണ്ണയ പവിത്രസ്ഥാനം മാത്രമാണ്. അകാൽത്തക്തിൽ നിന്നുണ്ടാകുന്ന തീർപ്പുകളും ഉത്തരവുകളും 'കല്ലേപിളർക്കുന്ന കല്പനകളായി' സമൂഹം ഇന്നോളം അംഗീകരിച്ചു വരുന്നുണ്ടെന്നതും പ്രത്യേകം എടുത്തുപറയേണ്ട വസ്തുതയുമാണ്. അത്രയധികമാണ് അകാൽത്തക്ത് സാഹിബിലെ സിഖ് നീതിപീഠത്തിലുള്ള സിഖ് സമൂഹത്തിന്റെ വിശ്വാസവും വിധേയത്വവും.

അകാൽത്തക്ത് സാഹിബിനു പുറത്തു പിൻഭാഗത്തായി 'അകാൽസർ' എന്നറിയപ്പെടുന്ന പ്രശസ്തമായ വലിയ കിണർ കാണാം. മുൻപ് തെക്കുഭാഗത്തായി ഒരു പുളിമരം വളർന്നു നിന്നിരുന്നു. അകാൽത്തക്ത് സാഹിബിൽനിന്നും ഏറെ അകലെയല്ലാതെ വളർന്നിരുന്ന ഈ പുളിമരത്തിനു താഴെ ക്രമേണ ഒരു ജലധാര സ്ഥാപിക്കുകയും കിണറിൽ നിന്നുള്ള ജലം അതിനായി ഉപയോഗപ്പെടുത്തുവാനും തുടങ്ങി. ഗുരുപ്രഭ ദിനങ്ങളിലും മറ്റ് വിശേഷ ദിനങ്ങളിലും ഈ ജലധാര പ്രവർത്തിപ്പിക്കുക വഴി പുളിമരത്തിന്റെ ചുവടുഭാഗം മുതൽ ജലസമൃദ്ധമായ ശാദ്വലമാക്കി മാറ്റാനും കഴിഞ്ഞിരുന്നു. എന്നാൽ ഇന്നിപ്പോൾ ആ ജലധാരയുടെ പ്രവർത്തനം എന്തുകൊണ്ടോ നിർത്തിവയ്ക്കപ്പെട്ട നിലയിലാണ് കാണുന്നത്. അകാൽത്തക്തിലെ സവിശേഷമായ സുവർണ്ണമന്ദിരത്തിലാണ് സദ്ഗുരു ഇരുന്നരുളിയിരുന്ന സ്ഥാനം കാണപ്പെടുന്നത്. സ്വർണ്ണത്തിലും രത്നത്തിലും തീർത്ത ആടയാഭരണങ്ങൾ സൂക്ഷിച്ചിട്ടുള്ളതും ഇവിടെ തന്നെയാണ്. തൊട്ടടുത്ത മണ്ഡപത്തിൽ *ഗുരുഗ്രന്ഥസാഹിബ്* വിശേഷപ്പെട്ട രീതിയിൽ ഭക്തിപൂർവ്വം അലങ്കരിച്ചുപ്രതിഷ്ഠിച്ചിരിക്കുന്നതും കാണാം. ഭക്തർ ആദരവോടെ *ഗുരുഗ്രന്ഥസാഹിബി*നുമുന്നിൽ വണങ്ങി സായൂജ്യമടയുകയും ചെയ്തുവരുന്നു.

സിഖ് സമൂഹത്തിന്റെ ജീവിതത്തിലെ എല്ലാ ഘട്ടങ്ങളിലും ഗുരുദ്വാരകളുടെയും *ഗുരുഗ്രന്ഥസാഹിബി*ന്റെയും പവിത്ര സാന്നിദ്ധ്യം അനിവാര്യമാണ്. വിശ്വാസത്തിനുപരി ദൈനംദിന ജീവിതവുമായി ഗാഢബന്ധമുള്ളതാണ് സിഖ് സമ്പ്രദായങ്ങൾ, ഓരോ സിഖ് മതവിശ്വാസിക്കും. അതു മാത്രവുമല്ല അവർക്കിടയിലുണ്ടാകുന്ന എല്ലാവിധ തർക്കങ്ങളും പരിഹരിക്കുന്നതും ഒരളവുവരെ സിഖ് പാരമ്പര്യത്തിന്റെ അടിസ്ഥാനത്തിൽ അകാൽത്തക്തിൽനിന്നു ലഭിക്കുന്ന ന്യായവിധി അനുസരിച്ചു കൊണ്ടുമാണ്. അതിനാൽ അകാൽത്തക്തിനും സുവർണ്ണക്ഷേത്ര പരിസരത്തിനും സിഖ് സമൂഹം സ്വന്തം ജീവനേക്കാൾ വില കല്പിക്കുന്നു. നൂറ്റാണ്ടുകളായുള്ള സിഖ് ചരിത്രം പരിശോധിച്ചാൽ സുവർണ്ണക്ഷേത്ര

ത്തിന്റെയും അകാൽത്തക്ത് സാഹിബിന്റെയും സുരക്ഷിതത്വത്തിനായി നടത്തിയിട്ടുള്ള പോരാട്ടങ്ങളും ത്യാഗങ്ങളും സാഹസികതയോടെ മന സ്സിലാക്കാനാകും.

ഇന്ത്യയുടെ ചരിത്രത്തിൽ ഏറ്റവും കറുത്ത ഏടുകൾ എന്ന് സിഖ് സമൂഹം എക്കാലവും കരുതുന്ന 1984 ലെ ബ്ലൂസ്റ്റാർ ഓപ്പറേഷനിലൂടെ അകാൽത്തക്ത് സാഹിബിന് കടുത്ത നാശനഷ്ടങ്ങളാണ് ഉണ്ടായത്. 'ഹോളോ കോസ്റ്റ് ബ്ലൂ സ്റ്റാർ ഓപ്പറേഷൻ ജൂൺ 1984 എ ഡി' എന്ന് ഔദ്യോഗികമായി രേഖപ്പെടുത്തിയിട്ടുള്ള സൈനിക നടപടിയിൽ ഇന്ത്യൻ സൈന്യം അകാൽത്തക്ത് സാഹിബിലേക്ക് ഇരച്ചു കയറുകയും പാറ്റൺ ടാങ്കുകളാൽ ഷെല്ലുകൾ വർഷിച്ച് അകാൽത്തക്തിൽ കടുത്ത നാശം വരുത്തിത്തീർക്കുകയും ചെയ്തു. ഒരു സിമന്റ് നിർമ്മിത കെട്ടിടം തകർക്കുക എന്നതിനപ്പുറം സിഖ് ജനതയുടെ ആത്മാവിനെ മുറിവേ ല്പിക്കുക എന്നതായിരുന്നു അതുവഴി സംഭവിച്ചത്. തുടർന്ന് 'പഞ്ചസിഖ് സാഹിബ്' സമിതിയുടെ തീരുമാനപ്രകാരം തകർത്തുതരിപ്പണമായ അകാൽത്തക്ത് സാഹിബിന്റെ അവശിഷ്ടങ്ങൾ പൊളിച്ചുമാറ്റി അതേ മാതൃകയിൽ പുതിയ സൗധം കെട്ടിപ്പടുക്കുകയും ചെയ്തു. നാം ഇന്നു കാണുന്ന അകാൽത്തക്ത് സാഹിബ് അങ്ങനെ 1984 നു ശേഷം നിർമ്മിച്ച സൗധമാണ്. പുതുതായി നിർമ്മിച്ചപ്പോൾ ഏറ്റവും ഉള്ളിലുള്ള പവിത്ര ഭാഗം മാത്രം അതേരീതിയിൽ പുരാതന പവിത്രതയോടെ നിർമ്മിക്കു കയും വശങ്ങളിലും മറ്റും നിർമ്മിച്ച ഭാഗങ്ങൾ കൂടുതൽ വിപുലപ്പെടു ത്തുകയും ചെയ്തു. എങ്കിലും കാഴ്ചയിൽ പൂർവ്വ നിർമ്മിതിയോടു നീതി പുലർത്തിക്കൊണ്ടുതന്നെ പുതിയ അകാൽത്തക്ത് സാഹിബ് ഇപ്പോൾ നിലകൊള്ളുകയാണ്. പൂർവ്വരൂപവും നവീനരൂപവും ചിത്രങ്ങളിലൂടെ ഒപ്പം കൊടുത്തിട്ടുള്ളതിൽനിന്നും വ്യത്യാസം തിരിച്ചറിയാനാകും.

സിഖ് സമൂഹത്തിന്റെ ജീവിതക്രമത്തെ നിർണ്ണയിക്കുന്നതിൽ പരമ പ്രധാനമായ പങ്കുവഹിക്കുന്ന അകാൽത്തക്ത് സാഹിബ് യഥാർത്ഥ ത്തിൽ സുവർണ്ണ ക്ഷേത്രത്തിന്റെ പ്രവർത്തനങ്ങളെ മാത്രമല്ല ലോക മെമ്പാടുമുള്ള ശിഖന്മാരുടെ ഭാവിഭാഗധേയം നിശ്ചയിക്കുന്നതിലും അങ്ങേ യറ്റം പ്രമുഖ സ്ഥാനം അലങ്കരിക്കുന്നു. ഇനി ഒരു സാഹസികന്റെ രക്ത സാക്ഷിത്വം ഓർത്തുകൊണ്ടേ മുന്നോട്ടു പോകാനാകുകയുള്ളൂ. ഇതാ ആ ധീരന്റെ നാമധേയത്തിലുള്ള ഗുരുദ്വാരാ...

ശ്രീ ഗുരു ബക്ഷ്സിങ്ങിന്റെ രക്തസാക്ഷിത്വം

ബാബാ ഗുരു ബക്ഷ്സിങ് സിഖ് ചരിത്രത്തിലെ ഏറ്റവും സാഹസികനായ രക്തസാക്ഷിയും ശിഖന്മാരുടെ വീരകഥകളിലെ അതിമാനുഷിക കഥാപാത്രവുമാണ്. പഞ്ചാബിലെ അമ്മമാർ കുട്ടികൾക്ക് ഒഴിവു സമയങ്ങളിൽ പറഞ്ഞു കൊടുക്കാറുള്ള വീരകഥകൾ മിക്കവാറും ബാബാ ഗുരുബക്ഷ് സിങ്ജിയുടെ രക്തസാക്ഷിത്വത്തിൽ നിന്നാകും ആരംഭിക്കുക. അത്രയധികം സിഖ് ജീവിതത്തിലെ ഏടുകളിൽ ബാബായുടെ വീരസാഹസികത ഇഴചേർന്നു നില്ക്കുന്നു.

അഹമ്മദ് ഷാ അബ്ദാലി ഭാരതം ആക്രമിച്ചുകൊണ്ടു പത്താം തവണ ഇവിടേക്കു സൈനികനീക്കം നടത്തവെ ഷായുടെ പത്താൻ സൈന്യം ശ്രീഹരിമന്ദിർ സാഹിബ് എന്ന സുവർണ്ണക്ഷേത്രം കൊള്ളയടിക്കുവാൻ തീരുമാനിക്കുന്നു. ഈ തെറ്റായ നീക്കത്തെ ചെറുത്തുകൊണ്ട് ശ്രീ അനന്തപൂർ സാഹിബിൽനിന്നും 2500 സിഖ് സൈനികർ ഉൾപ്പെടുന്ന വിപുലമായ സേനയുമായി മുന്നോട്ടു കുതിച്ച ബാബാ ഗുരുബക്ഷ്സിങ്ജി അതിശക്തമായി പത്താൻ സേനയുമായി ഏറ്റുമുട്ടി. അതിക്രൂരമായ വിദേശ സേനയുടെ നടപടികളെ കഠിനമായി ചെറുത്തുതോല്പിക്കുകയും ഏതുതരത്തിലുള്ള ആക്രമണങ്ങളിൽനിന്നും ശ്രീഹരിമന്ദിർ സംരക്ഷിക്കുമെന്ന നിശ്ചയദാർഢ്യം ഓരോ സിഖ് പടയാളികളുടെയും രക്തത്തിൽ അലിഞ്ഞു ചേർന്നതാണെന്നു ബോദ്ധ്യപ്പെടുത്തുകയും ചെയ്ത പോരാട്ടം അവിസ്മരണീയമായിത്തീർന്നു. അഹമ്മദ്ഷാ അബ്ദാലി തന്റെ പത്താം പടയോട്ടത്തിൽ ധീരനായ ബാബാ ഗുരുബക്ഷ് സിങ്ജിയിൽനിന്നും പരാജയത്തിന്റെ നീറ്റലുള്ള പാഠം പഠിക്കുകയും ചെയ്തുവെങ്കിലും സിഖ് വീരന്മാർക്ക് ഒരിക്കലും താങ്ങാനാകാത്ത ഒരു ആഘാതം ഏല്പിക്കുവാൻ ആ വിദേശ ആക്രമണകാരിക്കും സൈന്യ

'മഞ്ചി സാഹിബ്'

ത്തിനും കഴിഞ്ഞു. സിഖ് സൈന്യത്തിന്റെ ശക്തിയും ധൈര്യത്തിന്റെ പ്രചോദനവും വിജയശില്പിയുമായ പടനായകൻ ബാബാ ഗുരുബക്ഷ്സിങ്ജിയുടെ രക്തസാക്ഷിത്വത്തിലേക്ക് ആ പോരാട്ടത്തെ നയിക്കുവാൻ പത്താൻ സേന പ്രാപ്തി നേടി. ഗുരുബക്ഷ് സിങ്ജി അകാൽത്തക്ത് സാഹിബിന്റെ പിൻഭാഗത്തു വച്ചു നടന്ന രൂക്ഷമായ ഏറ്റുമുട്ടലിൽ വീരചരമമടയുകയായിരുന്നു. വിജയം അഹമ്മദ്ഷാ അബ്ദാലിക്കൊപ്പം നിന്നില്ലായെങ്കിലും ബാബാ ഗുരുബക്ഷ്സിങ് ജിയുടെ വീരമൃത്യുവിലൂടെ സിഖ് സമൂഹത്തിന് തീരാദുഃഖം നല്കുവാൻ കഴിഞ്ഞു.

ബാബാ ഗുരുബക്ഷ് സിങ്ജിയുടെ വീരമൃത്യുവിന്റെ സ്മരണ

യ്ക്കായി സിഖ് സംഘട്ട് അദ്ദേഹത്തിന്റെ ഭൗതിക ശരീരം സംസ്കരിച്ച അതേ സ്ഥലത്തുതന്നെ ഒരുസ്മാരക മണ്ഡപം പടുത്തുയർത്തി. പിന്നീട് ബാബാ ഗുരുബക്ഷ് സിങ്ജിയുടെ രക്തസാക്ഷിത്വത്തെ തുടർന്ന് ജത്ഥേദാർ ആയി നിയോഗിക്കപ്പെട്ട സർദ്ദാർ സുബാ സിങ് അവിടെ മനോഹരമായ 'മഞ്ചിസാഹിബ്' എന്ന സ്മാരക സൗധം ആ മണ്ഡപത്തിനു മുകളിൽ നിർമ്മിച്ചു. തുടർന്ന് കാലങ്ങളായി നടക്കുന്ന കർസേവകർ വഴി ആ സ്മാരക സൗധവും പരിസരവും കൂടുതൽ കൂടുതൽ ആകർഷകമാക്കുകയും വിശ്വാസികളുടെ പ്രിയപ്പെട്ട സന്ദർശന കേന്ദ്രമായിതു മാറുകയുംചെയ്തു. ബാബാ ഗുരുബക്ഷ്സിങ്ജിയുടെ സത്യസന്ധതയുടെയും നിർമ്മലമായ ദേശഭക്തിയുടെയും കളങ്കമില്ലാത്ത ത്യാഗത്തിന്റെയും പ്രതീകമായി തൂവെള്ള വർണ്ണത്തിൽ ശ്രീ മഞ്ചിസാഹിബ് എന്ന മൂന്നു തട്ടുകളിലായി നിർമ്മിച്ച സ്മൃതിസൗധം നിലകൊള്ളുമ്പോൾ ആരും അതിനു മുന്നിൽ സ്വയം മറന്നു വണങ്ങുകതന്നെ ചെയ്യും. ബാബാ ഗുരുബക്ഷ്സിങ്ജിയുടെ സാഹസികതയും നീതിബോധവും സമർപ്പണ മനോഭാവവും ആരിലും ആദരവു വളർത്തുമെന്നതിനാൽ സുവർണ്ണക്ഷേത്രം സന്ദർശിക്കുന്നവരിലെല്ലാം ശ്രീ മഞ്ചിസാഹിബ് പ്രത്യേക താല്പര്യത്തോടെ തെളിഞ്ഞു നില്ക്കും. ആ വീരനായകന്റെ വിസ്മയഗാഥയുമായി ആവേശപൂർവ്വമാണ് ഓരോ സന്ദർശകനും സുവർണ്ണക്ഷേത്ര പര്യടനം കഴിഞ്ഞ് മടങ്ങുന്നത് എന്നതിനാൽ ബാബായുടെ യശസ്സ് പതിറ്റാണ്ടുകൾക്കു ശേഷവും അതേ വീര്യത്തോടെ നിലനില്ക്കുകയും ചെയ്യുന്നു.

വർഷം തോറും നടക്കുന്ന ബാബാ ഗുരുബക്ഷ് സിങ്ജിയുടെ വീരമൃത്യു സ്മൃതിദിനത്തിൽ രാവു മുഴുവൻ നീളുന്ന പ്രാർത്ഥനകളും ചടങ്ങുകളുമുണ്ടാകും. പതിനായിരക്കണക്കിന് ശിഖന്മാർ പങ്കെടുക്കുന്ന അനുസ്മരണാചരണത്തിൽ കരപ്രസാദവും പവിത്ര അടുക്കളയിലെ പ്രസാദ ഭക്ഷണവിതരണവും മുടക്കം കൂടാതെ നടക്കും. സിഖ് സമൂഹത്തിന്റെ ഭരണസിരാകേന്ദ്രമായ ശ്രീ അകാൽത്തക്ത് സാഹിബിൽനിന്നും ഏതാനും വാരമാത്രം അകലെയായി പിൻഭാഗത്തായി സ്ഥിതി ചെയ്യുന്ന ഗുരുവിന്റെ സമാധി മന്ദിരം ആ ദിവസങ്ങളിൽ വൻജനാവലിയാൽ മുഗ്ദ്ധമാകും. പവിത്രമായ ആ സ്മൃതി സൗധത്തിലെത്തി പ്രാർത്ഥിക്കുക എന്നത് ഓരോ സിഖുകാരുടെയും ഹൃദയാഭിലാഷമായിത്തീരുമ്പോൾ ഇന്നും ആ വീരരക്തസാക്ഷിത്വത്തിന് കൂടുതൽ അരുണാഭമായ ആന്തരിക ശോഭ കൈവരുകയാണ്. ധവള സ്മാരകത്തിലെ ചുവന്ന രക്തസാക്ഷിയായി സ്മരണകളിൽ ഒരായിരം ഹൃദയങ്ങളിൽ ഒളിമങ്ങാതെ ദീപ്തമാകുകയാണ് ബാബാ ഗുരുബക്ഷ്സിങ്ജിയുടെ വീരമൃത്യുവിന്റെ ചുട്ടുപൊള്ളൽ!

സ്മാരകമന്ദിരത്തിൽ എപ്പോഴും ആചാരപരമായ ചടങ്ങുകൾക്ക് നേതൃത്വം നല്കുവാൻ ഒരു പണ്ഡിതനായ ഗ്രന്ഥിസിങ്, രണ്ട് സേവാദാർമാർ എന്നിവർ സദാസന്നദ്ധരായി ഉണ്ടാകും. അവരിൽനിന്നു തന്നെ ബാബായുടെ വീരചരിതം ആവശ്യമുള്ളവർക്ക് ശ്രവിക്കാൻ അവസര

മുണ്ട്. എന്നാൽ ബാബായുടെ രക്തസാക്ഷിത്വമടങ്ങിയ മഹദ്ചരിതം അറിയാത്തവരായി സിഖ് സമൂഹത്തിൽ ആരുമില്ലെന്നതിനാൽ ബാബായുടെ നാമത്തിലുള്ള പ്രാർത്ഥനകൾ മാത്രം മതിയാകും ബാബയുടെ ജീവിത കഥ ഹൃദയമണ്ഡലത്തിൽ വീണ്ടും തെളിഞ്ഞുവരുവാൻ. ഓരോ തവണ മഞ്ചിസാഹിബ് സന്ദർശിക്കുമ്പോഴും ദേശസ്നേഹത്തിന്റെയും സിഖ് വീരത്തിന്റെയും ശക്തമായ മലവെള്ളപ്പാച്ചിൽ ഉള്ളിലേക്കുണ്ടാകും എന്നുള്ള സിഖ് യുവാവിന്റെ വാക്കുകൾ അക്ഷരാർത്ഥത്തിൽ വ്യക്തമാക്കുന്നുണ്ട് സന്ദർശകരായ ശിഖരുടെ മുഖത്ത് മിന്നിത്തെളിയുന്ന ഭാവഹാവാദികൾ.

ഗുരുദ്വാരാ ബാബാ അതൽറായ് സാഹിബ് ഏറെ അകലെയല്ലാതെ കാണുന്ന ഒൻപത് നിലകളുള്ള മനോഹരമായ മറ്റൊരു സ്മാരക സൗധമാണ്. ആറാമത്തെ ഗുരുവായ ഗുരു ഹർഗോബിന്ദ് സാഹിബിന്റെ പുത്രനായ ബാബാ അതൽ റായ്ജിയുടെ അകാല നിര്യാണത്തിൽ മനംനൊന്ത് ഗുരു തന്നെ മകനെ സമാധിയിരുത്തിയ സ്ഥലത്ത് പടുത്തുയർത്തിയതാണ് ഈ സ്മാരകമന്ദിരം. ഒൻപതുവയസ്സുമാത്രം പ്രായമുള്ളപ്പോൾ ഈ ലോകത്തോടു വിട പറഞ്ഞ ബാബാ അതൽറായ് സാഹിബിന്റെ ദീപസ്മരണയിലാണ് ഒൻപതു നിലകളുള്ള മന്ദിരം വിശുദ്ധിയോടെ നില കൊള്ളുന്നത്. എട്ട് മുഖങ്ങളുമായി 1835 ൽ നിർമ്മാണമാരംഭിച്ച മന്ദിരം ജോദ്ദ്സിങ് റമാറിയ 1841 ൽ ഭാഗികമായി പൂർത്തിയാക്കിയെങ്കിൽ മഹാരാജാ രൺജിത് സിങ് 1878 വിക്രമികാലത്ത് ഒൻപതു നിലകളും പൂർണ്ണമാക്കി സർദാർ ദയാൽസിങ്ങിന് കൈമാറിക്കൊടുത്തു.

ഗുരുദ്വാര ബാബാ അതൽറായ് സാഹിബിനുള്ളിൽ മനോഹരമായ ഒരു മണ്ഡപത്തിൽ സ്വർണ്ണപ്രതലത്തിൽ ശ്രീ *ഗുരുഗ്രന്ഥസാഹിബ്* പ്രതിദിന പാരായണത്തിനു സൗകര്യപ്പെടുമാറ് രേഖപ്പെടുത്തിവച്ചിരിക്കുന്നു. പവിത്രമായ പ്രസ്തുതഗ്രന്ഥത്തിന്റെ പാരായണം നടത്തുന്നതിനായി ഗ്രന്ഥിസിങ്ങിന്റെ സേവനം ലഭ്യമാക്കിയിട്ടുണ്ട്. എല്ലാ ഞായറാഴ്ചകളിലും നിരവധി സന്ദർശകർ സുവർണ്ണക്ഷേത്ര സന്ദർശനത്തിനൊപ്പം ബാബാ മഞ്ചിസാഹിബിലും ബാബാ അതൽറായ് സാഹിബ് ഗുരുദ്വാരയിലും പവിത്ര സന്ദർശനം നടത്തി സായൂജ്യമടയും. ഒട്ടുമിക്കപ്പേരും സ്വഗൃഹങ്ങളിൽനിന്നും കൊണ്ടുവരുന്ന ഫലമൂലാദികൾ ഇവിടെ കാണിക്കയായി അർപ്പിക്കുകയും ശേഷം പൊതു അടുക്കളയിലേക്കു മുതൽക്കൂട്ടുകയും ചെയ്യും. സുവർണ്ണക്ഷേത്രത്തിലേക്കുള്ള തീർത്ഥാടനം ഈ വിധത്തിലുള്ള മഹദ് ജീവിതങ്ങളുടെ ധന്യാവതാരങ്ങളെ ഓർമ്മയിലേക്കു വീണ്ടും കൊണ്ടുവരുന്നതിനും അതുവഴി സ്വയം വിമലീകരിക്കുന്നതിനും ഉപയുക്തമാക്കാറുമുണ്ട്, പലരും.

ദർശിനി ദിയോഢി

ശ്രീ അകാൽ തക്ത് സാഹിബ് മന്ദിരത്തിനു മുഖാമുഖമായി സ്ഥിതി ചെയ്യുന്ന രണ്ടുതട്ടുകളിലുള്ള മനോഹരമായ സൗധമാണ് ദർശിനി ദിയോഢി. തടാക മദ്ധ്യത്തിൽ ഹിരണ്മയഭംഗിയിൽ മരുവുന്ന ശ്രീ ഹരിമന്ദിർ സാഹിബിന്റെ ദൃശ്യം അകലെ കാണാനാകുംവിധം, അമൃതസേതുവുമായി ബന്ധിച്ചു നില്ക്കുന്ന വിശാലമായ പോർച്ച് ആണ്, ദർശിനി ദിയോഢിയുടെ താഴത്തെ നിലയിലെ ആകർഷണം. കവാടത്തിന്റെ വടക്കുഭാഗത്തായി കാണുന്ന അറയ്ക്കു സവിശേഷതയുണ്ട്. പകുതി ഭാഗം ഒറ്റ മുകൾ സീലിങ്ങും മറ്റേപകുതിയിൽ ഇരട്ട മുകൾ സീലിങ്ങുമായി നിലകൊള്ളുന്ന ഈ മുറി രണ്ടായി വിഭജിച്ചിട്ടുമുണ്ട്, താഴ് ഭാഗത്തുമാത്രം. പഴയ കാലത്ത് ശ്രീ ദർബാർ സാഹിബിന്റെ ഓഫീസായി ഈ മുറി ഉപയോഗിച്ചിരുന്നു. ഇപ്പോൾ ഈ അറയ്ക്കു ഗ്രന്ഥിസിങ്ങുകളുടെ തലവന്റെ ഓഫീസെന്ന പദവിയാണുള്ളത്. വിഭജിക്കപ്പെട്ടിരിക്കുന്ന മറുപാതിയിൽ ജതേദാരുടെയും അഖണ്ഡപതിയുടെയും ഓഫീസ് പ്രവർത്തിക്കുന്നു.

ദർശിനി ദിയോഢിയുടെ തെക്കുഭാഗത്ത് ഇടതുവശത്തായി പ്രസാദം വിതരണം ചെയ്യുന്നതിനായി പുരോഹിതന്മാർക്കിരിക്കുവാനുള്ള സൗകര്യമായി ചെറിയ താല്ക്കാലിക ഷെഡ്ഡുകൾ മനോഹരമായി ഒരുക്കിയിരിക്കുന്നു. അതിനും അപ്പുറത്തായി കാണുന്ന അറകളിൽ രണ്ടുതരം പല്ലക്കുകൾ സൂക്ഷിച്ചിരിക്കുന്നു. 'പാലകി' എന്നു ഭക്തർ വിശേഷിപ്പിക്കുന്ന വെള്ളിയിലും സ്വർണ്ണത്തിലും നിർമ്മിച്ചിട്ടുള്ള പല്ലക്കുകൾ പവിത്രമായ എതിരേല്പിനായിട്ടാണ് ഉപയോഗപ്പെടുത്തുന്നത്. ശ്രീ കോത്താസാഹിബിൽനിന്നും പ്രഭാതത്തിൽ ആരംഭിച്ച് ശ്രീഹരിമന്ദിർ സാഹിബിലേക്കെത്തുന്ന ഘോഷയാത്രയും രാത്രിയിൽ ശ്രീഹരിമന്ദിർ സാഹിബിൽനിന്നും

ശ്രീകോത്താസാഹിബു വരെയുള്ള ഘോഷയാത്രയും ആചാരപരമായി നടത്തുന്നതിന് ഈ 'പാലകി'കൾ ദിനംപ്രതി പുറത്തെടുക്കുന്നു. ഈ അറകളിൽ പട്ടുകൊണ്ടുള്ള മേൽക്കട്ടികൾ, മഞ്ചിസാഹിബ്, കുഷനുകൾ, ഉറുമാലുകൾ, പട്ടാംബരങ്ങൾ, മറ്റ് അലങ്കാരവസ്ത്രങ്ങൾ, പവിത്ര ശയ്യയെ അലങ്കരിക്കുന്ന വിശേഷ വസ്തുക്കൾ എന്നിവയും സൂക്ഷിച്ചിരിക്കുന്നു.

മുകൾനിലയിൽ നാം കാണുന്നത് വിശാലമായ ഒരു കലവറ ഹാളാണ്. 'തോഷ്ഖാന' എന്നറിയപ്പെടുന്ന കലവറയിൽ എല്ലാ വിലപിടിപ്പുള്ള വിശേഷവസ്തുക്കളും സൂക്ഷിക്കുവാൻ പ്രത്യേക സംവിധാനങ്ങളൊരുക്കിയിരിക്കുന്നു. പവിത്രമായ അലങ്കാരങ്ങളും പ്രദർശനവസ്തുക്കളും വളരെ വിശേഷപ്പെട്ടവയാകയാൽ കടുത്ത സുരക്ഷയും ഏർപ്പെടുത്തിയിട്ടുണ്ട് ഈ കലവറയ്ക്ക്. 'ജലോവ്' എന്നറിയപ്പെടുന്ന പവിത്രമായ അലങ്കാരപ്രദർശനം വളരെ പ്രധാനപ്പെട്ടതും അങ്ങേയറ്റം മൂല്യമുള്ളതുമാകയാൽ അത്രയേറെ സുരക്ഷ ആവശ്യപ്പെടുന്നുമുണ്ട്. ഈ കലവറയോളം സുരക്ഷ അർഹിക്കുന്ന മറ്റൊരിടം സുവർണ്ണക്ഷേത്രത്തിലില്ലെന്നതും സൂചിപ്പിക്കേണ്ടതുണ്ട്. പൊതുജനങ്ങൾക്കു പ്രവേശനമില്ലാത്ത കലവറഭാഗം അകലെനിന്നു സന്ദർശകർക്കു കാണാനാകുമെന്നുമാത്രം. ഉത്തരവാദപ്പെട്ടവർക്കു മാത്രം പ്രവേശനമനുവദിച്ചിട്ടുള്ള 'തോഷ്ഖാന' യിലേക്കുള്ള അന്യരുടെ സന്ദർശനാവസരങ്ങളും പ്രത്യേക സംവിധാനങ്ങളിലൂടെ തടഞ്ഞിട്ടുമുണ്ട്. സമ്പന്നരായ ഭക്തർ സുവർണ്ണ ക്ഷേത്രങ്ങളിലേക്കു സമർപ്പിക്കുന്ന വിലപിടിപ്പുള്ള അമൂല്യവസ്തുക്കളും സുരക്ഷിതമായി പിന്നീട് വന്നുചേരുന്നത് ഈ 'തോഷ്ഖാന'യിലേക്കാണെന്നതും ഇവിടെ ഓർക്കാം.

ശ്രീ അകാൽ തക്ത് സാഹിബിനു മുഖാമുഖമായുള്ള ദിയോധിയുടെ ഭാഗത്തു കാണുന്ന കമാനം സവിശേഷമായതാണ്. സ്വർണ്ണനിറമുള്ള പ്ലേറ്റുകളാൽ അലങ്കരിക്കപ്പെട്ട ആ കമാനം സ്വർണ്ണ അലുക്കുകൾകൊണ്ട് താഴ്ഭാഗം വരെ മോടിപിടിപ്പിച്ചിട്ടുമുണ്ട്. കമാനത്തിന്റെ വലതുഭാഗത്തെ ഉൾവശം ഗുർബാനിയിൽ ദിവ്യവചനങ്ങളുടെ രേഖപ്പെടുത്തലുകളാണെങ്കിൽ ഇടതുഭാഗത്ത് പ്രകൃതിഭംഗി നിറഞ്ഞ അലങ്കാരവേലകളാണുള്ളത്. ദർശിനി ദിയോധിയുടെ മുകൾനിലയിൽ ശ്രീ അകാൽ തക്ത് സാഹിബിലേക്കു തുറക്കുന്ന വാതായനം ചന്ദനത്തിൽ തീർത്തതും അതിന്മേൽ സുവർണ്ണപാളികളാൽ മിനുക്കുപണി നടത്തിയിട്ടുള്ളതായും കാണാം. ഇത് സുവർണ്ണക്ഷേത്രത്തിലെ പല വിലപിടിപ്പുള്ള നിർമ്മിതികൾക്കും കാരണഭൂതനായ മഹാരാജാ രഞ്ജിത് സിങ്ങിന്റെ കാലഘട്ടത്തിലേതാണെന്നുമറിയുക.

ദർശിനി ദിയോധിയുടെ അകത്തളത്തിൽ സ്വർണ്ണഖചിതമായ മേൽത്തട്ടിലെ കൊത്തുപണികൾ അവർണ്ണനീയമായ ദൃശ്യാനുഭവമാണ്. പതിനാറു ദളങ്ങളുള്ള മനോജ്ഞമായൊരു പുഷ്പമാണ് മേൽക്കട്ടിയിൽ വിരിയുന്നത്. ആ ദളങ്ങളിലെല്ലാം കൊത്തുപണികളുടെ വർണ്ണഭംഗി നിറയുമ്പോൾ മദ്ധ്യഭാഗത്ത് മറ്റൊരു ദൃശ്യവിസ്മയം വിരിഞ്ഞുവരും. സ്വർണ്ണ

'ദർശിനി ദിയോഢി'യിൽ

ത്തട്ടുകളുടെ ബാഹുല്യമുള്ള അൻപതു ദീപങ്ങൾ കത്തിനില്ക്കുന്ന തട്ടുവിളക്ക് മുകളിൽനിന്നു തൂങ്ങിക്കിടക്കുകയും എമ്പാടും പ്രഭപരത്തി ദർശിനി ദിയോഢിയുടെ ഉൾത്തടങ്ങളെ പ്രകാശമാനമാക്കുകയും ചെയ്യുന്നു. കമാനത്തിനുള്ളിലെ ഈ ദൃശ്യവിസ്മയം കണ്ടുനില്ക്കുന്ന സന്ദർശകർ വരാനിരിക്കുന്ന പുതുവിസ്മയങ്ങൾ ഏറ്റുവാങ്ങുവാൻ സ്വയം തയ്യാറെടുക്കും. കമാനഭിത്തികളിലെ ചിത്രപ്പണികൾക്കൊപ്പം കൂടുതൽ ദൃശ്യഭംഗി ഏകിക്കൊണ്ട് മേൽത്തട്ടിലെ സുവർണ്ണചാരുത നിലനില്ക്കുമ്പോൾ സുവർണ്ണക്ഷേത്രത്തിലേക്കുള്ള പടിപടിയായ തീർത്ഥ സഞ്ചാരത്തിനുള്ള ഒരുക്കങ്ങൾ ആരംഭിച്ചിട്ടുണ്ടാകും.

തിരക്കേറിയ ദിനങ്ങളാണ് വർഷത്തിലെ എല്ലാ ദിനങ്ങളുമെന്നതിനാൽ സുവർണ്ണക്ഷേത്രം അകലെ പവിത്ര തടാകമദ്ധ്യത്തിൽ കണ്ടുകൊണ്ട് കുറേയേറെ മണിക്കൂറുകൾ വരിനില്ക്കേണ്ടിവരുന്ന തീർത്ഥാടകർക്ക് ദർശിനി ദിയോഢിയിലെ കാഴ്ചകൾ വലിയ ആശ്വാസം തന്നെയാണ്. പഞ്ചാബിലെ പൂർവ്വികരായ കലാകാരന്മാർ സംഭാവന ചെയ്ത കൊത്തുവേലകൾ വിസ്മയത്തുമ്പത്തേക്കു കാഴ്ചക്കാരെയാകെ ഉയർത്തുമെന്നതിനാൽ സുവർണ്ണക്ഷേത്രത്തിലേക്കുള്ള അമൃതസേതുവിനിപ്പുറമുള്ള കാത്തുനില്പ് രസാവഹമായിത്തീരും. ഭംഗിയിൽ മാത്രമല്ല വൃത്തിയിലും സമാനതകളില്ലാത്ത ഇടമാണ് സുവർണ്ണക്ഷേത്രവും പരിസര പ്രദേശങ്ങളുമെന്നും ഇവിടെ കുറിക്കേണ്ടതുണ്ട്. എവിടെയും പൊടിപടലങ്ങളോ കടലാസു തുണ്ടുകളോ പ്ലാസ്റ്റിക് കഷണങ്ങളോ ഒന്നും ആർക്കും കണ്ടെത്താനാകുകയില്ല. കൈകാലുകൾ കഴുകി വൃത്തിയാക്കി സമുച്ചയത്തിൽ പ്രവേശിക്കുന്ന തീർത്ഥാടകർക്ക് ഒരിക്കലും വൃത്തിയുടെ കാര്യത്തിൽ ഇച്ഛാഭംഗം ഉണ്ടാകുകയില്ലെന്ന് സംഘാടകർ

ഉറപ്പാക്കുന്നു. സുവർണ്ണക്ഷേത്ര സമുച്ചയത്തിലെ ഓരോ ഇഞ്ചു സ്ഥലവും വൃത്തിയാക്കുന്നതിനു സന്നദ്ധരായി നിരവധി ആളുകൾ എപ്പോഴും ഉണ്ടാകും. ഇവരിൽ അവിടുത്തെ കർമ്മധീരരായ ഉദ്യോഗസ്ഥർ ആരാണ്, കർമ്മസേവകരായ തീർത്ഥാടകർ ആരാണ് എന്ന് ആർക്കും തിരിച്ചറിയാനാവുകയില്ല, അവരവർക്കല്ലാതെ. അത്രയധികം പരസ്പരബഹുമാനത്തോടെയും സഹവർത്തിത്വത്തോടെയും രാവും പകലും അനുസ്യൂതം നടക്കുന്ന ശുദ്ധീകരണ പ്രക്രിയ എല്ലാതലങ്ങളിലുമുണ്ട്.

തടാകത്തിലൂടെ ചെറുവള്ളങ്ങളിൽ സഞ്ചരിച്ച് ജലത്തിലെ പായൽ ഉൾപ്പെടെയുള്ള പൊടികളും മറ്റും വലകൊണ്ട് കോരിയെടുക്കുന്നവരെയും ഇടയ്ക്കിടെ കാണാം. അമൃതസേതുവിലേക്കു പ്രവേശിക്കുന്നതിനായി ദർശിനി ദിയോഡിയിൽ കാത്തു നില്ക്കുമ്പോൾ ചുറ്റിനുമുള്ള കാഴ്ചകൾ കൺമുന്നിൽ ഒന്നൊന്നായി തിരിഞ്ഞുവരും. ഇടയ്ക്കിടെ പ്രതീക്ഷയോടെ തടാകമദ്ധ്യത്തിൽ സൂര്യപ്രഭയിൽ വെട്ടിത്തിളങ്ങി നില്ക്കുന്ന ശ്രീഹരി മന്ദിർസാഹിബ് എന്ന സുവർണ്ണക്ഷേത്രം എല്ലാ സൗവ്വർണ്ണശോഭയും എമ്പാടും വാരിവിതറി പരിലസിക്കുന്നു. തൊട്ടടുത്തു നില്ക്കുന്ന സിഖ് ഭക്തനിൽനിന്നും *ഗുരുഗ്രന്ഥസാഹിബി*ലെ വരികൾ മന്ത്രണം പോലെ കേട്ടുതുടങ്ങുമ്പോൾ മുൻവരിയിൽനിന്നും ഭക്തർ പതുക്കെ നീങ്ങിത്തുടങ്ങിയെന്നു ബോദ്ധ്യമാകും. ചുറ്റുവട്ടത്തെ കാഴ്ചകളിൽനിന്നും കണ്ണും മനസ്സും പിൻവലിച്ച് അത്ഭുതങ്ങളുടെ പേടകമായി നിലകൊള്ളുന്ന സുവർണ്ണക്ഷേത്രത്തിലേക്കുള്ള പ്രയാണത്തിലേക്ക് പദമൂന്നാൻ തയ്യാറെടുക്കുമ്പോഴാണ് ക്യാമറകൾ ഓഫ് ചെയ്യാനും മൊബൈൽ ഫോണുകൾ നിശ്ശബ്ദമാക്കാനും മറ്റുമുള്ള നിർദ്ദേശങ്ങൾ വാളണ്ടിയർമാരായ സിഖ് പൊലീസുകാരിൽനിന്നും ഉയരുന്നത്. വളരെ സൗമ്യതയോടെയും ഭക്തിപാരവശ്യത്തിന് ഭംഗം വരുത്താതെയും ശരീര പരിശോധന ഉൾപ്പെടെയുള്ള സുരക്ഷാ കാര്യങ്ങൾ കൃത്യതയോടെ നടപ്പിലാക്കുന്ന സിഖ് നിയമപാലകരെ എത്ര അഭിനന്ദിച്ചാലും മതിവരുകയില്ല. നിശ്ശബ്ദമായ നീതിപരിപാലനത്തിനൊടുവിൽ പതുക്കെ മുന്നോട്ട്, അമൃത സേതുവിലേക്ക്.

അമൃതസേതു

ദർശിനി ദിയോഡിയിൽനിന്നും ശ്രീദർബാർ സാഹിബിലേക്കുള്ള ഇരുനൂറ്റി നാല്പത് അടി നീളമുള്ള തടാകത്തിലെ ചെറുപാലമാണ് അമൃതസേതു. പവിത്രമായ ഈ പാലത്തിന് ഇരുപത്തിയൊന്ന് അടി യാണു വീതി. ഇരുവശങ്ങളിലുമായി പത്തുവീതം ചെറിയ തൂണുകളും അവയ്ക്കു മുകളിൽ സ്വർണ്ണവർണ്ണത്തിലുള്ള ഗോപുരങ്ങളുമായി മനോ ഹരമായ ശില്പമായിട്ടാണ് അമൃതസേതുവിന്റെ നില്പ്. പവിത്രമായ ഈ പാലത്തിനു ചുവടെ 'സുരാഗ് ദു ശിയൻ' എന്നറിയപ്പെടുന്ന മുപ്പത്തി യെട്ട് സ്വർഗ്ഗവാതിലുകളും പണി ചെയ്തിട്ടുണ്ട്. ആദികാലം മുതൽ വള രെയേറെ പ്രത്യേകതകളുമായി ദിവ്യമായ തടാകത്തിൽ അതിശ്രേഷ്ഠ മായ ശ്രീഹരിമന്ദിർ സാഹിബിനെ പുറം ലോകവുമായി ബന്ധിപ്പിക്കുന്ന ഏകമാർഗ്ഗമായി സ്വർഗ്ഗകവാടങ്ങൾ പേറുന്ന അമൃതസേതു വിരാജിക്കു കയാണ്. തടാകമദ്ധ്യത്തിലെ സുവർണ്ണക്ഷേത്രത്തിലേക്ക് ലക്ഷക്കണ ക്കിനു സന്ദർശകരെ രാപ്പകൽ വ്യത്യാസമില്ലാതെ ആവാഹിക്കുന്ന അമൃ തസേതു വളരെ പ്രധാനപ്പെട്ട ഒരു തീർത്ഥാടക ദൗത്യമാണ് നിരന്തരം അനുഷ്ഠിച്ചുവരുന്നത്.

സിഖ് ഭരണകാലത്തും അതിനു ശേഷമുള്ള കുറെക്കാലങ്ങളിലും അമൃതസേതുവിന്റെ കെട്ടുംമട്ടും മറ്റൊരു വിധത്തിലായിരുന്നു. അക്കാ ലത്ത് പാലത്തിന്റെ ഇരുപുറങ്ങളിലും നാല് ചെറിയ ഗോപുരങ്ങളുമാണ് ഉണ്ടായിരുന്നത്. അവയാകട്ടെ മുകളിലും താഴെയും സ്വർണ്ണക്കുമിളക ളാലും ഗ്ലാസ് കട്ടിങ്ങുകളാലും അലങ്കരിക്കപ്പെട്ടിരുന്നു. 'ഗുരുപുരാബ്' ആഘോഷങ്ങളിലും മറ്റ് വിപുലമായ ഉത്സവങ്ങളിലും ഈ ഗോപുര ങ്ങൾക്കു മുകളിൽ മെഴുകുതിരികൾ കത്തിക്കുകയും വിളക്കുകളിൽ ദീപാ ലങ്കാരങ്ങൾ നടത്തുകയും ചെയ്തിരുന്നു. ഇപ്പോഴാകട്ടെ ഇരുവശങ്ങളി

സുവർണ്ണക്ഷേത്രവും അമൃതസരോവരവും

ലുമുള്ള ഗോപുരങ്ങളിൽ സ്ഥിരമായി പ്രകാശ സംവിധാനം ഒരുക്കുകയും രാത്രികാലങ്ങളിൽ ഭംഗിയേറിയ ദീപവിതാനത്താൽ അമൃതസേതുവിനെയാകെ പ്രകാശപൂരിതമാക്കുകയും ചെയ്യുന്നു, ദിനംതോറും. നടവഴിയിൽ മുഴുവൻ പച്ചക്കമ്പളം വിരിച്ച് തീർത്ഥാടകരുടെ പോക്കുവരവുകൾക്കായി ഇടയ്ക്ക് ഹാന്റ് റെയിലുകൾ തീർത്ത് ഭംഗിയുള്ള ഒരു അലങ്കാര വസ്തുവെന്ന പോലെ ഈ പവിത്രപാലത്തെ സംരക്ഷിക്കുന്ന സുവർണ്ണക്ഷേത്രാധികാരികളുടെ കലാബോധത്തെ അംഗീകരിക്കുകതന്നെ വേണം. ജലമദ്ധ്യത്തിലാണ് നിലകൊള്ളുന്നതെങ്കിലും സഹജമായ ഈർപ്പം കൊണ്ടുള്ള പ്രശ്നങ്ങളൊന്നും ബാധിക്കാതെ പാലത്തെയും ഇരുവശത്തെ സുവർണ്ണതൂണുകളെയും കാത്തുസൂക്ഷിക്കുന്നതു ക്ഷിപ്രസാദ്ധ്യമല്ലെന്നുമറിയുക. ജലം അമൃതസേതുവിനു താഴെ അപ്പുറത്തേക്കും ഇപ്പുറത്തേക്കും പോകുന്നതിനുള്ള ആഗമന നിർഗ്ഗമന സംവിധാനവും മാർബിൾ നെറ്റുകൊണ്ട് തയ്യാറാക്കിയിട്ടുണ്ട്, അഞ്ച് വാതായനങ്ങൾപോലെ. സമീപദർശനത്തിലും ദൂരക്കാഴ്ചയിലും മനോഹരമായ ഒരു നിർമ്മിതിയായിട്ടാണ് അമൃതസേതുവിനെ സന്ദർശകർക്കു തിരിച്ചറിയാനാകുന്നത്. ശ്രീഹരിഗോവിന്ദ് സാഹിബ് സന്ദർശിക്കുവാനെത്തുന്നവർക്ക് ഒരു പ്രത്യേക ആകർഷണമായി മാറുന്ന അമൃതസേതു അത്ഭുത മന്ദിരത്തിലേക്കുള്ള പ്രവേശനവഴി എന്ന നിലയിലും സവിശേഷപ്രാധാന്യം അർഹിക്കുന്നുണ്ട്.

സിഖ് സമൂഹത്തിനും വിവിധ ഘട്ടങ്ങളിലായി നിരവധി ആഘോഷവേളകളുണ്ട്. അവയിൽ പ്രധാനം ഗുരുപുരാബുകളും വീരയോദ്ധാ

ക്കളുടെ സമർപ്പണദിനങ്ങളും പവിത്രമഹല്ലാ, ഖൽസ നിർമ്മാണദിനം, ബൈസഘി, ദീവാളി എന്നിവയാണ്. വൈകാരികമായ ആഘോഷങ്ങളാണിവയെല്ലാം തന്നെ. എന്നാൽ ചില ആഘോഷങ്ങൾക്കു പിന്നിൽ ആഴമേറിയ ചരിത്രസംഭവങ്ങളുണ്ട്. മറ്റുചിലവയാകട്ടെ തികച്ചും ആത്മീയമായ സാർവ്വലൗകികാശയങ്ങളുടെ പിൻബലത്തിൽ നിലകൊള്ളുന്നവയുമാണ്. സിഖ് സംഘട്ടിന്റെ ചുമതലയാണ് ഇവയെല്ലാം കൃത്യതയോടെ ഉൾക്കൊണ്ട് അതാതിന്റെ പ്രാധാന്യത്തിനനുസരിച്ച് ആഘോഷിക്കുന്നത് എന്നുമറിയുക. ഇങ്ങനെയുള്ള ആഘോഷങ്ങളിൽ സിഖ് മതവുമായി നേർബന്ധമുള്ളവയും പൊതു ആഘോഷങ്ങളും ഉൾപ്പെടുന്നുമുണ്ട്. ശ്രീരാമചരിതവും ലക്ഷ്മീപൂജയും മറ്റു സിഖ് മതവിശ്വാസവുമായി എന്തെങ്കിലും തരത്തിൽ ബന്ധപ്പെടുന്നതല്ലെന്നതാണ് വസ്തുത. പക്ഷേ, ഭാരതത്തിലെ പൊതുസമൂഹം ആചരിക്കുന്നുവെന്നതിനാൽ ദീവാളി ആഘോഷം പൊടിപൂരമായി നടത്തുവാൻ സിഖ് സമൂഹം തയ്യാറാകുന്നു. സുവർണ്ണക്ഷേത്രം അതിന് വഴി തെളിക്കുകയും ചെയ്യുന്നു. എന്നാൽ അതേ അവസരത്തിൽ ആ ദിനത്തിന് സിഖ് ചരിത്രത്തിൽ മറ്റൊരർത്ഥത്തിൽ പ്രാധാന്യമുണ്ടുതാനും. ഗ്വാളിയാർ കോട്ടയിൽനിന്നും മോചിതനായി വിവിധ സ്ഥലങ്ങളിൽ താമസിച്ചിട്ട് ദീർഘദൂരം സഞ്ചരിച്ച് അമൃത്സറിലേക്ക് ആറാമത്തെ സിഖ്ഗുരു ശ്രീഹരിഗോവിന്ദ് സാഹിബ്ജി എത്തിച്ചേർന്ന ദിനമാണ് ചരിത്രപരമായി ദീപാവലിദിനം. അന്ന് അദ്ദേഹത്തെ അനേകം ദീപങ്ങൾ തെളിച്ചുവച്ചാണ് വിശ്വാസികൾ സ്വീകരിച്ചത്. ആ ചരിത്രമുഹൂർത്തത്തിന്റെ ഓർമ്മയ്ക്കായി എല്ലാവർഷവും ദീപാവലിനാൾ ഇരുട്ടിനെ അകറ്റി പ്രകാശത്തെ അമൃത്സറിലേക്ക് കൊണ്ടുവന്ന ഗുരുജിയുടെ വീരചരിത്രസ്മൃതിക്കു മുന്നിൽ ശിഖർ ദീപങ്ങൾ തെളിയിക്കുന്നു! എല്ലാ തരത്തിലുള്ള നിയന്ത്രണങ്ങളെയും നീക്കി സ്വാതന്ത്ര്യം നേടുന്ന ദിനം എന്നും അജ്ഞതയുടെ തമസ്സിനെ അകറ്റി ജ്ഞാനത്തിന്റെ പ്രകാശം ദീപ്തമാക്കുന്ന ദിവസം എന്നും ദീപാവലി ആഘോഷത്തെ സിഖ് ഗുരുക്കന്മാർ നിർവ്വചിക്കുകയും ആഘോഷിക്കുവാൻ പ്രചോദനമേകുകയും ചെയ്തത് ചരിത്രം.

അമൃത്സറിലെ ദീപാവലി ആഘോഷങ്ങൾ വൻജനാവലിയുടെ സാന്നിദ്ധ്യത്തിലാണ് ഡർബാർസാഹിബിൽ നടക്കാറുള്ളത്. സിഖ് സമൂഹത്തിന്റെയും സിഖ് പാരമ്പര്യത്തിന്റെയും ഏറ്റവും പവിത്രമായ കേന്ദ്രസ്ഥാനം എന്ന നിലയിൽ ആ സമൂഹമാകെ ഉറ്റുനോക്കുന്ന അമൃത്സറിലെ സുവർണ്ണക്ഷേത്രസമുച്ചയത്തിൽ ജ്ഞാനവിസ്ഫോടനത്തിന്റെ ദിനമായ ദീപാവലി ആഘോഷങ്ങളിൽ പങ്കെടുക്കുകയെന്നത് ഓരോ സിഖ് പണ്ഡിതന്റെയും സ്വപ്നമാണ്. പവിത്രമായ ഗുരുജ്ഞാനത്തിന്റെ പ്രവാഹ പ്രവേശികയായിട്ട് ദീപാവലി ആഘോഷങ്ങളെ കാണുമ്പോൾ അമൃത്സറിലെ ഏറ്റവും തിരക്കേറിയ ഒരു ഉത്സവവേളയായി ദീവാളി മാറുന്നു. തീരുന്നില്ല, ഗുരുപരമ്പരകളുടെ സംഗമവേദിയായ അമൃത്സറിലെ സുവർണ്ണക്ഷേത്രം ദീവാളി ദിനത്തിൽ പ്രകാശപൂരിതമായി സ്വർണ്ണ

ശോഭയോടെ തിളങ്ങി വിളങ്ങിനില്ക്കുമ്പോൾ ഓരോ വർഷവും ഈ പവിത്ര ആരാധനാലയവും അമൃത്സർ എന്ന പുണ്യഭൂമിയും സംരക്ഷിച്ചു പരിപാലിക്കുകയെന്നത് ഓരോ ശിഖന്റെയും ജന്മദൗത്യമാണെന്നവർ പ്രതിജ്ഞയെടുക്കുകയും ചെയ്യും. സ്വയം ചെയ്യുന്ന ഈ നിശ്ചയദാർഢ്യ കല്പന ഒരിക്കലും ലംഘിക്കുവാനുള്ളതല്ല നടപ്പിലാക്കുവാനുള്ളതാണെന്ന് ഓരോ സിഖുകാർക്കും അറിയുകയും ചെയ്യാം. അതാണ് സിഖ് സമൂഹത്തിന്റെ വിശ്വാസത്തെ സമർപ്പണത്തിന്റെയും പോരാട്ടവീര്യമാർന്ന ത്യാഗത്തിന്റെയും കിരീടമണിയിക്കുന്നതും.

അമൃതസേതുവിൽ നിന്നുകൊണ്ട് ദീപാലംകൃതമായ സുവർണ്ണക്ഷേത്രത്തെ കാണുന്നതുതന്നെ നിർവൃതിദായകമായ ഒരു ദർശനമായിത്തീരുന്നു. ഒന്നല്ല പല സുവർണ്ണക്ഷേത്രങ്ങളാണ് ദീപക്കാഴ്ചയിൽ കാണാനാകുന്നത്. തൊട്ടുമുന്നിൽ നിലകൊള്ളുന്ന ഒന്നാമത്തെ സുവർണ്ണബിംബം, അപ്പുറത്ത് ജലച്ഛായയിൽ രണ്ടാമത്തെ സുവർണ്ണബിംബം, ഇടതുവശത്തു മാത്രമല്ല വലതുഭാഗത്തും അതാ വീണ്ടുമൊരു സുവർണ്ണബിംബം. നിലാവുള്ള രാത്രികളിൽ ആകാശത്തും ദീപപ്രഭയുടെ ഛായ കാണാമെന്നതിനാൽ ദീപാവലി നാളിൽ അമൃതസേതുവിൽ നിലകൊള്ളുന്ന ഭക്തൻ വിസ്മയകരമായ സുവർണ്ണക്ഷേത്രദർശനത്തിൽ ആറാടുക തന്നെ ചെയ്യും. വിവിധങ്ങളായ ശ്രീഹരിമന്ദിർ സാഹിബിന്റെ രൂപങ്ങൾ ഭൂമിയിലും ജലത്തിലും ആകാശത്തിലും ഇതൊന്നുമല്ലാതെ മനക്കണ്ണിലും ഹൃദയദർശിനിയിലും കാണുന്ന ശിഖൻ ആ അസുലഭാനുഭവത്തിൽ സ്വയംമറന്ന് *ഗുരുഗ്രന്ഥസാഹിബി*ലെ പദങ്ങൾ ഉറക്കെ ഉരുവിട്ടുപോകും. താളനിബദ്ധമായി ഒഴുകിയെത്തുന്ന *ഗുരുഗ്രന്ഥസാഹിബി*ലെ ദിവ്യവചനങ്ങളുടെ മാസ്മരികതയിലേക്കിതാ അമൃതസേതുവിൽ നിന്നും ജനസഞ്ചയം സുവർണ്ണക്ഷേത്രത്തിലേക്കു പ്രവേശിക്കുകയാണ്. അഭൗമികമായ മറ്റൊരു ലോകത്തേക്കുള്ള അനിതര സാധാരണമായ ഒരു ദിവ്യാരോഹണം! ഇതാ ശ്രീഹരിമന്ദിർ സാഹിബ്!

സുവർണ്ണക്ഷേത്രം

ആകാശനീലിമ ആവാഹിച്ചെടുത്ത നീലത്തടാകമദ്ധ്യത്തിൽ സ്വർണ്ണഹംസത്തെപ്പോലെ ഹിരണ്മയബിംബമായി സുവർണ്ണക്ഷേത്രം പ്രത്യക്ഷമാകുന്നു. മനോജ്ഞമായ കമാനങ്ങളും മനം കവരുന്ന ശില്പ ഭംഗിയും സ്വർഗ്ഗസമാനമായ ആന്തരിക സൗന്ദര്യവും പൊന്നുരുകി ഗോപുരമായി മാറുന്ന അലൗകിക നിർമ്മാണകുശലതയും സമഞ്ജസമായി സമ്മിളിതമായിരിക്കുന്ന പൂർണ്ണതയാർന്ന പീതദേവാലയം. പുറം മോടിയുടെ പെരുമയും ആ വിതാനങ്ങളുടെ ആലക്തിക ശോഭയും ഒത്തുചേർന്ന അനന്യമായ ക്ഷേത്രസങ്കല്പ സൗകുമാര്യം ദാർശികപ്രൗഢിയോടെ അമൃതപുളിനത്തിൽ മരുവുന്നു.

ശ്രീഹരിമന്ദിർസാഹിബ് എന്ന സുവർണ്ണക്ഷേത്രം സിഖ് സമൂഹത്തിന്റെ വിശ്വാസ സംഹിതയുടെ കേന്ദ്രബിന്ദുവായി അമൃത സരോവര മദ്ധ്യത്തിൽ സ്ഥിതി ചെയ്യുമ്പോൾ സർവ്വമതസ്ഥർക്കും അവിടം സ്വീകാര്യമാകുന്നു. അമൃത തടാകത്തിലെ കുഞ്ഞോളങ്ങളുടെ ജലതരംഗദ്ധ്വനിയിൽ ശ്രീഹരിമന്ദിർ സാഹിബിൽനിന്നും ഉയരുന്ന പ്രാർത്ഥനകളുടെ മന്ത്രണസ്വനം ഭക്തിയുടെ സുഗന്ധമാണ് പ്രസരിപ്പിക്കുന്നത്. സുവർണ്ണക്ഷേത്രകവാടത്തിനുള്ളിൽ പദമൂന്നുന്ന ഭക്തൻ പവിത്രഗുരുക്കന്മാരുടെ പരിലാളനത്താൽ ദിവ്യമാക്കപ്പെട്ട ഒരു മഹദ് മന്ദിരസ്പർശമാണ് അനുഭവിക്കുക. ജാതിയുടെയും മതത്തിന്റെയും വർണ്ണത്തിന്റെയും ഭാഷയുടെയും പ്രാദേശികതയുടെയും അതിർവരമ്പുകൾ അപ്രത്യക്ഷമാവുകയും മനോഹാരിതയുടെയും സംഗീതത്തിന്റെയും സമാധാനത്തിന്റെയും ഭക്തിയുടെയും സാന്ത്വനസുഖമേകുന്ന അഭൗമിക അന്തരീക്ഷത്തിലേക്ക് സന്ദർശകൻ ഉയർത്തപ്പെടുന്നു. ഏതു മതത്തിൽ ജനിച്ചുവളർന്നവർക്കും ഏതുവിശ്വാസപ്രമാണങ്ങളിൽ ജീവിച്ചു വന്നവർക്കും പ്രവേശനമുള്ള

സുവർണ്ണക്ഷേത്രം

സുവർണ്ണക്ഷേത്രത്തിൽ ഏതെങ്കിലുമൊരു ആരാധനാ സമ്പ്രദായം അവലംബിക്കണമെന്നോ നിശ്ചിതമായ രീതിയിൽ പ്രാർത്ഥന നടത്തണമെന്നോ യാതൊരു നിബന്ധനകളും വെക്കുന്നില്ലെന്നതിനാൽ വിശ്വമാനവ ചിന്തയുടെ പവിത്രമന്ദിരമായാണ് ലോകസമക്ഷം ശ്രീഹരിമന്ദിർസാഹിബ് സ്വയം അടയാളപ്പെടുത്തുന്നത്. ശിരസ്സു മറയ്ക്കുക, സ്വയം ശുദ്ധി വരുത്തുക എന്നിവയൊഴിച്ചാൽ മറ്റൊരു സമ്പ്രദായത്തെയും അവലംബിക്കേണ്ടതില്ലെന്നതിനാൽ സുവർണ്ണക്ഷേത്രദർശനം ഒരു സിഖ്മതദേവാലയ ദർശനമായല്ല സർവ്വമതസാരസമ്മിളിതമായ ഒരു പുണ്യകേന്ദ്ര സന്ദർശനമായി മാത്രമേ അനുഭവപ്പെടേണ്ടതുള്ളൂ.

മനുഷ്യസ്നേഹം, പരസ്പര വിശ്വാസം, ദൈവികമായ ഏകതാഭാവം, തുല്യതാബോധം, ആന്തരിക വിശുദ്ധി എന്നിങ്ങനെയുള്ള അനന്യതകൾ സമ്യക്കായി ഒത്തുചേരുന്ന ഇടമായി ശ്രീഹരിമന്ദിർസാഹിബിനെ വിലയിരുത്താം. ഈ ക്ഷേത്രസമുച്ചയം സിഖ് സമൂഹത്തിന് സ്വന്തം ഭക്തികേന്ദ്രം മാത്രമല്ല ആത്മവിശ്വാസത്തിന്റെയും അഭിമാനത്തിന്റെയും പാരമ്പര്യത്തിന്റെയും ഈടുറ്റ ചരിത്രസ്മൃതികളുടെയും അപരമത ആദരവിന്റെയും അന്യൂനമായ സാമൂഹിക സ്വത്വദർശനത്തിന്റെയും പര്യായം കൂടിയാണ്. ശ്രീഹരി മന്ദിർസാഹിബ് ഉയർത്തിപ്പിടിക്കുന്ന തത്ത്വത്തിന്റെയും ചരിത്രത്തിന്റെയും മഹനീയതയിലൂന്നുന്ന മതം, സമൂഹം, രാഷ്ട്രീയം, മാനവികത എന്നിവ ഇടകലർന്ന സ്വത്വമാണ് സിഖ് സമൂഹത്തിന് കാലം വച്ചുനീട്ടുന്നത്. അഞ്ചാം ഗുരുവായ ശ്രീ ഗുരുഅർജ്ജുൻ ദേവ്ജിയാൽ വിരചിതമായ തത്ത്വവും രൂപവുമാണ് ശ്രീ ഹരിഗോവിന്ദ്

സാഹിബിനെ യാഥാർത്ഥ്യമാക്കിയത്. പവിത്രമായ ബാനിയിൽ ഗുരു രേഖീയമാക്കിയതെന്തോ അതാണ് സുവർണ്ണക്ഷേത്രമായി രൂപം പ്രാപിച്ചത്. ക്ഷേത്രത്തെ സംബന്ധിച്ച മാതൃകാദേവാലയസങ്കല്പമാണ് മതാതീതമായി ഇങ്ങനെ നടപ്പിലാക്കിയത്. ശ്രീഹരിമന്ദിർസാഹിബ് വിശുദ്ധ പാരമ്പര്യത്തിന്റെ ചരിത്രബിംബമാകുമ്പോൾത്തന്നെ ആത്മാന്വേഷണത്തിലെ തിരിച്ചറിവു കൂടിയാകുന്നു.

അമൃതസരോവരത്തിന്റെ ഖനനവഴി തുറക്കുന്നത് 1577 ൽ ഗുരു അമർദാസ് ജിയുടെ അനുഗ്രഹാശ്ശിസുകളോടെ ഗുരു രാംദാസ്ജി ആണ്. 1588 ൽ അമൃത തടാകത്തിന്റെ വശങ്ങൾ സിമന്റു ചെയ്ത് ബലപ്പെടുത്തുവാൻ ശ്രീഗുരു അർജ്ജുൻദേവ്ജി മുൻകൈയെടുത്തു. സമാഖത് 1645 മാഘമാസം ഒന്നാം തീയതി അതായത് ഇംഗ്ലീഷ് വർഷം 1588 ഡിസംബർ 15 ന് ശ്രീഗുരുഅർജ്ജുൻദേവ്ജിയുടെ മുഖ്യകാർമ്മികത്വത്തിൽ നിർമ്മാണം ആരംഭിച്ച ശ്രീഹരിമന്ദിർ സാഹിബ് എന്ന സുവർണ്ണക്ഷേത്രത്തിന്റെ ശ്രീകോവിൽ സമാനമായ ഉള്ളറയിൽ പവിത്രമായി ആവാഹിക്കുന്നത് ശ്രീ ഗുരുഗ്രന്ഥസാഹിബ് ആണ്. സമാഖത്ത് 1661 ബാദൻ സുദി ഒന്നിന് *ശ്രീഗുരുഗ്രന്ഥസാഹിബി*ന്റെ ഏകോപനവും വ്യാഖ്യാനവും നിർവ്വഹിക്കുകയെന്ന പവിത്ര കർമ്മം ശ്രീഗുരുഅർജ്ജുൻദേവ്ജി ആരംഭിക്കുകയുണ്ടായി. അതിനെത്തുടർന്ന് ശ്രീഹരിമന്ദിർ സാഹിബിൽ അംഗീകരിക്കപ്പെട്ട ഗുരുധർമ്മ 'മര്യാദ' നടപ്പിലാക്കുകയും ചെയ്തു. *ഗുരുഗ്രന്ഥസാഹിബ്* വിശുദ്ധിയോടെയും ഭക്തിയോടെയും തുടർച്ചയായി പാരായണം ചെയ്യുകയും ഓരോരുത്തർക്കും തുല്യതയോടെ അവകാശപ്പെട്ട 'ഗുർബാനി' നിരന്തരം ആലാപനം ചെയ്യുകയുമാണ് ഗുരുധർമ്മമനുസരിച്ചുള്ള 'മര്യാദ' ചടങ്ങുകൾ. ശ്രീഹരിമന്ദിർസാഹിബിലെ പ്രഥമ ഗ്രന്ഥിയുടെ സ്ഥാനത്തേക്ക് നിഷ്കാമകർമ്മിയും പരമഭക്തനുമായ സാത്വിക പണ്ഡിതൻ ബാബാബുദ്ധാജി നിയമിതനുമായി. ഇന്നും രാപകൽ വ്യത്യാസമില്ലാതെ ഗ്രന്ഥപാരായണം വിശുദ്ധിയോടെ ശ്രീഹരിമന്ദിർ സാഹിബിൽ നടന്നുകൊണ്ടേയിരിക്കുന്നു, അനുസ്യൂതം.

ശ്രീഹരിമന്ദിർ സാഹിബിന്റെ ആദ്യത്തെ രൂപനിർമ്മിതി തന്നെ സവിശേഷവും അഭൗമികസൗന്ദര്യതലം സൃഷ്ടിക്കുന്നതുമാണ്. അമൃതസരോവരത്തിൽ നടുവിൽ ഇതര ഭൂഭാഗങ്ങളുടെ തിരശ്ചീനതലത്തിൽ നിന്നു താഴെയായി പടുത്തുയർത്തിയ ശ്രീഹരിമന്ദിർ സാഹിബ് അതിന്റെ ഭൗതികസാന്നിദ്ധ്യം തന്നെ വിനയത്തിന്റെയും എളിമയുടെയും കേദാരമാക്കി മാറ്റുകയാണ്. ശ്രീഹരിമന്ദിർ സാഹിബിന് നാലുഭാഗത്തേക്കും തുറക്കാവുന്ന നാലുവാതിലുകളാണുള്ളത്. ഇതുതന്നെ സൗഭാത്രത്തിന്റെ ഏറ്റവും ഉദാത്ത സന്ദേശം ഉയർത്തി നാലു ദിക്കുകളിൽ നിന്നുമെത്തുന്ന ഏതു വിഭാഗത്തിൽപ്പെട്ടവരെയും ഒരുപോലെ സ്വീകരിക്കുവാൻ തക്ക വിധം ലോകവീക്ഷണത്തെ പ്രഫുല്ലമാക്കുന്ന സമത്വദർശനം പ്രഖ്യാപിക്കുന്നു.

അമൃത്സറിൽനിന്നും ശ്രീഗുരുഹർഗോവിന്ദ്സിങ്ജി കിരാത്പൂരി

ലേക്ക് പോയവേളയിൽ ശ്രീഹരിമന്ദിർ സാഹിബിന്റെ പരിപാലന ചുമതല പ്രീതിചന്ദ്, മെഹർബാൻ, ഹരിജി എന്നിവരിൽ നിക്ഷിപ്തമായി. എന്നാൽ ഖൽസ രൂപീകരിച്ചശേഷം ഗുരുഗോവിന്ദ്സിങ് ജി അമൃത്സറിലേക്ക് ശ്രീഹരിമന്ദിർ സാഹിബിന്റെ കൃത്യമായ പരിപാലനത്തിനു മാത്രമായി ഭായി മാനിസിങ്ങിനെ നിയോഗിക്കുകയുണ്ടായി. സിഖ് പോരാട്ടങ്ങളുടെ നാളുകളിൽ ശ്രീഹരിമന്ദിർസാഹിബിന്റെ യശസ്സും സ്വീകാര്യതയും സമൃദ്ധിയുമൊക്കെ മോശമാക്കാനുള്ള ശ്രമങ്ങൾ തുടരെയുണ്ടായിക്കൊണ്ടിരുന്നു. എന്നാൽ രൺജിത് സിങ്ങിന്റെ ഭരണകാലത്ത് ശ്രീഹരിമന്ദിർ സാഹിബിന്റെ നിർമ്മാണത്തിനും മോടിയാക്കലിനും പ്രത്യേക പദ്ധതി തന്നെ ആവിഷ്കരിക്കുകയുണ്ടായി. ഖൽസാ സർക്കാർ കെട്ടിടമാകെ ഗിൽറ്റിട്ട് ഭംഗിയാക്കുകയും മാർബിൾ കൊണ്ട് നിലമാകെ വെടിപ്പുള്ളതാക്കുകയും ചെയ്തു. സ്വർണ്ണപ്പാളികളാൽ ക്ഷേത്രത്തിന്റെ പുറംചുവരുകൾ പാകി തിളക്കമുള്ളതാക്കിയതോടെ ശ്രീഹരിമന്ദിർ സാഹിബിന് 'സുവർണ്ണക്ഷേത്രം' എന്ന അപരനാമധേയമുണ്ടായി. ഒപ്പം ലോകമാകെ 'ഗോൾഡൻ ടെമ്പിൾ' എന്ന നിലയിൽ പ്രശസ്തവുമായി. ദീർഘകാലം മഹന്തുക്കളുടെ നിയന്ത്രണത്തിലായിരുന്ന ശ്രീഹരിമന്ദിർ സാഹിബ് 1920 മുതൽ ശിരോമണി ഗുരുദ്വാർ പ്രബന്ധക് കമ്മിറ്റിയുടെ ചുമതലയായിത്തീർന്നു. ഗുരുപാന്ഥിന്റെ അനുഗ്രഹത്തോടെ പ്രവൃത്തിക്കുന്ന കമ്മിറ്റി നിസ്വാർത്ഥസേവനത്തിലൂടെയാണ് ക്ഷേത്രത്തിലെ മുഴുവൻ പ്രവർത്തികളും നിർവ്വഹിക്കുന്നത്. ഒരുപക്ഷേ, ലോകത്തെ ഏറ്റവും ബൃഹത്തായ സേവന മാതൃകയുമായിരിക്കും സുവർണ്ണക്ഷേത്രസമുച്ചയവും ഒപ്പമുള്ള വിപുലമായ സംവിധാനങ്ങളും.

സുവർണ്ണശോഭയോടെ പരിലസിക്കുന്ന ക്ഷേത്രത്തിനുള്ളിലേക്കു പ്രവേശിക്കുന്ന സന്ദർശകർ ഇടനാഴിയിലൂടെ കടന്നെത്തുന്നത് പവിത്രമായി അലങ്കരിച്ചിട്ടുള്ള അകത്തെ അറയിലേക്കാണ്. അഭൗമികമായ ഒരു ലോകത്തേക്കു ചെന്നു പെട്ടപോലെ ഭക്തിനിർഭരമായി *ഗുരുഗ്രന്ഥസാഹിബ്* പാരായണം ചെയ്യുന്ന നിരന്നിരിക്കുന്ന ഗ്രന്ഥികൾക്കു മേൽ സുഗന്ധവാഹിനിയായ ധൂമം പരക്കുന്നു. മറുവശത്ത് അലങ്കരിച്ച തലയിണ കുഷനുകൾക്കുമേൽ പട്ടിൽപ്പൊതിഞ്ഞ പവിത്രമായ *ഗുരുഗ്രന്ഥസാഹിബ്*. വിശേഷപ്പെട്ട ചന്ദനതൈലം പുരട്ടിയ വെഞ്ചാമരങ്ങളാൽ ഗ്രന്ഥസാഹിബിന്റെ പാർശ്വങ്ങളിൽ ഭക്തിപൂർവ്വം വീശുന്ന ഗ്രന്ഥികൾ. ഇപ്പുറത്ത് വശങ്ങളിലായി കീർത്തനാലാപനത്തിൽ മുഴുകിയിരിക്കുന്ന വിവിധ നിറങ്ങളിലെ തലപ്പാവുകളണിഞ്ഞവർ... ഭക്തിയുടെ അസുലഭനിമിഷങ്ങളിൽ അവിസ്മരണീയാനുഭവത്തിലൂടെ സന്ദർശകർ മുന്നോട്ടു നീങ്ങുന്നു, പരിശുദ്ധമാക്കപ്പെട്ട മനസ്സുകളുമായി.

ശ്രീ ഗുരു ഗ്രന്ഥസാഹിബ്

കടുംനീല അലുക്കുകൾ പിടിപ്പിച്ച മഞ്ഞ നിറത്തിൽ വർണ്ണപുഷ്പങ്ങൾ നെയ്തുചേർത്ത മനോഹരമായ തിളങ്ങുന്ന മേൽക്കട്ടിയിലേക്ക് വിവിധ ഭാഗങ്ങളിൽനിന്നും പ്രകാശവർഷം! ചുറ്റും സുവർണ്ണശോഭയോടെയുള്ള അകവിതാനം! താഴെ തൂവെള്ള മണ്ഡപത്തിൽ പട്ടുവിരിയിട്ട ധവളമണിമണ്ഡപത്തിനു മുകളിൽ കുഷനുകൾക്കു മീതെ അലങ്കാരപ്പണിചെയ്ത പട്ടിനുമേൽ പവിത്രമായ *ഗുരുഗ്രന്ഥസാഹിബ്* പ്രതിഷ്ഠിച്ചിരിക്കുന്നു. ഏറ്റവും മുതിർന്ന ഗ്രന്ഥി തൊട്ടുപിന്നിലായി ഉപവിഷ്ടനായിരിക്കുന്നു. നവനീതം പോലെ വെളുത്തു നീണ്ട താടിരോമങ്ങൾ ഇളകി മർമ്മരമായി ആ ചുണ്ടുകൾ ഗുരുനാനാക്ക് എന്ന ദിവ്യപുരുഷൻ മാനവകുലത്തിനു പ്രദാനംചെയ്ത വചനങ്ങൾ രേഖപ്പെടുത്തിയ *ഗുരുഗ്രന്ഥസാഹിബി*ലെ തിരുവെഴുത്തുകൾ സ്മൃതിയിൽനിന്നും ചൊല്ലിക്കൊണ്ടിരിക്കുന്നു– “ഇഹ് ജഗ് സചേഹേ കി ഹൈ, കോത്രി സച്ചേഹേ കാ വിച്ച് വാസ്”– ഈ ലോകം ദൈവത്തിന്റെ താവളമാകുമ്പോൾ അതിൽ ശരിയായുള്ളവൻ സ്വച്ഛതയോടെ വസിക്കുന്നു. ‘വിച്ച് ദുനിയാ സേവ് കമായിയേ, താൻ ദാർഗേഹ് ബെയ്സൻ പേയേ’ – ഈ ഭൂമണ്ഡലത്തിൽ നമുക്ക് സേവനം ചെയ്യാം. അങ്ങനെ ദൈവത്തിന്റെ സഭയിൽ ഒരു ഇരിപ്പിടം തേടാം. ഇരുവശവും മേൽക്കട്ടിയിൽനിന്നും താഴേക്കു നിവർന്നു തൂങ്ങുന്ന മഞ്ഞച്ചേലപോലുള്ള തുകിൽവിശറിയെ മുന്നോട്ടും പിന്നോട്ടും ആട്ടിക്കൊണ്ട് മഞ്ഞവസ്ത്രവും കാവിഷാളും നീലതലപ്പാവുമണിഞ്ഞ രണ്ട് ശിഖന്മാർ ഇടതുവലതു ഭാഗങ്ങളിലായി നിന്ന് *ഗുരുഗ്രന്ഥസാഹിബി*ലേക്ക് വെഞ്ചാമരം വീശുന്നു. ഇടതുഭാഗത്ത് പ്രത്യേകം ഒരുക്കിയ സ്ഥലത്ത് ഗ്രന്ഥം പാരായണം ചെയ്യുന്ന ഗ്രന്ഥികളായ പണ്ഡിതർ ഉപവിഷ്ടരായിരിക്കുന്നു. മറുഭാഗത്ത് നീലയും പച്ചയും മഞ്ഞയും വെള്ളയും

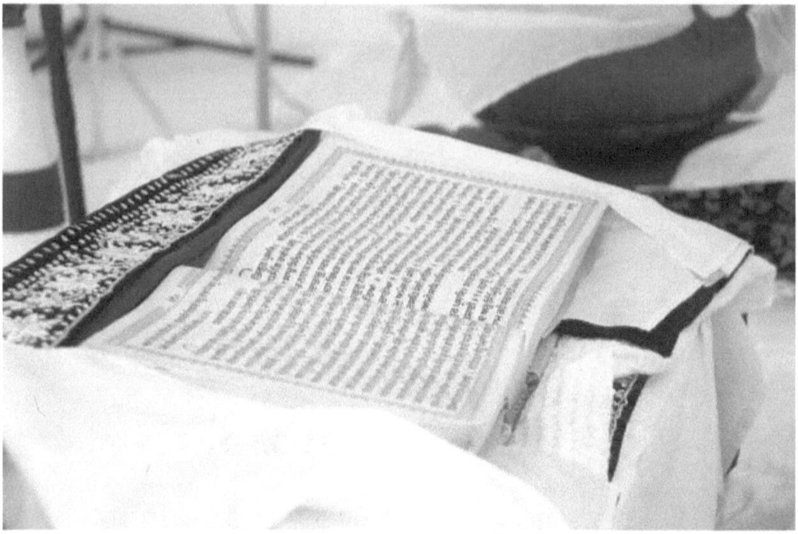

ഗുരുഗ്രന്ഥസാഹിബ്

തലപ്പാവണിഞ്ഞ പണ്ഡിതരായ ഗായകർ കീർത്തനം ശ്രുതിമധുരമായി കീഴ്സ്ഥായിയിൽ ആലാപനം ചെയ്യുന്നു. തബലയുടെയും ഹാർമ്മോണിയത്തിന്റെയും ഓട്ടുമണിയുടെയും നേർത്ത അകമ്പടിയും ഒപ്പമുണ്ട്. മന്ത്രോച്ചാരണവും വെഞ്ചാമരത്തിന്റെ മാരുതശബ്ദവും കീർത്തനത്തിന്റെ ആലാപനശ്രുതിയും സുഗന്ധധൂമസാന്നിദ്ധ്യവും എമ്പാടും നിറയുമ്പോൾ സുവർണ്ണ ക്ഷേത്ര ശ്രീകോവിലിൽ ഭക്തൻ സ്വർഗ്ഗസ്ഥനാകും!

അത്യപൂർവ്വമായ വിലയേറിയ നിരവധി കാഴ്ചവസ്തുക്കൾ സുവർണ്ണക്ഷേത്രത്തിൽ ഭക്തർ കാലാകാലങ്ങളിൽ സമർപ്പിച്ചിട്ടുണ്ട്. കാണിക്കയായി സമർപ്പിക്കപ്പെട്ടിട്ടുള്ള ഇവ മിക്കതും സ്വർണ്ണത്തിൽ നിർമ്മിച്ചവയാണ്. ഏറ്റവുമധികം കാണിക്കവസ്തുക്കൾ ഇങ്ങനെ സമർപ്പിച്ചത് മഹാരാജാ രൺജിത് സിങ് ആണ്. ഏത് മഹനീയ വസ്തുക്കളും രാജാവിന്റെ ശ്രദ്ധയിൽപ്പെട്ടാൽ അത് ഉടൻതന്നെ ശ്രീഹരിമന്ദിർസാഹിബിൽ സൂക്ഷിക്കുകയാണ് ഉത്തമം എന്നു തീരുമാനിക്കാറുള്ള രൺജിത് സിങ് ഉത്തരവ് ഉടൻ നടപ്പിലാക്കുകയും ചെയ്യും. അങ്ങനെ സുവർണ്ണ ക്ഷേത്രത്തിന്റെ കലവറയിൽ എണ്ണിയാൽ തീരാത്ത കാഴ്ചവസ്തുക്കൾ നിരനിരയായി എത്തിച്ചേർന്നിട്ടുണ്ട്. ഇവ സ്ഥിരമായി 'തോഷ്ഖാന'യിൽ സൂക്ഷിക്കുകയും വിശേഷദിനങ്ങളിൽ ക്ഷേത്രത്തിൽ പ്രദർശിപ്പിക്കുകയും ചെയ്യും. ഗുരുപൂർവ ദിനങ്ങളിലാണ് സാധാരണയായി ഈ അപൂർവ്വ കാഴ്ചവസ്തുക്കൾ ശ്രീഹരിമന്ദിർ സാഹിബിലെ സാച്ച്ഖണ്ഡിൽ വിശാലമായ ഇടത്ത് പ്രദർശിപ്പിക്കാറുള്ളത്. ഒന്നാം ഗുരുവിന്റെ പ്രകാശഗുരുപൂർബ്ബദിനം, നാലാം ഗുരുവിന്റെ പ്രകാശ ഗുരു പൂർബ്ബദിനം, ആറാം ഗുരു

വിന്റെ ഗുരുഗാർദ്ദി ദിനം, ഒൻപതാം ഗുരുവിന്റെ പ്രകാശഗുരുപൂർബ്ബദിനം. പത്താം ഗുരുവിന്റെ പ്രകാശഗുരുപൂർബ്ബ ദിനം, ഗുരുഗ്രന്ഥസാഹിബ്ജി യുടെ ഒന്നാം പ്രകാശഗുരുപൂർബ്ബദിനം എന്നിവയാണ് കാഴ്ചവസ്തുക്കൾ പ്രദർശിപ്പിക്കുവാനായി തെരഞ്ഞെടുത്തിട്ടുള്ള സവിശേഷ പവിത്ര ദിന ങ്ങൾ.

വിവിധതരം സ്വർണ്ണത്തളികകൾ, പുഷ്പങ്ങൾ സൂക്ഷിക്കുവാനുള്ള താലങ്ങൾ, സ്വർണ്ണ ഫ്ളവർവേസുകൾ, സ്വർണ്ണനാണയങ്ങൾ, സ്വർണ്ണ ത്തിൽ തീർത്ത മൺവെട്ടികൾ, മണ്ണ് കോരിയെടുത്ത് ഒരിടത്തുനിന്നും മറ്റൊരിടത്തേക്ക് വഹിച്ചുകൊണ്ടുപോകുന്നതിനായി ഉപയോഗിക്കുന്ന ചട്ടി കളുടെ സ്വർണ്ണത്തിൽ തീർത്ത പകർപ്പുകൾ എന്നിങ്ങനെ 'കർസേവ' യിൽ അമൃതസരോവരം വൃത്തിയാക്കുവാൻ ഉപയോഗിക്കാറുള്ള ഉപക രണങ്ങളുടെ സുവർണ്ണമാതൃകകളും ഈ കാഴ്ചവസ്തുക്കളിൽ ഉൾപ്പെ ടുന്നു. വിളക്കുകളും പൂജാവസ്തുക്കളുമൊക്കെ സർവ്വസാധാരണ കാണി ക്കവസ്തുക്കളായി എപ്പോഴും ലഭിക്കാറുമുണ്ട്.

ശ്രീഹരിമന്ദിർ സാഹിബിന്റെ സ്ഥാപകനായ ശ്രീ അർജ്ജുൻ സിങ്ജി, സിഖ് ഗുരു പരമ്പരയിലെ അഞ്ചാമനാണ്. ഭാരതത്തിലെ മറ്റ് ദേവാലയങ്ങളിൽനിന്നും വ്യത്യസ്തമായി ഏക വാതിലിനുപകരം നാലു ദിക്കുകളിലേക്കും തുറക്കുന്ന നാലുവാതിലുകളുമായി വിശാലമായ അർത്ഥത്തിലാണ് ഗുരു അർജ്ജുൻസിങ്ജി സിഖ് ദേവാലയത്തെ രൂപ കല്പന ചെയ്തത്. ഹിന്ദുക്കൾക്കും മുസൽമാന്മാർക്കും പ്രിയങ്കരനായി രുന്ന ശ്രീഗുരുനാനാക്ക് ജിയെന്ന സിഖ് വിശ്വാസസ്ഥാപകനെപ്പോലെ തന്നെ സർവ്വമതങ്ങൾക്കും പ്രിയപ്പെട്ട പുണ്യാത്മവായിരുന്നു ശ്രീ അർജ്ജുൻസിങ്ജിയും. തന്റെ മുൻഗാമികളായ ഗുരുക്കന്മാർ, ഉരുവിട്ട പാഠ ങ്ങൾ സ്വീകരിച്ചുകൊണ്ട് ശ്രീഗുരു അർജ്ജുൻസിങ് ജി തയ്യാറാക്കിയ വിശുദ്ധ വചനങ്ങളാണ് 1604 ൽ സിഖ്മതത്തിന്റെ *ബൈബിൾ* എന്നു വിശ്വസിക്കപ്പെടുന്ന *ശ്രീഗുരുഗ്രന്ഥസാഹിബിൽ* രേഖപ്പെടുത്തിയിട്ടുള്ള ത്. ശ്രീ ഗുരുരാമദാസ്ജിയുടെ വിയോഗമുണ്ടായ 1581 ൽ അഞ്ചാം ഗുരു വായി സിഖ് സമൂഹത്തിന്റെ ആദ്ധ്യാത്മിക ഗുരുവായി ചുമതലയേറ്റ് ശ്രീഗുരു അർജ്ജുൻദേവ് ജി 1606 ൽ രക്തസാക്ഷിത്വം വരിക്കുംവരെ *ഗുരുഗ്രന്ഥസാഹിബി*ന്റെ പ്രചാരണത്തിലും സത്യധർമ്മങ്ങളുടെ സംസ്ഥാ പനത്തിലും ശ്രദ്ധ വച്ചുകൊണ്ട് സമത്വബോധമുള്ള ഒരു സമൂഹത്തെ കെട്ടിപ്പടുക്കുവാൻ നിരന്തര പ്രവർത്തനങ്ങൾ മുഴുകി. അക്കാലയളവിൽ രചിച്ച *ഗുരുഗ്രന്ഥസാഹിബിന്റെ* ആദ്യപ്രതി യാതൊരു മാറ്റവും കൂടാതെ ഇന്നും ദിവ്യമായ കൈയെഴുത്തുപ്രതിയായി പാകിസ്ഥാനിലെ ജലന്ധർ ജില്ലയിലുള്ള കീർത്താർപൂരിലെ ഷീഷ്മഹൾ ഗുരുദ്വാരയിൽ സൂക്ഷിച്ചി രിക്കുന്നു. മറ്റൊരു കൈയെഴുത്തു പകർപ്പാണ് ശ്രീ അർജ്ജുൻദേവ് ജിയുടെ കാലഘട്ടത്തോളം പഴക്കമുള്ള പവിത്രഗ്രന്ഥമായി ശ്രീഹരിമ ന്ദിർ സാഹിബിന്റെ ശ്രീകോവിൽ സമാനമായ അകത്തെ അറയിൽ സൂക്ഷിച്ചിരിക്കുന്നത്.

പണ്ഡിതനായ സന്ന്യാസിവര്യൻ എന്നു പേരുകേട്ട ശ്രീ അർജ്ജുൻ ദേവ്ജിയിൽ നിക്ഷിപ്തമായ പവിത്രദൗത്യമായിരുന്നു സിഖ് സമൂഹത്തിനുവേണ്ടി 'പ്രവാചകവചനാമൃതം' തയ്യാറാക്കുകയെന്നത്. അഗാധമായ വിശ്വാസത്തിന്റെയും തെളിമയാർന്ന ചിന്തയുടെയും സുതാര്യമായ സാമൂഹിക വീക്ഷണത്തിന്റെയും പവിത്രമായ ഭക്തിയുടെയും പ്രതിസ്ഫുരണമായി ശ്രീ അർജ്ജുൻദേവ്ജിയിൽനിന്നും ഉരുവം കൊണ്ട *ശ്രീ ഗുരുഗ്രന്ഥസാഹിബ്* ഇന്നും സിഖ് വിശ്വാസികളുടെ ജീവിതരീതിയുടെയും ആചാരങ്ങളുടെയും ഭക്തിയുടെയും അടിസ്ഥാന പ്രമാണമായി അചഞ്ചലമായി നിലകൊള്ളുന്നു. തനിനാടൻ ഭാഷയിൽ അതീവലളിതമായി രചന നിർവ്വഹിച്ചിട്ടുള്ള *ഗുരുഗ്രന്ഥസാഹിബിൽ* സിഖ് ഗുരുക്കന്മാരുടെ ദിവ്യവചസ്സുകൾ മാത്രമല്ല ഉൾപ്പെട്ടിട്ടുള്ളത് അനേകം ഹൈന്ദവ, മുസ്ലീം ഗുരുക്കന്മാരുടെയും ആരാലും പ്രകീർത്തിക്കപ്പെടാതെ പോയ മറ്റനേകം സദ്ഗുരുക്കന്മാരുടെയും നന്മ നിറഞ്ഞ വീക്ഷണങ്ങളും ഉൾച്ചേർത്തിട്ടുണ്ട്. അതുകൊണ്ടുതന്നെ 'ജനങ്ങളുടെ ബൈബിൾ' എന്ന വിശേഷണമാണ് ഈ പവിത്രഗ്രന്ഥത്തിന് കൂടുതൽ അനുരൂപമാകുക. വർത്തമാനം പറയുമ്പോലെ രേഖീയമാക്കിയിട്ടുള്ള ഗ്രന്ഥസാഹിബ് അനേകായിരങ്ങൾ മനപ്പാഠമാക്കി ജീവിതത്തെ മൂല്യബോധമുള്ളതാക്കിത്തീർക്കുന്നു. സദാചാരമാണ് സിഖ് ജീവിതക്രമത്തിന്റെ ഏറ്റവും ഉൽകൃഷ്ടമായ തത്ത്വം. സൽസ്വഭാവം നഷ്ടപ്പെടുന്നത് ദൈവാനുഗ്രഹം ഇല്ലാതെ പോകുമ്പോഴാണെന്ന തത്ത്വത്തിലേക്കത് എത്തിച്ചേരുന്നു. *ഗുരുഗ്രന്ഥസാഹിബിന്റെ* ഈ സാർവ്വലൗകികത്വം മാത്രമല്ല ഗ്രന്ഥത്തെ സവിശേഷമാക്കുന്നത്. ലോകത്ത് ഇന്നോളം ഒരക്ഷരമോ ഒരു ശബ്ദാർത്ഥചിഹ്നമോ പോലും മാറ്റാതെ നൂറ്റാണ്ടുകളായി നിലകൊള്ളുകയും അക്ഷരംപ്രതി അനുവർത്തിക്കപ്പെടുകയും ചെയ്യുന്ന ഏക പവിത്രഗ്രന്ഥമെന്ന പ്രത്യേകതയും ശ്രീ *ഗുരുഗ്രന്ഥസാഹിബ്* കൈയാളുന്നു.

സദ്സ്വഭാവത്തിനും സാമൂഹിക നന്മയ്ക്കും സേവനത്തിനും ഊന്നൽ കൊടുത്തുകൊണ്ട് സിഖ് സമൂഹത്തിന് ജീവിക്കുവാനും പ്രബല ജനവിഭാഗമായി നിലനില്ക്കുവാനും ശക്തിയേകുന്ന പ്രേരകശക്തിയായി *ശ്രീഗുരുഗ്രന്ഥസാഹിബ്* ആശയവ്യക്തതയോടെ മരുവുമ്പോൾ ആ അനന്യ പവിത്രഗ്രന്ഥത്തിന്റെ മഹിമയിൽ ശ്രദ്ധേയമാവുന്ന ശ്രീഹരിമന്ദിർസാഹിബ് സിഖ് വിശ്വാസത്തിന്റെ കേന്ദ്രസ്ഥാനമായി അകക്കാമ്പിലേക്ക് ഏവരെയും ആകർഷിച്ചുകൊണ്ട് അമൃതസരോവര നടുവിൽ സ്ഥിതി ചെയ്യുന്നു. സേവനത്തിന്റെ സമർപ്പണബോധവും ത്യാഗത്തിന്റെ ആത്മാർപ്പണ ചിന്തയും ഒത്തുചേർന്ന ആശയഗരിമയിലാണ് *ഗുരുഗ്രന്ഥസാഹിബ് സിഖ്* ശിലയെ അരക്കിട്ടുറപ്പിച്ചിരിക്കുന്നത്. വിഗ്രഹത്തിനുമപ്പുറത്തെ ജ്ഞാനഗ്രന്ഥമായിതു പവിത്രീകരിക്കപ്പെടുകയുമാണ്, കാലാതിവർത്തിയായി.

ശ്രീ ഗുരുനാനാക്ക്

സിഖ് മതസ്ഥാപകൻ എന്ന നിലയിൽ ലോകമാകെ ആദരിക്കപ്പെടുമ്പോഴും ആ മഹദ്ജീവിതം ഏറെയൊന്നും ഉദ്ഘോഷിക്കപ്പെടാതെ പോവുകയും അന്യൂനമായ ആശയലോകം അപൂർവ്വചാരുതയോടെ ആഘോഷിക്കപ്പെടുകയും ചെയ്തുവെന്നതാണ് ശ്രീഗുരുനാനാക്ക്ജിയുടെ അനന്യത. സദാചാരമൂല്യങ്ങൾക്ക് ഒന്നാം പരിഗണനയേകുകയും ലാഭേച്ഛയില്ലാത്ത സേവനസന്നദ്ധതയെ പ്രാർത്ഥനാനിരതമാക്കുകയും സമൂഹനന്മയ്ക്കായുള്ള ആത്മത്യാഗത്തിൽ സ്വർഗ്ഗാരോഹണപദവി കണ്ടെത്തുകയും ചെയ്ത സിഖ് വിശ്വാസപ്രമാണം മറ്റെല്ലാമതങ്ങളുടെയും നന്മക

ളെയാണ് പ്രതിനിധാനം ചെയ്തത്. അതീവലളിതവും എന്നാൽ അനുവർത്തിക്കുവാൻ അതികഠിനവുമായ ജീവിതവീക്ഷണത്തെയാണ് അലങ്കാരങ്ങളേതുമില്ലാതെ ശ്രീ ഗുരുനാനാക്ക്ജി തന്റെ ശിഷ്യപരമ്പരയ്ക്കായി രൂപപ്പെടുത്തി നല്കിയത്. അതുകൊണ്ടുതന്നെ വ്യത്യസ്തമതസ്ഥർക്കും ഗുരുവായി മാറാൻ കഴിഞ്ഞ ഏക ആത്മീയ ചൈതന്യമായ ഗുരുനാനാക്ക്ജി അമരനായിത്തീരുന്നു.

സംസ്കൃതഭാഷയിൽ 'ശിഷ്യ' എന്ന പദത്തിന് പഠിതാവ്, ശിഷ്യൻ എന്നൊക്കെയാണ് അർത്ഥമെങ്കിൽ പ്രസ്തുത പദത്തിന്റെ പഞ്ചാബി രൂപാന്തരമാണ് 'സിഖ്' എന്നത്. ശ്രീഗുരുനാനാക്ക്ജി മുതൽ ശ്രീഗുരു ഗോവിന്ദ് സിങ്ജി വരെയുള്ള ഗുരുക്കന്മാരുടെ ശിഷ്യരാണ് സിഖ് മതവിശ്വാസികൾ എല്ലാവരും. രാഷ്ട്രത്തിന് പ്രതിഫലേച്ഛ കൂടാതെ സേവനം നടത്തുവാൻ പ്രതിജ്ഞാബദ്ധരായ ഉത്തരഭാരതത്തിലെ അസംഘടിതരായ ഒരു സമൂഹത്തിൽനിന്നും ശ്രീഗുരുനാനാക്ക്ജി തന്റെ കർമ്മപദ്ധതിയിലൂടെ രൂപപ്പെടുത്തിയെടുത്ത ഒരു പ്രബല സമൂഹമായി സിഖ് സമൂഹം വളർന്നു. സാഹസികവും ത്യാഗനിർഭരവും അതീവ സുഘടിതവുമായ ഒരു ശാക്തിക വിഭാഗമായി സിഖുകാർ മാറുമ്പോൾ അവർ രാജ്യത്തെ പ്രമുഖ മതബോധത്തിന്റെ വക്താക്കളുമായിത്തീർന്നു. ഉന്നതവും വിശാലവുമായ വിശ്വാസപ്രമാണങ്ങൾ വെച്ചു പുലർത്തുമ്പോൾത്തന്നെ ജന്മനാടിനോടുള്ള കൂറും സ്നേഹവും അവർ ജീവൻ കൊടുത്തും സംരക്ഷിക്കുവാൻ സന്നദ്ധരമായി.

സിഖ് മതസ്ഥാപകനായ ശ്രീ ഗുരുനാനാക്ക്ജി ജനിച്ചത് 1469 ൽ ലാഹോറിനു തെക്ക് പടിഞ്ഞാറായി സ്ഥിതി ചെയ്യുന്ന തൽവണ്ടി റായ് ഭോയ് എന്ന ഗ്രാമത്തിലാണ്. ഇന്ന് പാകിസ്ഥാനിൽ ഉൾപ്പെടുന്ന ഈ പ്രദേശം ഇപ്പോൾ അറിയപ്പെടുന്നത് 'നൻകനാ സാഹിബ്' എന്നാണ്. രാജാക്കന്മാരുടെയും പുരോഹിത വർഗ്ഗത്തിന്റെയും കാൽച്ചുവട്ടിൽ ഞെരിഞ്ഞമർന്ന് അഭിമാനബോധംവരെ നഷ്ടപ്പെട്ടിരുന്ന ഒരു സമൂഹത്തെ സാംസ്കാരികവും രാഷ്ട്രീയവുമായ അടിമത്തത്തിൽനിന്നും വിമോചിപ്പിച്ച് ഉന്നതമായ മതബോധത്തിലേക്കുയർത്തുവാൻ വിപ്ലവകരമായി പ്രവർത്തിച്ച സാഹസികനായ സാമൂഹ്യ പരിഷ്കർത്താവായിരുന്നു ഗുരുനാനാക്ക്ജി. ചരിത്രം ഇങ്ങനെ ഗുരുജിയെ രേഖപ്പെടുത്തുമ്പോൾ സിഖുകാർക്ക് ഗുരുജി മതസ്ഥാപകൻ തന്നെ. സമത്വവും സാഹോദര്യവും ജനങ്ങൾക്കിടയിൽ വളർത്തി സംഘബലം സൃഷ്ടിച്ച് ദൈവികമായ പിതൃത്വം തിരിച്ചറിയുന്ന പുത്തൻ അവബോധത്തിലേക്ക് അവരെ ഉയർത്തുമ്പോൾ മാത്രമേ വിമോചനം സാദ്ധ്യമാകൂ എന്നും ഗുരുനാനാക്ക്ജി നിശ്ചയംകൊണ്ടു. നിലവിലുണ്ടായിരുന്ന യാഥാസ്ഥിതിക മതബോധം രൂപപ്പെടുത്തിയ മനുഷ്യനും മനുഷ്യനും തമ്മിലുള്ള വേർതിരിവുകളെയും പുരുഷനും സ്ത്രീക്കും ഇടയിലുള്ള അസമത്വങ്ങളെയും നിരസിച്ച ഗുരുനാനാക്ക്ജി ദൈവത്തിന്റെ ദൃഷ്ടിയിൽ സ്ത്രീ-പുരുഷഭേദമോ, മാനവഭേദമോ ഇല്ല എന്നു പ്രഖ്യാപിച്ചു. സമത്വത്തിന്റെയും സമഭാ

വനയുടെയും വിശാലമായ മാനസിക മുഖം പ്രദാനം ചെയ്യുന്ന സിഖ് മതത്തെ മുന്നോട്ടുവച്ച ഗുരുനാനാക്ക്ജിക്കൊപ്പം വൻ-പുരുഷാരം പിൻഗാമികളായെത്തി.

വ്യത്യസ്തമായ വിശ്വാസപ്രമാണങ്ങളാൽ നയിക്കുന്ന ജനങ്ങൾക്കിടയിൽ നിലനിന്ന വിയോജിപ്പുകളാണ് സമൂഹം നേരിടുന്ന യഥാർത്ഥ ദുരിതങ്ങൾക്കു കാരണമെന്ന് ഗുരുനാനാക്ക്ജി പ്രവചിച്ചു. അതുകൊണ്ടു തന്നെ ചിന്തയിലും പ്രവൃത്തിയിലും അവരെ ഏകീകരിക്കണമെന്ന് അദ്ദേഹം തീരുമാനിച്ചു. തുല്യതയിൽ അധിഷ്ഠിതമായ ഒരു പൊതു സാമൂഹിക സംഘടനാസംവിധാനവും വേർതിരിവുകളില്ലാത്ത ഒരു ആരാധനാ സമ്പ്രദായവും ഗുരു രൂപപ്പെടുത്തി. സമൂഹം എന്നർത്ഥം വരുന്ന 'സംഘട്ട്' (Sangat) ഒരു സംയുക്ത സഭയായി രൂപീകരിക്കവെ എല്ലാ വിശ്വാസികളും സായാഹ്നങ്ങളിൽ ഒത്തുകൂടി സാഹോദര്യത്തിന്റെ ഉന്നത മാനങ്ങളിലേക്കുയർന്ന് ഭജനയിലൂടെ ശ്രീഗുരുവചനങ്ങളുടെ ആലാപനത്തിലൂടെയും സ്വന്തം വിശ്വാസപ്രമാണങ്ങളെയും അതുവഴി സ്വജീവിതത്തെ തന്നെയും നവീകരിക്കുവാൻ ഇടയാക്കി. ജീവിതത്തിലെ സ്ഥാനമാനങ്ങളോ പദവികളോ ജാതിശ്രേണിയോ ഒന്നും പരിഗണിക്കാതെ എല്ലാവരും ഒരുമിച്ചിരുന്ന് ഒരേ പന്തിയിൽ (Pangat) ഭക്ഷണം കഴിക്കുവാൻ അവസരമൊരുക്കുന്ന ഒരു പൊതു അടുക്കള എന്ന ആശയം 'ഗുരു കാലങ്കാർ' എന്ന പേരിൽ ഗുരുനാനാക്ക്ജി നടപ്പിലാക്കി. ഒരേ 'പങ്കത്തിലിരുന്ന്' യാതൊരു വലിപ്പ ചെറുപ്പവുമില്ലാതെ ഭക്ഷണം കഴിക്കുമ്പോൾ അത് ഭാരതം കണ്ട ഏറ്റവും ആദ്യത്തെ പന്തിഭോജനവുമായി. ഇവിടെ ബ്രാഹ്മണരും മറ്റു ഹൈന്ദവരും ഇസ്ലാംമതവിശ്വാസികളും ക്രൈസ്തവരും പാർസികളും ഒരേ 'പന്തി'യിൽനിന്നും ഭക്ഷണം കഴിച്ച് തുല്യത നേടുന്നത് ഗുരുജി വിഭാവനം ചെയ്തു.

ഭാരതത്തിലെ ഇതര സന്ന്യാസിവര്യന്മാരിൽനിന്നു വ്യത്യസ്തമായി ജീവിതത്തിലുടനീളം പ്രാർത്ഥനയിലും ഭക്തിമാർഗ്ഗത്തിലും മാത്രം മുഴുകിയ ഗുരുവായിരുന്നില്ല ശ്രീ ഗുരുനാനാക്ക്ജി. അധികാരപ്രമത്തരായ മുഷ്കന്മാരുടെ കാൽച്ചുവട്ടിൽ ജനങ്ങൾ അടിമകളാക്കപ്പെടുമ്പോൾ മന്ത്രങ്ങൾ ഉരുവിട്ടുകൊണ്ട് ധ്യാനനിമഗ്നനാകുന്നത് അനുചിതമാണെന്നു ചിന്തിച്ച ഗുരുനാനാക്ക്ജി ജനങ്ങളെ ശക്തരാക്കുവാൻ ശ്രമിക്കുകയും ഉണർന്നെണീറ്റ് സ്വാതന്ത്ര്യം നേടുവാൻ സന്നദ്ധരാകുവാനും ഉദ്ബോധിപ്പിച്ചു. 'ഭരണാധികാരികൾ കൊലയാളികളാണെന്നും ക്രൂരത നിറഞ്ഞ കത്തി കൈയിലേന്തുന്നവരാണെന്നും ധർമ്മവും നീതിയും കടമയും ഉത്തരവാദിത്വബോധവുമെല്ലാം ചിറകുവിരിച്ച് പറന്നു പോയി അപ്രത്യക്ഷമായിയെന്നും' ഗുരു പ്രവചനം ചെയ്തു. ജനസാമാന്യത്തെക്കുറിച്ച് യാതൊരു ചിന്തയുമില്ലാത്ത മൂഢന്മാരും മണ്ടന്മാരും ഭരണകർത്താക്കളായി രാജാക്കന്മാരെന്ന പേരിൽ മരുവുകയാണെന്നും ഗുരു വ്യക്തമാക്കി. അദ്ദേഹത്തിന്റെ കാഴ്ചപ്പാടിൽ ഭരണാധികാരികൾ നീതിയുടെയും സമത്വബോധത്തിന്റെയും കശാപ്പുകാരാണ്.

ഭാരതത്തിന്റെ ഗ്രാമഗ്രാമാന്തരങ്ങളിലൂടെ നിരന്തരം യാത്ര ചെയ്ത ശ്രീ ഗുരുനാനാക്ക്ജിയുടെ ജീവിതത്തിലെ നാലുപതിറ്റാണ്ടുകൾ ആദർശ പ്രഘോഷണത്തിനായി നീക്കിവയ്ക്കുകയായിരുന്നു. ഭാരതത്തിനു പുറത്ത് 'മെക്ക'യിലും 'ബാഗ്ദാദി'ലും 'ബർമ്മ'യിലും 'ചൈന'യിലും സഞ്ചരിച്ച് വിവിധ വിശ്വാസ പ്രമാണങ്ങളെക്കുറിച്ചു മനസ്സിലാക്കുമ്പോഴും ഏകദൈവമെന്ന ആശയത്തിന് മുൻതൂക്കം നല്കുകയായിരുന്നു ഗുരു നാനാക്ക്ജി. ദേവാരാധനയിൽ പൗരോഹിത്യവർഗ്ഗത്തെ ഒഴിവാക്കി നിർത്തിയ അദ്ദേഹം സഹജീവിസ്നേഹവും സേവനസന്നദ്ധതയും ദൈവ സന്നിധിയിലേക്കുള്ള മാർഗ്ഗമായി പ്രഖ്യാപിച്ചു. അനാവശ്യമായ ആചാരങ്ങളിലും അനുഷ്ഠാനങ്ങളിലും അന്ധവിശ്വാസത്തിലുമല്ല മറിച്ച് ത്യാഗ നിഷ്ഠമായ സദ്സ്വഭാവത്തിൽ അടിയുറച്ച ദൈവവിശ്വാസമാണു വേണ്ട തെന്ന് ഗുരു ഉദ്ബോധിപ്പിച്ചു. മറ്റേതൊരു മതസ്ഥാപകരേക്കാളും സദ്ഗുണസമ്പന്നതയിൽ ഊന്നൽ നല്കിയ ഗുരുനാനാക്ക്ജി ജീവിതത്തിന്റെ പരിശുദ്ധിയിലും ദൈവഭയത്തിലും വിശ്വാസ്യതയിലും നീതിബോധത്തിലും കാരുണ്യഭാവത്തിലും സ്വഭാവ ശുദ്ധിയിലും അടിയുറച്ച മാതൃകാജീവിതമാണ് സിഖ് മതവിശ്വാസികളുടെ മുഖമുദ്രയായി രേഖപ്പെടുത്തിയത്. അതിനാൽ *ഗുരുഗ്രന്ഥസാഹിബിൽ* ഈവിധ നന്മകളുടെ പവിത്രതയെയാണ് ദൈവികമാർഗ്ഗമായി എടുത്തു കാട്ടിയിട്ടുള്ളതും. ദൈവത്തിനും അവിടത്തെ വിശ്വാസികൾക്കും ഭൃത്യരായിരിക്കുവാൻ പിൻഗാമികളോട് ഉദ്ബോധിപ്പിച്ച ഗുരുനാനാക്ക്ജി ഗുരുദാസ് പൂർ ജില്ലയിലെ കർത്താർപൂരിൽ സഹധർമ്മിണിക്കും പുത്രന്മാർക്കുമൊപ്പം ശിഷ്ടകാല ജീവിതം നയിച്ചു. 1539 ൽ ഈ ലോകത്തോടു വിട പറയുമ്പോൾ ഹിന്ദുക്കളും മുസൽമാന്മാരും തങ്ങളുടെ നാനാ സാഹക്ക് ആയും നാനാക്ക് ഷാ ആയും ആ ഗുരുവിനെ ആരാധിച്ചു. പൊതുവായ ഇടത്തിൽ ഇരുകൂട്ടരും മൈത്രിയോടെ ഗുരുവിന് അന്ത്യവിശ്രമകുടീരം നിർമ്മിച്ച് ഇന്നും ആരാധിച്ചു പോരുകയും ചെയ്യുന്നു. പാകിസ്ഥാനിൽ സ്ഥിതി ചെയ്യുന്ന കർത്താപൂരിനെ മതമൈത്രിയുടെ പവിത്രനഗരമായി ലോകം വാഴ്ത്തുകയും ചെയ്യുന്നു.

ശ്രീ ഗുരു അംഗദ് ദേവ്

'സത്യം ഏറ്റവും ഉന്നതമാണ്, എന്നാൽ സത്യസന്ധമായ ജീവിതം കുറേക്കൂടി ഉന്നതസ്ഥാനം കൈയാളുന്നു'വെന്ന് മാനവകുലത്തെ പഠിപ്പിച്ച ഗുരു നാനാക്ക്ജിയുടെ അനുയായികളാണ് സിഖ് മതവിശ്വാസികളായിത്തീർന്നത്. മനുഷ്യലോകത്തെ സൃഷ്ടിച്ച ദൈവം അതിനുശേഷം അവനിലേക്ക് സ്വന്തം ആത്മാവിനെ സന്നിവേശിപ്പിച്ചുവെന്ന് അരുളിച്ചെയ്ത ഗുരുനാനാക്ക് ഈ ലോകം ദൈവത്തിന്റെ ആലയമാണെന്നും അവിടെ സത്യത്തിന്റെ പുത്രർ വസിക്കേണമെന്നും കൂടി ഉപദേശിച്ചു. "വിച്ച് ദുനിയാ സേവ് കാമിയേ, താൻ ദർഗേ ബെയ്സൻ പെയേ" എന്നിങ്ങനെ പഞ്ചാബിയിൽ പ്രബോധനം ചെയ്യുമ്പോൾ, 'ഈ ലോകത്ത് സേവനം ചെയ്ത് ദൈവസന്നിധിയിൽ ഇടം തേടാം' എന്ന ഉന്നതമായ സന്ദേശമാണ് ഗുരുനാനാക്ക് പകർന്നു നല്കുന്നത്.

സിഖ് മതത്തിലെ രണ്ടാമത്തെ ഗുരുവായ ഗുരു അംഗദ് ദേവ് മതസ്ഥാപകനായ ഗുരുനാനാക്കിനാൽ തന്നെ നിയുക്തനായ പിൻഗാമിയാണ്. പഞ്ചാബിലെ ഫരീദ്ക്കോട്ട് ജില്ലയിലെ മുക്തസർ പ്രദേശത്തുള്ള സാരൈ നൻഗയിൽ 1504 ൽ ജനിച്ച ലെഹനയെന്ന ബാലൻ പില്ക്കാലത്ത് ഗുരു അംഗദ് ദേവ് ആയിത്തീരുകയായിരുന്നു. പതിനാറാം വയസ്സിൽ തരൻതരനിലെ സംഘാറിലുള്ള 'ഖിവി' എന്ന പെൺകുട്ടിയെ വിവാഹം ചെയ്ത ലെഹ്ന സൽസ്വഭാവിയും ദേവീഭക്തനുമായിരുന്നു. ദേവീ സാന്നിധിയിലേക്കുള്ള ഒരു തീർത്ഥാടനകാലത്ത് 1532 ൽ ലെഹ്ന കർത്താർപൂരിൽവച്ച് ഗുരുനാനാക്ക് ദേവ്ജിയെ ഒരു നോക്ക് കാണാൻ ഇടയായി. ജ്വാലാമുഖിയിലേക്കുള്ള ആ യാത്ര പക്ഷേ, ലെഹനയുടെ ജീവിതത്തെ ത്തന്നെ മാറ്റിമറിച്ചു. സ്നേഹത്തിന്റെ മൂർത്തിമദ്ഭാവമായി, വിശ്വമാനവികതയുടെ പ്രവാചകനായി, വിജയത്തിന്റെ പര്യായമായി ആത്മാന്വേഷ

ഗുരു അംഗദ് ദേവ്

ണത്തെ സാർത്ഥകമാക്കുംവിധം ഇരുന്നരുളുന്ന ശ്രീ ഗുരുനാനാക്ക്ജിയുടെ സവിധത്തിൽനിന്നും വിട്ടുപോകാനാകാതെ ലെഹന കാർത്താർപൂർ ഗുരുദ്വാരയിൽത്തന്നെ തങ്ങി. തുടർന്ന് ഗുരുവിന്റെ പ്രിയ ശിഷ്യനായി മാറിയ ആ യുവാവിന്റെ ഭക്തിപാരവശ്യവും നിഷ്കളങ്ക സ്നേഹത്തിന്റെ ഉദാത്തമാനങ്ങളും തിരിച്ചറിഞ്ഞതോടെ ശ്രീഗുരുനാനാക്ക്ജി തന്റെ ഭാഗം എന്നർത്ഥത്തിൽ അംഗദ് എന്നു പുനർനാമകരണവും നടത്തി. അങ്ങനെ സ്വന്തം പുത്രന്മാരായ ശ്രീചന്ദ്, ലക്ഷ്മീദാസ് എന്നിവരേക്കാൾ ഗുരുവിന് പ്രിയങ്കരനായിത്തീർന്ന അംഗദ്ദേവ് സിഖ് ഗുരു പരമ്പരയിലെ രണ്ടാമനായി. ഗുരുവിനൊപ്പം ദീർഘമായ പഠനവും പരിശീലനവും ഉപാസനയും മറ്റുമായി അംഗദ് ദേവ് വിശുദ്ധപദവിയിലേക്ക് പടിപടിയായുയർന്നു. എല്ലാറ്റിനുമൊടുവിൽ ഗുരുനാനാക്ക്ജി തന്റെ പിൻഗാമിയുടെ തിരുനെറ്റിയിൽ കുങ്കുമ തിലകമണിയിച്ച് യഥാവിധി സന്ന്യാസപദവിയിലേക്കുയർത്തി.

ശ്രീഗുരുനാനാക്ക്ജിയുടെ നിർദ്ദേശപ്രകാരം കർത്താർപൂരിൽനിന്നും ഖദൂർ എന്ന സ്ഥലത്തേക്കു യാത്രയായി. നേരത്തേതന്നെ അവിടെ അംഗദ്

ദേവ്ജിയുടെ സഹധർമ്മിണിയും കുട്ടികളും സ്ഥിരതാമസമാക്കിയിരുന്നു. അവിടെ ഗുരുനാനാക്ക്ജിയുടെ അനുഗ്രഹാശിസുകളോടെ അംഗദ് ദേവ്ജിയുടെ നേതൃത്വത്തിൽ സിഖ് ദർശനത്തിന്റെ ദീപശിഖ തെളിയിക്കപ്പെട്ടു. വിവിധ ഭാഗങ്ങളിലും പ്രദേശങ്ങളിലുമായി ചിന്നിച്ചിതറിക്കിടന്ന സിഖ് വിശ്വാസികളെ സംയോജിപ്പിക്കുന്നതിലാണ് ഗുരു അംഗദേവ് ആദ്യം ശ്രദ്ധ വച്ചത്. ക്രമേണ ഖദൂർ സിഖ് മതവിശ്വാസികളുടെ രണ്ടാമത്തെ പവിത്ര ഭൂമിയായി മാറി. നിരവധി പണ്ഡിതന്മാരും ഭരണാധികാരികളും ചിന്തകന്മാരുമൊക്കെ ഈ വിശ്വമതത്തെക്കുറിച്ച് മനസ്സിലാക്കുന്നതിനായി ഖദൂറിലേക്കു സന്ദർശകരായെത്തിക്കൊണ്ടിരുന്നു. എല്ലാവർക്കും തൃപ്തികരമായ വിശദീകരണങ്ങളുമായി ലാളിത്യത്തിന്റെ മുഖമുദ്രയുമായി ഗുരു അംഗദ് ദേവ് ഖദൂറിൽ പ്രവർത്തന നിരതനായി. മുഗൾ രാജവംശത്തിലെ രണ്ടാമത്തെ ചക്രവർത്തിയായ നസിറുദ്ദീൻ മുഹമ്മദ് ഹുമയൂൺ (1530 –1556) ശ്രീ ഗുരു അംഗദ് ദേവ്ജിയുമായി കൂടിക്കാഴ്ച നടത്തുകയും ഉപദേശം തേടുകയും ചെയ്തു. ഷെർഷാസൂരി (1540–1554) യിൽനിന്നും പരാജയം ഏറ്റുവാങ്ങി ഇറാനിലേക്ക് പലായനം ചെയ്യുന്നതിനു മുമ്പാണ് ഹുമയൂൺ ഹതാശനായി ഗുരു അംഗദ് ദേവ്ജിയുടെ സാന്ത്വനം തേടുന്നത്. ഏതു സന്ദർഭത്തിലും ആശ്വാസം ലഭിക്കുന്ന ഒരു കേന്ദ്രമാണ് ഖദൂറിലെ സിഖ് ആസ്ഥാനമെന്ന് ലോകം തിരിച്ചറിയുകയായിരുന്നു.

ജീവകാരുണ്യപ്രവർത്തനവും നിരാലംബരായ രോഗികളുടെ സംരക്ഷണവും ചികിത്സയും മറ്റും ഏറ്റെടുത്ത ഗുരു അംഗദ് ദേവ്, സിഖ് സംഘത്തെ ശക്തമാക്കുകയും ലങ്കറിലെ പന്തിഭോജനം വിപുലപ്പെടുത്തുകയുംചെയ്തു. ഗുരുവിന്റെ സഹധർമ്മിണി മാതാ ഖിവിയാകട്ടെ വിശ്വാസികളുടെ ക്ഷേമത്തിലും പ്രാർത്ഥനയ്ക്കായി അവർക്കു സൗകര്യമൊരുക്കുന്നതിലും വ്യാപൃതയായി. വളരെ ലളിതമായി ജീവിതം നയിച്ച ഗുരു അംഗദ് ദേവ്, നിത്യവും ഗ്രാമീണർ ഏർപ്പെട്ടിരുന്ന കൈത്തൊഴിലുകളിൽ അവരോടൊപ്പം കൂടി ജോലിയെടുത്തുണ്ടാക്കിയ ചെറിയ വരുമാനം കൊണ്ടാണ് നിത്യച്ചെലവുകൾ വഹിച്ചത്. വളരെ ചുരുങ്ങിയ കാലം കൊണ്ട് എല്ലാവരുടെയും പ്രിയങ്കരനായിത്തീർന്ന ഗുരു പഞ്ചാബിലാകെ പ്രശസ്തനായി. നൂറ്റിമുപ്പത്തിഒന്ന് സംഘങ്ങൾ അല്പകാലംകൊണ്ട് രൂപീകരിക്കുവാൻ ഗുരുവിനു കഴിഞ്ഞു. സാമൂഹികവും മതപരവുമായ ജീവിതം നയിക്കുമ്പോൾ തന്നെ വിദ്യാഭ്യാസത്തിന് മുന്തിയ പ്രാധാന്യം നല്കിയ ഗുരു സാധാരണ ജനങ്ങളെ അക്ഷരവിദ്യ പഠിപ്പിക്കുവാൻ യത്നിച്ചു. കുട്ടികളെ പഠനത്തിനും കലകൾക്കും താല്പര്യമുള്ളവരാക്കുമ്പോൾ പരമ്പരാഗത വിനോദമായ ഗുസ്തി പരിശീലിപ്പിക്കുവാനും ഗുരു നിർദ്ദേശിച്ചു.

പഞ്ചാബി ഭാഷയ്ക്ക് 'ഗുരുമുഖി' എന്ന ലിപി പ്രചാരത്തിലാക്കുവാൻ ശ്രമിച്ച ഗുരു അംഗദ് ദേവ്ജി സിഖ് മതത്തിന്റെ തത്ത്വങ്ങൾ അടങ്ങിയ ഗുരുനാനാക്ക്ജിയാൽ വിരചിതമായ ഗീതകങ്ങൾ ശേഖരിക്കുവാൻ ആരംഭിച്ചു. അവ ശേഖരിക്കുകയും മധുരമായി ആലപിക്കുവാൻ ഗുരു

ദ്വാരകളിൽ സംവിധാനമുണ്ടാക്കുകയും ചെയ്തു. ഗുരുനാനാക്ക്ജിയുടെ കീർത്തനങ്ങളുടെ നിരവധി പകർപ്പുകൾ തയ്യാറാക്കി രാജ്യത്ത് എമ്പാടുമുള്ള ഗുരുദ്വാരകളിലും സിഖ് കേന്ദ്രങ്ങളിലും അവ ആലപിക്കുവാൻ ഏർപ്പാടു ചെയ്ത ഗുരു അംഗദ് ദേവ്ജി സിഖ് സമൂഹത്തിന് ഒരു പൊതു ആരാധനാ സമ്പ്രദായത്തിന്റെ ആവശ്യകത അതുവഴി പരിഹരിക്കുക യായിരുന്നു. തീർന്നില്ല, ഗുരുവിന്റെ ഈ ശ്രമമാണ് പില്ക്കാലത്ത് 'സിഖ് ബൈബിൾ' എന്നു വിശേഷിപ്പിക്കാറുള്ള *ഗുരുഗ്രന്ഥസാഹിബ്* ക്രോഡീകരിക്കുന്നതിന് ശ്രീഗുരു അർജ്ജുൻദേവ്ജിക്ക് 1604 ൽ വഴി ഒരുക്കിയത്. ഇവ്വിധശ്രമങ്ങളിലൂടെ അംഗദ് ദേവ്ജി ശേഖരിച്ചു തുടങ്ങിയ വിവരങ്ങളാണ് പിന്നീട് ഗുരുനാനാക്ക്ജിയുടെ സമ്പൂർണ്ണജീവചരിത്രമായ *ജന്മസാഖി*യുടെ രചനയ്ക്ക് കാരണമായിത്തീർന്നതും. പഞ്ചാബി ഗദ്യത്തിലെ ഗുരുമുഖി ലിപിയിൽ തയ്യാറാക്കിയ ആദ്യത്തെ രചനയെന്ന ഖ്യാതിയും ഗുരുനാനാക്ക്ജിയുടെ, അർജ്ജുൻ ദേവ് ജി തയ്യാറാക്കിയ ജീവചരിത്ര ഗ്രന്ഥം, കൈവരിക്കുകയുണ്ടായി. ഒരു പുത്തൻ ജീവിതക്രമമായി 1546 ൽ ഭായി അമർദാസ് പ്രാരംഭം കുറിച്ച 'ഗോവിന്ദ് വൽ' എന്ന സമ്പ്രദായത്തിന് അടിത്തറ പാകിക്കൊണ്ട് സിഖ് ശക്തി വർദ്ധിപ്പിക്കുന്നതിലും ശ്രീ ഗുരു അംഗദ് ദേവ്ജി ശ്രദ്ധിച്ചു. മൂന്നാം പ്രവാചകനായി 1552 ൽ ശ്രീഗുരു അമർദാസ് ജി നിയുക്തനായത് പില്ക്കാല ചരിത്രം.

അക്കാലത്ത് നിലവിലിരുന്ന ബ്രാഹ്മണ മേധാവിത്തത്തിന്റെയും മുഗൾ-അഫ്ഗാൻ അധിനിവേശത്തിന്റെയും വിടാപിടിയിൽനിന്നും സിഖ് സമൂഹത്തെ പ്രാരംഭഘട്ടത്തിൽ സംരക്ഷിച്ചു നിർത്തുന്നതിൽ ശക്തമായ നേതൃത്വമാണ് ശ്രീഗുരു അംഗദ് ദേവ്ജി നല്കിയത്. തന്റെ ഗുരുവായ ശ്രീഗുരുനാനാക്കിന്റെ പാത പിന്തുടർന്ന് ഗുരു അംഗദ് ദേവ്ജിയും നിരവധി ഗീതകങ്ങൾ സിഖ് സംസ്കാരത്തെ ഉന്നതിയിലേക്കെത്തിക്കുന്നതിനായി രചിച്ചിട്ടുണ്ട്. സംഘത്തെ ശക്തമാക്കുക, സിഖ് ജീവിതത്തെ പരിശുദ്ധിയോടെ നിലനിർത്തുക, ഗുരുവിന്റെ ആശയങ്ങൾ പരമാവധി പ്രചരിപ്പിക്കുക, സിഖ് സമൂഹത്തെ ജീവൻ കൊടുത്തും സംരക്ഷിക്കുക എന്നിങ്ങനെയുള്ള ധർമ്മങ്ങളിൽ മുഴുകിയ ആ ധന്യജീവിതം 1552 മാർച്ച് 29 ന് 'ഖദൂർ സാഹിബിൽ'വച്ച് അന്ത്യവിരാമത്തിലെത്തുകയായിരുന്നു. മദ്ധ്യപഞ്ചാബിലെ 'മജ്ഹ'യിലുള്ള 'ഖദൂർ സാഹിബി'ൽ രണ്ടാം പ്രവാചകന്റെ സ്മരണ പുതുക്കുന്നതിനായി ശിഖന്മാർ നിരന്തരം എത്തിക്കൊണ്ടിരിക്കുന്നു, ഒരു ത്യാഗനിർഭരയുഗസ്മരണയിൽ..

സിഖ് ചിന്തയുടെ അമരത്വം

അനന്യവും സമർപ്പിതവുമായ ഒരു വ്യാഴവട്ടം നീണ്ട തപസ്യക്കു ശേഷമാണ് ബായ് അമർദാസിന്റെ അപൂർവ്വ വ്യക്തിത്വത്തിൽ ആകൃഷ്ട നായി ആ വത്സലശിഷ്യനെ, ഗുരു അംഗദ് ദേവ്, തന്റെ പിൻഗാമിയായി നിശ്ചയിക്കുന്നത്. ബായ് അമർദാസ് ഗുരുവിനു മുന്നിൽ എത്തുന്നത് 1540 ലാണ്. ഗുരു അംഗദ് ദേവ്ജി സമാധിയാകുമ്പോൾ നേരത്തേ തന്നെ അരു ളിച്ചെയ്തപ്രകാരം ബായ് അമർദാസ്ജി (1479–1574) സിഖ് സമൂഹത്തിന്റെ മൂന്നാമത്തെ പരമഗുരുവായി അവരോധിതനായി. ഗുരു അംഗദ് ദേവ്ജി യുടെ പുത്രന്മാരുടെ സാന്നിദ്ധ്യത്തിൽ നടന്ന ആ സ്ഥാനാരോഹണ ചടങ്ങ് അദ്ദേഹത്തിന്റെ പൂർവ്വഗുരു അനുഷ്ഠിച്ച ചടങ്ങുകൾക്കു സമാന വുമായിരുന്നു. ഗുരുനാനാക്ക് ദേവ്ജിയുടെ പാത പിന്തുടരുകയെന്നത് എല്ലാ അർത്ഥത്തിലും സിഖ് ഗുരുക്കന്മാരുടെ ജീവിതവ്രതമായിത്തീർന്നു.

വിവിധ ആത്മീയ ഗീതകങ്ങളായി പരന്നുകിടന്ന ഗുരുനാനാക്ക്ജി യുടെയും ഗുരു അമർദാസിന്റെയും ഗുരു രാംദാസിന്റെയും വചനങ്ങളായ അറുപത്തിനാലു ശ്ലോകങ്ങൾ ശേഖരിച്ചതാണ് സിഖ് വിശുദ്ധഗ്രന്ഥമായ *ഗുരുഗ്രന്ഥസാഹിബി*ന്റെ ആദ്യരൂപം. ഇവയിൽ പതിനഞ്ചു ശ്ലോകങ്ങൾ 'വാർ ആശ'യിലും പന്ത്രണ്ടുശ്ലോകങ്ങൾ 'വാർ മജഹ്ലും,' പതിനൊന്നു ശ്ലോകങ്ങൾ 'വാർ സൂഹി'യിലും ഒൻപതെണ്ണം 'വാർ സരാംഗി'ലും ഏഴെണ്ണം 'വാർ രാംകലി'യിലും അഞ്ചെണ്ണം 'വാർ മലറി'ലും രണ്ടെണ്ണം 'വാർ സിറി'യിലും ഓരോ ശ്ലോകങ്ങൾ വീതം 'വാർ സോറത്ത്'ലും 'വാർ മാരു' രാഗങ്ങളിലുമായിട്ടാണ് വിശുദ്ധ ഗ്രന്ഥത്തിൽ രേഖപ്പെടുത്തിയിട്ടു ള്ളത്.

ശ്ലോകങ്ങൾ എന്ന് അറിയപ്പെടുമ്പോഴും സാധാരണ കാവ്യസ്വഭാവ ത്തിലുള്ളവയല്ല മറിച്ച് രണ്ടുവരികളിലായി രചിക്കപ്പെട്ടിട്ടുള്ള വചന കവി

തകളായാണ് മിക്കവയും ലഭ്യമായിട്ടുള്ളത്. എന്നാൽ രണ്ടു വരികൾക്കു മുകളിൽ പന്ത്രണ്ടുവരികൾ വരെ ചിലവയിൽ കാണാനുമാകും. 'വാർ സിറിരാഗ'ത്തിൽ രണ്ടും 'വാർ മഹജ്' രാഗത്തിൽ പന്ത്രണ്ടും വരികളുണ്ട്. 'ദോഹ'യുടെ രൂപം സ്വീകരിച്ചിട്ടുള്ള രചനയാണിവയെല്ലാമെങ്കിലും വളരെ കുറച്ചു വരികൾക്കു സ്തോത്രസ്വഭാവമുണ്ട്. 'ശ്രീരാഗ് കി വാർ', 'മഹജ് കി വാർ' എന്നിവയിലെ ചിലവ ഇങ്ങനെ സ്തോത്രരൂപം കൈവന്നവയാണ്. ഇത്തരം രചനകൾ 'സിർഖൻദി' കാവ്യരൂപങ്ങളായും മാറാറുണ്ട്. ദൈവചിന്തയിൽ അധിഷ്ഠിതവും ഗുരുഭക്തിയിൽ ലയിച്ചു ചേർന്നതും മാനവസേവയിൽ പ്രതിജ്ഞാബദ്ധവുമായ രചനകളാണിവയെല്ലാം എന്നുള്ള പൊതു നിരീക്ഷണം വിശുദ്ധ ഗ്രന്ഥത്തിലെ വചന കവിതകളുടെയാകെ സവിശേഷതയായിത്തീരുന്നു.

ഗുരുനാനാക്ക്ജിയുടെ വചന വഴിയിലൂടെയുള്ള, വിസ്മയകരമായ യാത്രയിലാണ് ഗുരു അംഗദ് ദേവ്ജി *ഗുരുഗ്രന്ഥ സാഹിബി*ന്റെ അടിത്തറ പാകുന്ന പവിത്രകർമ്മം നിർവ്വഹിക്കുന്നത്. എന്നാൽ ആ കർമ്മരഥ്യയെ സജീവമായി മുന്നോട്ടുകൊണ്ടുപോയതിലുള്ള ഉത്തരവാദിത്വമാണ് ഗുരു അമർദാസ്ജി നിർവ്വഹിച്ചത്. എഴുത്തിന്റെയും വായനയുടെയും ലോകത്തുനിന്നും സാമൂഹ്യ പ്രവർത്തനത്തിന്റെ ശാദ്വലങ്ങളിലേക്കു നിരന്തരം സഞ്ചരിക്കുന്നതിൽ ദത്തശ്രദ്ധനായിരുന്നു ഗുരു അമർദാസ്ജി. സാമൂഹ്യപരിഷ്കർത്താവ് എന്ന നിലയിൽ സിഖ് സമൂഹത്തിനും ഇതര സമുദായങ്ങൾക്കും പ്രിയങ്കരനായിത്തീർന്ന ഗുരു അമർദാസ്ജി സ്ത്രീസമൂഹത്തിന്റെ മോചനത്തിനായി നിരന്തരശ്രമങ്ങളിലേർപ്പെട്ടു. ഭർത്താവ് മരണപ്പെട്ടാൽ ആ ചിതയിലേക്കു എടുത്തുചാടി വിധവയും ഇഹലോകവാസം വെടിയണമെന്ന 'സതി സമ്പ്രദായം' അപരിഷ്കൃതവും അയുക്തികവുമാണെന്ന് ഗുരു വ്യക്തമാക്കി. സതിസമ്പ്രദായത്തിനെതിരെ അതിശക്തമായ പ്രചരണപരിപാടികൾ സംഘടിപ്പിച്ച ഗുരു സതി നിർത്തലാക്കണമെന്ന അഭിപ്രായം നിരന്തരം പ്രകടിപ്പിച്ചു വന്നു. കൂടാതെ സിഖ് സമൂഹം 'സതി' അനുഷ്ഠിക്കുവാൻ പാടില്ലെന്ന് കൃത്യമായ നിർദ്ദേശം നല്കുവാനും ഗുരു മറന്നില്ല. നിരവധി പെൺകുട്ടികൾ ഇങ്ങനെയുള്ള ആചാരത്തിന്റെ ബലിയാടായി ഭർത്താക്കന്മാരുടെ ചിതയിൽ സ്വയം ഹോമിക്കപ്പെട്ടത് ഗുരുവിനെ ദുഃഖിതനാക്കി. വർഷങ്ങളായി നിലനിന്ന ആചാരത്തെ നിഷേധിക്കാൻ സാധാരണ ജനങ്ങൾക്ക് ധൈര്യമുണ്ടായിരുന്നില്ല. പക്ഷേ, ഗുരു അമർദാസ് ജി അകാലത്തിൽ ചിതയിലേക്ക് സ്വയം പ്രവേശിക്കുന്ന വിധവകളെ അതിൽനിന്നു പിന്തിരിപ്പിക്കുകയും 'സതി' എന്ന അനാചാരത്തെ ശക്തിയുക്തം എതിർക്കുകയും ചെയ്തു. സിഖ് സമൂഹത്തിലെ സ്ത്രീകളുടെ ജീവിക്കുവാനുള്ള സ്വാതന്ത്ര്യത്തെയെങ്കിലും ഒട്ടും വൈകാതെ ഉറപ്പാക്കുവാൻ ഗുരുവിന്റെ ഉദ്ബോധനം മൂലം കഴിഞ്ഞു.

ഗുരു അമർദാസ്ജിയുടെ സ്ത്രീ സുരക്ഷയ്ക്കായുള്ള അരുളപ്പാടുകൾ സിഖ് സമുദായത്തിൽ മാത്രമല്ല പഞ്ചാബിലെയും ഉത്തരഭാരത

ഗുരു രാമദാസ് ജി

ത്തിലെയും വലിയൊരു ശതമാനം പൊതുസമൂഹത്തിലും മാറ്റങ്ങൾക്കു വഴിമരുന്നിടുകയുണ്ടായി. രാജ്യസ്നേഹം പോലെതന്നെ പരമപ്രധാനമാണ് സ്ത്രീ സംരക്ഷണമെന്നും സിഖ് സമൂഹം ചെറുപ്രായം മുതൽ പുരുഷപ്രജകളെ പഠിപ്പിക്കുമ്പോൾ നൂറ്റാണ്ടുകളിലേക്കത് പകർന്നുകൊണ്ടേയിരിക്കുന്നു. സിഖ് ഗുരുക്കന്മാരിൽ സാമൂഹിക പരിഷ്കരണ പ്രവർത്തനങ്ങളിൽ ഏറ്റവുമധികം മുഴുകിയ ഗുരു അമർദാസ്ജി ഭാരതീയ നവോത്ഥാനത്തിൽ ആദിമപ്രഭ ചൊരിഞ്ഞ മഹാത്മാവ് കൂടിയാണ്. സ്ത്രീകൾ വീടുകൾക്കുള്ളിൽപോലും മുഖമുൾപ്പെടെ മൂടുപടത്താൽ പൊതിഞ്ഞു നടക്കണം എന്ന പ്രാകൃതാചാരത്തെയും ഗുരു അമർദാസ് ജി ചോദ്യം ചെയ്തതോടെ വിപ്ലവാത്മകമായ സാമൂഹ്യ ഇടപെടലാണ് സംഭവിച്ചത്. യാഥാസ്ഥിതിക സമൂഹം എപ്പോഴും പുരുഷന്റെ ആധിപത്യത്തിൽ തുടരാൻ ആഗ്രഹിച്ചപ്പോൾ അതിനായി സ്ത്രീയെ കരുവാക്കുവാനും തുനിഞ്ഞു. എന്നാൽ അത് അവസാനിപ്പിക്കണമെന്ന് കാര്യകാരണസഹിതം വിവരിക്കവെ ഗുരുവചനത്തെ യാഥാസ്ഥിതികർക്ക് നിരാകരിക്കാനുമായില്ല. സ്ത്രീ പുരുഷസമത്വത്തെക്കുറിച്ചുള്ള ചർച്ചകൾ അക്കാലത്ത് ആരംഭിച്ചില്ലായെങ്കിലും സ്ത്രീയുടെ പരിമിതമായ സ്വാതന്ത്ര്യങ്ങൾ അനുവദിച്ചുകിട്ടുവാനുള്ള ശ്രമങ്ങൾ ഇവ്വിധം തുടങ്ങിക്കഴിഞ്ഞിരുന്നു. മൂടുപടത്തിൽനിന്നും മോചിതയായ സ്ത്രീക്ക് സ്വന്തം പുരുഷന്റെ അകാലവിയോഗത്തിൽ തുടർ ജീവിതം വിലക്കിവന്ന സതിസമ്പ്രദായത്തിൽ നിന്നുകൂടി വിമുക്തി ലഭിച്ചപ്പോൾ സ്ത്രീത്വം മാനിക്കപ്പെട്ടു. ഭൂമി മാതാവെന്നു വിളിച്ച് സ്ത്രീയെ ആദരിക്കുന്നതിന് അർത്ഥമുണ്ടായി.

സിഖ് പരമ്പരയിലെ നാലാമത്തെ ഗുരുവായി 1574 ൽ സ്ഥാനാരോഹണം ചെയ്യപ്പെട്ടത് ഗുരുരാംദാസ്ജിയെയാണ്. ഗുരു അമർദാസിന്റെ പ്രിയ

ശിഷ്യനായിരുന്ന രാംദാസ്ജി സിഖ് സമൂഹത്തിന്റെ ആദ്ധ്യാത്മിക കേന്ദ്ര മായി അമൃത്സർ നഗരത്തിന് അസ്തിവാരമിടുന്നതിൽ ദത്തശ്രദ്ധനായി പ്രശസ്തി നേടി. മൂന്നുവർഷങ്ങൾക്കുശേഷം ഇന്നത്തെ പ്രശസ്തമായ അമൃതസരസ്സ് നിർമ്മിക്കുന്നതിലും ഗുരുരാംദാസ്ജി മുഴുകി. അമൃതജലം നിറഞ്ഞ ജലാശയത്തിന്റെ നിർമ്മിതിയിലൂടെ സിഖ് ഏകീകരണത്തിനു കൂടി വഴിതുറന്ന ഗുരു തന്റെ പൂർവ്വികന്റെ സാമൂഹിക പ്രതിബദ്ധതയെ കൈവിടാതെ നിലനിർത്തുകയും ചെയ്തു.

പരിവർത്തനത്തിന്റെ പാതയിലൂടെ ശിഖന്മാരെ നടത്തിക്കുന്നതിൽ അമൃത്സർ എന്ന ആദ്ധ്യാത്മിക കേന്ദ്രത്തിന് നിർണ്ണായകമായ പങ്കുണ്ട്. പുരോഗമനാത്മകമായ ഒട്ടനവധി ചര്യകൾ ശിഖന്മാർ ശീലിച്ചത് അമൃത്സറിലെ ആദ്ധ്യാത്മിക കേന്ദ്രത്തിൽനിന്നാണ്. ത്യാഗബുദ്ധിയോടെ കൂട്ടായി സ്വസമൂഹത്തിനു വേണ്ടി പരസ്പരബഹുമാനം നിലനിർത്തിക്കൊണ്ട് സൗജന്യമായി അദ്ധ്വാനിക്കാമെന്ന് അമൃതസരസ്സിന്റെ നിർമ്മാണം എന്ന കർസേവയിലൂടെ ശിഖന്മാർ പഠിച്ചു. സമൂഹമാണ് ആത്യന്തിക സത്യമെന്നും അതു സൃഷ്ടിക്കാനുള്ള കരുക്കൾ മാത്രമാണ് വ്യക്തികൾ എന്നും ശിഖന്മാർ തിരിച്ചറിഞ്ഞു. ഗുരുതത്ത്വങ്ങൾ ആവർത്തിക്കുകയും ത്യാഗബുദ്ധിയോടെ സഹജീവികൾക്കായി പ്രവർത്തിക്കുകയും സംശുദ്ധവും നീതിയുക്തവുമായ സാഹസിക ജീവിതം നയിക്കുകയും ചെയ്യുമ്പോഴേ ശിഖന്മാർ തങ്ങളുടെ ജീവിതലക്ഷ്യം പ്രാപിക്കുകയുള്ളൂവെന്ന തിരിച്ചറിവിൽ ഒരോ സിഖ് പൗരനും ശുദ്ധീകരിക്കപ്പെട്ടു. ഗുരു അമർദാസ്ജിയുടെയും അദ്ദേഹത്തിന്റെ ശിഷ്യനും പിൻഗാമിയുമായ ഗുരു രാംദാസ്ജിയുടെയും ജന്മോദ്ദേശ്യം ഇവ്വിധം ശിഖ പരിണാമത്തിലൂടെ സാർത്ഥകമാകുകയായിരുന്നു. 1581 ൽ ഗുരു രാംദാസ്ജി ഈ ലോകത്തോട് വിടപറയുമ്പോൾ ഭാരതത്തിലെ അനിഷേദ്ധ്യ സമൂഹമായി സിഖ് ജനത വളർന്നുകഴിഞ്ഞിരുന്നു.

മാനവികതാബോധം ഉണർത്തിയ ഗുരുക്കന്മാർ

സിഖ് മതത്തിന്റെ പ്രയാണവീഥിയിൽ മാനവികതാ ദർശനം ഒളിഞ്ഞുകിടപ്പുണ്ടെങ്കിലും അത് പ്രത്യക്ഷമായി പരമപദത്തിലേക്കെത്തുന്നത് അഞ്ചും ആറും ഗുരുക്കന്മാരുടെ കാലഘട്ടങ്ങളിലാണ്. ഗുരു അർജ്ജുൻ ദേവിന്റെയും (1581-1606) ഗുരു ഹർഗോബിന്ദിന്റെയും (1606 -1645) പവിത്രസാന്നിദ്ധ്യമുണ്ടായ നാളുകളിൽ ഗുരുദ്വാരകളിൽ വിശ്വമാനവികതയുടെ മതാതീത ശരണമന്ത്രങ്ങളുയരുകയായി.

ഗുരുരാംദാസ്ജിയുടെ പുത്രൻ ഗുരു അർജ്ജുൻജി അഞ്ചാം ഗുരുവായി ചുമതല ഏല്ക്കുന്നത് പിതാവ് ഈ ലോകത്തോടു വിട പറഞ്ഞ 1581 ലാണ്. അമൃത്സർ എന്ന പവിത്ര നഗരത്തെ അതിന്റെ മഹത്തായ യശസ്സിലേക്കുയർത്തിയത് അഞ്ചാം ഗുരുവിന്റെ കാലത്താണ്. അദ്ദേഹം അമൃതസരസിന്റെ വശങ്ങൾ കുമ്മായക്കൂട്ടിനാൽ ബലപ്പെടുത്തി ജലാശയത്തെ ശാശ്വതമായി സംരക്ഷിച്ചു. ഒപ്പം തന്നെ ഇന്ന് സുവർണ്ണക്ഷേത്രം എന്നറിയപ്പെടുന്ന ദർബാർ സാഹിബ് ജലാശയത്തിനു നടുവിൽ നിർമ്മിക്കുകയും ചെയ്തതോടെ ശിഖന്മാരുടെ മാത്രമല്ല പൊതുസമൂഹത്തിന്റെയാകെ ശ്രദ്ധാകേന്ദ്രമായി അമൃത്സർ നഗരം മാറി. സിഖ് സമുദായത്തിന്റെ സാംസ്കാരികവും സാമൂഹികവുമായ സ്വത്വം പ്രതിബിംബിക്കുന്ന ഉൽകൃഷ്ടസ്ഥാനമായും സുവർണ്ണക്ഷേത്രം ഗരിമനേടി. വിശ്വാസത്തിന്റെയും ത്യാഗത്തിന്റെയും വീര്യത്തിന്റെയും സദ്കർമ്മവേദിയായി പരിലസിച്ച ദേവാലയം വിശാലമായ ഒരു മതപാരമ്പര്യത്തെ ഉയർത്തിപ്പിടിക്കുകയായിരുന്നു. മറ്റ് പ്രാചീന ഭാരതീയ ക്ഷേത്രസങ്കല്പത്തിലെ ഏക കവാട പ്രവേശനത്തെ നാല് ദിശയിലേക്കും തുറന്നിരിക്കുന്ന ചതുർ കവാടമഹിമയിലേക്ക് ദർബാർ സാഹിബ് മഹത്തരപ്പെട്ടു. വർഗ്ഗവർണ്ണവിവേചനങ്ങളെല്ലാം വെടിഞ്ഞ വിശാലമായ മാനവികതാ

ബോധത്തെ പ്രതിനിധാനം ചെയ്യുന്ന ക്ഷേത്ര സങ്കല്പത്തെയാണ് ഗുരു അർജ്ജുൻജി ലോകത്തിന് സംഭാവന ചെയ്തത്. ദർബാർ സാഹിബിന്റെ ഉള്ളിലെവിടെയും ഏതെങ്കിലും തരത്തിലുള്ള വിഗ്രഹങ്ങളോ ആരാധനാമൂർത്തികളോ ഇല്ലെന്നതും മൗലികവാദങ്ങൾക്കോ പക്ഷവാദങ്ങൾക്കോ സിഖ് വിശ്വാസത്തിൽ ഇടമില്ല എന്ന പ്രഖ്യാപനമായി ലോകം കരുതി. അതുതന്നെയായിരുന്നു ഗുരു അർജ്ജുൻജി വിഭാവന ചെയ്ത ലോകമാനവികതാ ദർശനത്തിന്റെ കാതൽ!

പവിത്രമായ അമൃതതടാകത്തിന്റെ തീരങ്ങളിൽ ഇരുന്നുകൊണ്ടാണ് ഗുരു അർജ്ജുൻജി തന്റെ ഗീതങ്ങൾ രചിച്ചതും ആലപിച്ചിരുന്നതും. മധുര മനോഹരമായ ശബ്ദത്തിൽ ശ്രുതിസുഭഗമായ രാഗങ്ങളിൽ ദിവ്യപരിവേഷമുള്ള ഭക്തിഗീതങ്ങൾ സിഖ് സമൂഹത്തിനായി സംഭാവന ചെയ്ത ഗുരു പരിശുദ്ധിയുടെയും മാനവികതയുടെയും ദർശനത്തെയാണ് അവയിലൂടെ വെളിപ്പെടുത്തിയത്. ഗുരുനാനാക്ക്ജി മുതൽ ഇങ്ങോട്ടുള്ള സിഖ് ഗുരുക്കന്മാരുടെ മഹദ് വചനങ്ങൾ ഉൾക്കൊള്ളുന്ന *ഗുരുഗ്രന്ഥസാഹിബി*ലേക്ക് ഗുരു അർജ്ജുൻജിയുടെ സംഭാവനകൾ കൂടി ഉണ്ടായപ്പോൾ അത് ബഹുസ്വരമായ ഒരു ദിവ്യഗ്രന്ഥമായി മാറി. സിഖ് ഗുരുക്കന്മാരുടെ വചനങ്ങൾ മാത്രമല്ല ഒട്ടനവധി ഹിന്ദു മുസ്ലീം പണ്ഡിതന്മാരുടെ ദിവ്യവചസ്സുകളും ഉൾച്ചേർന്നിട്ടുള്ള *ഗുരുഗ്രന്ഥസാഹിബ്* മനുഷ്യകുലത്തിന്റെയാകെ ദിവ്യഗ്രന്ഥമായിത്തീർന്നത് അങ്ങിനെയാണ്. ദൈവത്തിനു മുന്നിലെ അർച്ചനയായും സാധാരണക്കാർക്കുവേണ്ടിയുള്ള ഉദ്ബോധനങ്ങളായും

ഗുരുക്കന്മാർ പല കാലങ്ങളിലായി തയ്യാറാക്കിയ ഗീതകങ്ങളടങ്ങിയ *ഗുരു ഗ്രന്ഥസാഹിബിന്റെ* ഏറ്റവും വലിയ സവിശേഷത അത് സംസാരഭാഷയിൽ രചിക്കപ്പെട്ട പവിത്രഗ്രന്ഥമാണെന്നത് തന്നെ. ദൈവപ്രകീർത്തനം ഒരുവശത്തും സേവനപാഠം മറുവശത്തും പ്രകടമാക്കുന്ന ഗ്രന്ഥം വിശാലമായ അർത്ഥത്തിൽ മാനവകുലത്തെയാകെ അഭിസംബോധന ചെയ്യും വിധമാണു നിലകൊള്ളുന്നത്. കാലം മാറുന്നതിനനുസൃതമായി യാതൊരു മാറ്റങ്ങളും വരുത്തേണ്ടതില്ലെന്ന നിശ്ചയത്തിലാണ് സർവ്വാതിശായിയായി ഗ്രന്ഥം ഇന്നും കാണപ്പെടുന്നത്. ഭാഷയിലോ ആശയത്തിലോ പദപ്രയോഗങ്ങളിലോ ആലാപനത്തിലോ പാരായണക്രമത്തിലോ ഒരു മാറ്റവും വരുത്താതെ നൂറ്റാണ്ടുകൾക്കിപ്പുറവും *ഗുരുഗ്രന്ഥസാഹിബ്* സ്ഥായിയായി സ്ഥിരപ്രജ്ഞത കാട്ടുന്നു. പ്രാചീനരൂപത്തിലുള്ള *ഗുരുഗ്രന്ഥസാഹിബിന്റെ* പ്രഥമ കൈയെഴുത്തു പകർപ്പ് ജലന്ധർ ജില്ലയിലുള്ള കർത്താപൂർ ശീതൽ മഹൾ ഗുരുദ്വാരയിൽ സൂക്ഷിച്ചിരിക്കുന്നു. എന്നാൽ ഇന്ന് അമൃത്സറിലെ പവിത്രമായ സുവർണ്ണക്ഷേത്രത്തിലുള്ള *ഗുരുഗ്രന്ഥസാഹിബും* ക്ഷേത്രവും സിഖ് വിശ്വാസികളുടെ ഏറ്റവും ദിവ്യമായ കേന്ദ്രസ്ഥാനമായി വർത്തിക്കുകയുമാണ്. ഗുരു അർജ്ജുൻജിയുടെ കാലഘട്ടത്തിലാണീവിധമൊരു കേന്ദ്രീകരണം ആഴത്തിൽ രൂപമെടുക്കുന്നതും സിഖ് സമൂഹത്തിലെ സാമൂഹ്യ പ്രതിബദ്ധതയുള്ള വിശ്വാസം ജീവിതത്തിന്റെ തീവ്രശോഭ പ്രകടമാക്കുന്നതും.

ഹിന്ദു സമൂഹത്തിലും സിഖ് വിശ്വാസികൾക്കിടയിലുമുള്ള ഗുരു അർജ്ജുൻജിയുടെ വർദ്ധിച്ച ജനപ്രിയതയും വിശ്വാസവും മുഗൾചക്രവർത്തി ജഹാംഗീറിൽ സംശയമുളവാക്കി. കൂടാതെ മുസ്ലീം സഹോദരന്മാരും അർജ്ജുൻജിയുമായി വളർന്നുവന്ന സൗഹൃദത്തെയും ചക്രവർത്തി അസഹിഷ്ണുതയോടെ നോക്കിക്കണ്ടു. *തുസുകി ജഹാംഗിരി* എന്ന തന്റെ ആത്മകഥയിൽ ജഹാംഗീർ ചക്രവർത്തി ഇങ്ങനെ എഴുതി. “അർജ്ജുൻ എന്നു പേരുള്ള ഒരു ഹിന്ദു, ഫക്കീറിന്റെയോ ഷേക്കിന്റെയോ ജീവിത രീതികളുമായി ദുർബ്ബലരായ ഹിന്ദുക്കളുടെയും അജ്ഞതയുള്ള മുസൽമാന്മാരുടെയും ഹൃദയങ്ങൾ കീഴടക്കി ഇവിടെ വിരാജിക്കുകയാണ്. അവർ ‘ഗുരു’ എന്നു വിശേഷിപ്പിക്കുകയും വിഡ്ഢികളായ ജനസഞ്ചയം മുഴുവൻ അങ്ങോട്ട് ആകർഷിക്കപ്പെടുകയും ചെയ്യുന്നു. മൂന്നോ നാലോ തലമുറകളായി ഇത്തരം പ്രവർത്തനങ്ങൾ നടക്കുന്നുണ്ടെന്നറിയുമ്പോൾ ഈ അത്യാചാരത്തിനെതിരെ അടിയന്തരമായി പ്രവർത്തിക്കുകയും ഇതിനൊരവസാനം കണ്ടെത്തുകയും വേണമെന്നു ഞാൻ നിശ്ചയിക്കുന്നു. അല്ല എങ്കിൽ ആ ‘ഗുരു’വിനെ ഇസ്ലാമിന്റെ വഴിയിലേക്കു നയിക്കുക തന്നെ വേണം. ”പിന്നീട് ‘ഗുരു’വിനെതിരെയുള്ള കുറ്റാരോപണങ്ങൾ തന്റെ കിങ്കരന്മാരിൽനിന്നും തേടിയ ജഹാംഗീർ എഴുതി. “അപകടകാരിയാണയാൾ എന്നെനിക്കു ബോദ്ധ്യമായി. അയാളെ ബന്ധനസ്ഥനാക്കി എന്റെ മുന്നിൽ ഹാജരാക്കുവാനും സ്വത്തുവകകളും കുടുംബവും മക്കളെയും കണ്ടുകെട്ടി മുർത്താസ്ഖാന് കൈമാറുന്നതിനും ഉത്തരവു

നല്കി. ഗുരുവെന്ന വിശേഷണവുമായി നടക്കുന്ന ആ കലാപകാരിയെ കഠിനപീഡകൾക്കു ശേഷം വധിക്കുന്നതിനും ഉത്തരവിടുകയും ചെയ്തു." നിഷ്ഠുരമായ ഈ ഉത്തരവ് 1606 ൽ നടപ്പിലാക്കുകയും ഗുരു അർജ്ജുൻദേവ്ജി കഠിനയാനതകൾ അനുഭവിച്ച് ശിക്ഷയ്ക്കു വിധേയ നാകുകയുമുണ്ടായി. സ്വന്തം വിശ്വാസത്തിന്റെ ബലിപീഠത്തിൽ രക്ത സാക്ഷിത്വം വരിച്ച ഗുരു അർജ്ജുൻ ദേവ്ജി അനശ്വരപദവിയിലേക്കുയ രുകയായിരുന്നു.

പിൻഗാമിയായ ഗുരു ഹർഗോബിന്ദ് സിങ്ജി തന്റെ സമൂഹം നേരി ടുന്ന തീക്ഷ്ണമായ അടിച്ചമർത്തലുകൾക്കെതിരെ ചെറുത്തു നില്ക്കു വാൻ തന്നെ തീരുമാനിച്ചു. രാജ്യത്ത് ശക്തമായിവരുന്ന മുഗൾഭരണ ത്തിന്റെ നീരാളിപ്പിടുത്തത്തിൽ സിഖ് സമൂഹം ഞെരിഞ്ഞമരാതിരിക്ക ണമെങ്കിൽ ആയുധം കൈയിലേന്തുകയല്ലാതെ മറ്റു മാർഗ്ഗമൊന്നുമില്ലെന്ന് ആ ആദ്ധ്യാത്മിക ഗുരു നിശ്ചയംകൊണ്ടു. അന്നോളം ദാനധർമ്മങ്ങളും പ്രാർത്ഥനകളും ത്യാഗനിർഭരമായ ജീവിതവുംകൊണ്ട് ശിഖന്മാർക്ക് ആത്മബലം നല്കിപ്പോന്ന ഗുരുപരമ്പരയിൽ ആയുധത്തിന്റെ തിളക്കം കൂടി ചേർത്തുവയ്ക്കുവാൻ സ്വന്തം ഗുരുവിന്റെ രക്തസാക്ഷിത്വം ഗുരു ഹർഗോബിന്ദ്ജിയെ നിർബ്ബന്ധിതനാക്കി. ധർമ്മത്തെ സംരക്ഷിക്കുവാനും അടിച്ചമർത്തലിനെ പ്രതിരോധിക്കുവാനും തീരുമാനിച്ച ഗുരു അത് ശിഖ ന്മാർക്കു പകർന്നു നല്കുവാനുറച്ചു. അങ്ങനെ അകാൽത്തക്തിലെ സ്ഥാനാരോഹണച്ചടങ്ങിൽ രണ്ട് പടവാളുകൾ അണിഞ്ഞുകൊണ്ടാണ് ഗുരു ഹർഗോബിന്ദ് സിങ്ജി ഉപവിഷ്ടനായത്. അത്ഭുതാദരങ്ങളോടെ ആ കാഴ്ച നോക്കിക്കണ്ട സമൂഹത്തോട് ആയുധങ്ങൾ രണ്ടും 'പീറിയും മീറി'യുമാണെന്നു വ്യക്തമാക്കിയ ഗുരു അവയെ ആത്മീയതയുടെയും രാജാധികാരത്തിന്റെയും ചിഹ്നങ്ങളായി നിർവ്വചിച്ചു. ഇവ രണ്ടും 'ദേഗ്', 'തേഗ്' എന്നിവകളുടെ പൂരകങ്ങളാണെന്ന് ഗുരു വ്യക്തമാക്കി. 'ദേഗ്' വിശക്കുന്നവന് ഭക്ഷണമേകുന്ന പാത്രമാണെങ്കിൽ, 'തേഗ്' ആകട്ടെ അക്രമകാരികളെ ചെറുക്കാനുള്ളതുമാണ്. ഈ നടപടിയിലൂടെ സിഖ് സമൂഹത്തെ ആദ്യമായി ആയുധമേന്തിയ ഒരു സമൂഹമാക്കി മാറ്റുകയാ യിരുന്നു ഗുരു ഹർഗോവിന്ദ് സിങ്ജി. അനിവാര്യമായതും നിലനില്പിന് അത്യന്താപേക്ഷിതവുമായ ആ മാറ്റം സിഖ് സമൂഹത്തിന്റെ പില്ക്കാല ചരിത്രത്തെ യാഥാർത്ഥ്യമാക്കുന്നതിൽ നിർണ്ണായക പങ്കുവഹിക്കുകയും ചെയ്തു.

ഗുരു ഹർഗോവിന്ദ് സിങ്ജി ഒരു യോദ്ധാവുമാത്രമായിരുന്നില്ല. അദ്ദേഹം ഒന്നാമതായും ഒരു ആദ്ധ്യാത്മികാചാര്യനായിരുന്നു. ഗുരുനാ നാക്ക് പരമ്പരയിലെ ആറാം ഗുരു എന്ന നിലയിൽ സിഖ് സമൂഹത്തിന്റെ സുരക്ഷയിൽ അദ്ദേഹം കൂടുതൽ ശ്രദ്ധ നല്കിയെന്നു മാത്രം. മറാത്ത സന്ന്യാസിയായ ശ്രീ സമ്രാത്ത് രാംദാസിന് ഗുരു ഹർഗോവിന്ദ് നല്കിയ മറുപടി ശ്രദ്ധേയമാണ്. 1634 ൽ ശ്രീനഗറിൽ കണ്ടുമുട്ടിയപ്പോൾ കുതിര പ്പുറത്ത് ആയുധധാരിയായി കണ്ട സിഖ് ഗുരുവിനോട് ആ മറാത്ത

സന്ന്യാസി ആരാഞ്ഞു "ഗുരുനാനാക്ക് 'ത്യാഗിസാധു' ആയിരുന്നുവെങ്കിൽ താങ്കൾ 'സച്ചാ പാദുഷാ' യാണെന്നു പറയുന്നു. യഥാർത്ഥത്തിൽ താങ്കൾ ആരാണ്?" ഗുരു ഹർഗോവിന്ദ് ജി പ്രതിവചിച്ചു. "ഞാൻ ആന്തരികമായി സന്ന്യാസിയും ബാഹ്യമായി രാജകുമാരനുമാണ്. ബാബാ നാനാക്ക്ജി മനുഷ്യന്റെ ആത്മബോധമാകുന്ന മായയെയാണ് നവീകരിച്ചത്. നമുക്കിന്ന് ശത്രുക്കളെ ചെറുക്കുക കൂടി വേണം." മറാത്ത ഗുരുവിന് ആ മറുപടിയിൽ തന്റെ ആത്മാന്വേഷണത്തിന്റെ നിവൃത്തിയെയാണു കണ്ടെത്താനായത്. അദ്ദേഹം സിഖ് ഗുരുവിന്റെ ആരാധകനായി. മുഗൾ വെല്ലുവിളി നേരിടുന്നതിന് അന്നു മുതൽ സിഖുകാർക്കൊപ്പം കൈകോർക്കുവാൻ മറാത്ത ശക്തിയും എത്തിച്ചേർന്നു. പതിനെട്ടാം നൂറ്റാണ്ട് അവരുടെ വിജയത്തെ ആഘോഷിക്കുകയും ചെയ്തു. ഉദാസീൻ, മസാൻദാ തുടങ്ങിയ സംവിധാനങ്ങൾ ആരംഭിച്ച ഗുരു സിഖ് വിശ്വാസത്തെ ഇന്ത്യൻ അതിർത്തികൾക്കപ്പുറത്തേക്കെത്തിച്ചു. സിഖ് ചിന്തയുടെയും സിഖ് ശക്തിയുടെയും സമന്വയമായി സിഖ് ഗുരുപരമ്പരയിൽ തിളങ്ങിയ ഗുരു ഹർഗോവിന്ദ്ജി ഇന്നും ശിഖരുടെ ആവേശബിംബം തന്നെ.

പ്രതിസന്ധികളെ അതിജീവിച്ചുകൊണ്ട് 'ശിഖ മുന്നേറ്റം'

ഗുരു ഹർഗോബിന്ദ് സിങ്ജിയെ പിന്തുടർന്ന് സിഖ് ഗുരുപരമ്പരയെ ധന്യമാക്കിയത് ഗുരു ഹർറായ് (1645-1661) ആണ്. ഗുരു നാനാക്കിൽ ആരംഭിക്കുന്ന പത്ത് ഗുരുക്കന്മാരിൽ ഏഴാം സ്ഥാനത്തു നിലകൊള്ളുന്ന ഗുരു ഹർറായ് പതിനാലാം വയസ്സിൽ 1645 മാർച്ച് എട്ടാം തീയതിയാണ് അദ്ദേഹത്തിന്റെ മുത്തച്ഛനായ ആറാം ഗുരു ഹർഗോബിന്ദിന്റെ ദേഹവിയോഗത്തോടെ സിഖ് ഗുരുവായി സ്ഥാനമേല്ക്കുന്നത്. തുടർന്നുള്ള പതിനേഴു വർഷക്കാലം ഗുരുഹർറായ് സിഖ് സമൂഹത്തെ നയിക്കുകയും മുപ്പത്തിയൊന്നാം വയസ്സിൽ ഈ ലോകത്തോടു വിട പറയുംവരെ ഏഴാം ഗുരുവായി ഭരണം നടത്തുകയും ചെയ്തു. ബാബാ ഗുർദിത്തയുടെയും മാതാ നിഹാൽ കൗറിന്റെയും പുത്രനായി മുഗൾ സാമ്രാജ്യത്തിൽ പെടുന്ന പഞ്ചാബിലെ രൂപ് നഗറിൽ കിറാത്പൂർ സാഹിബിൽ 1630 ജനുവരി 16 ന് ജനിച്ച ഹർറായ് വളരെ പ്രഗത്ഭനായ ആത്മാചാര്യൻ എന്ന ഖ്യാതി നന്നേ ചെറുപ്പത്തിൽ തന്നെ നേടിയെടുത്ത സിഖ് ഗുരുവുമാണ്.

മുഗൾഭീഷണിയെ ചെറുക്കുന്നതിനായി വിപുലമായ സിഖ് സൈനികശക്തിയെ നിലനിർത്തിയിരുന്ന ഗുരു ഹർറായ് അവ്വിധത്തിൽ പ്രശസ്തനായി. മാത്രവുമല്ല മുഗൾ ഭരണത്തിലെ നിയുക്തരാജകുമാരന്മാരിൽ സൂഫി ചിന്തകളുമായി മിതവാദിയായി അറിയപ്പെട്ട ദാരാ ഷിക്കോഹിനെ പിന്തുണയ്ക്കുകയും മറുഭാഗത്തു നിലകൊണ്ട ഔറംഗസേബിനെ അവഗണിക്കുകയും ചെയ്തു. പക്ഷേ, തന്റെ സഹോദരൻ ദാരാഷിക്കോഹിനെ നശിപ്പിച്ച് വിജയം നേടിയ ഔറംഗസേബ് 1658 ൽ മുഗൾ സിംഹാസനം കരസ്ഥമാക്കുകയും ചെയ്തപ്പോൾ ഗുരു ഹർറായ് ശത്രുപക്ഷത്തായി. ദാരാ ഷിക്കോഹിനെ പിന്തുണച്ചതിനുള്ള കാരണം ബോധിപ്പിക്കുവാൻ സിഖ് ഗുരു ഹർറായ് തന്റെ മുന്നിൽ ഹാജരാകണം എന്നുത്തരവിട്ട ഔറംഗസേബിനെ അവഗണിച്ച ഗുരു ഹർറായ് തന്റെ

ഗുരു ഹർകിഷൻ

പുത്രന്മാരിൽ മൂത്തയാളായ റാം റായ്യെ ഔറംഗസേബിന്റെ സമീപത്തേക്കയച്ചു. ക്രുദ്ധനായ ഔറംഗസേബ് സിഖ് ഗുരുവിന്റെ സീമന്തപുത്രനെ മടങ്ങിപ്പോകാനനുവദിക്കാതെ കുറ്റം ചുമത്തുന്നതിനായി 'ആദിഗ്രന്ഥ'ത്തിലെ ഒരു അരുളപ്പാടിൽ ഇസ്ലാംവിരുദ്ധത ആരോപിച്ചു. സിഖ് സമൂഹം ഏറ്റവും പവിത്രമായി കണ്ടിരുന്ന 'ആദിഗ്രന്ഥ'ത്തിലെ *അരുളപ്പാടിനെ* മറ്റൊരുതരത്തിൽ വ്യാഖ്യാനിച്ച് ഇസ്ലാം വിരുദ്ധമല്ലെന്ന് ഔറംഗസേബിനെ ബോദ്ധ്യപ്പെടുത്തി സ്വന്തം നിലനില്പുമാത്രം നോക്കി സിഖ് മൂല്യങ്ങൾ പണയപ്പെടുത്തുവാൻ റാം റായ് സന്നദ്ധനായി. ഇതറിഞ്ഞ ഗുരു ഹർറായ് തന്റെ മൂത്തപുത്രനെ തള്ളിപ്പറയുകയും സിഖ് സംസ്കൃതിയിൽനിന്നും പുറത്താക്കുകയും ചെയ്തു. മാത്രവുമല്ല തന്റെ പിൻഗാമിയായി രണ്ടാമത്തെ പുത്രൻ ഹർകിഷൻ നിയുക്തനായിരിക്കുന്നുവെന്ന് പ്രഖ്യാപിക്കുകയും ചെയ്തു. അങ്ങനെ തന്റെ അഞ്ചാമത്തെ വയസ്സിൽ ഗുരു ഹർകിഷൻ സിഖ് സമൂഹത്തിന്റെ ആത്മീയാചാര്യനായിത്തീർന്നു. 1661 ൽ ഗുരു ഹർറായ് ദിവംഗതനായതോടെയാണ് ഇളയമകനായ ഗുരു ഹർകിഷൻ അവരോധിതനായത്.

മുഗൾ ഭരണാധികാരികൾ സിഖ് സമൂഹവുമായി നിരന്തരം കലഹിച്ചിരുന്നതിനാലും പൂർവ്വികർ മുഗൾ ചക്രവർത്തിമാരിൽനിന്നും അകലം ദീക്ഷിച്ചിരുന്നതിനാലും ഗുരു ഹർറായ് മുഗൾ രാജകുമാരൻ ദാരാ ഷിക്കോഹിനെ സഹായിച്ചതെന്തുകൊണ്ട് എന്ന ചോദ്യം സ്വാഭാവികമായും ഉയരുകയുണ്ടായി. തന്റെ ശിഷ്യർക്ക് സംശയ നിവൃത്തി വരുത്തുന്നതിനായി ഗുരു ഹർറായ് അരുളിച്ചെയ്തത് 'ഒരു കരം കൊണ്ട് സ്വീകരിക്കുന്ന പുഷ്പം മറുകരം കൊണ്ട് ദാനം ചെയ്യുമ്പോൾ രണ്ടു കരങ്ങളിലും പരി

മളം നിലനില്ക്കും' എന്നുവിശദീകരിച്ചുകൊണ്ടാണ്. മാനവികതാ ബോധത്തിന്റെയും സഹനത്തിന്റെയും ഉത്തമമാതൃകയായാണ് ലോകസമൂഹം ഗുരു ഹർറായ് എന്ന സിഖ് പരമാചാര്യനെ സ്വീകരിച്ചാദരിക്കുന്നത്.

ഗുരു ഹർകിഷൻ (1661–1664) ശിവാലിക് മലനിരകളിലെ കിരാത്പൂരിൽ 1656 ജൂലൈ 7 നാണ് ജനിക്കുന്നത്. ബംഗലുരു എന്നറിയപ്പെട്ടിരുന്ന ഗുരുഹർകിഷൻ ഏറ്റവും ചുരുങ്ങിയ കാലം സിഖ് ഗുരുവായി പദവി വഹിച്ച ആത്മീയാചാര്യനായാണ് വിശേഷിപ്പിക്കപ്പെടുന്നത്. അഞ്ചാം വയസ്സിൽ അവരോധിതനായ അദ്ദേഹം ഏഴാം വയസ്സിൽ ഈ ലോകത്തോട് വിടപറയുകയായിരുന്നു. അതോടെ അദ്ദേഹത്തിന്റെ ആത്മീയാചാര്യ പദവി രണ്ടുവർഷവും അഞ്ചുമാസവും ഇരുപത്തിനാലു ദിവസവും മാത്രം നീണ്ടുനിന്ന വളരെ ഋജുവായ ഒരു കാലഘട്ടമായിത്തീർന്നു. അദ്ദേഹത്തിന്റേതായി സിഖ് ചരിത്രത്തിൽ രേഖപ്പെടുത്തിയിട്ടുള്ള പ്രധാന സംഭവം അദ്ദേഹം 'ബാബാ ബക്കലേ' എന്ന് അരുളിയതുമായി ബന്ധപ്പെട്ടതാണ്. അതിൽനിന്നുമാണ് അടുത്ത സിഖ് പരമാചാര്യനായി അദ്ദേഹത്തിന്റെ മുതിർന്ന മാതുലൻ ഗുരു തേജ് ബഹാദൂറിനെ കണ്ടെത്തുവാൻ സിഖ് സമൂഹത്തിനു കഴിഞ്ഞത്. ഇങ്ങനെ വിചിത്രവും വിസ്മയകരവുമായ ഒരു ജീവിതചക്രത്തെ വളരെ പരിമിതമായ കാലഘട്ടത്തിൽ പൂർത്തിയാക്കി എട്ടാം സിഖ് ഗുരു വിടപറയുകയായിരുന്നു.

സംഭവബഹുലമായ ഒരു കാലഘട്ടത്തെയാണ് ഒൻപതാം ഗുരു തേജ് ബഹാദൂർ (1664–1675) സിഖ് സമൂഹത്തിനും ഇന്ത്യാചരിത്രത്തിനും നല്കിയത്. ഒൻപതാം നാനാക്ക് എന്നും, വാളിന്റെ ശക്തിയെന്നും, ഒൻപതാം ഗുരു എന്നും, ഭാരതത്തിന്റെ പരിച എന്നുമൊക്കെ അറിയപ്പെടുന്ന ഗുരു തേജ് ബഹാദൂർ 1621 ഏപ്രിൽ 1 ന് അമൃത്സറിലാണ് ജനിച്ചത്. ഗുരു ഹർഗോബിന്ദിന്റെയും മാതാ നാനാകിയുടെയും പുത്രനായി പിറന്നുവീണ ഗുരു തേജ് ബഹാദൂർ 1664 മുതൽ 1675 വരെയാണ് സിഖ് പരമാദ്ധ്യക്ഷനായി ഗുരുപരമ്പരയെ ധന്യമാക്കിയത്. ഗുരു നാനാക്കിന്റെ ഉൽകൃഷ്ടമായ പാരമ്പര്യത്തെ പ്രോജ്ജ്വലിപ്പിച്ചുകൊണ്ട് നൂറ്റിപ്പതിനാറു വചനങ്ങളെ *ഗുരുഗ്രന്ഥസാഹിബി*ലേക്ക് പവിത്രീകരിച്ച മഹാൻ എന്ന നിലയിൽ ആത്മീയതലത്തിൽ തിളങ്ങിനിന്നു. ആത്മീയപാണ്ഡിത്യത്തിനൊപ്പം രാഷ്ട്രീയവും ദേശീയവുമായ നിലപാടുകളിൽ ആർക്കും വഴങ്ങിക്കൊടുക്കാതെ രക്തസാക്ഷിത്വം വരിക്കുകകൂടി ചെയ്തപ്പോൾ ഒൻപതാം ഗുരു രക്തനക്ഷത്രമായി തിളങ്ങി. കാശ്മീരിലെ പണ്ഡിറ്റുകളെയാകെ ഇസ്ലാംമതത്തിൽ ചേർക്കുക എന്ന മുഗൾ ചക്രവർത്തി ഔറംഗസേബിന്റെ രാഷ്ട്രീയ തീരുമാനത്തെ ശക്തമായി എതിർത്തു തോല്പിച്ച ഗുരു തേജ് ബഹാദൂർ മുഗൾ ഭരണത്തിന്റെ ഏറ്റവും പ്രബലനായ ശത്രുവായിത്തീർന്നു. നിർബ്ബന്ധിതമായി ആരെയും ഇസ്ലാം മതത്തിലേക്ക് പരിവർത്തിപ്പിക്കുവാൻ അനുവദിക്കുകയില്ലെന്നു പ്രഖ്യാപിച്ച ഗുരു തേജ് ബഹാദൂർ വ്യക്തിസ്വാതന്ത്ര്യത്തിനായി അതിശക്തമായി നിലകൊണ്ടു. കടുത്ത സമ്മർദ്ദത്തിലാക്കിക്കൊണ്ട് സിഖ് ഗുരുവിനെത്തന്നെ ഇസ്ലാം

മതം സ്വീകരിക്കുവാൻ നിർബ്ബന്ധിച്ച ഔറംഗസേബിനുമുന്നിൽ അത് നിസ്സംശയം നിഷേധിച്ച ഗുരു തേജ് ബഹാദൂറിനെ മുഗൾ ചക്രവർത്തിയുടെ ഉത്തരവുപ്രകാരം വധശിക്ഷയ്ക്കു വിധിച്ചു. ഭയലേശമില്ലാതെ തന്റെ നിലപാടിൽ ഉറച്ചുനില്ക്കുകയും വധശിക്ഷ ഏറ്റുവാങ്ങി രക്തസാക്ഷിത്വം വരിക്കുകയും ചെയ്ത ഗുരു തേജ് ബഹാദൂർ ചരിത്രത്തിൽ അനശ്വരനായി മാറി. 1675 നവംബർ 24 ന് മുഗൾസൈന്യം അദ്ദേഹത്തിന്റെ ശിരച്ഛേദം നടത്തി.

ഗുരുദ്വാര സിങ് ഗൻജ് സാഹിബ്, ദില്ലിയിലെ ഗുരുദ്വാര രഖബ് ഗൻജ് സാഹിബ് എന്നീ പവിത്ര ഇടങ്ങൾ ഗുരുതേജ് ബഹാദൂറിന്റെ വിചാരണയുടെയും സമാധിയുടെയും സ്മൃതിസ്ഥലങ്ങളിലായി യഥാക്രമം പരിരക്ഷിച്ചുവരുന്നു. അൻപത്തിനാലാം വയസ്സിൽ ആത്മബോധത്തിനും മനുഷ്യാവകാശത്തിനും വേണ്ടി നിലകൊണ്ട് രക്തസാക്ഷിത്വം വരിച്ച ഗുരു തേജ് ബഹാദൂറിന്റെ ഓർമ്മദിനമായി നാനാക് ഷാഹി കലണ്ടറിൽ നവംബർ 24 'ഗുരു തേജ് ബഹാദൂർ ഷഹീദി ദിവസ്' ആയി രേഖപ്പെടുത്തുന്നു. ശിരോമണി ഗുരുദ്വാരാ പ്രബന്ധക് കമ്മിറ്റി 2003 ൽ ഇങ്ങനെ തീരുമാനിക്കുമ്പോൾ ലോകമാകെയുള്ള മനുഷ്യാവകാശപ്രവർത്തകർക്ക് അത് ആവേശത്തിന്റെ ദിനമായി മാറുക കൂടിയാണ്. അനന്തപൂർ സാഹിബിന്റെ സ്ഥാപകൻ, പാട്യാലയുടെ സ്ഥാപകൻ എന്നീ നിലകളിൽ പഞ്ചാബിന്റെ ചരിത്രത്തിൽ വ്യത്യസ്തമായ സ്ഥാനം കൂടി ആർജ്ജിച്ചിട്ടുള്ള ഗുരു തേജ് ബഹാദൂർ സമ്പൂർണ്ണാർത്ഥത്തിൽ ആത്മീയഗുരുവും ഗുരുസമൂഹത്തിന്റെ പരമാദ്ധ്യക്ഷനും സാമൂഹികപരിഷ്കർത്താവും മാനവികതാവാദിയും പണ്ഡിതനും ത്യാഗധനനായ ദേശീയവാദിയുമായിരുന്നു. സിഖ് പരമ്പരയിലെ ഏറ്റവും ശ്രദ്ധേയരായ ഗുരുക്കന്മാരിൽ ഒരാളായി മാറി അദ്ദേഹം.

ഗുരു തേജ് ബഹാദൂർ

'സോൾജിയർ സെയ്ന്റ് ഓഫ് ഇന്ത്യ' എന്ന് ലോകചരിത്രത്തിൽ രേഖപ്പെടുത്തിയിട്ടുള്ളത് പത്താമത്തെ സിഖ് ഗുരു ഗോബിന്ദ്

സിങ്ജി (1675-1708) യെപ്പറ്റിയാണ്. വിജ്ഞാനം നേടുകയും സമൂഹത്തിന്റെ സംരക്ഷണത്തിനായി ആയുധമെടുക്കുകയും ചെയ്ത അദ്ദേഹം രാഷ്ട്രീയമായും മതപരമായും വെല്ലുവിളികൾ നേരിടുന്ന സ്വന്തം രാജ്യത്തിനായി പോരാടുവാൻ നിശ്ചയം കൊണ്ടു. രാജ്യത്തിൽ നിലനിന്ന ജാതി വ്യത്യാസവും അതിന്റെ പേരിലുള്ള ഉച്ചനീചത്വങ്ങളും തൊഴിലിന്റെ അടിസ്ഥാനത്തിലുള്ള വർണ്ണവിവേചനവുമെല്ലാം മനുഷ്യരെ തമ്മിൽ അകറ്റുന്നതിനു മാത്രമേ ഇടവരുത്തിയുള്ളൂ. സിഖ് സാമൂഹിക സംവിധാനങ്ങളായ സംഗത്, പംഗത് എന്നിവ ജാതിരഹിത സമൂഹം കെട്ടിപ്പടുക്കുവാൻ ഏറെ മുന്നോട്ടു പോയിരുന്നു. പക്ഷേ, ശൂദ്രരും ബ്രാഹ്മണരും ക്ഷത്രിയരും തമ്മിലുള്ള അകലം നിലനില്ക്കുകതന്നെ ചെയ്തു. ഈ അസന്തുലിതാവസ്ഥയെ തുടച്ചുമാറ്റാൻ ശക്തമായ സാമൂഹിക ഇടപെടൽ തന്നെ വേണ്ടിവരുമെന്ന അറിവിൽ ഗുരു ഗോബിന്ദ് സിങ്ജി ജാതിരഹിത 'ഖൽസ' ഏർപ്പെടുത്തി. 'ക'യിൽ ആരംഭിക്കുന്ന അഞ്ച് അടയാളങ്ങൾ സിഖ് സമൂഹത്തിൽ തുല്യത പൂർണ്ണമായും യാഥാർത്ഥമാക്കി. കേശ്, കംഗാ, കച്ചാ, കാരാ, കിർപാൺ എന്നിവ യഥാക്രമം നീട്ടിവളർത്തിയ മുടി, ചീപ്പ്, ഉടുത്തുകെട്ട്, ഇരുമ്പുവള, വളഞ്ഞു മൂർച്ചയുള്ള വാള് എന്നിവ അണിഞ്ഞ് ഗുരുവിന്റെ സ്വന്തം ആളുകളായി ഒരു തരത്തിലുള്ള സ്വാധീനങ്ങളിലും പെടാതെ സിഖ് നൈതികതയെ നടപ്പിലാക്കുവാൻ ബാദ്ധ്യതയുള്ള നിയുക്ത സംഘത്തെ ഗുരു ഗോബിന്ദ് സിങ്ജി നിയോഗിച്ചു. ദിവ്യതയാർന്ന കർമ്മം ചെയ്യുന്നതിനു നിയുക്തരാണ് തങ്ങൾ എന്ന ബോധത്താൽ മറ്റെല്ലാ വ്യത്യാസങ്ങളെയും വിസ്മരിച്ച് അവർ തുല്യനീതിയിലൂടെ സമൂഹത്തെ സംരക്ഷിക്കുവാൻ സധൈര്യം നിലകൊള്ളുകയായി. സമൂഹത്തിന്റെ ഏറ്റവും താഴ്ന്ന തട്ടിലുള്ള തൂപ്പുകാരനും, മുടി മുറിക്കുന്നവനും കൂലിപ്പണിക്കാരനുമെല്ലാം അത്ഭുതകരമായ മാറ്റങ്ങൾക്കു വിധേയരായി ഖൽസയിലെത്തിയപ്പോൾ ജാട്ടുകളുടെയും ഖത്രികളുടെയുമൊക്കെ ഒപ്പം തുല്യതയോടെ ഗുരുവിന്റെ പടയാളികളായി സിഖ് സമൂഹത്തിന്റെ ഭാഗമായി രാജ്യസ്വാതന്ത്ര്യത്തിനു വേണ്ടി പോരാടാൻ ഇറങ്ങിത്തിരിച്ചു. പതിനാലു യുദ്ധങ്ങളിൽ പന്ത്രണ്ടിലും വിജയം നേടി. സാമ്രാജ്യത്വശക്തികളെ അടിയറവു പറയിച്ച് സിഖ് വീര്യം ഉയർത്തിപ്പിടിച്ചു.

തികഞ്ഞ പണ്ഡിതനായ ഗോബിന്ദ് സിങ്ജി എഴുത്തിലും ചിന്തയിലും മുഴുകുമ്പോഴും ഇരുവശങ്ങളിലും മിന്നുന്ന ഉടവാളും കൂർത്ത അമ്പും വില്ലും എപ്പോഴും കരുതിയിരുന്നു. ഏതു നിമിഷത്തിലും ശത്രുപക്ഷത്തു നിന്നുമൊരാക്രമണം അദ്ദേഹം പ്രതീക്ഷിച്ചിരുന്നുവെന്നു വ്യക്തം. പേർഷ്യൻ, പഞ്ചാബി, ബ്രിജി എന്നീ മൂന്നുഭാഷകളിലും രചന നടത്തിയ ഗുരു ഗുരുഗോബിന്ദ്സിങ് ജിയുടെ സമ്പൂർണ്ണകൃതികൾ *ശ്രീദശഗ്രന്ഥം* എന്ന പേരിൽ പ്രശസ്തവുമാണ്. സ്വാർത്ഥതയില്ലാത്ത ഭയരഹിതമായ ഒരു സമൂഹത്തെ സൃഷ്ടിക്കുന്നതിനായി 'ഖൽസ' സ്ഥാപിച്ച ഗുരു ഗോബിന്ദ്സിങ്ജിയെ നേരിടാൻ ശിവാലിക് മലനിരകളിലെ ഹിന്ദു

രാജാക്കന്മാരും ദില്ലി സുൽത്താൻ ഔറംഗസേബും നിരന്തരം സൈന്യത്തെ അയച്ചിരുന്നു. തന്റെ പന്ത്രണ്ടാമത്തെ യുദ്ധത്തിനുശേഷം അനന്തപൂരിൽനിന്നും മാൾവയിലേക്കു പിൻവാങ്ങേണ്ടിവന്ന ഗുരുവിന്റെ രണ്ടുമക്കളും യുദ്ധത്തിൽ വീരമൃത്യുവരിച്ചു. ഇളയ എട്ടും ആറും വയസ്സുള്ള കുട്ടികൾ ഒരു ഭൃത്യന്റെ ചതിയിൽ പെട്ട് ശത്രുവിന്റെ കൈകളാൽ 1704 ലെ ക്രിസ്മസ് ദിനങ്ങളിൽ വാളിനിരയാവുകയും ചെയ്തു. സർ ഹിന്ദിലെ ഗവർണർ ആണ് ആ കൊടുംപാതകം ചെയ്തത്. പിതാവിന്റെയും മുത്തച്ഛന്റെയുമൊക്കെ വീരചരിതത്തിലേക്ക് ആ കുട്ടികളും അനശ്വരപ്പെട്ടു.

അവസാനത്തെ നിമിഷംവരെ ആയുധമെടുക്കാതെ സമാധാനത്തിന്റെ വഴി നോക്കുമായിരുന്ന ഗുരുവിന് പക്ഷേ, ശത്രുക്കൾ സ്വൈരത കെടുത്തില്ല. മരണാസന്നനായ മുഗൾചക്രവർത്തി ഔറംഗസേബിന്റെ ഡക്കാൺ പ്രവിശ്യയിലെ സമാധാന താല്പര്യത്തെ മുഖവിലയ്ക്കെടുത്ത ഗുരു, ഔറംഗസേബിന്റെ മരണാനന്തരം മുഗൾ രാജകുമാരന്മാർ തമ്മിലുള്ള അധികാരത്തർക്കത്തിൽ യഥാർത്ഥ അവകാശിയായ പ്രിൻസ് മൗസാം ബഹാദൂർഷായ്ക്ക് സഹായം നല്കുകയും ചെയ്തു. നന്ദിസൂചകമായി 1707 ജൂലൈ 23 ന് ആഗ്രയിൽ പ്രിൻസ് മൗസാം സിഖ് പരമ്പരയിലെ അവസാന ഗുരുവായ ഗുരു ഗോബിന്ദ് സിങ്ജിക്ക് രാജകീയ സ്വീകരണം ഒരുക്കി ആദരിക്കുകയും ചെയ്തു. തുടർന്ന് ഡക്കാൺ പ്രവിശ്യയിലേക്കുള്ള സമാധാന ദൗത്യത്തിൽ മുഗൾ രാജകുമാരൻ മൗസാം ബഹാദൂർഷായ്ക്കൊപ്പം യാത്രതിരിക്കുകയും ശുഭകരമായി ദൗത്യം വിജയിപ്പിക്കുകയും ചെയ്ത വേളയിൽ സർഹിന്ദിലെ നവാബിന്റെ ചതിയനായ ഒരു ചാരന്റെ കുത്തേറ്റ് ഗുരുഗോവിന്ദ് സിങ്ജി 1708 ഒക്ടോബർ 7 ന് നാൻഡനിൽ വച്ച് വീരചരമമടയുകയും ചെയ്തു. സിഖ് ഗുരു പരമ്പരയിലെ പത്താമത്തെ ഗുരുവിന്റെ വീരചരമത്തെത്തുടർന്ന് ആ പരമ്പര അങ്ങനെ അവസാനിക്കുകയുമായി.

ബൻദാസിങ്ങിന്റെ വിമോചനപ്പോരാട്ടങ്ങൾ

സിഖ് ഗുരുപരമ്പരയിലെ പത്താമത്തെ ഗുരുവിനുശേഷം മഹനീയമായ ആ പരമ്പര അവസാനിക്കുമ്പോൾ പിന്നെ *ഗുരുഗ്രന്ഥസാഹിബ്* ആയി സിഖ് വിശ്വാസികളുടെ ആദ്ധ്യാത്മിക പ്രചോദനവും ദിവ്യതേജസ്സും. തെരഞ്ഞെടുക്കപ്പെട്ട സിഖ് പണ്ധിതന്മാരുടെ ഒരു സംഘം അദൃശ്യമായ ഗുരുസാന്നിദ്ധ്യത്തിൽ ദിവ്യഗ്രന്ഥത്തിനെ സാക്ഷി നിർത്തി സിഖ് സമൂഹത്തിന്റെ ആത്മീയാവശ്യങ്ങൾക്ക് പരിഹാരം കാണുമ്പോൾ അത് 'ഗുരു-പന്ഥ്' എന്ന പരമാധികാര ആദ്ധ്യാത്മിക സംവിധാനമായി. ഈ ജനാധിപത്യ ആത്മീയ സംവിധാനം സിഖ് സമൂഹത്തിന്റെ ദേശീയ ധാരയിലെ ഉന്നതമായ സാന്നിദ്ധ്യത്തിന് സഹായകമായിത്തീരുകയും പതിനെട്ടാം നൂറ്റാണ്ടിലും തുടർന്നുള്ള കാലങ്ങളിലും ഭാരതത്തിലെ ഏറ്റവും പ്രബലമായ ജനസമൂഹമാക്കി സിഖ് ജനതയെ നിലനിർത്തുകയും ചെയ്തു. സിഖ് മീസലുകളും പഞ്ചായത്തുകളും പഞ്ചാബിന്റെ ജനാധിപത്യപ്രക്രിയയെ ജ്വലനാത്മകമാക്കിയതായും ചരിത്രം രേഖപ്പെടുത്തി.

പത്താമത്തെ ഗുരുഗോബിന്ദ് സിങ്ജി തന്റെ വീരചരമത്തിനു തൊട്ടു മുൻപ് സ്വയം ബൈരാഗിയായി പ്രഖ്യാപിച്ച് സമാധിസ്ഥനായി. അദ്ദേഹത്തിന്റെ പാത പിന്തുടർന്ന് ഖൽസയിൽ സ്വയം സമർപ്പിച്ച മാധവ ദാസ്, സിഖ് ആചാരപ്രകാരം ബൻദാ സിങ് ആയി പുത്തൻ നാമധേയം സ്വീകരിച്ച് പഞ്ചാബിന്റെ സ്വാതന്ത്ര്യത്തിനായുള്ള പോരാട്ടം തുടരുകയായി... ഗുരു മാത്രമേ വീരചരമമടഞ്ഞിട്ടുള്ള അദ്ദേഹം നടത്തിവന്ന വിമോചന പോരാട്ടങ്ങൾ തുടരുകതന്നെ ചെയ്യുമെന്നുള്ള സിഖ് സമൂഹത്തിന്റെ നിശ്ചയദാർഢ്യമാണ് പുത്തൻ കൂറ്റുകാരനായ ബൻദാ സിങ്ങിലൂടെ വെളിച്ചപ്പെടുന്നത് എന്ന് ലോകം അറിഞ്ഞു. ആയുധമെടുത്തു മുന്നിൽനിന്നു

ഗുരുഗോബിന്ദ് സിങ്ജി

സിഖ്പടയെ നയിച്ച ബൻദാസിങ്ങിനു മുന്നിൽ മുഗൾ അധീനതയിലുണ്ടായിരുന്ന സത്‌ലജ് ഭൂഭാഗങ്ങളും സമാനയും ഷാഹാബാഡും സധൗറയും അടിയറവു പറഞ്ഞു. മുഖ്‌ലിസ്ഗാറിലെ കോട്ടപിടിച്ചടക്കി വടക്കു കിഴക്കൻ പ്രദേശം നിയന്ത്രണത്തിൽ കൊണ്ടുവന്ന് അദ്ദേഹം സധൗറയെ തലസ്ഥാനമാക്കി മാറ്റി. സിർഹിന്ദിന്റെ ഭാഗത്തേക്ക് നീങ്ങിയ ബൻദാസിങ്ങിനെ നേരിടാൻ അവിടത്തെ മുഗൾ ഗവർണറായ വസീർഖാൻ വിപുലമായ മുഗൾസൈന്യവുമായി എത്തി. ഗുരുഗോബിന്ദ് സിങ്ജിയുടെ പുത്രന്മാരെ ചതിച്ചുവധിച്ച ക്രൂരതയ്ക്ക് പകരം വീട്ടി 1710 മെയ് 12 ന് ചാപ്പർ ചീറിയിൽ വസീർഖാനെ വധിച്ച് സിഖ് സൈന്യം വിജയക്കൊടി നാട്ടുകയും ചെയ്തു. മൂന്നാം ദിവസം സിർഹിന്ദിന്റെ തലസ്ഥാന നഗരം സിഖ് സൈന്യത്തിന്റെ അധീനതയിലാകുകയുണ്ടായി.

സിർഹിന്ദിന്റെ പതനം സിഖ് സേനയുടെ നിയന്ത്രണത്തിലേക്ക് 'കർനാൽ' മുതൽ 'ലുധിയാന' വരെയുള്ള പ്രദേശമാകെ എത്തിച്ചേരുവാൻ ഇടയാക്കി. ബൻദാ സിങ്ങിന്റെ ഉറച്ച അനുയായിയും സൈന്യ

ത്തിലെ പ്രധാനിയുമായ സർദാർ ബജ് സിങ്ങിനെ, ആക്രമിച്ചു പിടിച്ചടക്കിയ മുഗൾപ്രവിശ്യയുടെ ഗവർണർ ആക്കി. അലി സിങ്ങിനെ സലൗദിയിൽനിന്നും വരുത്തി ഡെപ്യൂട്ടി ഗവർണറുമാക്കി. സാമാനയുടെ ചുമതല ഫത്തേഹ്സിങ്ങിനും, താനേശ്വറിന്റെ ചുമതല ബാജ്സിങ്ങിന്റെ സഹോദരൻ റാംസിങ്ങിനും ബാബാ ബിനോദ് സിങ്ങിനുമായി നല്കുകയും ചെയ്തു. മുഖ്ലിസ്ഗാറിൽ ഭരണകേന്ദ്രം ഉറപ്പിച്ചിട്ട് അവിടത്തെ പഴയ കോട്ടയെ ഇരുമ്പുകോട്ടയെന്ന് അർത്ഥമുള്ള 'ലോഹ് ഗാർഹ്' എന്നു പുനർനാമകരണം ചെയ്തുകൊണ്ട് ബൻദാ സിങ് രാഷ്ട്രീയാധികാരം കൂടി കൈയാളി. എന്നാൽ സ്വയം രാജാധികാരിയായിത്തീരുന്നതിനു പകരം ഖൽസയുടെയും ബൻദായുടെയും പിൻബലത്തിൽ ഗുരുവിന്റെ പേരിൽ അധികാരം ഉപയോഗിക്കുവാനാണ് ബൻദാ സിങ് തയ്യാറായത്. ഗുരുനാനാക്ക്- ഗോബിന്ദ് സിങ്ജിയുടെ നാമധേയത്തിലാണ് ബൻദാ സിങ്ജി നാണയമടിച്ചിറക്കിയതെന്നുമറിയുക. പേർഷ്യൻ ഭാഷയിൽ ഗുരുനാനാക്ക് ഗോവിന്ദ് സിങ്ങിന്റെ വിജയത്തിലും അനുഗ്രഹത്തിലും മഹത്തരമായതെന്ന് അർത്ഥംവരുന്ന വചനങ്ങൾ നാണയത്തിൽ കൊത്തിവച്ചിരുന്നു. പുതുതായി സ്ഥാപിച്ച തലസ്ഥാന നഗരിയിൽ 'സമാധാനത്തിന്റെ നഗരം' എന്നും 'പൊതുജീവിതത്തിന്റെ സൗന്ദര്യം' എന്നും 'അനുഗൃഹീത സിംഹാസനത്തിന്റെ ആഭരണം' എന്നും രേഖപ്പെടുത്തിയിരുന്നു. ഔദ്യോഗികാവശ്യത്തിനായി തയ്യാറാക്കിയ മുദ്രയിൽ ഗുരുനാനാക്ക്ജിയുടെ മഹത്വം ദൃശ്യവും അദൃശ്യവുമായി നിലകൊള്ളുന്നുവെന്ന് രേഖപ്പെടുത്തിയിരുന്നു. ആത്മീയവും ഭൗതികവുമായ ലോകത്തിന്റെയെല്ലാം സത്യദേവൻ ഗുരു തന്നെയെന്ന് അതുവഴി ബൻദാ സിങ്ജി പ്രഖ്യാപിക്കുകയായിരുന്നു. പിന്നീട് ഇതിൽ കെറ്റിലും വാളും ഉൾപ്പെടുത്തി സേവനത്തിന്റെയും ശക്തിയുടെയും പ്രഭവകേന്ദ്രം ഗുരുനാനാക്ക്- ഗോബിന്ദ് സിങ്ജിയാണെന്ന് വ്യക്തമാക്കുകയുണ്ടായി.

സിർഹിന്ദിലെ വിജയദിനത്തെ അധികരിച്ചുകൊണ്ട് പ്രാദേശിക വാർഷിക ചക്രം ആരംഭിച്ച ബൻദാ സിങ് സിഖ് മുന്നേറ്റവീര്യത്തെ ചരിത്രമാക്കിത്തീർത്തു. ഭരണപരമായ ദൈനംദിനകാര്യങ്ങളിൽ ഇടപെടാൻ അദ്ദേഹത്തിന് സമയമുണ്ടായിരുന്നില്ല. എന്നാൽ സാധാരണ കൃഷിക്കാരുടെ സങ്കടങ്ങൾ നന്നായി മനസ്സിലാക്കിയിരുന്ന ബൻദാ സിങ്ജി ഭൂവുടമകളുടെ ധാർഷ്ട്യം ബോദ്ധ്യമായതിന്റെ അടിസ്ഥാനത്തിൽ സെമിന്ദാരി സമ്പ്രദായം അവസാനിപ്പിക്കുവാനുള്ള നടപടികൾ സ്വീകരിച്ചു. പഞ്ചാബിന്റെ ഭാവിചരിത്രത്തിൽ നിർണ്ണായകമായ സ്വാധീനം ചെലുത്തിയ ഒരു ഇടപെടലായിരുന്നു ഈ വിപ്ലവകരമായ പരിഷ്കരണം. രണ്ടു നൂറ്റാണ്ടുകൾക്കു മുൻപേ നടന്ന ഭരണാധികാരിയായിത്തീർന്ന ബൻദാസിങ്ങിന്റെ ഈ ഭൂപരിഷ്കരണം അദ്ദേഹത്തിന്റെ ദീർഘവീക്ഷണത്തിന് ഉദാഹരണമായിത്തീർന്നു. മാത്രവുമല്ല ഭാരതത്തിന്റെ ഇതരഭാഗങ്ങളിൽ സെമിന്ദാരി സമ്പ്രദായം പില്ക്കാലത്ത് അവസാനിപ്പിക്കുവാനുള്ള ശ്രമങ്ങൾ ആരംഭിക്കുവാൻ പഞ്ചാബിലെ ഈ പരിഷ്കാരം കാരണമായിത്തീരുക

യുമുണ്ടായി.

അധഃസ്ഥിത ജനവിഭാഗങ്ങളുടെ മോചനത്തിനായി പരിശ്രമിക്കുകയും അവരുടെ അഭ്യുന്നതി ലക്ഷ്യമിട്ടു പ്രവർത്തിക്കുകയും താഴെത്തട്ടിൽനിന്നും പൊതുസമൂഹത്തിന്റെ സാധാരണ വിതാനങ്ങളിലേക്ക് ഉയർത്തിക്കൊണ്ടുവരുകയും ചെയ്തു ബൻദാ സിങ്ജി. അങ്ങനെ ചെരുപ്പുകുത്തിയും തോട്ടിപ്പണി ചെയ്യുന്നവരുമൊക്കെ അവർ അനുഭവിച്ചിരുന്ന അവഗണനകളിൽനിന്നും മോചിതരായി സാധാരണ ജീവിതത്തിലെ മറ്റുള്ളവർക്കൊപ്പമെത്തി തുല്യതാബോധം അനുഭവിച്ചു. സിന്ധൂനദിക്കരയിൽ തങ്ങൾ പീഡിപ്പിക്കപ്പെടുന്ന ഒരു ജനതതിയായി മാറിക്കൊണ്ടിരിക്കുന്നുവെന്നു ചിന്തിക്കുംവിധം മുഗൾഭരണകാലഘട്ടം അമുസ്ലീങ്ങളെ ഒറ്റപ്പെടുത്തി. ഷരൺപൂർ-ജലന്ധർ എന്നിവിടങ്ങളിലേക്കു പടനയിച്ച ബൻദാ സിങ് അവ പിടിച്ചടക്കി സിഖ് വീരന്മാരെ പ്രസ്തുത നഗരപ്രദേശങ്ങളിൽ ഗവർണർമാരാക്കി. ഇതൊക്കെ വീക്ഷിച്ചുകൊണ്ടിരുന്ന ലാഹോറിലെ ഗവർണർ അസ്ലംഖാൻ ആകെ അസ്വസ്ഥനായി, ഭീതിദനായി. മുസ്ലീം മതവികാരത്തെ ഉണർത്തി തന്റെ പ്രജകളെ ഹൈന്ദ്രി കൊടിയടയാളത്തിൻ കീഴിൽ നിർത്തി സിഖ്കാർക്കെതിരെ ജിഹാദ് നടത്തുവാൻ ആഹ്വാനം ചെയ്ത അസ്ലംഖാൻ തീകൊണ്ടാണ് കളിച്ചത്. അതിശക്തമായ തിരിച്ചടി നല്കിക്കൊണ്ട് സിഖ് സൈന്യം ബിയോവാളിൽ മുഗൾ പടയോട് ഏറ്റുമുട്ടുകയും മജ്ഹാ, റൈർക്കി തുടങ്ങിയ പ്രദേശങ്ങൾ ആകെ പിടിച്ചടക്കി. ലാഹോറിന്റെ കേന്ദ്രസ്ഥാനം മാത്രം മുഗൾ കൈവശം നല്കിക്കൊണ്ട് സിഖ് സേന പിന്മാറി. ഇപ്പോൾ സിഖ് വീരന്മാർ പഞ്ചാബിന്റെയാകെ അധിപതികളായിത്തീർന്നു.

സിഖ് അധീശത്വം അംഗീകരിക്കാൻ മടിച്ച മുഗൾ ചക്രവർത്തി ബഹാദൂർഷാ വിപുലമായ ഒരു സൈന്യവുമായി ആക്രമണത്തിനു മുതിർന്നു. അതിശക്തമായ വൻ സൈന്യത്തെ നേരിടാനാകാതെ എണ്ണത്തിൽ നന്നേ ചുരുക്കമായ സിഖ് സേന സിർഹിന്ദ്, താനേശ്വർ എന്നീ പ്രദേശങ്ങളിൽനിന്നും പിൻവാങ്ങി ലോഹ്ഗാർ കോട്ടയിലേക്കു കേന്ദ്രീകരിച്ചു. രജപുത്ര രാജാക്കന്മാരുടെ സേനയ്ക്കൊപ്പം അറുപതിനായിരം മുഗൾ കുതിരപ്പടയും കാലാൾപ്പടയും നിരന്നപ്പോൾ വളരെ ചെറിയ സിഖ് സൈന്യത്തിനു പിന്മാറുക മാത്രമേ വഴിയുണ്ടായിരുന്നുള്ളൂ. യാതൊരു ആൾനാശവും ഉണ്ടാകാതെ സിഖ് സൈന്യം 1710 നവംബർ 30 ന് രാത്രിയിൽ നാഹൻ മലനിരകളിൽ അപ്രത്യക്ഷമായി. നിരാശനായ മുഗൾ ചക്രവർത്തി സിഖ് വീരൻ ബൻദാ സിങ്ങിനെ വധിക്കുവാൻ ഉത്തരവിറക്കി. കൂടാതെ രാജ്യം മുഴുവൻ അത് എഴുതി പ്രദർശിപ്പിക്കുകയും ചെയ്തു. 'നാനാക്ക് ശിഷ്യനെ എവിടെ കണ്ടാലും വധിച്ചു കളയുക' എന്ന രാജവിളംബരം എല്ലായിടവും കൊത്തിവയ്ക്കപ്പെട്ടു. പക്ഷേ, രണ്ടാഴ്ചയുടെ ഇടവേളയിൽ ബൻദാ സിങ് സിഖ് പോരാളികളെ വീണ്ടും സംയോജിപ്പിക്കുകയും കിർത്താപൂരിൽ ഒത്തുകൂടിയ സൈന്യവുമായി പത്താംസിഖ് ഗുരുവിനെ നിരന്തരം ശല്യപ്പെടുത്തിയിരുന്ന മലയോരരാജാക്കന്മാർക്കെ

തിരെ നീങ്ങുകയും ചെയ്തു. ജമ്മുവിലെ ഗവർണർ 1711 മെയ് 25 ന് കീഴടങ്ങി. കലനൗർ, ബാട്ട്ല എന്നീ ചെറുരാജ്യങ്ങളും സിഖ് സേനയ്ക്കു മുന്നിൽ നിലംപൊത്തി. എന്നാൽ ഈ ദേശങ്ങൾ ദീർഘനാൾ കൈവശം വയ്ക്കുവാൻ സിഖ് പോരാളികൾക്കു കഴിഞ്ഞില്ല. അപ്പോഴേക്കും മുഗൾ സാമ്രാജ്യത്തിന്റെ വൻപടയെത്തി ആക്രമണം അഴിച്ചുവിട്ടു. ബൻദാ സിങ്ങും സിഖ് സൈന്യവും മലനിരകൾക്കിടയിലേക്ക് വീണ്ടും പിൻവാങ്ങി.

ലാഹോറിലെ ബഹദൂർഷായുടെ മരണം 1712 ഫെബ്രുവരി 18 ന് സംഭവിച്ചതോടെ സിഖ് ശക്തി വീണ്ടും സജീവമായി. ഒരിക്കൽ കൂടി 'ലോഹ് ഗാർ' സിഖ് രാജ്യത്തിന്റെ തലസ്ഥാനമായിത്തീർന്നു. പക്ഷേ, ഏറെ വൈകാതെ ചക്രവർത്തി ഫറോക് ഷിയാറുടെ സൈന്യം സിഖ്കാർക്കെതിരെ തിരിഞ്ഞതോടെ ബൻദാ സിങ്ങും കൂട്ടരും വീണ്ടും മലനിരകളിൽ അപ്രത്യക്ഷരായി. 1715 ലെ ഈ മൂന്നാം പലായനവേളയിൽ ഏറക്കാലം മലനിരകൾക്കുള്ളിൽ കഴിയാനാകാതെ തൊട്ടടുത്ത ഗ്രാമമായ ഗുർദാസ് നങ്കലിൽ സഹായം തേടിയെത്തേണ്ടിവന്നു, അദ്ദേഹത്തിനും കൂട്ടർക്കും. എന്നാൽ ഇതൊരനുഗ്രഹമായിരുന്നില്ല. മറിച്ച് കടുത്ത ഒറ്റപ്പെടലിന്റെ ആരംഭമായിരുന്നു. സാമ്രാജ്യസേന ഇതൊരു അനുകൂലാവസ്ഥയായാണ് കണ്ടത്. അവർ ഗ്രാമത്തിലേക്കും മലനിരകളിലേക്കും പുറത്തുനിന്നും ഒരു സഹായവും എത്താതിരിക്കാൻ ശ്രദ്ധിക്കുകയും അതിനായി കാവൽ നില്ക്കുകയും ചെയ്തു. ലഭ്യമായ ഭക്ഷണവും മറ്റും ക്രമേണ ഇല്ലാതായിക്കൊണ്ടിരുന്നു. കടുത്ത വെല്ലുവിളികളുണ്ടായപ്പോൾ മൃഗങ്ങളെ കൊന്ന് അവയുടെ മാംസം പാകംചെയ്തു കഴിച്ച് സിഖ് സൈന്യം വിശപ്പടക്കി. പിന്നീട് അതും ലഭ്യമല്ലാതായി. സ്വന്തം സൈന്യത്തിലെ മൃഗങ്ങളെത്തന്നെ കൊന്നു ഭക്ഷിക്കുന്ന അവസ്ഥയുണ്ടായതോടെ സൈന്യം ആകെ ദുരിതത്തിലായി. ബ്രിട്ടീഷ് ചരിത്രകാരന്മാർ ആ സാഹചര്യത്തെ വളരെ വികൃതമായി പെരുപ്പിച്ചു കാട്ടിയിട്ടുണ്ടെങ്കിലും കാര്യങ്ങൾ ഏറെ വഷളായിരുന്നു. അവസാനം സൈന്യം എല്ലും തോലുമായി മെലിഞ്ഞു ചുരുങ്ങി അനാരോഗ്യമുള്ളവരായിത്തീർന്നു. എട്ട് ദീർഘമാസങ്ങളിലേക്കു മാത്രമേ ഈ നിലനില്പ് സാദ്ധ്യമായുള്ളൂ. മുഗൾ സൈന്യം ഒരു ചെറുത്തുനില്പുപോലും അഭിമുഖീകരിക്കാതെ സിഖ് സൈനികരെ ഒന്നൊന്നായി ബന്ധനസ്ഥരാക്കി. ദില്ലിയിലെത്തിച്ച തടവുകാരുടെ സംഖ്യ 794 ആയിരുന്നു. അവരിൽനിന്നും നൂറു പേരെ വീതം ഓരോ ദിവസവും വാളിനിരയാക്കുവാൻ ക്രുദ്ധനായ മുഗൾ ചക്രവർത്തി ഫാറൂക് ഷിയാർ ഉത്തരവിട്ടു. 1716 മാർച്ച് 5 നാണ് ഈ അരുംകൊല ആരംഭിച്ചത് എന്ന് ജോൺ സർമാനും എഡ്വേഡ് സ്റ്റീവൻസനും രേഖപ്പെടുത്തുന്നു.

അതിപൈശാചികമായ നടപടി അപ്പോഴും ബാക്കി നില്ക്കുകയായിരുന്നു. സിഖ് സൈന്യത്തിന്റെ പടനായകനായ ബൻദാസിങ്ങിനെ അതിക്രൂരമായിട്ടാണ് മുഗൾ സൈന്യം കൊല ചെയ്തത്. അങ്ങനെയൊന്ന്

ലോകചരിത്രത്തിൽത്തന്നെ രേഖപ്പെടുത്തിയിട്ടുണ്ടാവില്ല. ക്രൂരനെന്നു പുകൾപെറ്റ ഔറംഗസേബിനെ നിഷ്പ്രഭനാക്കിക്കൊണ്ട് മുഗൾ ചക്രവർത്തിയുടെ പിൻതലമുറ അങ്ങേയറ്റം ക്രൂരതയോടെയാണ് സിഖ് വീരന്മാരോട് പെരുമാറിയത്. ബൻദാസിങ്ങിനെ ബന്ധനസ്ഥനാക്കി നിർത്തിയിട്ട് അദ്ദേഹത്തിന്റെ പുത്രൻ അജയ്സിങ്ങിന്റെ ശരീരത്തെ പല കഷണങ്ങളായി വെട്ടിനുറുക്കിയിട്ട് തുടിക്കുന്ന ആ യുവാവിന്റെ ഹൃദയത്തെ ചൂഴ്ന്നെടുത്ത് ആ പിതാവിന്റെ വായിലേക്ക് ബലമായി തിരുകിക്കൊടുത്ത് മുഗൾ സൈന്യാധിപന്മാർ അട്ടഹസിച്ചു ചിരിച്ചു. അലറിക്കൊണ്ടവർ കൈകാലുകൾ ചങ്ങലകളിൽ ബന്ധിച്ചിരുന്ന ബൻദാ സിങ്ങിന്റെ നേരെ വാളോങ്ങി. ആദ്യം വലതുകണ്ണ് ചുഴിഞ്ഞെടുത്തു ഒപ്പം വലതുകരവും. പിന്നെ ഇടതുകണ്ണും ഇടതുകരവും വെട്ടിയെടുത്തു. തീർന്നില്ല. ക്രൂരത പിന്നെയും തുടർന്നു. കാലുകൾ രണ്ടും വെട്ടിയെറിഞ്ഞ് ഒരു മാംസപിണ്ഡമായി വിറകൊണ്ട ആ ശരീരത്തിൽനിന്നും ശിരസ്സും ഛേദിച്ചെടുത്തു. ഒന്നു നിലവിളിക്കുകപോലും ചെയ്യാതെ സധൈര്യം നിലകൊണ്ട ബൻദാ സിങ് എന്ന സിഖ് പടനായകനെക്കുറിച്ച് എൽഫിൻസ്റ്റൺ എന്ന യൂറോപ്യൻ ചരിത്രകാരൻ രേഖപ്പെടുത്തിയത്. "കാലഘട്ടം നേരിട്ട അസമത്വത്തിന്റെയും അടിച്ചമർത്തലിന്റെയും ശക്തികൾക്കെതിരെ ദൈവം നിയോഗിച്ച ചമ്മട്ടിയായി ഉയർന്നുനിന്ന ബൻദാ സിങ് അന്ത്യനിമിഷം വരെ അചഞ്ചലനായി നിലകൊണ്ടു" എന്നാണ്. 1716 ജൂൺ 9 ന് ബൻദാ സിങ് എന്ന സിഖ് ശക്തിശൈലം ഇവ്വിധം നിലം പൊത്തി.

മുഗൾ ചക്രവർത്തി ഫാറൂക് ഷിയാർ സിഖ് നായകൻ ബൻദാ സിങ്ങിനോടും മകനോടും കാട്ടിയ പൈശാചികത്വത്തിനു ബദലായി സിഖ് വീരൻ, ഇസ്ലാം വിരോധിയായിരുന്നുവെന്ന് ചിലരെങ്കിലും സ്ഥാപിക്കുവാൻ ശ്രമിച്ചിട്ടുണ്ട്. എന്നാൽ മുഗൾ ചക്രവർത്തിക്ക് ഓരോ ഗവർണർമാരും കൃത്യമായി ഇടവേളകളിൽ അയച്ചുകൊണ്ടിരുന്ന വാർത്താഷീറ്റുകളിൽ സിഖ് നായകനായ ബൻദാസിങ് ഇസ്ലാം മതവിശ്വാസികളോട് വളരെ സ്നേഹത്തിൽ പെരുമാറിയിരുന്നുവെന്ന് വ്യക്തമാക്കുന്ന എത്രയെങ്കിലും തെളിവുകൾ ചരിത്രകാരന്മാർക്കു ലഭിച്ചിട്ടുണ്ട്. അവയിൽ ഒന്ന് ഇങ്ങനെ വായിച്ചെടുക്കാം. മുഗൾ ചക്രവർത്തി ബഹാദൂർഷായ്ക്കു 1711 ഏപ്രിൽ 8 ന് ഹിദായത്തുള്ള ഖാൻ വഴി സമർപ്പിച്ച ന്യൂസ് ഷീറ്റ് ഇവ്വിധമാണ്. "The wretched disciple of Nanak (Banda Singh) has his camp in the town of Kalanaw upto the 19th of Rabi-ul-awwal, 1123(16th April 1711). During this period he has promised and proclaimed 'I do not oppose to muslims. Accordingly for any Muslim who approaches him, he fixes a daily allowance and wages, and looks after him. He has permitted them to read KHUTBA and NAMAZ, with the result that five thousand Muslims have gathered round him. Having entered into his friendship, they are free to shout their call and say their prayers in the army of the wretched (Sikhs)"

പിന്നീട് മെയ് 20 ന് മുഗൾ ചക്രവർത്തിക്കു ലഭിച്ച വാർത്താ ഷീറ്റിലും ഇതേകാര്യം കൂടുതൽ വ്യക്തതയോടെ പരാമർശിച്ചിരിക്കുന്നതു കാണാം. നാനാക്ക് ശിഷ്യനായ ബൻദാസിങ്ങിന്റെ മുന്നിലെത്തുന്ന ഹിന്ദുക്കളാകട്ടെ, മുസ്ലീങ്ങളാകട്ടെ, സഹായമാണ് അഭ്യർത്ഥിക്കുന്നതെങ്കിൽ അവരെ സംരക്ഷിക്കുകയും വേണ്ടതെല്ലാം നല്കി ആശ്വസിപ്പിക്കുകയും ചെയ്യും എന്ന വർത്തമാനമാണ് സിഖുകാരുടെ പ്രദേശത്തുനിന്നും മുഗൾലേഖകൻ വാർത്താപത്രികയിൽ രേഖപ്പെടുത്തി തങ്ങളുടെ ചക്രവർത്തിക്ക് എത്തിച്ചു കൊടുത്തത്. ഇതിൽ നിന്നെല്ലാം ആ സിഖ് നായകൻ മുസ്ലീം വിരോധിയായിരുന്നില്ലെന്നു മുഗൾ രേഖകൾ തന്നെ തെളിവു നല്കുന്നതായി മനസ്സിലാക്കാം. പിന്നെ എന്തുകൊണ്ടാണ് മുഗൾ ഭരണാധികാരികൾ ബൻദാസിങ്ങിനെ വകവരുത്തുവാൻ കച്ചകെട്ടി ഇറങ്ങിയത് എന്ന ചോദ്യം അവശേഷിക്കുന്നു. പഞ്ചാബ് ഭൂമികയിൽ അധികാരം ഉറപ്പിക്കുക എന്നത് എല്ലാ മുഗൾഭരണാധികാരികളുടെയും ആഗ്രഹമായിരുന്നുവെങ്കിൽ അതിന് തടസ്സമായിരുന്നത് സിഖ് സമൂഹത്തിന്റെ പോരാട്ടവീര്യവും ആത്മസമർപ്പണവുമായിരുന്നു. അപ്പോൾ തങ്ങളുടെ വിപുലമായ സൈന്യത്തെ ഉപയോഗപ്പെടുത്തി സിഖ് വെല്ലുവിളി ഇല്ലാതെയാക്കുകയെന്ന ദൗത്യം മുഗൾചക്രവർത്തിമാർ ഏറ്റെടുക്കുകയും അതിൻപടി സിഖ് വീരന്മാരെ ഒന്നൊന്നായി ഇല്ലാതെയാക്കി മുഗൾ അധീശത്വം ഫലഭൂയിഷ്ഠമായ പഞ്ചനദത്തിൽ ഉറപ്പിക്കുവാനുള്ള തീവ്രയത്നത്തിൽ ഏർപ്പെടുകയും ചെയ്തു.

ബൻദാസിങ്ങിന്റെ വിജയം പഞ്ചാബിൽ താല്ക്കാലികമായിരുന്നുവെന്ന് പ്രത്യക്ഷത്തിൽ തോന്നാമെങ്കിലും ഓരോ സിഖുകാരന്റെയും മനസ്സ് സാമ്രാജ്യവിരുദ്ധ വികാരംകൊണ്ട് നിറയുകയായിരുന്നു. മുഗൾ സാമ്രാജ്യം ജനക്ഷേമത്തിനായി പഞ്ചാബിൽ യാതൊന്നും ചെയ്യാതെ നാടിന്റെ സമ്പത്ത് ചൂഷണം ചെയ്യാൻ മാത്രമായി അധികാരം ഉപയോഗപ്പെടുത്തുകയായിരുന്നു. രാഷ്ട്രം എന്ന യാഥാർത്ഥ്യത്തിനായി ജീവൻ ബലി കൊടുക്കാൻ ഓരോ പഞ്ചാബിയും സന്നദ്ധമാകുമ്പോൾ സ്ഥിതിയാകെ മാറുകയായി. ബൻദാ സിങ്ങും കൂട്ടരും കാട്ടിക്കൊടുത്ത പോരാട്ടത്തിന്റെയും ചെറുത്തു നില്പിന്റെയും മാതൃക ഒരു ദീപശിഖയായി പഞ്ചാബിൽ നിറഞ്ഞുനിന്ന സാമ്രാജ്യത്വ അന്ധകാരത്തിനിടയിൽ വീണ്ടും ജ്വലിച്ചു. പഞ്ചാബ് എന്ന ഒരു ദേശീയ ഭരണക്രമത്തെക്കുറിച്ചുള്ള വർഷങ്ങൾക്കപ്പുറമുണ്ടായ സ്വപ്നം അണയാതെ കിടക്കുകയും നിരന്തരമുള്ള അടിച്ചമർത്തലിൽ ആളിക്കത്താതെ മങ്ങലേല്ക്കുകയും ചെയ്തുവെങ്കിൽ നാല്പതു വർഷങ്ങൾക്കുശേഷം അത് സജീവമായി പുകയാൻ തുടങ്ങി വീണ്ടും ആളിക്കത്തിക്കുന്നതിനായി.

ബൻദാസിങ്ങിന്റെ പതനത്തിനുശേഷമുള്ള പഞ്ചാബിന്റെ ചരിത്രം ഒരു സിഖ് ശക്തിയുടെ രൂപീകരണമുണ്ടായ 1764–65 കാലഘട്ടത്തിലേക്കെത്തുമ്പോൾ 'ഖൽസ' ഒരു വശത്തും മുഗൾ സാമ്രാജ്യവും ഡുറന്റുകളും മറുവശത്തുമായുള്ള നിരന്തര സമരങ്ങളുടെയും പോരാട്ടങ്ങളു

ടെയും ആകെത്തുകയാണ്. മണ്ണിന്റെ മക്കൾക്ക് നഷ്ടപ്പെടുവാൻ മറ്റൊന്നുമുണ്ടായിരുന്നില്ല. എന്നാൽ അവർക്ക് നേടാനുണ്ടായിരുന്നത് സ്വതന്ത്രവും ഭീതിരഹിതവുമായ ഒരു മാതൃരാജ്യമാണ്. ബൻദാ സിങ്ങിന്റെ വീരചരമശേഷം സിഖ് ശക്തിയെ ലഘൂകരിക്കുന്നതിനൊപ്പം സിഖ് സമൂഹത്തെ ശിഥിലമാക്കുന്നതിനുള്ള ബോധപൂർവ്വമായ ശ്രമങ്ങളുമുണ്ടായി. മുൻപ് മുഗൾ ചക്രവർത്തി ബഹാദൂർഷാ സിഖുകാരായ പുരുഷന്മാർ, സ്ത്രീകൾ, കുട്ടികൾ എന്നിവരെയൊക്കെ കൂട്ടത്തോടെ കൊന്നുതള്ളുവാൻ ഉത്തരവിട്ടതിന്റെ ആവർത്തനമെന്നോണം വർഷങ്ങൾക്കുശേഷം മുഗൾ ഭരണാധികാരി ഫാറൂഖ് ഷിയാർ, ലാഹോറിലേക്ക് ജീവനോടെയോ അല്ലാതെയോ എത്തിക്കുന്ന ഓരോ സിഖ് പൗരന്റെയും തലയ്ക്ക് വൻതുക ഇനാമായി മുഗൾഭടന്മാർക്ക് പ്രഖ്യാപിച്ചു. മൂന്നുവർഷക്കാലം ഈ ഭീകരയത്നം തുടർന്നു. അബ്ദുൾ സമദ് ഖാൻ എന്ന ലാഹോർ ഗവർണർ പഞ്ചാബിന്റെ മണ്ണിൽനിന്നും 'സിഖ്' എന്ന നാമം തന്നെ തുടച്ചു നീക്കുന്നതിനുള്ള കഠിനശ്രമത്തിൽ ഏർപ്പെടുന്നതിനും കാലം സാക്ഷിയായി. മുഗൾ ചക്രവർത്തി ഫാറൂഖ് ഷിയാറിന്റെ 1719 സെപ്തംബറിലെ മരണം സിഖുകാർക്കെതിരെയുള്ള നീക്കത്തിന് താല്ക്കാലിക വിരാമമിട്ടു. 1726 ൽ അബ്ദുൾസമദ്ഖാനെ മുൾട്ടാൻ ഗവർണർ ആക്കി മാറ്റി നിയമിച്ചപ്പോൾ പകരം വന്ന പുത്രൻ സഖാരിയഖാന് ലാഹോറിൽ സിഖ് വിരുദ്ധ നടപടികൾ കൂടുതൽ തീവ്രതരമാക്കി പഞ്ചാബിനെ സിഖ് നിഴലിൽ നിന്നുതന്നെ മോചിപ്പിക്കണമെന്ന തീരുമാനത്തിലെത്തി. നാടിന്റെ നാനാഭാഗത്തേക്കും ചെറുസംഘങ്ങളായി സൈനികരെ അയച്ച് സിഖുകാരെ വേട്ടയാടുവാനും അടയാളമിട്ടു നിർത്തുവാനും തുടങ്ങി, മുഗൾ ഭരണാധികാരി. ചങ്ങലകളാൽ ബന്ധിച്ച് നൂറുകണക്കിന് സിഖ് പൗരന്മാരെ ദിനംപ്രതി ലാഹോറിലേക്ക് ആട്ടിത്തെളിച്ചുകൊണ്ടുവന്ന് വിചാരണ കൂടാതെ തെരുവുകളിൽ കൊലക്കത്തിക്കു വിധേയരാക്കി. അതിക്രൂരമായി കൈകാൽ മുറിച്ചു മാറ്റിയും ജീവനോടെ ചുട്ടുകരിച്ചും രഥങ്ങൾ ഓടിച്ചുകയറ്റിയും മറ്റും അരുംകൊല ചെയ്യുമ്പോൾ ലാഹോർ സിഖ് രക്തപ്പുഴയിൽ ചുവക്കുകയായി. അഭിശക്തമായ ദിനങ്ങളിലൂടെ ലാഹോർ കടന്നുപോകുകയായിരുന്നു. മുഗൾ ഭരണം അതിന്റെ ഏറ്റവും ബീഭത്സമായ മുഖംകാട്ടി സിഖ് വിരുദ്ധതയുടെ കരാളിമ എടുത്തണിഞ്ഞു. ലാഹോറിന്റെ മണ്ണ് പാപപങ്കിലമായി മുഗൾ സാമ്രാജ്യത്തിന്റെ പൈശാചികതയുടെ ബലിത്തറയായിത്തീർന്നുകൊണ്ടേയിരുന്നു.

ജാഗിറും സിഖ് മുന്നേറ്റവും

അടിച്ചമർത്തലിന്റെ അസംതൃപ്തിയും പേറി പഞ്ചാബ് വിങ്ങിക്കഴിയുകയായിരുന്നു. കൃത്യമായ ഒരു നേതൃത്വമോ ആശ്രയിക്കാൻ ഒരു ഭരണാധികാരിയോ ഇല്ലാത്ത അവസ്ഥ. മുഗൾ ഭരണം അതിന്റെ എല്ലാ ഭീകരതയും പ്രകടമാക്കി പഞ്ചാബിനെ കൊള്ളയടിച്ചുകൊണ്ടേയിരിക്കുന്നു. എവിടെയും അരാജകത്വം നടമാടുന്നു. ഉന്നതമായ നീതിബോധവും ഉറച്ച വിശ്വാസവും വച്ചുപുലർത്തിയിരുന്ന സിഖ് സമൂഹം ഛിന്നഭിന്നമായിപ്പോയ സ്ഥിതിയിൽ അവർക്ക് ആശ്രയം ഗതകാല വീരചരിതങ്ങളും ഗുരുക്കന്മാർ നല്കിയിട്ടുള്ള വിശ്വാസപ്രമാണങ്ങളുമായിരുന്നു. അവരെ തമ്മിൽ ബന്ധിപ്പിക്കുന്ന സുവർണ്ണ നൂലിഴയായി *ഗുരുഗ്രന്ഥ സാഹിബ്* ഓരോ ശിഖന്റെയും ഹൃദയത്തിൽ ദീപ്തമായി നിലകൊണ്ടു. സമാധാനപൂരിതമായ ഒരു ജീവിതം ഒരിക്കലും നയിക്കാനാകാതെ ഉഴലുന്ന മനസ്സുമായി സിഖ് സമൂഹം രാപ്പകലുകൾ തള്ളിനീക്കി. എങ്കിലും ഉറച്ച നിശ്ചയദാർഢ്യവും കൈമോശം വരാത്ത ആത്മവിശ്വാസവുമായി ശിഖസമൂഹം സ്വകർമ്മങ്ങളിൽ മുഴുകി കഴിഞ്ഞുവന്നു. എന്നെങ്കിലും ഒരു ഉയിർത്തെഴുന്നേല്പ് അവർ അപ്പോഴും സ്വപ്നം കണ്ടിരുന്നു. അനുകൂല സാഹചര്യം സംജാതമായാൽ ഉയർത്തെഴുന്നേല്ക്കുന്നവരാണ് തങ്ങൾ എന്ന് ഓരോ സിഖുകാരനും അറിയുമായിരുന്നു. ആ ആത്മബോധമാണ് അവരെ ജീവിക്കാൻ പ്രേരിപ്പിച്ചത്. പഞ്ചാബ് തങ്ങളുടെ ജന്മനാടാണെന്നും ആ ഭൂമികയുടെ സ്വാതന്ത്ര്യം കരഗതമാക്കേണ്ടത് ഓരോ പഞ്ചാബിയുടെയും കടമയാണെന്നും ആരും ഓർമ്മിപ്പിക്കാതെ തന്നെ അവർക്ക് അറിയുമായിരുന്നു. കാറ്റ് അനുകൂലമായി വീശുംവരെ കാത്തിരിക്കുവാൻ ഓരോരുത്തരും സന്നദ്ധരായി. അപ്പോഴാണ് അവിചാരിതമായി അത് സംഭവിച്ചത്.

പഞ്ചാബികൾക്കിടയിൽ സിഖ് വിശ്വാസത്തിൽ മുറുകെപ്പിടിക്കുന്നതിനാലും സാമൂഹിക പ്രതിബദ്ധതയോടെ അന്യരെ എപ്പോഴും സഹായിക്കുന്നതിനാലും വളരെയേറെ ആദരിക്കപ്പെട്ടിരുന്ന ഒരു വ്യക്തിയായിരുന്നു താരാസിങ്. സ്വാഭാവികമായും മുഗൾഭരണാധികാരികളുടെ ഏജന്റന്മാരായ ഉദ്യോഗസ്ഥർക്ക് താരാസിങ്ങിന്റെ ജനസമ്മതി അസ്വസ്ഥതയുണ്ടാക്കി. അവർ അത് ലാഹോറിലെ അധികാരപ്രമത്തരായ മേലാളന്മാരെ അറിയിച്ചു. മുഗൾഭരണത്തിനു ഭാവിയിൽ വെല്ലുവിളി ഉയർത്താൻ പോന്ന ഒരു നേതാവിനെയും പഞ്ചാബിൽ വളർന്നുവരാൻ അനുവദിക്കരുതെന്ന രാജശാസനം മുഖവിലയ്ക്കെടുത്ത് താരാസിങ്ങിനെ നശിപ്പിക്കുവാൻ തന്നെ അധികാരിവർഗ്ഗം തീരുമാനിച്ചു. അകാരണമായി ആ സിഖ് പൗരപ്രമുഖന്റെ മേൽ മുഗൾ സൈനികർ കുതിരകേറുകയും അനീതിയെ ചോദ്യം ചെയ്ത താരാസിങ്ങിനെ അവർ കൊലപ്പെടുത്തുകയും ചെയ്തു. സ്വയരക്ഷയ്ക്കായി പൊരുതി മരിക്കേണ്ടിവന്ന ധീരനും ജനപ്രിയനുമായ താരാസിങ്ങിന്റെ വിധിയാണ് തങ്ങൾ ഓരോരുത്തരും ഏറ്റുവാങ്ങേണ്ടിവരുന്നതെന്ന തിരിച്ചറിവിൽ പഞ്ചാബിലെ ജനങ്ങൾ ആരുടെയും നിർദ്ദേശമില്ലാതെ തന്നെ ലാഹോറിൽ നിന്നുമെത്തിയ ഉദ്യോഗസ്ഥന്മാരോട് കലഹിക്കുവാൻ തീർച്ചപ്പെടുത്തി. ഒളിവിലായിരുന്ന ആയിരക്കണക്കിന് സിഖ് വീരന്മാർ പകൽ വെളിച്ചത്തിലേക്കു കുതിച്ചെത്തി സർക്കാർ ഖജനാവ് അവരുടെ നിയന്ത്രണത്തിലാക്കി. മാത്രമല്ല, സാധാരണക്കാരിൽനിന്നും നാട്ടിൽനിന്നും പിരിക്കുന്ന റവന്യൂവരുമാനം സർക്കാർ ഖജനാവിലെത്താതിരിക്കുവാനുള്ള കടുത്ത നടപടികളും വീരന്മാർ കൈക്കൊണ്ടു. അതേ അവസരത്തിൽ ആയുധങ്ങളേന്തിയ പട്ടാളക്കാർ നാട്ടിലെത്തിയതോടെ സിഖ് വീരന്മാർ കാട്ടിലും മലനിരകളിലും അപ്രത്യക്ഷരാകുകയും ചെയ്തു. ഏതാണ്ടൊരുതരം ഒളിപ്പോർ തന്നെയായിരുന്നു അത്. അതോടെ പട്ടാളം നിസ്സഹായരായിത്തീർന്നു.

ലാഹോറിലെ ഗവർണർ സഖാരിയഖാൻ 1733 ൽ ദില്ലി ഗവൺമെന്റിലേക്കു എഴുതിയതിന്റെ ഫലമായി സിഖ് നായകന്മാരായ പൗരപ്രമുഖർക്ക് നവാബ് എന്ന വിശേഷണത്തിൽ 'ജാഗിർ' എന്ന ഗ്രാന്റ് അനുവദിച്ചുകൊണ്ട് ഉത്തരവുണ്ടായി. സിഖ് വീര്യത്തെ മയപ്പെടുത്തുന്നതിനും ക്രമേണ തങ്ങളുടെ സാമ്പത്തിക സഹായം സ്വീകരിക്കുന്ന വിധേയരാവാനുമാണ് കൂർമ്മബുദ്ധിയായ ലഹോർ ഗവർണർ തന്ത്രങ്ങൾ മെനഞ്ഞത്. ഈ കാര്യങ്ങൾ സിഖ് നേതൃത്വത്തെ അറിയിക്കുന്നതിനായി ജംബാറിലെ ഒരു സുബേദ് സിങ്ങിനെയാണ് അധികാരികൾ ചുമതലപ്പെടുത്തിയത്. അയാൾ അമൃത്സറിലെ അകാൽത്തക്തിൽ എത്തി ഖൽസയുടെ മുന്നിൽ മുഗൾ ചക്രവർത്തിയുടെ ജാഗിർ നിർദ്ദേശം അവതരിപ്പിച്ചു. ഖൽസ ആ നിർദ്ദേശത്തെ അപ്പോൾത്തന്നെ തള്ളിക്കളഞ്ഞു. അകാൽത്തക്തിന്റെ പരമാധികാരവും സ്വയംഭരണ പദവിയും ആർക്കും അടിയറവയ്ക്കാനാവില്ലെന്നു വിധിയെഴുതിയ സിഖ് വീരന്മാരിൽ ആരുംതന്നെ 'നവാബ്' പദവി ഏറ്റെടുക്കുവാൻ തയ്യാറായുമില്ല. ഗുരു,

പഞ്ചാബിലെ സിഖുകാർക്ക് രാജ്യമാണ് വാഗ്ദാനം ചെയ്തത്. അതു യഥാർത്ഥമാക്കുകയെന്ന കടമയാണ് ഓരോ ശിഖന്റെയും ഉത്തരവാദിത്വമെന്ന് സിഖ് വീരന്മാർ പ്രഖ്യാപിച്ചു. 'നവാബ്' പദവിയെ ഓരോ സിഖ് വീരന്മാരും അന്യോന്യം പന്തടിച്ചു കളിച്ചതല്ലാതെ ആരും സ്വീകരിക്കുവാൻ തയ്യാറായില്ല. അവസാനം സുബേദ് സിങ്ങിന്റെ നിരന്തരമായ ഇടപെടലുകൾക്കും ചർച്ചകൾക്കുമൊടുവിൽ ഏറ്റവും സേവനം ചെയ്യുന്ന ഒരു സിഖ് പൗരന് ബഹുമതിയായി 'നവാബ്' പദവി നല്കാമെന്ന ആലോചനയിലെത്തി. അങ്ങനെ ഫൈസുള്ളാപൂരിലെ കപൂർസിങ്ങിനെ അതിനായി കണ്ടെത്തി. പക്ഷേ, കപൂർസിങ്ങാകട്ടെ ആ ബഹുമതി സ്വീകരിക്കണമെങ്കിൽ ഏറ്റവും കുറഞ്ഞത് അഞ്ച് ഖൽസാ സിഖ് വീരന്മാരുടെ കാൽപ്പാദം ബഹുമതിമുദ്രയിൽ പതിഞ്ഞ് അത് അങ്ങനെ ശുദ്ധമാക്കപ്പെട്ടശേഷം മാത്രമേ അതു സ്വീകരിക്കണമോ വേണ്ടയോ എന്നു തീരുമാനമെടുക്കാനാവൂ എന്നും പ്രഖ്യാപിച്ചു!

മുഗൾ ഭരണാധികാരികൾ ധരിച്ചത് ജാഗിർ എന്ന ആനുകൂല്യം ലഭിക്കുന്നതോടെ സിഖ് യോദ്ധാക്കൾ അവരുടെ വെട്ടിത്തിളങ്ങുന്ന വാളുകളെല്ലാം അടിച്ചുപരത്തി കലപ്പകൾ ഉണ്ടാക്കുമെന്നും നിശ്ശബ്ദരായി കൃഷിപ്പണി ചെയ്ത് സമാധാന ജീവിതം തള്ളിനീക്കിക്കൊള്ളുമെന്നുമാണ്. പക്ഷേ, മുഗൾചിന്തകളെയെല്ലാം കാറ്റിൽ പറത്തിയ സിഖുകാർ തങ്ങൾ അങ്ങനെ മോഹവലയിൽ വീഴുന്നവരല്ലെന്നു തെളിയിച്ചു. രാഷ്ട്രീയ സ്വാതന്ത്ര്യം അനുഭവിച്ചിട്ടുള്ള അവർക്ക് മറ്റൊന്നും സ്വീകാര്യമായിരുന്നുമില്ല. ഈ അവസരത്തിൽ ഖൽസയുടെ പവിത്രമായ ശൃംഖല കൂടുതൽ ബലപ്പെടുത്തുവാൻ സിഖ് വീരന്മാർ ശ്രമിക്കുകയായി. അത്യാവശ്യം സാവകാശം അവർക്കതിന് ലഭിക്കുകയും ചെയ്തു. പലയിടങ്ങളിലായി ചിതറിപ്പോയവർക്ക് അന്യോന്യം ബന്ധപ്പെടാനും ഒന്നിക്കുവാനും സാദ്ധ്യമായതോടെ സിഖ് ശക്തി പൂർവ്വസ്ഥിതിയിലേക്ക് പതുക്കെ എത്തിച്ചേരാൻ ശ്രമം തുടങ്ങി. അത്യാവശ്യ സന്ദർഭങ്ങളിൽ ഒത്തു കൂടുന്നതിനുള്ള മാർഗ്ഗങ്ങൾ അവർ ആവിഷ്കരിച്ചു. ഈ ആവശ്യത്തിലേക്കായി അവർ രണ്ട് വിഭാഗങ്ങൾ രൂപീകരിച്ചു. തല മുതിർന്നവർക്കായി 'ബുദ്ധാദൾ' എന്നും യുവാക്കൾക്കായി 'തരുണാദൾ' എന്നും പേരിട്ടുകൊണ്ട് രണ്ട് സേനാവിഭാഗങ്ങൾ! ഗുരു ഗോവിന്ദ് സിങ്ജിയുടെ കാലം കണ്ടിട്ടുള്ളവരും ബൻദാസിങ്ങിനൊപ്പം പട നയിച്ചവരോ ആണ് മുതിർന്ന സേനാ വിഭാഗക്കാരായ 'ബുദ്ധാദൾ'. ഒട്ടുമിക്കപേരും മുതിർന്ന പൗരന്മാരും യുദ്ധരംഗത്ത് ദീർഘകാല പരിചയമുള്ളവരും ത്യാഗസമ്പന്നരുമായിരുന്നു ഈ വിഭാഗത്തിലുള്ളവർ. ഇവരെ കപൂർസിങ്ങിന്റെ നേതൃത്വത്തിൽ നരോക്കിലെ ഷാംസിങ്, റോറൻ വാലിയിലെ ഗുർബക്ഷ്സിങ്, ഹല്ലോവാലിയയിലെ ബാഗ്സിങ്, ഭാമാസിങ് എന്നിവർ നയിച്ചു. 'തരുണാദൾ' എന്ന യുവസേനയെ ദീപ് സിങ്ങും മറ്റു ചിലരും നയിച്ചു. 1734 ൽ ജൂലൈയിൽ ദിവാൻ ദർബാറാസിങ്ങിന്റെ മരണാനന്തരമാണ് യുവരക്തസംഘം അനിവാര്യമാണെന്ന തോന്നലിൽ യുവാക്കളായ യോദ്ധാക്കളെ ഉൾപ്പെടുത്തി

അങ്ങനെയൊരു സേന രൂപീകരിച്ചത്. ഈ വിഭാഗത്തെ അഞ്ച് ജാഥകളായി തരംതിരിച്ച് ഉത്തരവാദിത്വങ്ങൾ ഏല്പിച്ചുകൊടുത്തു. ഒന്നാമത്തേതിന്റെ ചുമതല ദീപ്സിങ്ങിന്, രണ്ടാമത്തേതിന്റെ ഉത്തരവാദിത്വം കരാസിങ്ങിനും അമൃത്സറിലെ ധരംസിങ്ങിനും. മൂന്നാം വിഭാഗം കഹൻസിങ്ങിന്റെയും ഗോയിന്ദ് വാളിലെ ബിനോദ് സിങ്ങിന്റെയും ചുമതലയിലായി, കോട്ട് ബുദ്ധിയിലെ ദസൗന്ദ സിങ്ങിന് നാലാം വിഭാഗവും റൻഗ്രേറ്റയിലെ ജിവാൻ സിങ്, ബീരുസിങ് എന്നിവർക്ക് അഞ്ചാം വിഭാഗത്തെയും ഏല്പിച്ചുകൊടുത്തു.

ബാരിദോബിൽ പരന്നും ഹാൻസിയിലും ഹിസ്സാറിലും എത്തിച്ചേർന്നും എല്ലായിടത്തും വ്യാപിച്ചുനിന്ന നിരന്തരം യാത്രചെയ്ത് സൈനികനടപടികൾക്ക് ഒരുക്കൂട്ടിയിരുന്ന ചലനാത്മകമായ സൈന്യമായിരുന്നു തരുണാദൾ. എന്നാൽ മുതിർന്നവരുടെ 'ബുദ്ധാ ദൾ' സുസജ്ജമായ കരുതൽസൈന്യമായി നിശ്ചിത ഇടങ്ങളിൽ ജാഗ്രതയോടെ നിലകൊണ്ടു. ഈ സൈനികശേഖരണ നടപടി മുഗൾ ഭരണാധികാരിയുടെ വിരോധത്തിനു കാരണമായതിനാൽ 1735 ൽ പെട്ടെന്ന് ജാഗിർ നിർത്തലാക്കിക്കൊണ്ടുള്ള ഉത്തരവിറങ്ങി. അതൊരു അടയാളമായിരുന്നു. പ്രതികാര നടപടികൾ തുടർന്നുണ്ടായി. സിഖുകാരെ വേട്ടയാടുവാനുള്ള മുഗൾഭരണധികാരിയുടെ ത്വര ആവർത്തിക്കപ്പെട്ടു. ആയിരക്കണക്കിന് നിരപരാധികളായ സിഖുപൗരമാർ പഞ്ചാബിലാകെ വേട്ടയാടപ്പെട്ടു. അരുംകൊലയ്ക്കു വിധേയരാക്കപ്പെട്ടു. അക്കൂട്ടത്തിൽ ഏറ്റവും പൈശാചികമായ അരുംകൊല ലാഹോറിൽ 1737 നവംബർ പതിനഞ്ചിന് അരങ്ങേറി. സിഖ് പണ്ഡിതനും എല്ലാവർക്കും ആരാദ്ധ്യനുമായ അക്കാലത്തെ ഏറ്റവും സ്വീകാര്യനായ സിഖ് നേതാവ് ഭായ് മണിസിങ്ങിനെ അമൃത്സറിൽ സിഖ് യുവാക്കളെ സംഘടിപ്പിക്കുന്നു എന്ന കുറ്റം ചുമത്തി ബന്ധനസ്ഥനാക്കി. തുടർന്ന് ലാഹോറിൽ പരസ്യമായി പലവിധ കഷണങ്ങളായി അദ്ദേഹത്തിന്റെ ശരീരം വെട്ടിനുറുക്കി.. ഭീകരതകൊണ്ട് മുഗൾ സിംഹാസനം അതിന്റെ ബീഭ്ത്സത പ്രകടമാക്കി.

സിഖ് പോരാളികൾക്ക് ആന്തരിക ശക്തിയായും ബാഹ്യ പ്രചോദനമായും നിലകൊള്ളുന്ന അമൃത്സറിലെ ദേവാലയവും അമൃതസരസും സന്ദർശിക്കുന്നതിൽനിന്നും സിഖ് സമൂഹത്തെ നിരോധിച്ച മുഗൾ ചക്രവർത്തി അവിടെ കാവല്ക്കാരെ നിയോഗിക്കുകയും ചെയ്തു. ദേവാലയത്തിലേക്കെത്തുന്നവരെ അറസ്റ്റ് ചെയ്തും നിർബ്ബന്ധമായി അവിടേക്കു കടക്കാൻ ശ്രമിക്കുന്നവരെ വാളിനിരയാക്കിയും അക്രമം അഴിച്ചുവിട്ട മുഗൾ സൈനികരെ ഇടയ്ക്കെങ്കിലും തോല്പിച്ചുകൊണ്ട് ആയുധധാരികളായ സിഖ് വീരന്മാർ അശ്വാരൂഢരായി കൊടുങ്കാറ്റുപോലെ പാഞ്ഞുവന്ന് അമൃത്നഗറിലെ ദേവാലയം സന്ദർശിച്ച് മടങ്ങുകയും ചെയ്തിരുന്നു. ജോഹാൻ മാൽക്കത്തെപ്പോലുള്ളവർ ഇത് കൃത്യതയോടെ രേഖപ്പെടുത്തിയിട്ടുമുണ്ട്. തങ്ങളുടെ വിശ്വാസപ്രമാണങ്ങൾ കാറ്റിൽപ്പറത്തുവാൻ ഒരു സിഖുകാരനും തയ്യാറാകുന്നില്ലെന്നും അമൃത്സറിലെ ദേവാ

ലയ സന്ദർശനത്തിനിറങ്ങിത്തിരിക്കുമ്പോൾ സാഹസികമായി അതു സാധിക്കാനാകാതെ വന്നാൽ കീഴടങ്ങുകയല്ല രക്തസാക്ഷിത്വം വഹിക്കുകയാണ് അഭികാമ്യമെന്ന് ശിഖന്മാർ നിശ്ചയം കൊണ്ടെന്നും മുഗൾ രേഖകൾ തന്നെ സൂചിപ്പിക്കുന്നു. അമൃത്സറിലെ ദേവാലയവും പവിത്ര ജലാശയവും സ്വജീവനേക്കാൾ വിലമതിക്കുന്ന ദിവ്യകേന്ദ്രമായി അന്നും ഇന്നും എന്നും സിഖ് സമൂഹം കരുതിപ്പോരുന്നതിൽ അത്ഭുതത്തിന് അവകാശമില്ല. കാരണം എത്രയോ വീരന്മാരുടെ ജീവാർപ്പണത്തിലൂടെയാണ് അവിടം അനന്യഗരിമയോടെ നിലനിർത്താനായിട്ടുള്ളതെന്ന് കാലവും ചരിത്രവും സാക്ഷ്യം പറയുമ്പോൾ ശിഖന്മാരുടെ ആത്മാഭിമാനം ആകാശത്തോളം ഉയരുകയാണ്.

വിവിധ നാട്ടുരാജ്യങ്ങളിൽനിന്നും കൊള്ളമുതലുകളുമായി ശിവാലിക് മലനിരകൾ കടന്ന് തലസ്ഥാനത്തേക്ക് യാത്ര ചെയ്ത നാദിർഷായെയും കൂട്ടരെയും ഇരുട്ടിന്റെ മറവിൽ ചാടിവീണ് ആക്രമിച്ച് സ്വർണ്ണവും വെള്ളിയുമുൾപ്പെടെയുള്ള സമ്പത്തു മുഴുവൻ തട്ടിക്കൊണ്ടുപോകുന്നതിൽ വിജയിച്ച സിഖ് യുവാക്കൾ മധുരമായ പകവീട്ടൽ നടത്തുകയായിരുന്നു. സഖാരിയ ഖാൻ കടുത്ത നിയന്ത്രണമേർപ്പെടുത്തിയതിനാൽ മലനിരകളിൽ പിൻവാങ്ങിനിന്ന സിഖ് പോരാളികൾ വർഷങ്ങളായി തങ്ങളെ കൊള്ളയടിക്കുന്ന ദില്ലി ഭരണാധികാരിയോട് അങ്ങനെ പ്രതികാരം ചെയ്തു. തന്റെ പടയുടെ ഏറ്റവും പിന്നിലെ വിഭാഗത്തിന്റെ കൈവശം സൂക്ഷിച്ചിരുന്ന കൊള്ളമുതൽ മുഴുവൻ പിടിച്ചു പറിച്ച് ഇരുട്ടിൽ അപ്രത്യക്ഷരായ തന്റേടികൾ ആരെന്ന് നാദിർഷ ഗവർണറായ സഖാറിയാഖാനോട് ആരാഞ്ഞു. മലനിരകളിൽ ഒളിവുജീവിതം നയിക്കുന്ന സിഖ്കാരനാണവർ എന്ന മറുപടിക്ക് ഷായുടെ പരാമർശം ചിന്തോദ്ദീപകമായിരുന്നു. “നാളെ ഈ ഭൂഭാഗം അവരുടെ നിയന്ത്രണത്തിലായിത്തീരും, സൂക്ഷിക്കുക” എന്ന ഷായുടെ ജാഗ്രതാ നിർദ്ദേശം ഗവർണർ അക്ഷരാർത്ഥത്തിൽ മുഖവിലയ്ക്കെടുത്തു. സിഖുകാരെ വിധ്വംസകരായി ചിത്രീകരിച്ചും രാജ്യദ്രോഹികളായി വിലയിരുത്തിയും വേട്ടയാടാൻ തുടങ്ങി, കൂടുതൽ തീവ്രതയോടെ. പഴയ ഉത്തരവുകൾ ആവർത്തിക്കപ്പെട്ടു. സിഖ് ഉന്മൂലനത്തിന് ഇറങ്ങിത്തിരിക്കുന്നവർക്ക് ഇനാം നല്കുമെന്നും പ്രഖ്യാപനമുണ്ടായി.

മുഗൾ സാമ്രാജ്യത്തിനെതിരെ പടനയിച്ച സിഖ് വീരന്മാരെ ഒരിക്കലും കൈയിൽ കിട്ടാതെ വന്നപ്പോൾ നിരപരാധികളായ ഗ്രാമവാസികളുടെ നേർക്ക് മുഗൾസേന തിരിഞ്ഞു. നഗരങ്ങളിലും ഗ്രാമങ്ങളിലും സമാധാനജീവിതം നയിച്ചുവന്ന പാവപ്പെട്ട സിഖ് വിശ്വാസികളെ സംശയത്തിന്റെ പേരിൽ അറസ്റ്റു ചെയ്ത് ലഹോറിലേക്കു എത്തിച്ച് ശിക്ഷാനടപടികൾക്കു വിധേയരാക്കി. തലമുടി നീട്ടിവളർത്തിയ ശിഖന്മാരെ എവിടെ കണ്ടാലും പിടിച്ചുകെട്ടിക്കൊണ്ടുപോകുകയും ഇസ്ലാം മതം സ്വീകരിക്കുവാൻ നിർബ്ബന്ധിക്കുകയും ചെയ്തുവന്നു. ഒന്നുകിൽ സിഖ്മതം ഉപേക്ഷിച്ച് ഇസ്ലാമിൽ പരിവർത്തിക്കുക അല്ലെങ്കിൽ വാളിനി

രയാകുക എന്നതായിരുന്നു മതഭ്രാന്തന്മാരായ മുഗൾ സൈനികരുടെ കാരുണ്യരഹിതമായ തീരുമാനം. വളരെ സാത്വികനും പണ്ഡിതനും പരോപകാരിയും ഇസ്ലാംമതത്തെ തന്നെ ബഹുമാനിക്കുന്ന വ്യക്തിയുമായിരുന്ന ഭായി തരുസിങ്ങിനെ സൈന്യം പിടിച്ചു കൊണ്ടുപോകുകയും ക്രൂരമായി ശിരച്ഛേദം ചെയ്ത് ജനങ്ങളെയാകെ ഭീതിയുടെ നിഴലിലാക്കുകയും ചെയ്തു. ഏറ്റവും വിസ്മയകരവും അവിശ്വസനീയവുമായ ദുരന്തമാണ് മുഗൾ ഗവർണറുടെ വാക്കു കേട്ട് ഖാൽസയിൽ ജാഗിർചർച്ചയ്ക്ക് എത്തിയ ജംബാറിലെ സുബേദ്സിങ്ങിനെ തന്നെ മുഗൾസൈന്യം തട്ടിക്കൊണ്ടുപോയി ക്രൂരമായി പീഡിപ്പിച്ചു. ഒപ്പം സുബേദിന്റെ മകൻ ഷാഹ്ബാസ് സിങ്ങിനെയും പിതാവിനൊപ്പം വലിയ ചക്രത്തിൽ തളച്ച് കാലപുരിക്കയച്ചു. മുഗളന്മാർക്കു വേണ്ടി മദ്ധ്യവർത്തിയായതിന്റെ ഫലം ഇങ്ങനെയുള്ള അരുംകൊലയായിത്തീർന്നതോടെ മുഗൾ എന്ന വാക്കുച്ചരിക്കാൻപോലും സാധാരണക്കാർ ഭയന്നു.

ക്രൂരതയുടെ പരമ്പരയിലൂടെ കുപ്രസിദ്ധനായിത്തീർന്ന ലാഹോറിലെ ഗവർണർ സഖാരിയ ഖാൻ 1745 ജൂലൈ ഒന്നിന് മരണമടഞ്ഞപ്പോൾ മകൻ യഹിയാഖാൻ ഗവർണറായി ചുമതലയേറ്റു. യുവാവായ പുതിയ ഗവർണർ പിതാവിനേക്കാൾ ക്രൂരമായാണ് സിഖുകാരോട് പെരുമാറിയത്. പഞ്ചാബിന്റെ ചരിത്രം രേഖപ്പെടുത്തിയ സയ്യദ് മുഹമ്മദ് ലത്തീഫ് ലാഹോർ ഗവർണർ യഹിയാഖാന്റെ ആദ്യ ഉത്തരവുതന്നെ 'സിഖുകാരെ എവിടെ കണ്ടാലും വധശിക്ഷയ്ക്കു വിധേയമാക്കുക' എന്നതായിരുന്നു എന്ന് രേഖപ്പെടുത്തിയിട്ടുള്ളതായി കാണാം! വിചിത്രവും നീതിരഹിതവും യുക്തിക്ക് അശേഷം നിരക്കാത്തതുമായ ഒരു ഉത്തരവിലൂടെ സിഖ് വംശനാശം തന്നെ നടത്താനാണ് യുവാവായ ഗവർണർ യഹിയാഖാൻ ലക്ഷ്യം വച്ചത്. ഗുരുഗോബിന്ദ് സിങ്ജിയുടെ പിൻഗാമികൾ ആരോ അവരെല്ലാം മരണവിധിക്ക് അർഹരാണെന്ന നിഗമനത്തിലേക്ക് മുഗൾഭരണം എത്തിച്ചേരുന്നത് ഞെട്ടലോടെ ലോകം നോക്കി നിന്നു. ആയിരക്കണക്കിന് സിഖുകാർ അകാരണമായി വിചാരണപോലുമില്ലാതെ വാളിനിരയാകുമ്പോൾ സാമ്രാജ്യത്വം അതിന്റെ ഏറ്റവും നീചമായ അവസ്ഥയിലേക്കെത്തുകയായിരുന്നു. ഓരോ സിഖ് ശിരസ്സിനും സ്വർണ്ണ നാണയങ്ങൾ പാരിതോഷികമായി നല്കി. യാഹിയാഖാൻ പതിനായിരക്കണക്കിന് ശിഖന്മാരെ കൂട്ടംകൂട്ടമായി കൊല ചെയ്തുകൊണ്ടിരുന്നു. സിഖ് ചരിത്രത്തിൽ ഏറ്റവുമധികം നിണച്ചാലൊഴുകിയ നാളുകളായിരുന്നു അത്. ദിനംപ്രതി ആയിരക്കണക്കിന് ശിഖശിരസ്സുകൾ ലാഹോറിലെ സുബേദാർമാരുടെ മുന്നിൽ റിവാർഡു തുകയ്ക്കായി നിരത്തിവയ്ക്കപ്പെട്ടു. തലയെണ്ണി പണം നല്കുക എന്ന പ്രയോഗം തന്നെ അങ്ങനെ ലാഹോറിലെ വിഷലിപ്തമായ കാറ്റിൽ ഉയർന്നുകേട്ടു.

പഞ്ചാബിലെ കൂട്ടക്കുരുതിയിൽ ഏറ്റവും മ്ലേച്ഛമായതൊന്ന് ലാഹോറിൽ 1746 മാർച്ച് പത്തിന് സംഭവിച്ചു. ലാഹോറിൽ ജീവിച്ചുവന്ന മുഴുവൻ സിഖുകാരെയും സ്ത്രീപുരുഷ വൃദ്ധ ജന ശൈശവ വ്യത്യാസമി

ല്ലാതെ അറസ്റ്റു ചെയ്ത് ശിക്ഷാവിധി നടപ്പിലാക്കാൻ തുടങ്ങി. ലാഹോറിലെ ഗവർണർ യഹിയാഖാനും അയാളുടെ ദിവാൻ ലഖ്പത് റായിയും ഒരു വലിയ സൈന്യത്തോടൊപ്പം ആയുധങ്ങളുമായി എത്തി പതിനായിരത്തോളം വരുന്ന സിഖ് സമൂഹത്തെ അതിക്രൂരമായി കൊന്നൊടുക്കി. ഏതാനും ദിവസങ്ങൾ ഈ കൂട്ടക്കുരുതി തുടർന്നുവെന്നു രേഖപ്പെടുത്തുമ്പോൾ സിഖ് ചരിത്രത്തിലെ ഏറ്റവും അഭിശപ്തമായ ആദ്യത്തെ 'ഖലുഖാര' എന്നാണ് ഇത് പില്ക്കാലത്ത് അറിയപ്പെട്ടത്.

അഫ്ഗാൻ ആക്രമണത്തിനെതിരെ

ലാഹോറിന്റെ ഗവർണറായ യഹിയാഖാനും സഹോദരൻ ഷാഹ്നവാസും തമ്മിലുള്ള അധികാര വടംവലിയും കലഹവും മുതലെടുത്തുകൊണ്ട് അഫ്ഗാനിസ്ഥാനിൽനിന്നും അഹമ്മദ് ഷാഹ് ദുറാണി മുഗൾ സാമ്രാജ്യത്തിലേക്കു പടയോട്ടം നടത്തി. ഈ സാഹചര്യം ഉപയോഗപ്പെടുത്തി സിഖ് യോദ്ധാക്കൾ ഒളിവിൽനിന്നും തെളിവിലെത്തി സംഘബലം വർദ്ധിപ്പിക്കാൻ തുടങ്ങി. സലബത്ത് ഖാന്റെ വരുതിയിലായിരുന്ന അമൃത്സറിനെ അയാളിൽനിന്നും മോചിപ്പിച്ച് സിഖ് ലീഡർ ജസാസിങ് അധികാരം സ്ഥാപിച്ചു. അങ്ങനെ വർഷങ്ങൾക്കു ശേഷം അമൃത്സർ വീണ്ടും സിഖ് നിയന്ത്രണത്തിലെത്തി. 1748 മാർച്ച് 29 ന് നീണ്ട ഇടവേളയിൽ ഒരാവർത്തികൂടി 'വൈശാഖി' ഉത്സവം അമൃത്സറിൽ പൊടിപൊടിച്ചു. പവിത്ര നഗരം ഉത്സവലഹരിയിൽ മതിമറന്നു. വർണ്ണാഭമായ ഉത്സവവേളയിൽ നൃത്തവും പാട്ടും താളമേളങ്ങളുമായി സിഖ് സമൂഹം ആഹ്ലാദിച്ചപ്പോൾ കപൂർസിങ്ങിന്റെയും സർദാർ ജസാസിങ്ങിന്റെയും നേതൃത്വത്തിൽ തങ്ങളുടെ പ്രദേശത്തെ പ്രത്യേക രാജ്യമായി അവർ പ്രഖ്യാപിച്ചു. ഗുഹകളിലും കാടുകളിലും മലനിരകളിലും തങ്ങളുടെ സുരക്ഷ സ്ഥായിയായി കണ്ടെത്താനാകുകയില്ലെന്ന് പുതിയ നേതൃത്വം ചിന്തിച്ചതിന്റെ ഫലമായി ഒരു സ്ഥിരം സുരക്ഷിത സംവിധാനം ഏർപ്പെടുത്തണമെന്നും തീരുമാനമുണ്ടായി. അകലെയല്ലാതെതന്നെ ഒരു പ്രദേശം കണ്ടെത്തി അവിടെ ഒരു കോട്ട നിർമ്മിക്കുവാൻ സിഖ് നേതാക്കൾ നിശ്ചയിച്ചു. ബലമുള്ള ഭിത്തികളുമായി രാം രായോണി എന്ന വിളിപ്പേരുമായി ഝടുതിയിൽ ഒരു ചെറിയ ദുർഗ്ഗം സിഖ് വീരന്മാർ പടുത്തുയർത്തി. പില്ക്കാലത്ത് 'രാംഗാർ' എന്നറിയപ്പെട്ട സിഖ് ചരിത്രത്തിലെ സുപ്രധാന ഇടം!

പഞ്ചാബിന്റെ മദ്ധ്യഭാഗത്തുള്ള മിക്ക പ്രദേശങ്ങളും സിഖ് ഭരണക്രമത്തിൻ കീഴിൽ വന്നുകൊണ്ടിരുന്നു. രച്ച്ന, ബാരി, ജലന്ധർ തുടങ്ങിയ പ്രദേശങ്ങളൊക്കെത്തന്നെ സിഖുകാരുടെ പൂർണ്ണനിയന്ത്രണത്തിലായി. ഇതിനിടയിൽ 1748, ഏപ്രിൽ 11 ന് പുതിയ ഗവർണർ ആയി മീർമന്നു എന്നറിയപ്പെട്ട മിയാൻ-മുൾ-മുൾക്ക് അധികാരമേറ്റു. അഫ്ഗാൻ ആക്രമണകാരി ദുറാണി മടങ്ങിപ്പോകുമ്പോൾ ലാഹോറിൽ ചുമതലയേല്പിച്ച മുൾട്ടാനിലെ സഹീദ് ഖാനെതിരെ സിഖുകാരുടെ സഹായം തേടിക്കൊണ്ട് അവരെ സൗഹൃദത്തിൽ നിർത്തുവാൻ 'മീർമന്നു' തന്റെ ദിവാൻ കൗറാ മാളിനെ ഉപയോഗപ്പെടുത്തി. എന്നാൽ അധികാരം ഉറപ്പിച്ചു കഴിഞ്ഞ് തന്റെ ഇരിപ്പിടം ഭദ്രമാണെന്നു ബോദ്ധ്യമായ നിമിഷത്തിൽ മുഗൾ ഗവർണർ നിലപാടിൽ മാറ്റം വരുത്തി. സിഖ് വിരോധം സടകുടഞ്ഞ് പുറത്തുവന്നു. ലാഹോറിലും മുൾട്ടാനിലും തന്റെ അധികാരം ഉറപ്പിച്ചവേളയിൽ ഇനി സിഖ് വെല്ലുവിളി ഉയരാതിരിക്കാനുള്ള മാർഗ്ഗങ്ങൾ ആരായണം എന്നു തീരുമാനിച്ച വക്രബുദ്ധിയായ 'മീർമന്നു' തന്റെ വിശ്വസ്തനായ ആദിനാ ബെഗ് ഖാന് ജലന്ധറിലും ബാറീലുമുള്ള സിഖുകാരെ വളഞ്ഞുപിടിച്ച് വംശനാശം വരുത്തുവാൻ ഉത്തരവു നല്കി. തീർന്നില്ല, മീർമന്നുതന്നെ സിഖ് വേട്ടയ്ക്ക് സ്വയം ഇറങ്ങിപ്പുറപ്പെടുകയും ചെയ്തു.

ഇടയ്ക്കൊന്നു ശ്വാസം വിടാൻ സമയം ലഭിച്ചപ്പോൾ സൂര്യ പ്രകാശത്തിലെത്തി സ്വയം സംഘടിച്ച് ശക്തരായിക്കൊണ്ടിരുന്ന സിഖ് പ്രജകൾക്ക് വീണ്ടും ദുരിതകാലം വന്നുചേർന്നു. ഗവർണറും പരിവാരങ്ങളും നിരന്തരം ആക്രമണം അഴിച്ചുവിട്ടപ്പോൾ ഇരുട്ടിലേക്കു പിൻവാങ്ങുവാൻ അവർ നിർബ്ബന്ധിതരായി. സിഖുകാരുടെ വീടുകൾ തേടിപ്പിടിച്ച് പുരുഷന്മാരുടെ അസാന്നിദ്ധ്യത്തിൽ സ്ത്രീകളെയും കുട്ടികളെയും ബന്ധിച്ചു കൊണ്ടുപോകുകയും ഇരുണ്ട തടവറകളിൽ അതിക്രൂരമായി പീഡിപ്പിക്കുകയും ചെയ്തു. കൊച്ചുകുഞ്ഞുങ്ങളെവരെ വാളിനിരയാക്കിയ മീർമന്നുവും കൂട്ടരും നടത്തിയ കൂട്ടക്കുരുതിയുടെ ഓർമ്മകൾ ലാഹോറിന്റെ ലണ്ടാ ബസാറിലെ ഷാഹിദ് ഗഞ്ച് ഗുരുദ്വാരയിൽ അവശേഷിക്കുന്നുണ്ട്. ഇങ്ങനെ സിഖ് വേട്ടയ്ക്ക് ഇറങ്ങിത്തിരിക്കവെ അർദ്ധരാത്രിയിൽ മിർമന്നു ആക്രമിക്കപ്പെട്ട നിരാലംബരുടെ നിലവിളിയിൽ വിരണ്ടുപോയ കുതിരപ്പുറത്തുനിന്നും നിലംപൊത്തി. ജീനിയിൽ കുരുങ്ങി പാഞ്ഞുപോകുന്ന കുതിരയുടെ ഗതിയ്ക്കൊപ്പം ഭൂമിയിൽ തല്ലിയും തടഞ്ഞും ഉരഞ്ഞും ചതഞ്ഞും ഒടിഞ്ഞും വലിച്ചിഴയ്ക്കപ്പെട്ട് അതിദാരുണമായ അന്ത്യം ഏറ്റുവാങ്ങി, രക്തമിറ്റിച്ചുകൊണ്ട് ഊർന്നുപോയ പഴന്തുണിക്കെട്ടുപോലെ വികൃതമായിപ്പോയ വേട്ടക്കാരൻ 'മീർമന്നു'വെന്ന ഗവർണർ 1753 നവംബർ 4 ന് കഥാവശേഷനായി.

ലാഹോറും മുൾട്ടാനും അഫ്ഗാൻ നിയന്ത്രണത്തിലും മുഗൾ അധീനതയിലും മാറിമാറി വന്നതോടെ സിഖ് വീരന്മാർക്ക് രണ്ട് ശക്തികളുമായി ഏറ്റുമുട്ടൽ എന്ന വെല്ലുവിളിയാണ് പിന്നീടുണ്ടായത്. സത്‌ലജ് നദിയുടെ തെക്കുഭാഗത്ത് മുഗൾ ഭീഷണിയെയും വടക്കുഭാഗത്ത്

അഹമ്മദ് ഷാ ദുരാണി

അഫ്ഗാൻ ആക്രമണത്തെയും സിഖ് വീരന്മാർക്ക് നേരിടേണ്ടി വന്നു. മീർമന്നുവിന്റെ മരണം താല്ക്കാലികമായൊരു ഭീഷണിയിൽനിന്നുള്ള മോചനമൊരുക്കിയെങ്കിലും അത് ശാശ്വതമായിരുന്നില്ല. എങ്കിലും ഈ അവസരം അവർ ഫലപ്രദമായി ഉപയോഗപ്പെടുത്തിക്കൊണ്ട് സിഖ് സൈനികശക്തി വർദ്ധിപ്പിക്കുവാൻ പരമാവധി ശ്രമിച്ചു. ഒപ്പം തന്നെ പഞ്ചാബിൽ മുഗൾ ആധിപത്യം പുനഃസ്ഥാപിക്കുന്നതിനെ ചെറുക്കുവാനും അഫ്ഗാൻ അധിനിവേശത്തിന്റെ കെടുതികളെ ദൂരീകരിക്കുന്നതിനുമുള്ള മുൻകരുതൽ എടുക്കാനും സിഖ് യോദ്ധാക്കൾ ശ്രദ്ധിച്ചു. ലാഹോർ ഗവർണർ ആയിരുന്ന മരണപ്പെട്ട മീർമന്നുവിന്റെ വിധവ മുഗളാനി ബീഗം അധികാരത്തിലെത്താൻ നടത്തിയ ശ്രമങ്ങളെ തകർക്കുന്നതിനും ഖാജാ ഉബൈദുമുള്ളയും ആദിനാ ബേഗ്ഖാനും ലാഹോറിൽ പിടിമുറുക്കുന്നത് ഒഴിവാക്കുവാനും അഫ്ഗാൻ മുഷ്കിലേക്ക് വീണ്ടും പഞ്ചാബ് പതിക്കാതിരിക്കുന്നതിനും വേണ്ട കടുത്ത ശ്രമങ്ങളും സിഖ് യുവാക്കൾ നടത്തി.

അശനിപാതം പോലെ, 1756 ൽ നവംബർ -ഡിസംബർ മാസങ്ങളിലെ ആക്രമണപരമ്പരകളിലൂടെ ഇന്ത്യയിലെത്തിയ അഹമ്മദ് ഷാ ദുറാണി, മുഗൾ സാമ്രാജ്യത്തെ അഫ്ഗാന്റെ കാല്ക്കീഴിലാകുന്നതിൽ വിജയിച്ചു. മടങ്ങിപ്പോകുന്ന വേളയിൽ സിഖ് നഗരങ്ങളും കർത്താപൂരിലെയും അമൃത്സറിലെയും സിഖ് ആരാധനാലയങ്ങളും കൊള്ളയടിച്ച അഹമ്മദ് ഷാ ദുറാണി ഇന്ത്യയിൽ തന്റെ മകൻ പ്രിൻസ് തൈമൂറിനെ ലാഹോറിന്റെ വൈസ്രോയിയായി അവരോധിക്കുവാനും മറന്നില്ല. അതോടെ പഞ്ചാബ് പ്രവിശ്യ വീണ്ടും അഫ്ഗാൻ ഭരണത്തിൽ കീഴിലായി. ലാഹോറിന്റെ പ്രാന്തപ്രദേശങ്ങളും ഏതാനും അയൽ നഗരങ്ങളും മാത്രമായി മുഗൾ അധീശത്വം പരിമിതപ്പെട്ടു. സർദാർ ചർഹത്ത് സിങ് സുഖർചക്കിയ സ്വന്തം കഴിവിനാൽ ഗുർജ്ജൻ വാലയിൽ ആസ്ഥാനമുറപ്പിച്ചിരുന്നതിനാൽ അഫ്ഗാനിസ്ഥാനിലേക്കുള്ള മടക്കയാത്രാ വേളയിൽ അഹമ്മദ്ഷായ്ക്കും നാശം വിതയ്ക്കുവാൻ കരുത്തുകാട്ടി ശ്രദ്ധേയനായി. സിന്ധുനദിക്കരയിൽ മഹാരാജാ രഞ്ജിത് സിങ്ങിന്റെ മുത്തച്ഛനായ

സർദാർ ചർഹത്ത്സിങ് കടുത്ത പ്രതിരോധത്തിലൂടെ അഫ്ഗാൻ അക്രമകാരിയെ നേരിടുകയായിരുന്നു

ഇന്ത്യൻ മണ്ണിൽ ഏറെനാൾ തുടരുവാൻ ലാഹോർ ഗവർണറായി അവരോധിച്ചിരുന്ന പ്രിൻസ് തൈമൂറിനു കഴിഞ്ഞില്ല. സിഖ് സൈന്യത്തിനൊപ്പം ആദിനാ ബെഗിന്റെ ക്ഷണപ്രകാരം എത്തിയ 'മറാത്ത' സേന കൂടി ചേർന്ന് അഫ്ഗാൻ ഗവർണറെ ആക്രമിച്ചപ്പോൾ പിടിച്ചു നില്ക്കാനാകാതെ 1758 ഏപ്രിലിൽ തൈമൂർ ലാഹോർ വിട്ടൊഴിഞ്ഞു പോയി. തുടർന്ന് നാലു മാസക്കാലം ആദിനാ ബേഗ് ലാഹോറിന്റെ ഭരണം നിർവ്വഹിച്ചു. അയാൾക്കു സുരക്ഷയേകി 'മറാത്ത'സേന അവിടെ നില കൊള്ളുകയും ചെയ്തു. എന്നാൽ അടുത്തവർഷം നവംബറിൽ അഫ്ഗാൻപട അഹമ്മദ് ഷായുടെ അഞ്ചാം ആക്രമണം അഴിച്ചുവിട്ടപ്പോൾ മറാത്തസേന സ്വന്തം രാജ്യത്തേക്കു പലായനം ചെയ്യുകയും ആദിനാ ബേഗിനെ അനാഥനാക്കുകയും ചെയ്തു. അതേ അവസരത്തിൽ നില മെച്ചപ്പെടുത്തിയിരുന്ന സിഖ് സൈന്യത്തിലെ വീരന്മാർ ലാഹോർ നഗരത്തിനുസമീപം വച്ച് അഫ്ഗാൻ സേനയ്ക്കു കടുത്ത നാശനഷ്ടമുണ്ടാക്കിയ ഉജ്ജ്വലമായ ഏറ്റുമുട്ടലിലൂടെ സ്വന്തം ശക്തി തെളിയിക്കുകയും ചെയ്തു. പക്ഷേ, പാനിപ്പത്ത് യുദ്ധാനന്തരം അഫ്ഗാനിസ്ഥാനിലേക്കു മടങ്ങുന്ന വേളയിൽ അഹമ്മദ്ഷാ ദുറാണി സർഹിന്ദിലെ ഗവർണർ ആയി സെയ്ൻഖാനെ നിയമിച്ചു. ഒപ്പം തന്നെ 1761 മാർച്ച് 29 ലെ ഉത്തരവിലൂടെ പാട്യാലയിലെ സർദാർ ആലസിങ്ങിനെ ഭരണാധിപനായി അംഗീകരിക്കുകയും ചെയ്തു. പാട്യാല കേന്ദ്രമാക്കിയ പ്രദേശങ്ങളുടെ അധിപതിയായി ഒരു സിഖ് ഭരണാധിപനെ സാമ്രാജ്യത്വ ശക്തികൾ അംഗീകരിച്ചത് ചെറിയ കാര്യമായിരുന്നില്ല.

സിഖ് മുന്നേറ്റങ്ങൾക്ക് അനുകൂലമായ സാഹചര്യങ്ങൾ പ്രദാനം ചെയ്ത കാലഘട്ടമായിരുന്നു 1757 മുതൽ 1761 വരെയുള്ള നാളുകൾ എന്നു നാം കണ്ടുകഴിഞ്ഞു. ഭാംഗിയും സർദാർ ചർഹത്ത് സിങ്ങും സർദാർ അലുവാലിയയും അവരുടെ അധീനതയിലുള്ള പ്രദേശങ്ങൾ സത്‌ലജ് നദിയുടെ ഉത്തരഭാഗത്ത് വിപുലമാക്കിക്കൊണ്ടിരുന്നു. ദക്ഷിണഭാഗത്തായി സർദാർ ആലാസിങ് തന്റേതായ ഒരു പ്രിൻസിപ്പാലിറ്റി രൂപീകരിച്ച് ഭരണമാരംഭിച്ചു. അഫ്ഗാൻ ആക്രമണകാരി ഇന്ത്യവിട്ട ഉടൻതന്നെ സിഖ് വീരന്മാർ വീണ്ടും സജീവമായി. ക്വാജ മിർസാജാൻ ആക്രമണം നേരിടുകയും ചഹർ മഹിളിൽ പരാജയം ഏറ്റുവാങ്ങുകയുമുണ്ടായി. നൂറുൽദീൻ ബാമേഷിയെന്ന അഫ്ഗാൻ ജനറലിനെ സിയാൽകോട്ടിൽ തടവിലാക്കുകയും ചെയ്തു. ക്വാജാ ഉബൈദ് ഖാൻ ലാഹോറിൽ തടവിലായി. തുടർന്ന് സിഖ്പട ലാഹോറിൽ വിജയമാഘോഷിക്കുകയും സർദാർ ജയ്സാസിങ്ങിനെ ആലുവാലിയയെ രാജാവായി വാഴിക്കുകയും ചെയ്തു. സുൽത്താൻ ഉൾ ഖുറാം എന്ന ബഹുമതിയും അദ്ദേഹത്തിന് അവരോധിച്ചു. ദൾ ഖൽസയുടെ പ്രഥമ നേതാവായിരിക്കവെ വീരചരമമടഞ്ഞ നവാബ് കപൂർ സിങ്ങിന്റെ ആഗ്രഹത്തെ

യാഥാർത്ഥ്യമാക്കിക്കൊണ്ടാണ് ലാഹോറിന്റെ ഭരണാധികാരിയായി ഒരു സിഖ് വീരനെ അവർ വാഴിച്ചത്.

അഫ്ഗാന്റെ വിദേശ ആക്രമണ ഭീഷണിയിൽനിന്നും മാതൃരാജ്യത്തെ ശാശ്വതമായി മോചിപ്പിക്കണമെങ്കിൽ അഹമ്മദ്ഷായുടെ സഹായികളായി പഞ്ചാബിൽ നിലകൊള്ളുന്നവരുമായുള്ള സഖ്യം പാടെ ഉപേക്ഷിക്കണമെന്ന തീരുമാനമെടുത്തുകൊണ്ടാണ് സിഖ് സമൂഹം 1761 ഒക്ടോബർ 27 ലെ ദീപാവലി ആഘോഷങ്ങളിൽ പങ്കെടുത്തത്. അമൃത്സറിൽ കൂടിയ പൊതു അസംബ്ലിയിൽ വച്ചാണ് ഖൽസയുടെ 'ഗുർമത്' എന്ന ഈ ദേശീയപ്രമേയം അംഗീകരിക്കപ്പെട്ടത്. ജൻഡാലിയയിലെ അഖിൽദാസിനെ ലക്ഷ്യമിട്ടപ്പോഴാണ് അഫ്ഗാൻ നേതാവ് അഹമ്മദ് ഷാ വീണ്ടും വൻപടയുമായി 1762 ജനുവരിയിൽ ആക്രമണത്തിനെത്തുന്നതായി അറിയുന്നത്.

അതു സംഭവിക്കുന്നതിനു മുമ്പുതന്നെ സിഖ് യോദ്ധാക്കൾ സ്ത്രീകളെയും കുട്ടികളെയും പ്രായമായവരെയും ബീയാസും സത്ലജും നദികൾ കടത്തി അനന്തപൂർ മലനിരകളിൽ സുരക്ഷിതരായി എത്തിച്ചിട്ട് മടങ്ങിയെത്തി ഷായെ നേരിടാമെന്നു നിശ്ചയിച്ചു. എന്നാൽ അതൊരു വൻ അബദ്ധമായിപ്പോയിയെന്ന് തുടർസംഭവങ്ങൾ തെളിയിച്ചു. മലർകോട്ട്ലയിലെ ബൈക്കാം ഖാനിൽനിന്നും രഹസ്യമായി സിഖുകാരുടെ സാന്നിദ്ധ്യത്തെക്കുറിച്ചറിഞ്ഞ അഹമ്മദ്ഷാ ഫെബ്രുവരി അഞ്ചിനു വെളുപ്പാൻകാലത്ത് ആ പ്രദേശം മുഴുവൻ ആക്രമണത്തിനു വിധേയമാക്കി. നാലുഭാഗത്തുനിന്നും ഒരേസമയം വളയപ്പെട്ട സിഖ് സമൂഹം അക്ഷരാർത്ഥത്തിൽ ഒറ്റപ്പെടുകയായിരുന്നു. സർഹിന്ദിൽനിന്നും മലർകോട്ട്ലയിൽനിന്നും ശത്രുസൈന്യം എത്തിയതോടെ നിലനില്പു നഷ്ടമായ സിഖ് ജനത ഛിന്നഭിന്നമായി. കുട്ടികളും സ്ത്രീകളും വൃദ്ധജനങ്ങളുമുൾപ്പെടെ ഏകദേശം പതിനായിരം വിലപ്പെട്ട ജീവനുകൾ സിഖ് സമൂഹത്തിനു ഒരേ ഇടത്തുതന്നെ ബലികൊടുക്കേണ്ടിവന്നു. ഭീകരമായ കൂട്ടക്കൊലയാണ് ക്രൂരനായ അഫ്ഗാൻ ആക്രമണകാരി അവിടെ നടപ്പാക്കിയത്. അതിബീഭത്സമായ ആ കൂട്ടക്കുരുതിയെ 'വാദഘാലുഘാരാ' അല്ലെങ്കിൽ രണ്ടാം കൂട്ടക്കൊലയെന്നറിയപ്പെടുന്നു. ഒന്നാം കൂട്ടക്കുരുതി 1746 ലെ 'ഘാലുഘാരാ'യാണെന്നു നാം ഉൽക്കണ്ഠയോടെ ഇവിടെ ഓർക്കുകയും ചെയ്യുന്നു.

വൈശാഖി ഉത്സവത്തിന് ഒരുദിവസം മുൻപ് ഏപ്രിൽ പത്തിന് അമൃത്സറിൽ കൊടുങ്കാറ്റുപോലെ അഫ്ഗാൻ ആക്രമണകാരി അഹമ്മദ്ഷാ പ്രത്യക്ഷപ്പെട്ടു. അയാൾ സിഖ് ദേവാലയം വെടിമരുന്നു നിറച്ച് തകർത്തുകളയുവാനും ക്ഷേത്രസമുച്ചയത്തിലെ അമൃത് സരസിന്റെ പവിത്രത രക്തപങ്കിലമാക്കി മനുഷ്യാസ്ഥികളും തകർന്ന കെട്ടിടാവശിഷ്ടങ്ങളുമിട്ട് നശിപ്പിക്കുവാനും ഉത്തരവിട്ടു. സിഖ് വീര്യത്തെ ഇതുവഴി തകർക്കാമെന്നും അവരുടെ ആത്മവിശ്വാസം ഉരുക്കിക്കളയാമെന്നും ആ വിദേശി ചിന്തിച്ചു. മൂന്നുമാസങ്ങൾക്കുള്ളിൽ അഹമ്മദ് ഷായുടെ സാന്നിദ്ധ്യം

ലാഹോറിൽ ഉള്ള സമയത്തുതന്നെ സർഹിന്ദിലെ സെയ്ൻഖാനെ സിഖ് പോരാളികൾ നേരിട്ട് പരാജയപ്പെടുത്തി നിർവീര്യമാകാത്ത സിഖ്ശക്തി പ്രകടമാക്കിക്കൊടുത്തു. മാത്രവുമല്ല ഒക്ടോബർ പതിനാറാം തീയതി അഹമ്മദ് ഷാ തന്നെ ദീപാവലി ആഘോഷവേളയിൽ അമൃത്സറിൽ നടന്ന അതിശക്തമായ പോരാട്ടത്തിൽ സിഖ് ശക്തിയോടേറ്റുമുട്ടി പരാജയം രുചിക്കുകയും ചെയ്തു. ആഭ്യന്തര കലാപം പൊട്ടിപ്പുറപ്പെട്ടെന്ന് അറിഞ്ഞതോടെ ഷായ്ക്കു ധൃതിയിൽ മടങ്ങേണ്ടിയും വന്നു. ദുറാണിയുടെ മടക്കയാത്രയ്ക്കൊപ്പം സിഖ് പോരാളികൾ ലഘിജംഗിളിൽനിന്നും പുറത്തുവന്ന് സർക്കാരിനെതിരായ സമരം ശക്തമാക്കി. സർദാർ ജിസാ സിങ് അലുവാലിയയുടെ നേതൃത്വത്തിലുള്ള ബുദ്ധാദളവും സർദാർ ചർഹത്ത് സിങ്ങിന്റെ ചുമതലയിലുള്ള യുവാക്കളുടെ തരുണദളവും അമൃത്സറിൽ സജീവമായി. അവർ ക്ഷേത്രസമുച്ചയത്തിന്റെയും ജലാശയത്തിന്റെയും പുനർ നിർമ്മാണം ഏറ്റെടുത്ത് രാവും പകലും കർസേവയിൽ മുഴുകി.

മലർകോട്ട്ലയിലെ ബൈക്കാം ഖാനെ പരാജയപ്പെടുത്തി വധിച്ച സിഖ് സേന സർഹിന്ദിലെത്തി സെയ്ൻഖാനെയും അധീനതയിലാക്കി. സർദാർ ജയ്സ സിങ്ങിന്റെ കീഴിൽ പൂർണ്ണസജ്ജമായി ഏകീകൃത സിഖ് സേന 1764 ജനുവരി 14 ന് മൂന്നാം പാനിപ്പത്ത് യുദ്ധത്തിന്റെ മൂന്നാം വാർഷികനാളുകളിൽ അഫ്ഗാൻ സേനയെ പൂർണ്ണമായി പരാജയപ്പെടുത്തി. സെയ്ൻഖാൻ വധിക്കപ്പെടുകയും അഫ്ഗാൻ സേന ശിഥിലമാകുകയും ചെയ്തു. സർഹിന്ദ് മുതൽ സത്ലജ് വരെ വടക്കുഭാഗത്തും കർനാൾ മുതൽ രോഹ്തക്ക് വരെ ദക്ഷിണഭാഗത്തും ബഹാവൽപൂർ സ്റ്റേറ്റ് പടിഞ്ഞാറുഭാഗത്തും ജമുന കിഴക്കുഭാഗത്തുമായി പഞ്ചാബ് പ്രോവിൻസ് പൂർണ്ണമായും ഇപ്പോൾ സിഖ് ഭരണത്തിൻ കീഴിലായിത്തീർന്നു. ഫെബ്രുവരി മാസമായപ്പോഴേക്ക് ലാഹോറിലെ അഫ്ഗാൻ ഗവർണർ കാബൂളിമാൾ തന്റെ ഭരണത്തിൻ നിരന്തരം ഇടപെടാൻ അനുവദിച്ചുകൊണ്ട് ഒരുസിഖ് പ്രതിനിധിയെ വയ്ക്കാൻ സമ്മതമറിയിച്ചത് സിഖ് ശക്തി അംഗീകരിച്ചു. തേക്ചന്ദ് എന്നുപേരുള്ള ഒരു പ്രതിനിധി ദിവസം പത്ത് രൂപ ശമ്പളത്തിൽ രാഷ്ട്രീയ ഉപദേശകനായി നിയമിക്കപ്പെട്ടു. സർദാർ ചർഹത്ത് സിങ് വടക്കുപടിഞ്ഞാറൻ ഭാഗത്ത് ഝലം വരെ അധികാരം സ്ഥാപിക്കുവാൻ തയ്യാറായപ്പോൾ സർദാർ ഹരിസിങ് ഭാൻഗി മുൾട്ടാൻ വരെയെത്തി സിന്ധു നദിയും കടന്ന് 'ദേരാകളെ' തുരത്തി സിഖ് കൊടിയടയാളമുയർത്തി.

പഞ്ചാബിലാകെ സിഖ് മുന്നേറ്റം ശക്തമായതായും തന്റെ ഗവർണർമാരും ജനറൽമാരും പരാജയം ഏറ്റുവാങ്ങിയതായും അറിഞ്ഞതിനാൽ അഹമ്മദ്ഷാ ദുറാണി മുപ്പതിനായിരത്തോളം വരുന്ന അഫ്ഗാൻ ബലൂചിസൈന്യവുമായി പഞ്ചാബിലേക്കു വീണ്ടും പടയോട്ടം നടത്തി. 1764 ൽ സംയുക്തസേന പഞ്ചാബിലെത്തിയെങ്കിലും സിഖുകാർക്കു മുന്നിൽ വിജയം നേടാനാകാതെ പിൻവാങ്ങേണ്ടിവന്നു. പഞ്ചാബ് പൂർണ്ണ

മായും വിവിധ സിഖ് ഭരണാധികാരികളുടെ മാതൃകാഭരണത്തിൽ വെന്നിക്കൊടി പാറിച്ചു, ആത്മാഭിമാനത്തോടെ.

വൈശാഖി ദിനത്തിൽ ഏപ്രിൽ 10 ന് ലാഹോറിന്റെ അധികാരം ഏറ്റെടുക്കുന്നതിനായി അമൃത്സറിൽ സിഖ് നേതൃത്വം പ്രതിജ്ഞയെടുത്തു. ഈ 'ഗുർമത്' പ്രകാരം ഒരാഴ്ചയ്ക്കകം എല്ലാ പ്രതിബന്ധങ്ങളും മാറ്റി 1765 ഏപ്രിൽ 17 ന് ലാഹോറിന്റെ സമ്പൂർണ്ണാധികാരികളായി സിഖ് നേതൃത്വം ഉയർന്നു. പഞ്ചാബിന്റെ പരമാധികാരം ഖൽസയിൽ കേന്ദ്രീകരിക്കപ്പെട്ടു. ഗുരുവിന്റെ പ്രത്യേക ആശീർവാദവും അനുഗ്രഹവുമായി ഈ പവിത്രനിമിഷത്തെ സിഖ് സമൂഹം തിരിച്ചറിഞ്ഞു. അവർ പുറത്തിറക്കിയ സ്വന്തം നാണയത്തിൽ അനുഗ്രഹവചനങ്ങൾ ആലേഖനം ചെയ്യപ്പെട്ടു. ഗുരുനാനാക്ക്ജിയുടെ അനുഗ്രഹത്താൽ അവർ ധന്യരാക്കപ്പെട്ടു.

രഞ്ജിത് സിങ് എന്ന രക്തനക്ഷത്രം

രഞ്ജിത് സിങ്

സിഖ് ഐക്യനാടുകൾ എന്ന ഏകീകൃത സിഖ് രാഷ്ട്രത്തെ ഭാവനയിൽ കണ്ട് അതിനായി പഞ്ചാബി മിസാലുകളെ തമ്മിൽ യോജിപ്പിച്ച ആധുനിക പഞ്ചാബിന്റെ ശില്പിയായിരുന്നു രാജാരഞ്ജിത് സിങ്. സത്‌ലജ് നദിക്കു കുറുകെ പഞ്ചാബി മിസാലുകളെ ഏകീകരിച്ച് പഞ്ചാബിനെ പരമാധികാര രാഷ്ട്രമാക്കി മാറ്റുകയായിരുന്നു അദ്ദേഹത്തിന്റെ ലക്ഷ്യം. പഞ്ചാബിൽ സത്‌ലജ് നദിക്കു വടക്കുഭാഗത്തായി എട്ട് കൂട്ടുസഖ്യങ്ങളും തെക്കുഭാഗത്ത് നാല് കൂട്ടുസഖ്യങ്ങളുമാണ് മിസാലുകൾ എന്ന പേരിൽ രൂപീകരിക്കപ്പെട്ടിരുന്നത്. അവ യഥാക്രമം അലുവാലിയ, ബാംഗി, ദല്ലേവാലിയ,

ഫെയ്സുല്ല പുരിയ, കൻഹയ്യാ, നക്കൈ, രാംഗാർഹിയ, സുഖാർച്ചക്കിയ, കറോർസിങ്ങിയ, നിഷാനൻവാലിസ്, ഫുൽക്കിയൻ, ഷാഹിഡ് എന്നിങ്ങനെയുള്ള പ്രദേശങ്ങളായിരുന്നു. ഈ പന്ത്രണ്ട് മിസാലുകളും തീർത്തും ജനാധിപത്യ സ്വഭാവമുള്ള ഭരണകൂട്ടായ്മകളായിരുന്നു. ഓരോ മിസാലും അതിന്റെ പ്രധാന തലവനെയും സഹതലവനെയും തെരഞ്ഞെടുക്കും. നേരത്തേ രൂപീകരിച്ചിരുന്ന രണ്ട് ദളങ്ങളാണിങ്ങനെ പ്രദേശവ്യത്യാസത്തിൽ പന്ത്രണ്ട് മിസാൽ ആയി പരിവർത്തിച്ചത്. പന്ത്രണ്ട് സൈനിക കമാന്റുകൾ എന്ന നിലയിൽ ഇവയിലെ ഓരോ യോദ്ധാവിനും അവന്റേതായ പ്രാധാന്യവും സ്ഥാനവും ഉണ്ടായിരുന്നു. ഒപ്പം വിജയപരാജയങ്ങളിലെ തുല്യമായ ഉത്തരവാദിത്വങ്ങളും ഏറ്റെടുക്കണമെന്നും നിശ്ചയിച്ചിരുന്നു. ഈ മിസാലുകളുടെ കൂട്ടത്തെ ഖൽസയായി പരിഗണിച്ച് സിഖ് കോമൺവെൽത്ത് ആയി അംഗീകരിക്കുകയും ചെയ്തു. തലവനെ തെരഞ്ഞെടുക്കുകയായതിനാൽ അനന്തരാവകാശം എന്ന സംഗതി ഉണ്ടാവുകയില്ലെന്നും ഉറപ്പു വരുത്തിയിരുന്നു. എന്നാൽ മിസാൽ തലവൻ കാലക്രമേണ പാരമ്പര്യാവകാശ സംസ്ഥാപനം നടത്താനുള്ള സാദ്ധ്യതയും തള്ളിക്കളഞ്ഞിരുന്നില്ല. യൂറോപ്പിലെ ബാരൻ, ഡ്യൂക്ക് എന്നീ പദവികളും ഇങ്ങനെ വന്നുചേർന്നതാണെന്ന് പഞ്ചാബിന്റെ ചരിത്രം വിശദീകരിക്കവെ സർ ജോർജ് കാംബ്വെൽ രേഖപ്പെടുത്തിയിട്ടുള്ളത് ഇവിടെ ഓർക്കുകയും ചെയ്യാം, നമുക്ക്.

സുഖർച്ചക്കിയയിലെ സർദാർ മഹാൻ സിങ്ങിന്റെ ഏകപുത്രനായി രഞ്ജിത് സിങ് 1780 നവംബർ 13 നാണ് ജനിക്കുന്നത്. 'മായി മാൾവേൻ' എന്നറിയപ്പെട്ടിരുന്ന ബീബിരാജ് കൗർ ആയിരുന്നു മാതാവ്. പത്താം വയസ്സിൽ പിതാവു നഷ്ടമായ രഞ്ജിത് സിങ് ചെറുപ്പത്തിൽത്തന്നെ അപാരമായ പക്വതയും ഭരണപാടവവും പ്രകടമാക്കി. തന്റെ അധീനതയിലുള്ള ചെറിയ നാട്ടുരാജ്യത്തിലെ ഭരണം കൃത്യതയോടെയും ജനപ്രിയമായും നടപ്പിലാക്കിയ ആ യുവാവ് ഉയർന്ന ബുദ്ധിശക്തിയും അതീവ ധൈര്യവും കാട്ടിയതോടെ പ്രശസ്തനായിത്തീർന്നു. അഫ്ഗാൻ ആക്രമണകാരി അഹമ്മദ് ഷാ ദുറാണിയുടെ ചെറുമകനും കാബൂളിലെ രാജാവുമായ ഷാ സാമൻ ഇന്ത്യയിലേക്കു നടത്തിയ പടയോട്ടത്തെ തടയുവാൻ ആരംഭിച്ച ശ്രമങ്ങളിൽ സജീവമായി പങ്കെടുത്ത രഞ്ജിത് സിങ് ദുറാണിയുടെ ഗതകാല ശക്തി ഇവിടെ വീണ്ടും ഉറപ്പിക്കാൻ അനുവദിക്കുകയില്ലെന്ന് പ്രതിജ്ഞ ചെയ്തു.

ലാഹോർ കോട്ടയിൽ തങ്ങിയിരുന്ന ഷാ സാമനെ ഒരിക്കൽ കോട്ടയുടെ സമ്മാൻ ബുർജിൽ ചാടിക്കയറി വെല്ലുവിളിച്ച രഞ്ജിത് സിങ്ങിന്റെ വീരചരിത്രം സോഹൻലാൽ എന്ന ചരിത്രകാരൻ രേഖപ്പെടുത്തിയിട്ടുണ്ട്. തന്റെ വീരന്മാരായ സിഖ് പോരാളികൾക്കൊപ്പം ലാഹോർ കോട്ടയിലെത്തിയ രഞ്ജിത് സിങ് സമ്മാൻ ബുർജിൽ നിന്നുകൊണ്ട് ഉറക്കെ വിളിച്ചു

പറഞ്ഞു. “അഫ്ഗാൻ ആക്രമണകാരി അഹമ്മദ് ഷായുടെ ചെറുമകനായ ഷാ സാമൻ, ധൈര്യമുണ്ടെങ്കിൽ നേർപോരാട്ടത്തിനായി പുറത്തുവരുക.. ഇതാ മഹാനായ സർദാർ ചർഹത്സിങ്ങിന്റെ ചെറുമകൻ നിന്നെ വെല്ലുവിളിച്ചുകൊണ്ടിവിടെ കാത്തുനില്ക്കുന്നു...” പക്ഷേ, ലാഹോർ കോട്ടയ്ക്കുള്ളിലുണ്ടായിരുന്ന ഷാ സാമൻ നിശ്ശബ്ദത പാലിച്ചു. ആ സിഖ് വെല്ലുവിളി ഏറ്റെടുക്കുവാൻ ധൈര്യം കാട്ടിയില്ല! അഫ്ഗാൻ സേനയ്ക്ക് രഞ്ജിത് സിങ്ങിനും കൂട്ടർക്കും തങ്ങളുടെ വീര്യം കാട്ടിക്കൊടുക്കാൻ ആകാതെ അപ്പോൾ ലാഹോർ കോട്ടയിൽനിന്നും മടങ്ങിപ്പോകേണ്ടിവന്നുവെന്ന് മറ്റൊരു ചരിത്രകാരനായ ബൂട്ടേഷായും രേഖപ്പെടുത്തി.

കാസൂറിലെ നിസ്സാം-ഉദ്-ദീൻ ഏതു നിമിഷവും ഭാംഗി ആക്രമിച്ചു കീഴ്പ്പെടുത്തുമെന്നുള്ള ഉൽക്കണ്ഠയിൽ ലാഹോറിലെ പ്രജകളായ ഹിന്ദുക്കളും മുസൽമാന്മാരും സിഖുകാരും ഉൾപ്പെടുന്ന പൗരപ്രമുഖർ രക്ഷ അഭ്യർത്ഥിച്ചുകൊണ്ട് രാജാ രഞ്ജിത് സിങ്ങിന് നിവേദനം നല്കുകയുണ്ടായി. ആ നഗരം രാജാ രഞ്ജിത് സിങ് ഏറ്റെടുക്കണമെന്നായിരുന്നു അവരുടെ ആവശ്യം. 1799 ജൂലൈ 7 ന് തന്റെ സൈന്യവുമായി എത്തി ലാഹോറിന്റെ ഭരണസാരഥ്യം ഏറ്റെടുത്ത രാജാ രഞ്ജിത്സിങ് ഭാംഗിയുടെ ചുമതലക്കാരായിരുന്ന സർദാർമാർക്ക് വേണ്ട പരിഗണന നല്കുകയും ജാഗിർ അനുവദിച്ചുകൊടുക്കുകയും ചെയ്തു. ലാഹോറിന്റെ ഈ ഏറ്റെടുക്കൽ രക്തച്ചൊരിച്ചിലില്ലാതെ തന്നെ ആ നാട് പതിറ്റാണ്ടുകളായി അനുഭവിച്ചുവന്നിരുന്ന അരാജകത്വത്തിൽനിന്നുള്ള ഒരു പരിഹാരമായിത്തീരുകയായിരുന്നു. നീതിയുക്തവും ജനഹിതമറിഞ്ഞും സമാധാനപരവുമായ ഒരു ഭരണക്രമം അങ്ങനെ ലാഹോറിൽ നടപ്പിലായി. തലസ്ഥാനം കൈയിലായതോടെ രാജ്യത്തിന്റെ അതിരുകൾ വിസ്തൃതമാക്കുവാൻ തന്നെ രാജാരഞ്ജിത്സിങ് നിശ്ചയിച്ചു. ശക്തമായ പ്രോവിൻസുകാർ എന്നു കരുതപ്പെട്ടിരുന്ന മുൾട്ടാൻ, കാശ്മീർ, പെഷ്വാർ എന്നിവ ആക്രമിച്ചു കീഴടക്കിയതോടെ മാതൃരാജ്യത്തേക്ക് ആക്രമണവുമായി വന്നിരുന്നവർക്കുള്ള മാതൃകാപരമായ മറുപടിയായതുമാറി. ഈ പ്രവിശ്യകളിൽ നിന്നുമായിരുന്നു ഇന്ത്യൻ നാട്ടുരാജ്യങ്ങളെ കൊള്ളയടിക്കുവാൻ ആക്രമണകാരികൾ നിരന്തരം വന്നിരുന്നത്. അതോടെ ഇന്ത്യയുടെ ദേശീയ ചരിത്രത്തിൽ രാജാരഞ്ജിത്സിങ്ങിന് സുപ്രധാനമായ ഒരു ഇടം ലഭിക്കുകയുമുണ്ടായി. മാത്രവുമല്ല വടക്കുപടിഞ്ഞാറൻ അതിർത്തി കടന്നെത്തിയിരുന്ന വിദേശാക്രമണത്തിന്റെ വേലിയേറ്റത്തെ തടുക്കുവാനും പാരതന്ത്ര്യത്തിന്റെ അടിവേരറുക്കുവാനും നാട്ടിലെ വീരയോദ്ധാക്കൾക്ക് പ്രാപ്തിയും കരുത്തുമുണ്ടെന്ന് കാട്ടിക്കൊടുത്ത് ഇന്ത്യൻ സേനയുടെ രണവീര്യവും ആത്മധൈര്യവും വാനോളം ഉയർത്തുവാനും രഞ്ജിത്സിങ്ങിന്റെ നേതൃപാടവത്തിനു കഴിഞ്ഞു, ഇതുവഴി.

വിസ്തൃതമായ ഒരു രാജ്യത്തെ സൃഷ്ടിച്ചെടുത്തതു കൊണ്ടു മാത്രമായില്ലെന്നും മികച്ച ഭരണം കാഴ്ചവയ്ക്കുമ്പോഴേ ശ്രദ്ധേയനായ ഭരണാധികാരിയാകുകയുള്ളൂവെന്നും തിരിച്ചറിഞ്ഞ സിഖ് രാജാവായിരുന്നു രഞ്ജിത്സിങ്. പൂർണ്ണമായും മതനിരപേക്ഷമായ ഭരണക്രമം നിഷ്കർഷിച്ച അദ്ദേഹം സർക്കാർ സ്ഥാനങ്ങളിലേക്കുള്ള നിയമനങ്ങളിലൊന്നും ഒരിക്കലും മതമോ ജാതിവ്യത്യാസമോ പരിഗണിച്ചിരുന്നില്ല. കഴിവുകൾ മാത്രമായിരുന്നു സർക്കാർ ഉദ്യോഗങ്ങളിലേക്കുള്ള മാനദണ്ഡം. പക്ഷപാതപരവും ക്രൂരത നിറഞ്ഞതും മതവൈരത്താൽ രക്തപങ്കിലവുമായ അനുഭവങ്ങളുടെ തീച്ചൂളകളിലൂടെ കടന്നുവന്ന സിഖ് സമൂഹത്തിനു മുന്നിലാണ് മതേതര നിലപാടു പ്രകടമാക്കികൊണ്ട് ഭരണമാതൃക സൃഷ്ടിക്കുവാൻ ആ സിഖ് വീരൻ സന്നദ്ധനായത്. എന്നാൽ സിഖ് ജനതയാകെ ഉന്നതമായ നീതിബോധം പ്രകടമാക്കി രാജാരഞ്ജിത് സിങ്ങിന്റെ നിഷ്പക്ഷ നിലപാടുകളെയാകെ സർവ്വാത്മനാ പിന്തുണച്ചു. ഫക്കീർ അസീസ് -ഉദ്-ദിൻ എന്നുപേരുള്ള ഒരു മുസൽമാൻ ആയിരുന്നു രാജാരഞ്ജിത് സിങ്ങിന്റെ മുഖ്യമന്ത്രി. രാജാവിന്റെ മുഖ്യഡോക്ടർ ഫക്കീർ നൂർ-ഉദ്-ദീൻ പ്രശസ്തനായ ഭിഷഗ്വരനായി അറിയപ്പെട്ടു. മറ്റൊരു മന്ത്രിപ്രമുഖൻ ഹൈന്ദവനായ ദീനനാഥ് ആകുമ്പോൾ കൊട്ടാരത്തിലെ ഏറ്റവും വിശ്വസ്തനായ ജമേദാർ ഹിന്ദുവായ ഉദ്യോഗസ്ഥനുമായിരുന്നു. രാജകൊട്ടാരത്തിലെ രാജസദസ്സിന്റെ ചുമതലക്കാരനായി വിശ്വസ്തനായ കുശാൽ സിങ് പ്രവർത്തിച്ചു. പൊലീസ് ഭരണസംവിധാനമാകെ നിയന്ത്രിച്ചിരുന്നത് മുസൽമാനായ ഒരു ഉദ്യോഗസ്ഥൻ. കാലാൾസേനയുടെ പരമാധികാരി മുസൽമാനായ ജനറൽ ഇലാഹി ബഷ്. അമൃത്സറിന്റെ ഗോബിന്ദ്ഗാർഹ് കോട്ടയുടെ സംരക്ഷണം മറ്റൊരു മുസ്ലീം സൈനിക ഉദ്യോഗസ്ഥനായ ഇമാം-ഉദ്-ദിനിൽ സുരക്ഷിതമായിരുന്നു. ഇവരുടെ മദ്ധ്യത്തിൽ ഉപവിഷ്ടനായിട്ടാണ് എല്ലാ യുദ്ധങ്ങളുടെയും ആലോചനകൾ നടത്തിയതും തന്ത്രങ്ങൾ മെനഞ്ഞ് വിജയം കണ്ടെത്തിയതും എന്നറിയുമ്പോൾ രാജാരഞ്ജിത്സിങ് ജാതിമതചിന്തകൾക്കപ്പുറം വിശ്വസ്തതയും മാനവികതയും തന്റെ ഒപ്പം നില്ക്കുന്നവരിൽ കണ്ടെത്തുകയായിരുന്നുവെന്ന് വ്യക്തം.

രാജാരഞ്ജിത് സിങ്ങിന്റെ സൈന്യം വിശേഷതരവും ബഹുസ്വരതയുടെ ഉത്തമോദാഹരണവും ആയിരുന്നുവെന്ന് കാണാം. സിഖുകാർ മുസൽമാന്മാർ, ഹൈന്ദവർ, ദോഗ്രകൾ, ഗൂർഖകൾ, വിദേശികളായ ഫ്രഞ്ചുകാർ, ഇറ്റലിക്കാർ, അമേരിക്കക്കാർ, റഷ്യക്കാർ എന്നിവരെല്ലാം ഉണ്ടായിരുന്നു. തന്റെ സൈനിക നടപടികൾക്കിടയിൽ ഒരിക്കൽപ്പോലും ആക്രമിച്ചു കീഴടക്കുന്ന രാജ്യത്തെ ജനങ്ങളെ ഉപദ്രവിക്കുകയോ ശത്രുക്കളെ അടിമകളാക്കുകയോ, സ്ത്രീകളെ ബന്ദികളാക്കുകയോ, കൊള്ളയടിക്കുകയോ, ഒരു തരത്തിലുള്ള ദേവാലയങ്ങളും ആക്രമിക്കുകയോ

ഒന്നും ചെയ്യാതെ പ്രതിപക്ഷബഹുമാനം നിലനിർത്തിക്കൊണ്ടുള്ള ഒരു നയമാണ് രാജാരഞ്ജിത് സിങ്ങും അദ്ദേഹത്തിന്റെ മുഴുവൻ സൈന്യവും അനുഷ്ഠിച്ചുവന്നത്. ഇവയൊന്നും കെട്ടിച്ചമച്ച കഥകളല്ല എന്ന് അറിയാനാകുന്നവിധം ചരിത്ര വസ്തുതകൾ അവശേഷിപ്പിച്ചിട്ടുമുണ്ട് അക്കാല ചരിത്രകാരന്മാർ.

ബ്രിട്ടീഷുകാരന്റെ തന്ത്രങ്ങൾ ഏറ്റവും കൃത്യതയോടെ തിരിച്ചറിഞ്ഞ അന്യനാട്ടുരാജാവ് എന്ന നിലയിൽ രാജാരഞ്ജിത് സിങ് ക്രാന്തദർശിയും കുശാഗ്രബുദ്ധിയും വിവേകശാലിയുമായിരുന്നു. ചാൾസ് മെറ്റ്കാഫ് സ്വയം തയ്യാറാക്കിയ പരസ്പര സഹകരണക്കരാറിന്റെ കരടുരേഖയുമായി രാജാരഞ്ജിത് സിങ്ങിന്റെ പിന്നാലെ മാസങ്ങളോളം നടന്നിട്ടും മുഖാമുഖം കാണാനുള്ള അവസരം പോലും നല്കാതെ ആ സിഖ് രാജാവ് ബ്രിട്ടൻ ഒരുക്കുന്ന ചതിക്കുഴിയിൽനിന്നും വിട്ടുനിന്നു. എന്നാൽ രഞ്ജിത് സിങ്ങിന്റെ നയചാതുര്യവും ഭരണപരമായ പ്രാഗത്ഭ്യവുമൊന്നും നൂറ്റാണ്ടുകളുടെ പാരമ്പര്യവും വൻസാമ്പത്തിക ശേഷിയുമുള്ള ബ്രിട്ടനെ തോല്പിക്കുവാൻ പര്യാപ്തമായിരുന്നില്ല. ഇന്ത്യയുടെ ഇതര ഭാഗങ്ങളിൽ വേരുറപ്പിച്ച ബ്രിട്ടൻ സത്‌ലജ് നദിക്കിപ്പുറമുള്ള ഇതര നാട്ടുരാജ്യങ്ങളെ മുഴുവൻ വശപ്പെടുത്തിക്കൊണ്ട് മുന്നേറുകതന്നെ ചെയ്തു. രാജാരഞ്ജിത്സിങ്ങിന്റെ രാജ്യാതിർത്തിക്കിപ്പുറം വരെയെത്തിയ ബ്രിട്ടീഷ് ശക്തി ലുധിയാനയിൽ ഒരു സൈനിക കേന്ദ്രം തന്നെ ആരംഭിച്ചു!

1839 ജൂൺ 27 ന് സിഖ് രാജപ്രമുഖനായിരുന്ന രാജാരഞ്ജിത് സിങ് ഈ ലോകത്തോട് അകാലത്തിൽ വിടപറഞ്ഞു. അതോടെ ബ്രിട്ടീഷ് രാജിനുള്ള സാദ്ധ്യതകൾ വിദേശശക്തികൾ ആരാഞ്ഞുതുടങ്ങി. സിഖ് നാട്ടുരാജ്യങ്ങളിലെല്ലാം ഇതിനകം തന്നെ വലവിരിച്ചു കഴിഞ്ഞിരുന്ന ബ്രിട്ടീഷ് അധികാരികൾ സിഖ് രാജവംശമെന്ന സങ്കല്പം തന്നെ തകർത്തെറിയുവാൻ കോപ്പുകൂട്ടി. രഞ്ജിത്സിങ്ങിന്റെ പിൻഗാമികളെ ഒന്നൊന്നായി ഇല്ലാതെയാക്കുവാനുള്ള ഗൂഢാലോചന വിദേശ ശക്തികളുടെ മുൻകൈയിൽ വിവിധ നാട്ടുരാജാക്കന്മാരെ കരുവാക്കി നടപ്പിലായി. ബ്രിട്ടീഷ് ശക്തികളുടെ പ്രിയമിത്രങ്ങളായി മാറിക്കഴിഞ്ഞിരുന്ന ഡോഗ്രാ സഹോദരന്മാരും സാന്ധ് വാലിയ സർദാർമാരും ഈ കളിയിൽ മുഖ്യപങ്കുവഹിച്ചു. ഈ ഗൂഢാലോചനയിൽ രാജാ രഞ്ജിത്സിങ്ങിന്റെ പിൻഗാമികൾ ഇരകളായിത്തീരുകയും ചെയ്തു!

രാജാ രഞ്ജിത് സിങ്ങിന്റെ സത്യസന്ധതയും കൃത്യതയും മാറ്റമില്ലാത്ത നീതിബോധവും പല പ്രവിശ്യാഭരണാധികാരികളുടെയും സ്വാർത്ഥ താല്പര്യങ്ങൾക്കു വിരുദ്ധമായിരുന്നതിനാൽ അവരിൽ പലരും അസ്വസ്ഥതകളും എതിർപ്പും ഉള്ളിൽ സൂക്ഷിച്ചിരുന്നു. അതെല്ലാം രാജാ രഞ്ജിത് സിങ് കാലം ചെയ്തതോടെ കൂടുതൽ ശക്തമായി പുറത്തുവന്നു. പക വീട്ടുന്ന വാശിയോടെ രാജാരഞ്ജിത്സിങ്ങിന്റെ പിൻഗാമിക

ളോട് ക്രൂരത കാട്ടുവാൻ അവർ തയ്യാറായി. രഞ്ജിത്സിങ്ങിന്റെ പുത്രൻ ഖരക്സിങ്ങിന് വിഷം കൊടുത്തു കൊന്നതോടെ ക്രൂരമായ പകവീട്ടലുകൾക്കു തുടക്കമായി. ഖരക്സിങ്ങിനെ കാലപുരിക്കയച്ചതിൽ ധിയാൻ സിങ്ങിനു പങ്കുണ്ടെന്നുള്ള വാർത്ത പരക്കുകയും ചെയ്തു. മഹാരാജാ രഞ്ജിത് സിങ്ങിന്റെ ചെറുമകൻ നവ നിഹാൽസിങ് രാജകുമാരനെ മുത്തച്ഛന്റെ ശവസംസ്കാരച്ചടങ്ങുകളിൽ പങ്കെടുത്തു മടങ്ങുംവഴി ഇല്ലാതെയാക്കി. മഹാരാജാ ഖരക്സിങ്ങിന്റെ പട്ടമഹിഷി മഹാറാണി ചാന്ദ് കൗറിന് കൊട്ടാരത്തിൽവച്ച് ഒരു രാത്രിയിൽ ഏറ്റവും അടുപ്പമുള്ള വേലക്കാരിയുടെ കൈകൊണ്ടുതന്നെ തലയ്ക്കടിയേറ്റ് മരണം വരിക്കേണ്ടി വന്നു. ആ വേലക്കാരി ഡ്രോഗ്രാകളുടെ രഹസ്യശമ്പളക്കാരിയായിരുന്നുവെന്ന് പിന്നീടാണ് പരസ്യമാകുന്നത്. മഹാരാജാ രഞ്ജിത്സിങ്ങിന്റെ രണ്ടാമത്തെ പുത്രനായ മഹാരാജാ ഷേഹർ സിങ്ങിനെ അജിത്സിങ് സാന്നവാലിയ വെടിവെച്ചു കൊലപ്പെടുത്തി. കല്ക്കത്തയിൽ വെച്ച് ഒരു ബ്രിട്ടീഷുകാരനിൽനിന്നും വാങ്ങിയ തോക്കിന്റെ ബാരൽ തന്ത്രപൂർവ്വം ഷേഹർ സിങ്ങിനെ ലക്ഷ്യമാക്കി കാഞ്ചിവലിച്ച് അജിത് സിങ് പൈശാചികമായി ആ പ്രവൃത്തി നടപ്പിലാക്കുകയായിരുന്നു. ഏറെ അകലെയൊന്നുമല്ലാതെ ഷേഹർസിങ്ങിന്റെ പതിമൂന്നുവയസ്സുമാത്രം പ്രായമുള്ള രാജകുമാരൻ പ്രതാപ്സിങ് അത്തർസിങ് സാന്നവാലിയയുടെ വാളിന് അതേ സമയം തന്നെ ഇരയാകുകയും ചെയ്തു. ക്രൂരതയുടെ പരമ്പര അവിടെയും അവസാനിച്ചില്ല. മറ്റുപല സിഖ് വീരന്മാരും ഇങ്ങനെ അടുപ്പമുള്ളവരുടെ ചതിയിൽപ്പെട്ട് കൂട്ടക്കുരുതിയിലെ ഇരകളായി മാറിക്കൊണ്ടിരുന്നു. രഞ്ജിത് സിങ്ങിന്റെ സിഖ് സാമ്രാജ്യമെന്ന സ്വപ്നത്തെ ഇങ്ങനെ ശിഥിലമാക്കിക്കൊണ്ടിരിക്കവെ ആരാണോ ഇവരെക്കൊണ്ട് ഈ അരുംകൊലകളൊക്കെ ചെയ്യിച്ചത് അതേ ശക്തികൾ - ബ്രിട്ടീഷുകാർ- തന്നെ സിഖ് നാട്ടുരാജാക്കന്മാർക്കെതിരെ തിരിയുന്നതും ചരിത്രം ദർശിച്ചു.

സിഖുകാർക്കെതിരെയുള്ള തുറന്ന യുദ്ധം ആരംഭിക്കുന്നതിനു മുമ്പു തന്നെ രാജാരഞ്ജിത് സിങ്ങിന്റെ സിഖ് സാമ്രാജ്യമോഹത്തെ തങ്ങൾ കൃത്യമായ ഗൂഢാലോചനകളിലൂടെ തകർത്തെറിഞ്ഞു കഴിഞ്ഞെന്ന് ബ്രിട്ടീഷ് അധികാരികൾ തിരിച്ചറിഞ്ഞിരുന്നു. അതുകൊണ്ടുതന്നെ യുദ്ധം തങ്ങളുടെ അധികാരം പഞ്ചാബിൽ കൊടിനാട്ടി സ്ഥാപിക്കുകയെന്ന പരിമിതമായ ദൗത്യമായേ ബ്രിട്ടീഷ് കമാണ്ടർമാർ കരുതിയിരുന്നുള്ളൂ. സിഖ് അതിർത്തി പ്രദേശങ്ങളിലെല്ലാം ആയുധങ്ങൾ വിന്യസിച്ചും സൈന്യത്തെ യഥാവസരത്തിൽ ആവശ്യമുള്ള ഇടങ്ങളിലെല്ലാം നിലനിർത്തിയും ലാഹോർ ഡർബാറിൽത്തന്നെ തങ്ങളുടെ ചാരന്മാരെ നിയോഗിച്ച് പഞ്ചാബ് ഏറ്റെടുക്കാനുള്ള ഏറ്റവും പറ്റിയ സമയം നിർദ്ദേശിക്കുവാൻ ഉത്തരവു നല്കിയും ചതിയന്മാരുടെ പരമ്പര തന്നെ സൃഷ്ടിച്ച്

പഞ്ചാബിന്റെ ഉൾത്തടങ്ങൾ വരെ വിലയ്ക്കെടുത്തു കഴിഞ്ഞിരുന്നു വിദേശികൾ. ഒരേസമയം സിഖുകാരെയും അഫ്ഗാനികളെയും അന്യോന്യം അറിയിക്കാതെ ചതിച്ചുകൊണ്ടിരുന്ന ബ്രിട്ടീഷുകാരുടെ കള്ളക്കളികൾ അറിയാതെ സിഖ് നാട്ടുരാജ്യങ്ങൾ കെണിയിൽ വീഴുകയായിരുന്നു. ബ്രിട്ടീഷുകാരുമായുള്ള സഖ്യത്തിലെ വ്യവസ്ഥകളെല്ലാം പാലിച്ചുപോന്ന സിഖുകാർക്ക് തങ്ങൾക്കു നേരെ ബ്രിട്ടീഷുകാരന്റെ തോക്കുകൾ തിരിയുന്നതുകണ്ടപ്പോൾ മാത്രമാണ് ചതി ബോദ്ധ്യമാകുന്നത്. അപ്പോഴേക്കും തമ്മിൽ തല്ലിയും അന്യോന്യം ചതിച്ചും എല്ലാം നഷ്ടപ്പെടുത്തിക്കഴിഞ്ഞിരുന്നു സിഖ് നാട്ടുരാജ്യങ്ങൾ. സർവ്വനാശത്തിലേക്കവർ സ്വയം കുതിക്കുകയായി. ആക്രമണകാരിയായ വെള്ളക്കാരൻ തൊട്ടുമുന്നിൽ എത്തിക്കഴിഞ്ഞിരുന്നു.

ഏഷ്യയിൽ നിന്നുള്ള വിവിധ അധിനിവേശങ്ങൾ സംഭവിച്ചിട്ടും അവയെയെല്ലാം സ്വന്തം കെട്ടുറപ്പിലൂടെയും ഒരിക്കലും ഉടവുതട്ടാത്ത ആത്മവീര്യത്തിലൂടെയും നേരിട്ടു പരാജയപ്പെടുത്തിയ സിഖ് സമൂഹത്തെ യൂറോപ്യൻ കുതന്ത്രങ്ങൾ എങ്ങനെയാണ് ശിഥിലമാക്കിയതെന്ന് നാം കാണുകയായിരുന്നു. കൊട്ടാരക്കെട്ടുകൾക്കുള്ളിൽ തന്നെ വിശ്വസ്തരായവരെ പല പ്രലോഭനങ്ങളിലൂടെ വശത്താക്കി ഗൂഢാലോചനയിൽ ഭാഗഭാക്കാക്കി ചതിയിലൂടെ ഒരു രാജവംശത്തെ അപ്പാടെ കൊന്നൊടുക്കുക എന്ന തന്ത്രം രാജാരഞ്ജിത് സിങ്ങിന്റെ സിഖ് പരമ്പരയോട് കാട്ടുമ്പോൾ കൊടുംക്രൂരതയുടെയും മാപ്പില്ലാത്ത ചതിപ്രയോഗങ്ങളുടെയും അരങ്ങുകളാണ് ചരിത്രം കാട്ടിത്തരുന്നത്. ന്യായാന്യായങ്ങൾ എന്തെല്ലാം നിരത്തിയാലും പതിമൂന്നുവയസ്സുകാരനായ ഒരുബാലനെപ്പോലും കൊന്നൊടുക്കിയാലേ അധികാരലബ്ധി പൂർണ്ണമാകൂ എന്നു കരുതുന്നതിലെ നെറികേട് പൈശാചികം എന്നല്ലാതെ മറ്റെന്താകാനാണ്. പഞ്ചാബിന്റെ മണ്ണിൽ വീരചരിത്രത്തിനൊപ്പം ചതിയുടെയും കൃതഘ്നതയുടെയും ദുഷിച്ച കാറ്റും വീശിയടിച്ചിരുന്നുവെന്ന് ഗുരുക്കന്മാരില്ലാത്ത കാലം രേഖപ്പെടുത്തുകതന്നെ ചെയ്യുന്നു. ബ്രിട്ടീഷ് ഭരണത്തിലേക്കുള്ള അധിനിവേശകാലം ഇനി എന്തെല്ലാം വിനാശങ്ങളാണ് ക്ഷണിച്ചു വരുത്തുന്നതെന്നു നോക്കിക്കാണാം.

ബ്രിട്ടീഷ് അധിനിവേശം

ബ്രിട്ടീഷ് ഗവർണർ ജനറൽ സർ ഹെൻറി ഹാർഡിങ് അംബാല, മീററ്റ് തുടങ്ങിയ സൈനിക കേന്ദ്രങ്ങളിൽനിന്നും സേനയെ പഞ്ചാബിന്റെ അതിർത്തിയിലേക്കു മാർച്ചു ചെയ്യുവാൻ പെട്ടെന്നൊരു ദിനം ഉത്തരവു നല്കുന്നു. തങ്ങളുടെ അതിർത്തികളിലേക്ക് ബ്രിട്ടീഷ് സൈനിക ശക്തിയെ കമാന്റർമാർ നയിച്ചു തുടങ്ങി ഒരാഴ്ച കഴിഞ്ഞ ശേഷമാണ് സിഖ് പടനായകന്മാർ യാഥാർത്ഥ്യം തിരിച്ചറിയുന്നത്. സത്‌ലജ് നദി അവർ 1845, ഡിസംബർ 12 നു കടന്നുവെങ്കിലും തൊട്ടടുത്ത ദിനങ്ങളിൽ ബ്രിട്ടീഷ് ഗവർണർ ജനറൽ യുദ്ധംപ്രഖ്യാപിക്കുകയും മഹാരാജാ ദിലീപ്

സിങ്ങിന്റെ മുന്നേറ്റത്തെ തടയുകയും ചെയ്തു. സത്‌ലജ് നദിയുടെ വാമ ഭാഗത്തായി എത്തിയിരുന്നു അപ്പോൾ സിഖ് സേന. മുഡ്കിയിലും ഫെറോസ് ഷാഹിറിലും ബാഡോവാളിലും ഐവാളിലും സബ്റോണിലുമായി യഥാക്രമം ഡിസംബർ 18, 21, ജനുവരി 21, 28 എന്നിങ്ങനെയുള്ള ദിനങ്ങളിൽ അഞ്ച് യുദ്ധ മുഖങ്ങളാണു തുറക്കപ്പെട്ടത്.

സിഖ് വീരന്മാർ അവരുടെ സ്വതസിദ്ധമായ ധൈര്യവും യുദ്ധനൈപുണ്യവും ദേശഭക്തിയുമൊക്കെ പ്രകടമാക്കി ബ്രിട്ടീഷ് സൈന്യത്തോട് ഏറ്റുമുട്ടി. വിജയത്തിന്റെ വക്കോളമെത്തിയ സിഖ് സേനയ്ക്ക് പക്ഷേ, പോർബിയകളുടെയും ഡോഗ്രകളുടെയും ചതി മനസ്സിലാക്കാനായില്ല. അപ്രതീക്ഷിതമായുണ്ടായ അത്തരം ചതിപ്രയോഗങ്ങളിൽ പെട്ട് സബ്റോണിൽ സിഖ്സേന പരാജയപ്പെട്ടു. പഞ്ചാബിലൂടെ മാർച്ച് ചെയ്ത ബ്രിട്ടീഷ് സേന ഫെബ്രുവരി 20 ന് സിഖ് തലസ്ഥാനത്തെത്തി. രണ്ടു നാളുകൾക്കകം ബ്രിട്ടീഷ് റെജിമെന്റിന്റെ ഒരു വിഭാഗത്തിന് അവിടം ആസ്ഥാനമായി. മാർച്ച് 9 ന് ബ്രിട്ടീഷുകാരുമായി ഒരു സന്ധിയിൽ ഒപ്പുവയ്ക്കേണ്ടിവന്നു. എന്നാൽ മാർച്ച് 11 ന് ഉണ്ടാക്കിയ മറ്റൊരു സന്ധിപ്രകാരം കൂടുതൽ അധികാരങ്ങൾ ബ്രിട്ടീഷുകാരിൽ നിക്ഷിപ്തമാക്കി. വർഷത്തിന്റെ അവസാനം വരെ ബ്രിട്ടീഷ് സേന തലസ്ഥാനത്തു തുടരുമെന്ന് അതുവഴി നിശ്ചയിക്കപ്പെട്ടു. വീണ്ടും 1846 ഡിസംബർ 16 ന് ഭാവരോവാളിൽ വച്ച് ഒപ്പിട്ട പുതിയ കരാർ പ്രകാരം മഹാരാജാ ദിലീപ് സിങ്ങിന് പതിനാറു വയസ്സു തികയുന്ന 1854 സെപ്തംബർ 4 വരെ ബ്രിട്ടീഷ് സാന്നിദ്ധ്യം പഞ്ചാബിലുണ്ടാകുമെന്നും റസിഡന്റ് ഭരണത്തിൽ ബ്രിട്ടന്റെ താല്പര്യങ്ങൾ എല്ലാം തന്നെ സംരക്ഷിക്കപ്പെടണമെന്നും വ്യവസ്ഥയുണ്ടായി.

പിന്നീട് പഞ്ചാബിന് ഒരു സ്വതന്ത്രരാജ്യമെന്ന നിലയിലേക്കെത്താൻ ഒരിക്കലും സാദ്ധ്യമായില്ല. ബ്രിട്ടീഷുകാർ ലാഹോർ കേന്ദ്രമാക്കി ആ പ്രദേശത്തിന്റെ

ജോൺ സുള്ളിവൻ

ഭാവി ഭാഗധേയങ്ങൾ നിർണ്ണയിക്കുവാൻ തുടങ്ങി. പ്രായപൂർത്തിയാകാത്ത രാജാവിന്റെ പേരിലുള്ള റീജൻസി ഭരണകാലത്തും അവിടുത്തെ ബ്രിട്ടീഷ് സാന്നിദ്ധ്യം താല്ക്കാലികമെന്ന ധ്വനി സൃഷ്ടിച്ചുകൊണ്ട് ശാശ്വതാധികാര സ്ഥാപനം എന്ന ലക്ഷ്യത്തിലേക്ക് വികസിപ്പിക്കുകയുമായിരുന്നു ബ്രിട്ടീഷ് തന്ത്രം. മുൾട്ടാനിൽ ഉണ്ടായ ഒരു ജനകീയ മുന്നേറ്റം അധികാരസ്ഥാനത്തെ ചോദ്യം ചെയ്യുന്നതായിരുന്നുവെങ്കിലും ബ്രിട്ടീഷ് അധികാരികൾ അത് അടിച്ചമർത്താതെ വളരുവാൻ അവസരം നല്കി. രാജ്യത്തെ ചില സ്റ്റേറ്റുകളിലുണ്ടായ പ്രാദേശിക കലഹങ്ങൾ അടിച്ചമർത്തുന്ന പ്രക്രിയയെ 'യുദ്ധം' എന്നു തന്നെ വിശേഷിപ്പിച്ചു. ബ്രിട്ടീഷ് ഉദ്യോഗസ്ഥൻ ജനുവരി പതിമൂന്നിന് ചെലിയൻവാലയിലും ഫെബ്രുവരി 21 ന് ഗുജറാത്തിലും യുദ്ധനീക്കങ്ങൾ നടത്തി. ലാഹോറിലെ ബ്രിട്ടീഷ് സേനയ്ക്ക് പിന്തുണയുമായി സിഖ് സേനയ്ക്കും നീങ്ങേണ്ടിവന്നു. റീജൻസി ചുമതലയുള്ള സിഖ് കൗൺസിലിനും ബ്രിട്ടനെ സഹായിക്കുകയേ വഴിയുണ്ടായിരുന്നുള്ളൂ. സിഖ് മഹാരാജാവിന്റെ സംരക്ഷണയ്ക്കായുള്ള യുദ്ധം എന്നാണു ബ്രിട്ടീഷ് അധികാരികൾ ഇതിനെ വിശേഷിപ്പിച്ചത്. എന്നാൽ സമാധാനം പുനഃസ്ഥാപിച്ച് വിജയത്തിലേക്കെത്തിക്കഴിഞ്ഞപ്പോൾ ബ്രിട്ടൻ പഴയ വാഗ്ദാനങ്ങളെല്ലാം കാറ്റിൽ പറത്തി രാജ്യത്തെ ബ്രിട്ടീഷ് സാമ്രാജ്യത്തോട് ചേർത്ത് സിഖ് രാജാവിനെ അസ്ഥിരപ്പെടുത്തി.

പ്രമുഖ ബ്രിട്ടീഷ് ചരിത്രകാരൻ ജോൺ സുള്ളിവൻ പഞ്ചാബിന്റെ അവസ്ഥ വിവരിക്കുന്ന ഭാഗം ബ്രിട്ടീഷ് അധീനതയിലുള്ള സാഹചര്യം വ്യക്തമാക്കുന്നുണ്ട്- "This is perhaps the first instance on record in which a guardian has visited his own misdeeds upon his ward. The British Government was the self constituted guardian of the Rajah, and the regent of his kingdom, a rebellion was provoked by the agents of the guardian it was acknowledged by the guardian to be a rebellion against the government of his ward and the guardian punished that ward by confiscating his dominions and his diamonds to his own use."

പഞ്ചാബ് ബ്രിട്ടീഷ് സാമ്രാജ്യത്തിന്റെ ഭാഗമായിത്തീർന്ന ഉടൻതന്നെ ബാലനായ മഹാരാജാ ദിലീപ് സിങ്ങിന്റെ രക്ഷാകർത്തൃത്വം ഡോക്ടർ ജോൺ ലോഗിന്റെ നിയന്ത്രണത്തിലാക്കിയ ബ്രിട്ടീഷുകാർ അദ്ദേഹത്തെ ഉത്തർപ്രദേശിലെ ഫത്തേഹ്ഗാറിലേക്കു മാറ്റി. അവിടെ ക്രൈസ്തവ മിഷണറിമാർക്കൊപ്പം താമസമാക്കിയ മഹാരാജാ ദിലീപ് സിങ്ങിനെ മതപരിവർത്തനം ചെയ്ത് ആത്മീയ വഴിയിലേക്കു നയിച്ച് ലോർഡ് ഡൽഹൗസിയുടെ പ്രിയങ്കരനാക്കിത്തീർത്തു. അങ്ങനെ പഞ്ചാബിന്റെ രാജസിംഹാസനത്തിൽനിന്നും ക്രൈസ്തവചിന്തയുടെ ദൈവസിംഹാസനസമക്ഷം ആ സിഖ് ബാലൻ എത്തിച്ചേർന്നു. പിന്നീട് 1854 ൽ എന്നെന്നേക്കുമായി ജന്മനാടിനെവിട്ട് ആ സിഖ് രാജകുമാരൻ ഇംഗ്ലണ്ടിലേക്കു കപ്പൽ കയറി. ആ ജീവിതത്തിൽ ആകെ രണ്ടുതവണ മാത്രമേ പിന്നീട് ഇന്ത്യ

യിലേക്കു ചെറിയ സന്ദർശനങ്ങൾ നടത്തിയിട്ടുള്ളൂ. രോഗിണിയായി ഏകാന്തത അനുഭവിച്ചിരുന്ന സ്വന്തം അമ്മയെ കാണാൻ 1861 ൽ കല്ക്കത്തയിലെത്തിയ രാജകുമാരന് പക്ഷേ, വിട്ടുപിരിയാൻ മടിച്ച മാതാവിനെ കൂടെ കൂട്ടേണ്ടിവന്നു. അങ്ങനെ രാജമാതാവുമായി ദിലീപ് സിങ് ഇംഗ്ലണ്ടിലേക്കു മടങ്ങിപ്പോയി. രണ്ടാം തവണ രാജമാതാവ് ദിവംഗതയായപ്പോൾ അവരുടെ ആഗ്രഹപ്രകാരം ചിതാഭസ്മവുമായി ഇന്ത്യൻ മണ്ണിൽ നിമജ്ജനം ചെയ്യുന്നതിനായി 1864 ൽ രാജകുമാരൻ ഇന്ത്യയിലെത്തി. ചതിയന്മാരായ ബ്രിട്ടീഷുകാരുടെ മണ്ണിൽ തന്റെ ചിതാഭസ്മം അനാഥമായിക്കിടക്കരുതെന്നും ജന്മഭൂമിയോട് ചേരുമ്പോഴേ ജീവിതം ധന്യമാകുകയുള്ളൂവെന്നും രാജമാതാവ് മരണക്കിടക്കയിൽ അവസാനത്തെ ആഗ്രഹമായി അറിയിച്ചിരുന്നു. അതിൻ പ്രകാരമാണ് ഈ രണ്ടാം യാത്ര ഉണ്ടായത്.

ഇംഗ്ലണ്ടിൽ ജീവിക്കേണ്ടി വന്ന സിഖ് രാജകുമാരന്റെ കാലത്തെ രേഖകളും എഴുത്തുകുത്തുകളും അക്കാലരചനകളും വെളിപ്പെടുത്തുന്ന ചില സുപ്രധാന വസ്തുക്കൾ ബ്രിട്ടീഷുകാർക്കു നേരെ വിരൽചൂണ്ടുന്നവയാണ്. ചതിക്കപ്പെട്ട് ജന്മനാട് കൈയൊഴിയേണ്ടി വന്നതും രാജകീയ സ്വത്തുവകകളും രാജ്യം തന്നെയും തന്ത്രം പ്രയോഗിച്ച് കൈക്കലാക്കിയതുമെല്ലാം ബ്രിട്ടീഷ് ഗൂഢാലോചനയാണെന്നു വെളിവാക്കപ്പെടുന്നു. യുദ്ധത്തിനു മുമ്പും യുദ്ധാനന്തരവും മുന്നോട്ട് വച്ച സന്ധികളിലെ വ്യവസ്ഥകളൊന്നും പാലിക്കപ്പെട്ടിരുന്നില്ലെന്നു മാത്രമല്ല തെറ്റായി വ്യാഖ്യാനിച്ച് രാജ്യംതന്നെ ബ്രിട്ടീഷ് സാമ്രാജ്യത്തിൽ ലയിപ്പിക്കുകയായിരുന്നു. പഞ്ചാബിന്റെ സ്വതന്ത്രപരമാധികാര സ്വപ്നങ്ങളെ അപ്പാടെ കശക്കിയെറിഞ്ഞ ബ്രിട്ടീഷ് അധികാരികൾ രാജകുടുംബത്തെ തന്നെ അനാഥമാക്കി. ആരോരും തുണയില്ലാതെ യൗവനാരംഭത്തിൽ തന്നെ രാജകുമാരനെ കടൽകടത്തി ഏകനും നിസ്സഹായനുമാക്കിത്തീർത്തു. പക്ഷേ, കാര്യങ്ങൾ തിരിച്ചറിഞ്ഞതോടെ മഹാരാജാ ദിലീപ് സിങ് ബ്രിട്ടീഷ് ശക്തിക്കെതിരെ പ്രതികരിക്കാൻ ആരംഭിച്ചു

പഞ്ചാബിന്റെ പരമാധികാരം മടക്കി നല്കണമെന്നും ഇന്ത്യയിൽ നിന്നും കടത്തിക്കൊണ്ടുപോയ കോഹിനൂർ രത്നം തിരികെ നല്കണമെന്നും രാജകുമാരൻ ആവശ്യപ്പെട്ടു. ഈസ്റ്റ് ഇന്ത്യാ കമ്പനി തന്നോടു കാട്ടിയ അനീതി ചോദ്യം ചെയ്യുന്നതിനും പ്രസ്തുത വിഷയത്തിൽ തന്റെ ഭാഗം കേൾക്കുന്നതിനും ശരിയായ വിധിന്യായം സൃഷ്ടിക്കുന്നതിനും പ്രത്യേക കോടതിയെ നിയമിക്കണമെന്ന് ആവശ്യപ്പെട്ടുകൊണ്ട് രാജകുമാരൻ ബ്രിട്ടീഷ് രാജ്ഞി വിക്ടോറിയയ്ക്കും പ്രധാനമന്ത്രി സാലിസ്ബറിയിലെ മാർക്വസിനും പരാതി സമർപ്പിച്ചു. പക്ഷേ, നിഷ്പ്രയോജനമായിരുന്നു അതിന്റെ പരിണതി.

നിരാശനും ദുഃഖിതനുമായ മഹാരാജാ ദിലീപ് സിങ് ഇന്ത്യയിലേക്കു മടങ്ങിവരാനും ജന്മനാട്ടിൽ ശിഷ്ടകാലം തുടരാനും ആഗ്രഹിച്ചു. പക്ഷേ, ബ്രിട്ടീഷ് അധികാരികൾ അതും അനുവദിച്ചില്ല. ഏഡനിൽ എത്തിച്ചേർന്ന

രാജകുമാരനെ തടവിലാക്കി വീണ്ടും ഇംഗ്ലണ്ടിലെത്തിച്ചു. എന്നാൽ ഏദ നിലെ ഹ്രസ്വവാസത്തിനിടയിൽ രാജാ ദിലീപ് സിങ് അവിടത്തെ ഒരു ഗുരുദ്വാരയിൽ എത്തി വീണ്ടും സിഖ്മതത്തിലേക്കു മടങ്ങിക്കൊണ്ട് പഞ്ചാ ബിലെ സിഖ് പൂർവ്വികരുടെ പാതയിലേക്കുതന്നെ തന്റെ ശിഷ്ട ജീവിത ത്തെയും ചേർത്തുവച്ചു. ക്രൈസ്തവമതം ഉപേക്ഷിച്ച് സിഖുകാരനായി ത്തീർന്ന മഹാരാജാ ദിലീപ് സിങ് ബ്രിട്ടീഷ് മുഷ്കിനോട് പകരം ചോദി ക്കുവാനായി റഷ്യൻ സഹായം തേടി. പക്ഷേ, ആ ശ്രമം വിജയത്തി ലേക്ക് എത്തിക്കാനാകാതെ പോയതോടെ ഏറെ നിരാശനും ഖിന്നനു മായിത്തീർന്നു അദ്ദേഹം. പ്രതീക്ഷയറ്റവനെപ്പോലെ ഒരുതരത്തിൽ തട വിലാക്കപ്പെട്ടവനായി യൂറോപ്യൻ മണ്ണിൽനിന്ന് രക്ഷപ്പെടാനാകാതെ കുടു ങ്ങിപ്പോയ ആ സിഖ് വീരന് താൻ കടന്നുവന്ന വഴികളിൽ സംഭവിച്ച പിഴവുകളോർത്ത് ദുഃഖിക്കുവാനേ കഴിയുമായിരുന്നുള്ളൂ. അങ്ങനെ നിരാ ശയുടെ പടുകുഴിയിൽ സ്വയം ശപിച്ചും വിധിയുടെ ക്രൂരതയോർത്ത് പരി തപിച്ചും കഴിഞ്ഞുവരവെ ഹൃദയം തകർന്ന് 1893 ഒക്ടോബർ 22 ന് പാരീ സിൽവച്ച് രാജാ ദിലീപ്സിങ് ഈ ലോകത്തോട് എന്നെന്നേക്കുമായി വിട പറഞ്ഞു.

പഞ്ചാബ് ഭരണത്തിൽനിന്ന് സിഖ് വീരന്മാരെ 1849 ൽ നിഷ്കാസനം ചെയ്ത ശേഷം ബ്രിട്ടീഷുകാർ വെറുതെയിരുന്നില്ല. സിഖ് ജനതയുടെ മനോനിലയിൽ രൂഢമൂലമായിരുന്ന ആത്മാഭിമാനത്തെ നിർവീര്യമാക്കു വാനുള്ള ശ്രമങ്ങൾ അവർ ആരംഭിച്ചു. പ്രമുഖരായ സിഖ് നേതാക്കളെ ഒന്നൊന്നായി തടവിലാക്കുവാൻ ബ്രിട്ടീഷ് ഭരണം ശ്രമിച്ചുകൊണ്ടിരുന്നു. പലരും തടവറയ്ക്കുള്ളിലായി. ഇതു മണത്തറിഞ്ഞ് ചിലരെങ്കിലും നാടു വിട്ട് അജ്ഞാതസ്ഥലികളിലേക്കു മറഞ്ഞു. അപ്പോഴേക്കും ബ്രിട്ടീഷ് അധികാരികൾ ആ സിഖ് നേതാക്കളുടെ സ്വത്തുക്കൾ കണ്ടുകെട്ടി. അവ രുടെ കൊട്ടാരങ്ങളോ വീടുകളോ ഒക്കെ ഏറ്റെടുത്ത് ബ്രിട്ടന്റെ മുതൽക്കൂ ട്ടിലാക്കി. കടുത്ത വിരോധമുള്ളവരുടെ വീടുകൾ ഇടിച്ചുനിരത്തി അവിടം കളിസ്ഥലങ്ങളാക്കിയോ മൈതാനങ്ങളാക്കിയോ മാറ്റി! ഇങ്ങനെ അനീ തിയും ക്രൂരതയും സിഖ് സമൂഹത്തോട് കാട്ടിക്കൊണ്ട് ബ്രിട്ടീഷ് രാജ് അതിന്റെ ഇരുണ്ട മുഖം പ്രകടമാക്കുകയായി. ഒരിക്കലും സിഖ് ഭരണാ ധികാരികളുടെ കാലത്ത് നടപ്പിലാക്കാനാകാതിരുന്ന അതിക്രമങ്ങളെല്ലാം ബ്രിട്ടീഷ് അധിനിവേശകാലം പഞ്ചനദികളുടെ മണ്ണിൽ പ്രാവർത്തികമാ ക്കി. വീണ്ടും സർക്കാർ സർവ്വീസിലൊക്കെ അവശേഷിച്ച സിഖുകാരും പഞ്ചാബികളും ബ്രിട്ടീഷ് അധികാരികളാൽ നിരന്തരം അവഹേളിക്കപ്പെ ട്ടുകൊണ്ടിരുന്നു. സിഖ് വ്യക്തിത്വം കളഞ്ഞു കുളിച്ചവർക്കുമാത്രമേ ആ മണ്ണിൽ എന്തെങ്കിലുമൊരു തൊഴിലിൽ തുടരാനായുള്ളൂ. അത്രയധികം അവഗണനയും ഒറ്റപ്പെടലും പരിഹാസവും അവർക്ക് ഏല്ക്കേണ്ടിവന്നു. ഇതൊന്നും സഹിക്കാൻ കഴിയാതെ അവശേഷിച്ചവരും പഞ്ചാബ് വിട്ടു പോകാൻ നിർബ്ബന്ധിതരായി. പിന്നെയും അവിടെ നിലയുറപ്പിച്ചവർക്ക് പഞ്ചാബ് എന്ന ജന്മനാടിന്റെ ആത്മാഭിമാനത്തെ അടിയറവു വെച്ചു

കൊണ്ടും പഞ്ചനദസംസ്കൃതിയെ ഒറ്റുകൊടുത്തുകൊണ്ടും മാത്രമേ നില നില്പു കണ്ടെത്താനായുള്ളൂ. അഭിമാനബോധം കൈവിടാത്തവരായി രുന്നു മൃഗീയ ഭൂരിപക്ഷമെങ്കിലും വളരെ അപൂർവ്വം ആളുകളെങ്കിലും ബ്രിട്ടീഷുകാരന് വിടുപണിചെയ്ത് ഉയർന്ന സ്ഥാനങ്ങൾ ഭരണതലത്തിൽ നേടി, ശത്രുക്കൾക്കെതിരെ രണഭേരിയുയർന്നിരുന്ന സിഖ് മണ്ണിനെ പങ്കി ലമാക്കിക്കൊണ്ട് അവിടെ തുടരുകയുമുണ്ടായി!

ഏതു കാലഘട്ടത്തിലും മാതൃരാജ്യത്തിനായി പോരാടി വീരമൃത്യു അടയുന്നതിനും ത്യാഗോജ്ജ്വലമായ സമരപഥങ്ങളിൽ രക്തസാക്ഷിത്വം വരിക്കുന്നതിനും എല്ലാ പ്രതിബന്ധങ്ങളോടും പോരാടിനിന്ന് വിജയതില കമണിയുന്നതിനും വീരന്മാർ ഉണ്ടാകാറുണ്ട്. ചിലേടത്ത് വീര വനിതക ളെയും കാലം ധീരതയോടെ പോരാട്ട ഭൂമികയിലേക്ക് നീക്കി നിർത്തു കയും ചെയ്തു. ഇവരുടെയൊക്കെ വീരചരിതം കൊണ്ട് പുളകമണിഞ്ഞ ചരിത്രമാണ് ഏതൊരു രാജ്യത്തിന്റെയും സ്വാതന്ത്ര്യത്തിന്റെയും വിമോ ചനത്തിന്റെയും ഉജ്ജ്വലമായ ഈടുവയ്പുകൾ. അത് കണ്ടും കേട്ടും പഠിച്ചും ആവേശംകൊണ്ട പിൻതലമുറ പ്രതിജ്ഞാബദ്ധവും ജനോപ കാരപ്രദവുമായ സമർപ്പിത ജന്മങ്ങളായി മാറി. പൂർവ്വികരുടെ ബലിദാന ങ്ങളെ തങ്ങളുടെ സദ്പ്രവൃത്തികളാൽ അർത്ഥപൂർണ്ണമാക്കിക്കൊണ്ടി രുന്നു. അതുതന്നെയാണ് പഞ്ചാബ് എന്ന ഭൂമികയുടെയും പില്ക്കാല ചരിത്രം ലോകസമക്ഷം കാട്ടിത്തന്നത്. ലോകത്തെവിടെയും ഉജ്ജ്വല മായ ചരിത്രനിമിഷങ്ങളാണ് കാലത്തെ മുന്നോട്ടു നടത്തുന്നതും ഭാവിയെ പ്രതീക്ഷാനിർഭരമായ പുലരികളിലേക്ക് വിഭാതരശ്മികൾക്കൊപ്പം കൈ പിടിച്ചു നടത്തുന്നതും. പഞ്ചാബിന്റെ ചരിത്രം പുനർവായനയ്ക്കു പ്രാപ്ത മാക്കുന്നതും ത്യാഗത്തിന്റെയും സമർപ്പണത്തിന്റെയും തീക്ഷ്ണത കൊണ്ടുതന്നെയാണെന്നത് മറ്റൊരു ചരിത്ര സത്യമായിവിടെ തെളിയുന്നു.

നിരങ്കാരികളും നാമധാരികളും

കോളനി ഭരണത്തിലമർന്ന ഇന്ത്യയിലെ ആദ്യത്തെ സംഘടിത സ്വാതന്ത്ര്യസമരമെന്ന് ചരിത്രകാരന്മാർ വിശേഷിപ്പിക്കുന്ന 1857 ലെ 'ഒന്നാം സ്വാതന്ത്ര്യസമരത്തിൽ' സിഖ് സമൂഹത്തിന് കാര്യമായ ഒരു പങ്കും വഹിക്കുവാനായില്ല. 'ശിപായി ലഹള' എന്ന് ബ്രിട്ടീഷുകാർ വിളിച്ച് ആക്ഷേപിച്ച പ്രസ്തുത മുന്നേറ്റത്തിലേക്ക് ആരുംതന്നെ സിഖ് യോദ്ധാക്കളെ ക്ഷണിക്കുകയോ അവരുമായി ചർച്ചയ്ക്കു തയ്യാറാകുകയോ ചെയ്തില്ല. പോർബിയാകൾക്ക് സിഖുകാരുമായി ഒരു സംഭാഷണം നടത്തുവാൻ പോലുമുള്ള ധൈര്യമുണ്ടായിരുന്നില്ല. കാരണം ബ്രിട്ടീഷുകാർക്ക് സിഖ് ഭരണത്തെ തകർക്കുന്നതിന് ഒത്താശ ചെയ്തുകൊടുത്തും സൈനിക സഹായം നല്കിയും പഞ്ചാബിനെ കോളനിവാഴ്ചയിലേക്കെത്തിച്ചതിൽ പോർബിയകൾക്കുള്ള പങ്ക് ഏവർക്കും അറിവുള്ളതായിരുന്നു. അതുകൊണ്ടുതന്നെ സിഖുകാർക്കു മുന്നിൽ പ്രത്യക്ഷപ്പെടാൻ അവർ മടിച്ചു. പോർബിയ സൈനികരുടെ അതിക്രമങ്ങൾ സിഖ് പഞ്ചാബിലെ ഗ്രാമങ്ങൾക്ക് മറക്കാനാകാത്ത മുറിവുകൾ ഏല്പിച്ചിരുന്നുവെന്നതും ചരിത്രം. ലാഹോറിലേക്ക് ബ്രിട്ടീഷ് സേനയുടെ അധിനിവേശകാലത്തു നടത്തിയ പടയോട്ടത്തിൽ അനുഗമിച്ച പോർബിയ സേനയുടെ കടുത്ത ചെയ്തികളും ക്രൂരതകളും സിഖുകാർക്ക് മറക്കാൻ കഴിയുമായിരുന്നില്ല. ബ്രിട്ടീഷ് വാഴ്ച ആരംഭിക്കുന്നതിനുശേഷവും അതിനു മുൻപും സിഖ് ജനതയോട് അഹിതം കാട്ടിയിരുന്നതിനാൽ പോർബിയകളെ പഞ്ചാബികൾ വിശ്വസിച്ചിരുന്നില്ല.

സിഖ് സമൂഹമാകട്ടെ ബ്രിട്ടീഷുകാർ വിദേശികളായതിനാൽ അവരെ പിന്തുണയ്ക്കാൻ സ്വാഭാവികമായും തയ്യാറല്ലായിരുന്നു. തങ്ങളുടെ അധി

കാരവും സ്വാതന്ത്ര്യവും കവർന്നെടുത്ത ബ്രിട്ടീഷ് കൊളോണിയലി സത്തെ എതിർക്കുമ്പോൾ തന്നെ തങ്ങളുടെ കോളനിയാക്കാൻ പുറമെ നിന്നുകൊണ്ട് ബ്രിട്ടനെ നേരത്തെ പിന്തുണച്ച പോർബിയകൾ ഉൾപ്പെടെയുള്ള ആഭ്യന്തരശക്തികളെ സഹായിക്കുവാനും സിഖുകാർ സന്നദ്ധരായില്ല. മാത്രവുമല്ല ലഹളക്കാർ വിജയാനന്തരം ഇന്ത്യൻ ഭരണാധികാരിയായി ഉയർത്തിക്കാട്ടിയത് ബഹാദൂർഷായെ ആയിരുന്നുവെന്നതും സിഖ് വിമുഖതയ്ക്കുള്ള പല കാരണങ്ങളിൽ ഒന്നായിരുന്നു. നൂറ്റാണ്ടുകളായി സിഖ് വീരന്മാരെയും ഗുരുക്കന്മാരെയും നിരന്തരം ആക്രമിച്ചിരുന്ന ബാഹ്യശക്തികളായ മുഗൾ ആക്രമണകാരികളുടെ പിന്തുടർച്ചയാണ് ഇപ്പോൾ ബഹാദൂർഷാ സഫറിലും സിഖ്സമൂഹം ദർശിച്ചത്. സ്വാഭാവികമായും സിഖ് താല്പര്യങ്ങൾക്കെതിരായി എക്കാലവും നിലകൊണ്ടിട്ടുള്ള രണ്ട് വിഭാഗങ്ങൾ തമ്മിലുള്ള പോരാട്ടത്തിൽ പങ്കുചേരാതെയിരിക്കുവാൻ പഞ്ചാബിലെ ജനത നിശ്ചയംകൊണ്ടു. രണ്ടു നൂറ്റാണ്ടുകൾ എതിർത്തു തോല്പിക്കാൻ പോരാടിയ മുഗൾ പിന്തുടർച്ചയെയും പഞ്ചാബിലെ സിഖ് മേധാവിത്വം തുടച്ചുനീക്കിയ ബ്രിട്ടീഷ് സാമ്രാജ്യത്തെയും ഒരുപോലെ വെറുക്കുവാൻ പഞ്ചാബ് ശീലിച്ചു കഴിഞ്ഞിരുന്നു. എന്നാൽ ഒന്നാം സ്വാതന്ത്ര്യസമരത്തിനെ അടിച്ചമർത്തി ബ്രിട്ടീഷ് വാഴ്ച വീണ്ടും തുടർന്നപ്പോഴും കൊളോണിയൽ ശക്തികൾക്ക് മുന്നിൽ സിഖുകാർ സംശയത്തിന്റെ നിഴലിൽ തന്നെയായിരുന്നു.

സിഖ് ജനസമൂഹങ്ങൾക്കിടയിൽ നവീകരണ പ്രക്രിയയ്ക്കുവേണ്ടി രൂപംകൊണ്ട 'നിരങ്കാരി പ്രസ്ഥാന'വും 'നാമധാരി പ്രസ്ഥാന'വും ബ്രിട്ടീഷ് അധികാരികളുടെ സൂക്ഷ്മമായ നിരീക്ഷണത്തിലാണ് തുടർന്നു വന്നത്. പരസ്യമായും രഹസ്യമായും ഈ നിരീക്ഷണം നിലവിലുണ്ടായിരുന്നു. രാജ്യത്തിന്റെ വടക്കുപടിഞ്ഞാറൻ ഭാഗങ്ങളിൽ രൂപം കൊണ്ടവയാണ് ഈ രണ്ട് പ്രസ്ഥാനങ്ങളും. സിഖ് മതത്തിന്റെ മഹത്വം ഉദ്ഘോഷിക്കുന്നതിനും അതിന്റെ പരിശുദ്ധി കാത്തുസൂക്ഷിക്കുന്നതിനും പ്രതിബദ്ധതയോടെ പ്രവർത്തിക്കുവാൻ ഇരുപ്രസ്ഥാനങ്ങളും ആഹ്വാനം ചെയ്തു. റാവൽ പിണ്ടിയിൽ നിരങ്കാരിപ്രസ്ഥാനവും ഹസറോയിൽ നാമധാരി പ്രസ്ഥാനവും ജന്മം കൊള്ളുമ്പോൾ രണ്ടിടത്തും സിഖ് ചിന്തകൾക്ക് ആഴമുള്ള വേരുകളുമുണ്ടായിരുന്നു

നാമധാരികൾ ആദ്യം അറിയപ്പെട്ടിരുന്നത് 'ജഗിയാസികൾ' എന്നും 'അഭ്യാസികൾ' എന്നുമായിരുന്നു. യഥാക്രമം 'അന്വേഷകർ' എന്നും 'അന്തർധ്യാനികൾ' എന്നുമാണ് ഇവയ്ക്കുള്ള വിശദീകരണങ്ങൾ. നാമധാരികളുടെ പ്രഥമ നേതൃത്വം ഹസറോയിലെ ബായി ബാലക്സിങ്ങിനായിരുന്നുവെങ്കിൽ അദ്ദേഹത്തിന്റെ മരണശേഷം ബാബാറാംസിങ് ആ ചുമതല ഏറ്റെടുത്തു. ഭായിനിയിൽനിന്നുമുള്ള ബാബായുടെ കാലത്ത് 'കുക്കാസ്' എന്നും നാമധാരികൾ അറിയപ്പെട്ടു. പുതിയ നേതൃത്വത്തിൽ

വലിയ പ്രചാരം നേടിയ നാമധാരി പ്രസ്ഥാനം പഞ്ചാബിലെ മദ്ധ്യജില്ല കളിലും സത്‌ലജ് തീരത്തെ ജില്ലകളിലൊക്കെയും സ്വാധീനം ഉറപ്പിച്ചു. 1860 കൾ ആയപ്പോഴേക്കും പഞ്ചാബിൽ സിഖ് സാമ്രാജ്യം സ്ഥാപിക്കു ന്നതിനുള്ള രഹസ്യപ്രവർത്തനങ്ങളിൽ ഏർപ്പെട്ടിരിക്കുകയാണ് നാമധാ രികൾ എന്ന സംശയം ബ്രിട്ടീഷ് അധികാരികൾക്കുണ്ടായി.

നാമധാരി നായകൻ ബാബാ റാംസിങ് വളരെസമാധാന പ്രിയനാ യിരുന്നുവെങ്കിലും അദ്ദേഹത്തിന്റെ ഇഷ്ടത്തിനു വിരുദ്ധമായി ആരെയും അറിയിക്കാതെ ചില സഹപ്രവർത്തകർ അമിതാവേശം കാട്ടി ഗോവധം നടത്തുന്ന ഏതാനും കശാപ്പുകാരെ വാളിനിരയാക്കി. കൂടാതെ 1872 ജനുവരിയിൽ ഒരു സംഘം നാമധാരികൾ മലർകോട്ട്ലയിലേക്ക് മാർച്ച് ചെയ്തു ആയുധങ്ങൾ പിടിച്ചെടുക്കാനുള്ള സാഹസിക ശ്രമവും നടത്തി. വിഫലമായിത്തീർന്നു അവരുടെ നീക്കം എന്നു മാത്രമല്ല മുഴുവൻപേരും ബ്രിട്ടീഷ് സേനയാൽ അറസ്റ്റു ചെയ്യപ്പെടുകയുമുണ്ടായി. മറ്റൊരു ബ്രിട്ടീഷ് വിരുദ്ധ കലാപമാണിതെന്ന് വ്യാഖ്യാനിച്ച ബ്രിട്ടീഷുകാർ ഇന്ത്യയിലെ ബ്രിട്ടീഷ് രാജിന്റെ സംരക്ഷകനായി അറിയപ്പെട്ടിരുന്ന കുപ്രസിദ്ധനായ ലുധിയാനയിലെ ഡെപ്യൂട്ടി കമ്മീഷണർ എൽ കവാൻ എന്ന വെള്ള ക്കാരന്റെ മുന്നിൽ കേസ് എത്തിച്ചു. അയാൾ 1872 ജനുവരി 17-ാം തീയതി യാതൊരു വിചാരണയുമില്ലാതെ നാമധാരികളിൽ 94 പേരെ തോക്കിനി രയാക്കാൻ ഉത്തരവിട്ടു. ഇതേവിധം അംബാലയിലെ കമ്മീഷണർ ഡഗ്ലസ് ബാക്കിയുള്ള പതിനാറു കുക്കാസിനെ ഒറ്റയടിക്കു കൊലചെയ്ത് സിഖ് മണ്ണിൽ രക്തപ്പുഴ ഒഴുക്കി. പങ്കിലമായ ഈ രണ്ട് കൂട്ടക്കൊലകളും അനു ചിതവും അധാർമ്മികവുമാണെന്നുകണ്ട് ഇന്ത്യാഗവൺമെന്റ് ആ രണ്ട് ഉന്നത ബ്രിട്ടീഷ് ഉദ്യോഗസ്ഥരെയും തല്സ്ഥാനങ്ങളിൽനിന്നും നീക്കം ചെയ്തു. ബാബാ റാംദേവ് ഏറ്റവും പ്രിയങ്കരരായ പന്ത്രണ്ട് അനുയായി കൾക്കൊപ്പം പഞ്ചാബിൽനിന്നും പലായനംചെയ്ത് റങ്കൂണിലെത്തി. അവിടെവച്ച് 1884 നവംബർ 29 ന് ബാബാ ഈ ലോകത്തോട് വിടപറ ഞ്ഞു. ബയ്നിയിലെ നാമധാരികളുടെ കേന്ദ്രസ്ഥാനം ബ്രിട്ടീഷ് പൊലീ സിന്റെ പൂർണ്ണശ്രദ്ധയിലായിത്തീർന്നു. പിന്നീട് പഞ്ചാബിലെ അകാലി സമരങ്ങളോട് വിയോജിപ്പ് പ്രകടമാക്കിയ നാമധാരികളുടെ നിലപാട് തിരി ച്ചറിഞ്ഞതോടെ അവർക്കെതിരെയുള്ള ബ്രിട്ടീഷ് അധികാരികളുടെ ശത്രുതാ മനോഭാവം 1920 കളിൽ അവസാനിക്കുകയുംചെയ്തു. നിയ ന്ത്രണങ്ങൾ ഒഴിവാക്കപ്പെട്ട് നാമധാരികളുടെ കേന്ദ്രസ്ഥാനം സ്വതന്ത്ര മാക്കുകയുമുണ്ടായി.

നാമധാരിപ്രസ്ഥാനവും നിരങ്കാരി പ്രസ്ഥാനവും സൃഷ്ടിച്ച പുത്തൻ ഉണർവ്വ് 'സിങ്സഭ' എന്ന വിശാല സങ്കല്പത്തിന് വഴിതെളിച്ചു. ലാഹോ റിലെ ഖൽസ ദിവാൻ, അമൃത്സറിലെ മുഖ്യ ഖൽസ ദിവാൻ എന്നിവ രുടെ ഉപദേശ നിർദ്ദേശങ്ങളോടെ സിഖുകാർക്കിടയിൽ ദാർശനിക വിദ്യാ

ഭ്യാസം നല്കുകയെന്ന സവിശേഷമായ ഉത്തരവാദിത്വം ഇതുവഴി ഏറ്റെടുക്കുകയുണ്ടായി. കൂടാതെ വിദ്യാഭ്യാസം ലക്ഷ്യമിട്ടുകൊണ്ട് സിഖ് ഉടമസ്ഥതയിൽ അമൃത്സറിൽ ഖൽസ കോളേജ് തന്നെ സ്ഥാപിതമാകുകയായി. ഈ വിദ്യാഭ്യാസ സ്ഥാപനങ്ങളുടെ ശ്രമഫലമായി ഗ്യാനി ഗെയ്ൽ സിങ്, ഭായ് ദീത്ത് സിങ്, ഭായ് വീർസിങ് തുടങ്ങിയവരുടെ ഉന്നതമായ ആശയങ്ങൾ അടങ്ങിയ രചനകളും ഗ്രന്ഥങ്ങളും സിഖ് സമൂഹത്തിലേക്കു പകർന്നുകൊടുക്കുവാനുള്ള തീവ്രശ്രമം ആരംഭിച്ചു. അതു ഫലപ്രാപ്തിയിലെത്തുമ്പോൾ സിഖ് സമൂഹത്തിൽ നവോത്ഥാന പ്രക്രിയ ആരംഭിക്കുകയും മതപരവും സാമൂഹികവുമായ ഒട്ടനവധി നവീകരണപ്രക്രിയകളും പരിഷ്കരണങ്ങളും സമാരംഭിക്കുകയുമുണ്ടായി.

സിഖ് സമൂഹം കടുത്ത വെല്ലുവിളികൾ നേരിട്ട കാലഘട്ടങ്ങളാണ് 19-ാം നൂറ്റാണ്ടിന്റെ അവസാനകാലവും 20-ാം നൂറ്റാണ്ടിന്റെ ആദ്യ ദശകവും. തീക്ഷ്ണമായ അവഹേളനവും മതപരമായ നിന്ദയും കായികമായ അതിക്രമങ്ങളും നേരിട്ട സിഖുകാർക്ക് ആര്യസമാജവാദികളിൽ നിന്നാണ് ഏറ്റവും നീചമായ അനുഭവങ്ങൾ ഉണ്ടായത്. സിഖ് ഗുരുക്കന്മാരെ ആക്ഷേപിക്കുകയും കുറ്റപ്പെടുത്തുകയും ചെയ്യുക അവരുടെ വിനോദമായിരുന്നു. ലാഹോറിലും മറ്റു ചില സ്ഥലങ്ങളിലും പരസ്യമായി ഒറ്റയ്ക്കു കിട്ടിയ സിഖ് യുവാക്കളുടെ താടിയും മുടിയും മുറിച്ചു മാറ്റി അവരുടെ ശിഖാചരണത്തെ ഇല്ലായ്മ ചെയ്തും ആര്യസമാജികളെന്ന പേരിലെത്തിയ അക്രമികൾ ക്രൂരത കാട്ടി. ഇത്തരം പ്രവൃത്തികൾ ആര്യസമാജികൾ ചെയ്തുകൊണ്ടിരുന്നപ്പോൾ സിഖ് സമൂഹം വല്ലാതെ സങ്കടപ്പെട്ടത് അവരുടെ തന്നെ സൽപ്രവൃത്തികളെ ഓർത്താണ്. കാരണം പഞ്ചാബിൽ ആദ്യമായി ആര്യസമാജ സ്ഥാപകനായ ദയാനന്ദ സരസ്വതിക്ക് കടന്നുവരാൻ അവസരം നല്കിയത് സിഖ് സമൂഹമാണ്. സനാതന ഹിന്ദുധർമ്മികൾക്കെതിരെ അതിരൂക്ഷമായ വാചാവിമർശനം നടത്തിവന്ന ദയാനന്ദസരസ്വതിക്ക് പഞ്ചാബിലുടനീളം സുരക്ഷിതത്വം നല്കിയതും സിഖ് വീരന്മാരാണ്. ദയാനന്ദ സരസ്വതിക്ക് പഞ്ചാബിൽ സ്വീകരണം നല്കിയ സിഖുകാരെ തന്നെ പിന്നീട് സിഖുകാർക്ക് ക്ഷീണമുണ്ടായപ്പോൾ ആക്രമിച്ച് ഇകഴ്ത്തികാട്ടിയ ആര്യ സമാജക്കാരുടെ ചതിയും കൃതഘ്നതയും സിഖ് സമൂഹത്തിന് സഹിക്കാവുന്നതിനുമപ്പുറമായിരുന്നു. ജലന്ധറിലും അമൃത്സറിലും സനാതന ധർമ്മക്കാരുടെ എതിർപ്പുകളെ സധൈര്യം നേരിട്ടുകൊണ്ട് ദയാനന്ദസരസ്വതിക്ക് ആര്യസമാജസന്ദേശം പ്രചരിപ്പിക്കുവാൻ വേദിയൊരുക്കിക്കൊടുത്ത ഗതകാലമോർത്ത് സിഖുകാർ ആത്മരോഷം കൊണ്ടു. സിഖ് സമൂഹം ദുർബ്ബലമാകുകയും വിദേശികളും സ്വദേശികളുമായ ശക്തികളിൽനിന്നും ആക്രമണങ്ങൾ നേരിടുകയും ചെയ്തുവന്ന നാളുകളിൽ തങ്ങൾ ആത്മാർത്ഥമായി സഹായിച്ച ആര്യസമാജക്കാരുടെ ചതി സിഖുകാർക്കേറ്റ ഏറ്റവും

മോശപ്പെട്ട അനുഭവമായിരുന്നു. പഞ്ചാബിന്റെ സംസ്കാരം, ഭാഷ എന്നിവയെയെല്ലാം വിമർശിച്ചുകൊണ്ടും സിഖ് വിശ്വാസങ്ങളെ ആക്രമിച്ചുകൊണ്ടും ആര്യസമാജികൾ നടത്തിക്കൊണ്ടിരുന്ന പ്രതികൂല നിലപാട് സത്യത്തിൽ ആര്യസമാജികളുടെ ഉള്ളിൽ ഉറങ്ങിക്കിടന്ന പഴയകാല അന്തഃചോദനയായിരുന്നുവെന്നും തനതായ സിഖ് വിരോധം അനുകൂല സാഹചര്യത്തിൽ വെളിപ്പെട്ടതാണെന്നും സിഖ് ജനത തിരിച്ചറിയുകയായിരുന്നു. ആര്യസമാജികളുടെയും സനാതന ധർമ്മ ഹിന്ദുക്കളുടെയും മതമൗലിക വാദത്തിന് ഇരകളായിത്തീർന്ന സമൂഹമെന്ന നിലയിൽ സിഖ് ജനത ചരിത്രത്തിൽ ഏറ്റവുമധികം വെല്ലുവിളികൾ നേരിട്ട സമൂഹമായി രേഖീയമാകുകയുണ്ടായി.

ഹൈന്ദവനവീകരണം എന്ന പേരിൽ രൂപം കൊണ്ട ആര്യസമാജവും ബ്രഹ്മസമാജവും മറ്റും ഇതര ജനവിഭാഗങ്ങളോട് എങ്ങനെയാണ് അക്കാലത്ത് പെരുമാറിയിരുന്നത് എന്നുള്ള അന്വേഷണം പ്രസ്തുത നവീകരണ പ്രസ്ഥാനങ്ങളുടെ യഥാർത്ഥരൂപം അനാവൃതമാക്കും. നാം ഇവിടെ സിഖ് ചരിത്രം പരിശോധിക്കവെയാണ് ആര്യസമാജക്കാർ എവ്വിധമാണ് പഞ്ചാബിന്റെ മണ്ണിൽ പദമൂന്നിയതെന്നും തങ്ങളുടെ സ്ഥാനം ഉറപ്പിച്ച ശേഷം അതിന് എല്ലാ സഹായങ്ങളും നല്കി നട്ടുവളർത്തിയ കൈകൾ തന്നെ മുറിച്ചെറിയുവാൻ വ്യഗ്രത പൂണ്ടതെന്നും വ്യക്തമാകുന്നത്. വിമോചനവഴികളിലൂടെ ആദർശത്തിന്റെ മുഖാവരണവുമായി വിശാലലോകമാണ് തങ്ങളുടെ ലക്ഷ്യമെന്നു പ്രഖ്യാപിക്കുകയും പിന്നീട് സ്വയം വേരുപിടിച്ചു കഴിഞ്ഞാൽ തങ്ങളുടെ ഉള്ളിൽ ഒളിപ്പിച്ചു വച്ചിരുന്ന മൗലികവാദത്തെ പുറത്തെടുത്ത് സഹായികളെത്തന്നെ ആക്രമിക്കുകയും ചെയ്യുന്ന കുത്സിത രീതികൾ ചരിത്രം ഇടയ്ക്കിടെ ഇങ്ങനെ ലോകത്തിനു മുന്നിൽ ചിത്രപടം വലിച്ചുകീറി കാട്ടിക്കൊടുക്കുമ്പോൾ നിഷ്പക്ഷമതികൾ അത്ഭുതംകൊണ്ട് തരിച്ചു നിന്നുപോകും.

ഭാരതത്തിന്റെ പൊതുചരിത്രധാരയിൽ സിഖ് സമൂഹത്തിന് നിർണ്ണായക പങ്കുണ്ടെന്ന് ഇതുവരെയുള്ള സിഖ് ചരിത്രങ്ങൾ വിളിച്ചുപറയുന്നുണ്ട്. സിഖ് വിശ്വാസസ്ഥാപകൻ ഗുരുനാനാക്ക്ജി മുതലുള്ള ഗുരുക്കന്മാരുടെ കാലഘട്ടത്തിൽ ഒരു നവവിശ്വാസക്രമത്തിന്റെ സംസ്ഥാപനമായിരുന്നു അവരുടെ ലക്ഷ്യം. അത് സാധിച്ചെടുക്കുവാൻ ഒട്ടനവധി ഗുരുക്കന്മാരുടെ ജീവൻ ബലികൊടുക്കേണ്ടിയും വന്നു. എത്രയോ സിഖ് വീരന്മാരുടെ ചോരകൊണ്ടെഴുതിയതാണ് ഇന്ത്യയുടെ ചരിത്രത്തിലെ ഏറ്റവും തിളക്കമാർന്ന താളുകളെന്നും നാം കണ്ടുമനസ്സിലാക്കി. ഇതുവരെ മനസ്സിലാക്കിയ കാലത്തിന്റെ നാൾവഴികളിലൂടെ അഫ്ഗാൻകാരുടെയും മുഗളന്മാരുടെയും ബ്രിട്ടീഷുകാരുടെയും അക്രമങ്ങൾക്കൊപ്പം നാട്ടുകാരായ ആഭ്യന്തരശക്തികളുടെ എതിർപ്പുകളും നേരിട്ടുകൊണ്ടാണ് ശിഖന്മാർ സ്വയം തങ്ങളുടെ വിശ്വാസത്തെ കരുപ്പിടിപ്പിച്ചത്. സമാധാന ഭരിതമായ നാളുകൾ സിഖ് ചരിത്രത്തിൽ വളരെവളരെ കുറവായിരിക്കു

മെങ്കിലും ആ ജനവിഭാഗം അനുഭവിച്ചിട്ടുള്ള ആത്മാഭിമാനത്തിന്റെ നിമിഷങ്ങൾ മറ്റേതൊരു ജനസമൂഹങ്ങളേക്കാളും എത്രയോ കൂടുതലായിരിക്കുമെന്നത് നിശ്ചയമായും നിസ്തർക്കമായ വസ്തുതയാണ്. എന്നാൽ അവശേഷ കാലം നിശ്ശബ്ദരായി ഒഴുക്കിനൊപ്പം നീങ്ങുകയായിരുന്നുവോ ഈ സമൂഹം? ഇത്രയധികം പ്രതിസന്ധികൾ മുന്നിൽ വന്നുനിന്നിട്ടും പിൻവാങ്ങുവാനോ പരാജയപ്പെടുവാനോ മനസ്സില്ലാതെ മുന്നോട്ടു തന്നെ കുതിക്കുന്ന ശിഖന്റെ നിശ്ചയദാർഢ്യം ലോകത്തെവിടെയുള്ള ഏതു ജനവിഭാഗങ്ങളിലാണു കാണാനാകുക. ജീവിതത്തെ എന്നും എപ്പോഴും പോരാട്ട സമാനമാക്കുന്ന ശിഖന്മാരുടെ സാഹസികത അവസാനിക്കുന്നില്ല. അതു തുടരുകതന്നെയാണ് ഇനിയും.

സമരങ്ങളുടെ തീച്ചൂളയിൽ

സിഖുകാർക്കിടയിൽ സവിശേഷമായ രാഷ്ട്രീയ ഉണർവ്വ് പ്രകടമായ ഒരു സംഭവമായിരുന്നു 1907 ൽ പഞ്ചാബ് ലെജിസ്ലേച്ചറിൽ പാസാക്കിയ 'കോളനി ബിൽ ഓഫ് 1907' നോടുള്ള പ്രതികരണങ്ങൾ. ഇന്ത്യാക്കാരായ അംഗങ്ങളിൽ മിക്ക പേരും എതിർത്തുവെങ്കിലും വിദേശ താല്പര്യപ്രകാരം പാസാക്കിയെടുത്ത ബിൽ കർഷക വിരുദ്ധമായ ഒരു നിയമമായിരുന്നു. പഞ്ചാബിലെ പ്രത്യേകിച്ച് ലാൽപൂർ ജില്ലയിലെ കർഷകരെ പ്രതികൂലമായി ബാധിക്കുന്നതായിരുന്നു പ്രസ്തുത ബിൽ. അവിടത്തെ ബഹുഭൂരിപക്ഷം കർഷകരും സിഖുകാരുമായിരുന്നു. അതുകൊണ്ടു തന്നെ ബില്ലിനെതിരെ സിഖു സമൂഹത്തിൽ വ്യാപകമായ പ്രതിഷേധം ആർത്തിരമ്പി. പ്രഗത്ഭനായ കവി ബൻഗേ ദയാൽ രചിച്ച കവിതകളും സർദാർ അജിത്സിങ്ങിന്റെയും ലാലാ ലജ്പത് റായിയുടെയും തീപാറുന്ന പ്രസംഗങ്ങളും സമരത്തെ ആളിക്കത്തിച്ചു. കർഷകർക്ക് ബുദ്ധിമുട്ടുണ്ടാക്കുന്നതായിരുന്നു ബിൽ എങ്കിലും അത് സിഖ് ജനതയാകെ ഏറ്റെടുക്കുകയും പഞ്ചാബിലെമ്പാടും സമരമുഖം തുറക്കപ്പെടുകയുമുണ്ടായി. ജനമുന്നേറ്റം തീക്ഷ്ണതരമായപ്പോൾ ബ്രിട്ടീഷ് സർക്കാരിന്റെ പരമാധികാരിയായ വൈസ്രോയി ലോഡ് മിന്റോ ഇടപെട്ട് കോളനി ബിൽ പാസാക്കാതെ തൽക്കാലം തടഞ്ഞുവയ്ക്കുവാൻ ഉത്തരവിട്ടു.

സർദാർ അജിത്സിങ് പഞ്ചാബിൽനിന്നും അപ്രത്യക്ഷനായി പേർഷ്യയിലേക്കും പിന്നീട് അമേരിക്കയിലേക്കും കടന്നു. അപ്പോഴേക്കും 1913 ജൂൺ 2 ന് അമേരിക്കയിലെ സാൻഫ്രാൻസിസ്കോയിൽ ഗദ്ദർപാർട്ടി രൂപീകരിക്കപ്പെട്ടിരുന്നു. വിദേശത്തുള്ള പഞ്ചാബികൾ ഇന്ത്യൻ സ്വാതന്ത്ര്യത്തിനായി അമേരിക്കയിൽ സംഘടിക്കുകയും അമൃത്സറിലെ ഭക്നാ ഗ്രാമത്തിൽ നിന്നുള്ള ബാബാ സോഹൻസിങ് അദ്ധ്യക്ഷനായി ഗദ്ദർ

പാർട്ടിക്കു രൂപംനല്കുകയുമായിരുന്നു. അജിത് സിങ്ങും ഗദ്ദർപാർട്ടിയിൽ ചേർന്ന് പ്രവർത്തിക്കുവാൻ തുടങ്ങി. ഭായ് പരമാനന്ദ്, ഹർദയാൽ, കർത്താർ സിങ് സാരാഭാ, റാഷ്ബിഹാരി ബോസ്, ഗുലാബ്കൗർ എന്നിവരായിരുന്നു പ്രധാനപ്പെട്ട സ്ഥാപകാംഗങ്ങൾ. ഇവരുടെ ആശയത്തോട് യോജിപ്പുള്ള പഞ്ചാബികളായ സിഖുകാരല്ലാത്ത മുഹമ്മദ് ഇക്ബാൽ ഷെദായി, അബ്ദുൽ ഹാഫിസ് മുഹമ്മദ്, സുലാമാൻ ചൗധരി, ആമിർ ചൗധരി എന്നിവരും സംഘാടകരായി പ്രവർത്തിച്ചു. ഇന്ത്യൻ സ്വാതന്ത്ര്യമായിരുന്നു സംഘടനയുടെ പരമമായ ലക്ഷ്യം. ചുവപ്പ്, കുങ്കുമം, പച്ച എന്നീ നിറങ്ങളുള്ള പതാകയിൽ രണ്ട് പഞ്ചാബി വാളുകൾ പിണച്ച് വച്ചിരിക്കുന്ന ചിഹ്നം ആലേഖനം ചെയ്തിരുന്നു. ബ്രിട്ടീഷുകാരുടെ അധിനിവേശത്തിൽനിന്നും മാതൃരാജ്യത്തെ മോചിപ്പിച്ച് ഒരു സ്വതന്ത്ര റിപ്പബ്ലിക് രൂപീകരിക്കുക എന്ന ഏറ്റവും ഉദാത്തമായ സ്വപ്നമാണ് ഗദ്ദിസ്റ്റുകൾ കൊണ്ടുനടന്നിരുന്നത്. അക്കാര്യം പ്രചരിപ്പിക്കുന്നതിനായി ഔദ്യോഗിക പ്രസിദ്ധീകരണം എന്ന നിലയിൽ 1913 നവംബർ 1-ാം തീയതി മുതൽ *ഗദ്ദർ* എന്ന നാമത്തിൽ ഒരു പത്രിക ആരംഭിക്കുകയും ചെയ്തു.

ക്യാനഡയിൽ കുടിയേറിയിരുന്ന സിഖ് വംശജർ വളരെയേറെ പ്രതിബന്ധങ്ങൾ അനുഭവിക്കേണ്ടി വന്ന നാളുകളായിരുന്നു അത്. ധാരാളം നിയന്ത്രണങ്ങൾ സർക്കാർ ഏർപ്പെടുത്തുകയും ശിഖരെ ഒറ്റപ്പെടുത്തുകയും ചെയ്തു. കനേഡിയൻ സർക്കാരിന്റെ നയങ്ങൾ സഹിക്കാതെ ബാബാ ഗുർദിത്ത് സിങ് ഒരു ജപ്പാൻ കപ്പൽ, കമാ-ഗാതു-

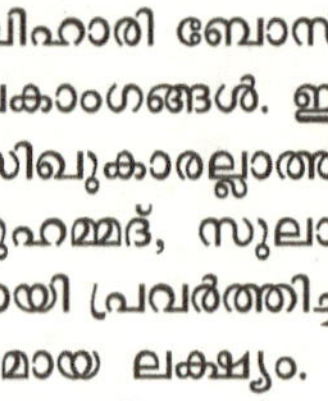

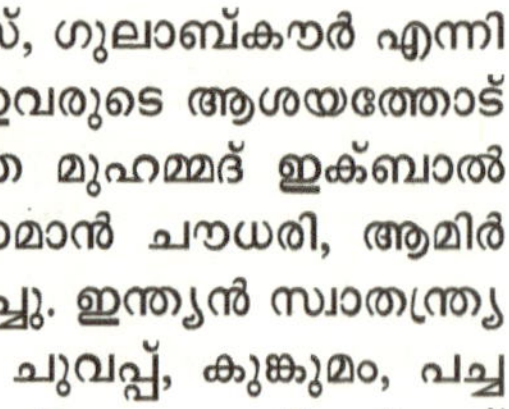

മാരു എന്ന ജപ്പാൻ നാമം മാറ്റിയിട്ട് ഗുരുനാനാക്ക് ജഹാസ് എന്ന് പേരിട്ട്, ചാർട്ടർ ചെയ്ത് 300 സിഖുകാരെയും കയറ്റി യാത്ര പുറപ്പെട്ടു. എന്നാൽ അധികാരികൾ കപ്പൽ വാൻകൂവറിൽ അടുക്കുവാൻ അനുവദിച്ചില്ല. ഇന്ത്യയിലേക്കുള്ള മടക്കയാത്രയിൽ 1914 സെപ്തംബർ 26 ന് അവരെ ബജ്ബജിൽ സ്വീകരിച്ചുവെങ്കിലും കല്ക്കത്തയിലേക്കു പോകാൻ അനുവദിച്ചില്ല. തുടർന്ന് പഞ്ചാബിലേക്കു പോകാൻ നിർബ്ബന്ധിക്കുകയും അതിനായി തയ്യാറാക്കി നിർത്തിയിരുന്ന പ്രത്യേക ട്രെയിനിൽ കയറ്റി അയക്കുകയും ചെയ്തു. അവിടെയുണ്ടായ ആകസ്മികമായ വെടിവയ്പിൽ 50 ഓളം സിഖുകാർ കൊല്ലപ്പെട്ടു. ബാബാ ഗുർദിത്ത് സിങ് ഏതാനും അനുചരർക്കൊപ്പം രക്ഷപ്പെടുകയുണ്ടായി. എന്നാൽ മറ്റുള്ളവരെ പഞ്ചാബിലെ ജയിലുകളിൽ അടച്ചു. ഇതുപോലെ അമേരിക്ക, ജപ്പാൻ, മനില, ഷാങ്ഹെയ് എന്നീ രാജ്യങ്ങളിൽനിന്നുള്ള 173 യാത്രക്കാർ താസുമാരു എന്ന കപ്പലിൽ ഒക്ടോബർ 28 ന് കല്ക്കത്തയിൽ എത്തിയപ്പോൾ അവരെ അറസ്റ്റു ചെയ്ത് ബ്രിട്ടീഷ് സർക്കാർ മോണ്ട് ഗോമെറിയിലെയും മുൾട്ടാനിലെയും ജയിലുകളിൽ അടച്ചു. അവരിൽ ഭൂരിഭാഗവും സിഖുകാരായിരുന്നു. ഇത്തരം ബോധപൂർവ്വമായ പ്രതികാരനടപടികൾ ബ്രിട്ടീഷ് സർക്കാരിൽനിന്നുമുണ്ടായതോടെ ഗദ്ദർ പോരാട്ടങ്ങളുടെ പ്രചാരവേലയിൽ നിരവധി പേർ സന്നദ്ധരായെത്തി. ഇനി ഗദ്ദർ പാർട്ടിയെക്കുറിച്ചും ഗദ്ദർ പോരാട്ടങ്ങളെപ്പറ്റിയും വിശദമായ അന്വേഷണങ്ങൾ ഇവിടെ പ്രസക്തമായിത്തീരുന്നു.

ബ്രിട്ടീഷ് ഭരണകാലത്ത് തൊഴിലാളികളായി അമേരിക്കൻ ഐക്യനാടുകളിലേക്ക് കൊണ്ടുപോയ സിഖുകാരും പഞ്ചാബിലെ ഹൈന്ദവ വിശ്വാസികളും ഇന്ത്യയിലുള്ളതിനേക്കാൾ സ്വാതന്ത്ര്യമാണ് സാൻഫ്രാൻസിസ്കോയിലും പോർട്ട്ലാന്റിലും അമേരിക്കയുടെ പശ്ചിമതീരനഗരങ്ങളിലും അനുഭവിച്ചുവന്നത്. എന്നാൽ 90കളിൽ ഇന്ത്യാക്കാർക്കു മേൽ ഉണ്ടായ ഒട്ടനവധി നിയന്ത്രണങ്ങൾ ഇന്ത്യൻ വംശജരെ പ്രകോപിതരാക്കി. ഗദ്ദർ എന്നാൽ ലഹള എന്നുതന്നെയാണ് അർത്ഥം. കാനഡ എന്ന ഭൂപ്രദേശം 1908 ൽ ഏതാണ്ട് 5000 ത്തോളം ഇന്ത്യാക്കാരെയാണ് സ്വീകരിച്ചത്. അതിൽ 99 ശതാനം പഞ്ചാബികളായിരുന്നുവെങ്കിൽ 90 ശതമാനവും സിഖുകാരായിരുന്നു. അമേരിക്കയിലും കാനഡയിലുമായി കഴിഞ്ഞിരുന്ന ഇന്ത്യാക്കാരിൽ നല്ലൊരു ശതമാനം ബർക്കളെ, സ്റ്റാൻഫോർഡ്, ഹാർവാഡ് തുടങ്ങിയ സർവ്വകലാശാലകളിൽ പഠിക്കുന്ന വിദ്യാർത്ഥികളുമായിരുന്നു.

പഞ്ചാബി ഗ്രാമങ്ങളിൽ നിന്നുപോയ കർഷക കുടുംബത്തിലെ അംഗങ്ങൾ, ഇടത്തരം കുടുംബങ്ങളിലെ അഭ്യസ്തവിദ്യർ, ബ്രിട്ടീഷ് പട്ടാളത്തിൽനിന്നോ നാട്ടുരാജാക്കന്മാരുടെ സൈന്യത്തിൽനിന്നോ വിരമിച്ച പട്ടാളക്കാർ, പിന്നെ വിദ്യാർത്ഥികൾ എന്നിങ്ങനെയുള്ള ഇന്ത്യൻ വംശജർ കാലിഫോർണിയയിലെ സ്റ്റോക്ക് ടൗൺ, പോർട്ട്ലാന്റ്, ഓറിഗോണിലെ സെന്റ് ജോൺ, വാഷിങ്ടൺ, വാൻകൂവർ, ബ്രിട്ടീഷ് കൊളം

ബിയ, വിക്ടോറിയ എന്നിങ്ങനെ നിരവധി നഗരങ്ങളിൽ ജീവിച്ചുവന്നു. 1905 ൽ ഇങ്ങനെയുള്ളവരിൽനിന്നും അമർസിങ്, ഗോപാൽസിങ്, താരക് നാഥ് ദാസ്, റാം നാഥ്പുരി എന്നിവർ ചേർന്ന് ഇന്ത്യയിലെ ബ്രിട്ടീഷ് ഭരണത്തിനെതിരെ സംഘടിക്കുവാൻ തീരുമാനിച്ചു. ഉറുദു ഭാഷയിൽ 'അസാദി ക്കാ സർക്കുലർ' എന്ന പേരിൽ ഒരു പത്രിക പ്രചാരണാവശ്യത്തിനായി അവർ ആരംഭിക്കുകയും ചെയ്തു. ഈ പത്രിക പിന്നീട് സൈനികർക്കിടയിൽ വിതരണം ചെയ്ത് ബ്രിട്ടീഷ് വിരുദ്ധ ചിന്ത അവരിൽ വളർത്തിയെടുക്കാനുള്ള പ്രചാരണ ആയുധമാക്കി മാറ്റുകയുണ്ടായി. ബ്രിട്ടീഷ് അധീനതയിലായിരുന്ന കാനഡയിലെ ഭരണസംവിധാനം ഇത് തിരിച്ചറിഞ്ഞതോടെ ഇന്ത്യൻ വംശജരെ തെരഞ്ഞുപിടിച്ച് പീഡിപ്പിക്കുവാൻ തുടങ്ങി. വിദേശ തൊഴിലാളികളെ ഒഴിവാക്കിക്കൊണ്ട് വെള്ളക്കാർക്ക് തൊഴിൽ നല്കുന്ന നിലപാട് സർക്കാർ തലത്തിൽ ഉണ്ടായപ്പോൾ ചൈനയിലും ജപ്പാനിലും എതിർപ്പുകൾ ഉണ്ടായിരുന്നെങ്കിലും ഇന്ത്യയിൽ സർക്കാർതലത്തിൽ യാതൊരു പ്രതികരണവും ഇക്കാര്യത്തിലുണ്ടായില്ല. വൈകാതെ കാനഡയിലേക്ക് പുതുതായി ആരെയും സ്വീകരിക്കേണ്ടതില്ലെന്നും അവിടെ മുൻകാലങ്ങളിൽ താമസിക്കുന്നവർക്കു മേൽ കൂടുതൽ സാമ്പത്തിക പിഴകൾ ചുമത്തുവാൻ നിശ്ചയിക്കുകയും ചെയ്തു, നിയമം മൂലം.

ഇങ്ങനെ നിരന്തര സമ്മർദ്ദങ്ങളുമായി പുറത്തുവരുന്ന ഇമിഗ്രേഷൻ നിയമത്തിനെതിരെ സംഘടിച്ച വിദേശ ഇന്ത്യക്കാർ, അവരിൽ കൂടുതലും സിഖുകാരായിരുന്നു, വാൻകൂവറിൽ 1907 ൽ ഖൽസാ ദിവാൻ സൊസൈറ്റി എന്ന സംഘടന രൂപീകരിച്ചു. അതിന്റെ ശാഖകൾ പ്രധാന കേന്ദ്രങ്ങളായ വിക്ടോറിയ, അബോട്ട്സ് ഫോർഡ്, ന്യൂ വെസ്റ്റ് മിനിസ്റ്റർ, ഫ്രേബർ ഹിൽ, ഡങ്കൺ കൂമ്പ്സ്, ഓഷ്യൻ ഹാൾസ് എന്നിവിടങ്ങളിലെല്ലാം സംഘടിപ്പിച്ചു. വാൻകൂവറിൽ സിഖുകാർ ഒരു ഗുരുദ്വാര തന്നെ സ്ഥാപിച്ചു. 1908 ജനുവരിയിൽ അത് ഉദ്ഘാടനം ചെയ്യുമ്പോൾ അത് അവിടത്തെ പ്രഥമ സിഖ് പ്രാർത്ഥനാലയമായി മാറി. 1909 ൽ വെറും ആറ് ഇന്ത്യാക്കാർക്കു മാത്രമേ കനേഡിയൻ സർക്കാർ സന്ദർശനാനുമതി നല്കിയിട്ടുള്ളൂ. അതേവർഷം ഭായി ഭാങ് സിങ് ബിക്കി വിന്ദിന്റെ നേതൃത്വത്തിൽ ഇന്ത്യൻ വംശജർ വിദേശമണ്ണിൽ ഹിന്ദുസ്ഥാൻ അസോസിയേഷൻ രൂപീകരിച്ചു. ഇന്ത്യയിലെ ബ്രിട്ടീഷ് ഭരണം അവസാനിപ്പിച്ച് ഇന്ത്യാക്കാരുടെ സ്വദേശി ഭരണസ്ഥാപനമായിരുന്നു അവരുടെ ലക്ഷ്യം. *പ്രദേശി ഖൽസ* എന്ന പേരിലും *സ്വദേശ് സേവക്* എന്നപേരിലും യഥാക്രമം പഞ്ചാബിയിലും ഉറുദുവിലുമായി രണ്ട് പത്രങ്ങളും സംഘടന തുടങ്ങി. സെന്റ് ജോണും സീറ്റെലും പ്രവർത്തന കേന്ദ്രങ്ങളാക്കി ബാബാ സോഹൻസിങ്, ഹർനാം സിങ്, ഉദ്ദംസിങ്, രഖാറാം, ഇഷാർസിങ് തുടങ്ങിയവർ സംഘടനയെ മുന്നോട്ടു നയിച്ചു. അവധി ദിവസങ്ങളിലും എല്ലാ ഞായറാഴ്ചകളിലും അവർ ഒത്തുകൂടി പ്രവർത്തനങ്ങൾ സജീവമാക്കി.

പോർട്ട്ലാന്റ് ഹിന്ദുസ്ഥാൻ അസോസിയേഷൻ 1912 ൽ ബാബാ

സോഹൻസിങ് പ്രസിഡന്റും ബി ഡി കുമാർ ജനറൽ സെക്രട്ടറിയുമായി പസഫിക് കോസ്റ്റിൽ രൂപീകരിച്ചു. ജി ഡി കുമാർ പിന്നീട് രോഗാതുര നായതോടെ ലാലാ ഹർദ്ദയാൽ ആ ചുമതല ഏറ്റെടുത്തു. പ്രസ്ഥാന ത്തിന്റെ ലക്ഷ്യവും ഉദ്ദേശ്യങ്ങളും താഴെ പറയും വിധമാണ് വിശദമാ ക്കിയിരുന്നത്.

> ഇപ്പോൾ ഇന്ന് ഇവിടെ വിദേശരാജ്യത്ത് പ്രാരംഭം കുറിച്ചു... ബ്രിട്ടീഷ് ഭരണത്തിനെതിരെയുള്ള ഒരു യുദ്ധം... എന്താണ് നിങ്ങ ളുടെ നാമധേയം? ഗദ്ദർ! എന്താണ് നിങ്ങളുടെ പ്രവർത്തനം? ഗദ്ദർ! എവിടെയാണ് ഗദ്ദർ പൊട്ടിപ്പുറപ്പെടുന്നത്? ഇന്ത്യയിൽ! പേനയു ടെയും മഷിയുടെയും സ്ഥാനം തോക്കുകളും രക്തവും ഏറ്റെടു ക്കുന്ന നാളുകൾ ഉടൻ സമാഗതമാകുമെന്ന് ഉറച്ചു വിശ്വസിക്കുക!

വളരെ ലളിതമായ വാക്കുകളിൽ അവർ ഇന്ത്യയിൽനിന്നും ബ്രിട്ടീഷ് രാജ് തൂത്തെറിയുവാൻ സായുധ പോരാട്ടം നടത്തുവാൻ തയ്യാറെടുക്കു കയാണെന്ന് പ്രഖ്യാപിച്ചു.

സംഘടനയുടെ ഔദ്യോഗിക പ്രസിദ്ധീകരണമായി ഉറുദുവിലും പഞ്ചാബിയിലും ഇറങ്ങിയ *ഗദ്ദർ* ഇങ്ങനെയൊരു പരസ്യം ഇടയ്ക്കിടെ പ്രസിദ്ധീകരിക്കുകയുണ്ടായി - ആവശ്യമുണ്ട്: ഹിന്ദുസ്ഥാനിൽ ഗദ്ദർ പാർട്ടി രൂപീകരിക്കുവാൻ സാഹസികരും ചരിത്രബോധമുള്ളവരുമായ യോദ്ധാക്കളെ ആവശ്യമുണ്ട്/ വേതനം : മരണം/ ബഹുമതി: രക്തസാ ക്ഷിത്വം/ പെൻഷൻ: സ്വാതന്ത്ര്യം/ പ്രവർത്തനമേഖല: ഹിന്ദുസ്ഥാൻ. പത്രത്തിന്റെ കോപ്പികൾ അമേരിക്കൻ ഐക്യനാടുകൾ, കാനഡ, ഫിലി പ്പൈൻസ്, ഫിജി, സുമാത്ര, ജപ്പാൻ, ഷാങ്ഹൈ, ഹോങ് കോങ്, ഹാൻകോവ്, ജാവാ, സിങ്കപ്പൂർ, മലയാ, ബർമ്മ, ഇന്ത്യ, കിഴക്കൻ ആഫ്രിക്ക എന്നിവിടങ്ങളിലൊക്കെ ഇന്ത്യൻ വംശജർക്കിടയിൽ രാഷ്ട്രീയ ലക്ഷ്യത്തോടെ വിതരണം ചെയ്തുവന്നു. സ്വാതന്ത്ര്യസമര പ്രവർത്തന ങ്ങളിൽ ഏർപ്പെടുന്നതിനായുള്ള നിർദ്ദേശങ്ങളുമായി ഗദ്ദർപാർട്ടിയുടെ അദ്ധ്യക്ഷൻ ഇന്ത്യൻ സംഘങ്ങളിൽ സന്ദർശനം നടത്തിക്കൊണ്ടിരുന്നു. മൂന്നുവർഷങ്ങൾക്കുമുൻപു നടത്തിയ ഒരു പ്രസംഗത്തിന്റെ പേരിൽ ജന റൽ സെക്രട്ടറിയായ ലാലാ ഹർദ്ദയാൽ അറസ്റ്റ് ചെയ്യപ്പെട്ടു. ബാബാ സോഹാ സിങ് അപ്പോൾ ജനറൽ സെക്രട്ടറി പദം ഏറ്റെടുത്തു. തുടർന്ന് ഭായ് ഹർനാം സിങ് പത്രത്തിന്റെ പത്രാധിപരായിത്തീരുകയും പ്രസി ഡന്റായി ഭായ് സാൻതോക് സിങ് ചുമതലയേല്ക്കുകയും ചെയ്തു.

ജപ്പാനിലെ ടോക്കിയോ യൂണിവേഴ്സിറ്റിയിൽ മൗലവി ബർക്ക ത്തുള്ള പ്രൊഫസർ ആയി ജോലി നോക്കിയിരുന്ന കാലത്ത് നിരവധി പേർ അദ്ദേഹത്തോടൊപ്പം ഗദ്ദർപാർട്ടിയിൽ ചേർന്നു. മുൻപ് സൂചിപ്പിച്ച കമാ-ഗാതു-മാരു സംഭവം ഗദ്ദർ എന്ന ആവേശത്തെ ആളിക്കത്തിച്ചു. 1914 ജൂലൈയിൽ ഒന്നാം ലോക മഹായുദ്ധം പൊട്ടിപ്പുറപ്പെട്ടു. ആഗസ്ത്

അഞ്ചാം തീയതി ഗദ്ദർപാർട്ടിയിലെ പ്രധാന നേതാക്കൾ ബ്രിട്ടീഷു കാർക്കെതിരെ യുദ്ധം പ്രഖ്യാപിക്കുകയും ഇന്ത്യയിലെത്തി ബ്രിട്ടണെ തുരത്തുവാനുള്ള നീക്കങ്ങൾ ആരംഭിക്കുകയും ചെയ്തു.

ബാബാ സോഹൻ സിങ്ങിന്റെ നേതൃത്വത്തിൽ കടൽമാർഗ്ഗം സഞ്ച രിച്ച് ബ്രിട്ടീഷ് അധിനിവേശത്തെ ചെറുക്കാൻ നടത്തിയ ശ്രമങ്ങൾ നേരത്തെ വിവരിച്ചിട്ടുണ്ട്. 1914 ഒക്ടോബർ 13 നും 1915 ഫെബ്രുവരി 25 നും ഇടയിൽ സർക്കാർ രേഖകൾപ്രകാരം വിദേശങ്ങളിൽനിന്നും 2312 ഗദ്ദർപോരാളികൾ ഇന്ത്യയിലേക്കെത്തി ബ്രിട്ടീഷ് വിരുദ്ധപോരാട്ടങ്ങളിൽ ഏർപ്പെടുകയുണ്ടായി. അത് 1916 വരെ തുടർന്നപ്പോൾ ഏതാണ്ട് 8000 ത്തിൽ അധികമായി ഇന്ത്യയിൽ പ്രവേശിച്ച ഗദ്ദർപോരാളികളുടെ സംഖ്യ! എന്നാൽ യഥാർത്ഥ സംഖ്യ സർക്കാരിനു ലഭിച്ച കണക്കുകളെ അതിശ യിപ്പിക്കുന്നതായിരുന്നു. പക്ഷേ, ബ്രിട്ടീഷ് സർക്കാരും പ്രാദേശിക നാട്ടു ഭരണവും വളരെ കരുതലോടെയിരിക്കുകയും ഗദ്ദർപോരാളികളിൽ പകു തിപ്പേരെയെങ്കിലും അറസ്റ്റു ചെയ്തു തുറുങ്കിലടയ്ക്കുകയും ചെയ്തു.

ഗദ്ദർപാർട്ടി പ്രത്യേകമായി വിദ്യാർത്ഥിവിഭാഗങ്ങളിലേക്കു കൂടി ശ്രദ്ധ കേന്ദ്രീകരിച്ചു. കൂടാതെ പട്ടാളക്കാരെയും വിവിധ ബാരക്കുകളി ലെത്തി ബന്ധപ്പെട്ടു. ജലന്ധർ, അംബാല, ഫിറോസ് പൂർ, പെഷവാർ ലാഹോറിലെ മിയാൽമീർ, ഝെലം, റാവൽപിണ്ടി, മർദ്ദാൻ, കോട്ട, ബാനു, മീററ്റ്, കാൺപൂർ, ആഗ്ര എന്നീ കന്റോൺമെന്റുകളിലെത്തി അവിടെ യുള്ള പട്ടാളക്കാർക്ക് ഗദ്ദർ പാർട്ടിയിലേക്കെത്തുവാനോ പാർട്ടിയെ പിന്തു ണയ്ക്കുവാനോ ഉള്ളവഴി തുറന്നുകൊടുത്തു. തിരിച്ച് പല ഗദ്ദർയോദ്ധാ ക്കളും ബോധപൂർവ്വം പട്ടാളത്തിൽ ചേർന്ന് പ്രവർത്തിക്കാനുമാരംഭിച്ചു. അവരുടെ ലക്ഷ്യം ആയുധങ്ങളും വെടിക്കോപ്പുകളുമായിരുന്നു. ഏറ്റവും യുക്തമായ അവസരത്തിൽ അവർക്ക് ആയുധങ്ങൾ ഗദ്ദർപ്രസ്ഥാനത്തി നായി ഉപയോഗപ്പെടുത്താനാകുമെന്നുള്ള കണക്കുകൂട്ടലുമുണ്ടായി. മാത്ര വുമല്ല ബംഗാൾവിപ്ലവകാരികളായ റാഷ്ബിഹാരി ബോസിനെപ്പോ ലുള്ളവരുടെയും സച്ചിൻ സന്യാൽ, വിഷ്ണു ഗണേഷ് പിങ്ക്ളെ തുടങ്ങി യവരുടെയും പിന്തുണ ഗദ്ദർ പാർട്ടി നേടി. തങ്ങളുടെ ആശയപ്രചാരണ ത്തിനായി ഒരു അച്ചടിശാല ആരംഭിക്കുകയും *ഗദ്ദർസന്ദേശ്, നൗജവാൻ ഉത്തോ, സച്ചസ് പുകാർ, ഐലാനി ജങ്, തിലക്, നാദർ മക്‌വ, റിക്കാബ് ഗാൻ* തുടങ്ങിയ ലഘുലേഖകൾ അച്ചടിച്ചിറക്കുകയും ചെയ്തു. ഗദ്ദറു കൾ, പഞ്ചാബി, ഉറുദ്ദു ഹിന്ദി എന്നീ ഭാഷകളിലെല്ലാം ലഘുലേഖകൾ പ്രസിദ്ധീകരിക്കുമ്പോൾ ലക്ഷ്യം വച്ചത് പട്ടാളക്കാരെയും വിദ്യാർത്ഥി കളെയും ദേശാഭിമാനികളായ സാധാരണക്കാരെയുമാണ്. നേരത്തെ സൂചിപ്പിച്ചതുപോലെ സ്വന്തം മൂവർണ്ണക്കൊടിയും ഗദ്ദർ പാർട്ടി രൂപക ല്പന ചെയ്തു. അത്യാവശ്യത്തിന് ആയുധങ്ങൾ നിർമ്മിക്കുവാൻ ഒരു കേന്ദ്രം സ്ഥാപിക്കവെ അതിന്റെ ചുമതല പാർട്ടിനേതാവുകൂടിയായ ഡോക്ടർ മാതുറാ സിംഗ് തന്നെ ഏറ്റെടുക്കുകയുമുണ്ടായി.

ഒരുക്കങ്ങളും തയ്യാറെടുപ്പുകളും പൂർത്തിയാക്കിക്കൊണ്ട് ഗദ്ദർ പാർട്ടി

യുടെ എക്സിക്യൂട്ടീവ് യോഗം 1915 ഫെബ്രുവരി പന്ത്രണ്ടിനു ചേർന്ന് ഫെബ്രുവരി ഇരുപത്തി ഒന്നിന് വിപ്ലവം ആരംഭിക്കുവാൻ തീരുമാനമെടുത്തു. ഓരേ സമയം വിവിധ കേന്ദ്രങ്ങളിൽ ആക്രമണം അഴിച്ചുവിടാനായിരുന്നു അവരുടെ പദ്ധതി. മിയാൻമിർ, ഫിറോസ്പൂർ എന്നിവിടങ്ങളിൽ പെട്ടെന്ന് ആക്രമിച്ചു കീഴടക്കുകയും അപ്പോൾതന്നെ മീററ്റ് കന്റോൺമെന്റും കീഴടക്കി ദില്ലിയിലേക്ക് ഒരുമിച്ച് മാർച്ച് ചെയ്യാനുമായിരുന്നു പ്ലാൻ. വടക്കേ ഇന്ത്യൻ അതിർത്തിയിലെ കന്റോൺമെന്റ് യൂണിറ്റുകളിലെ സൈനികർ ഗദ്ദർപക്ഷം ചേർന്നിരുന്നതിനാൽ അവർ ഒന്നാകെ വിപ്ലവത്തിൽ പങ്കെടുക്കണമെന്നും നിശ്ചയിച്ചിരുന്നു. എന്നാൽ എല്ലാ റെയിൽവേ സ്റ്റേഷനുകളിലും പ്രമുഖ നഗരങ്ങളിലും ഒട്ടുമിക്ക ഗ്രാമങ്ങളിലും ബ്രിട്ടീഷ് ഭരണസംവിധാനം രഹസ്യമായി വിവരങ്ങൾ ചോർത്തി നല്കാൻ ആളുകളെ നിയോഗിച്ചിട്ടുണ്ടായിരുന്നു. റവന്യൂ സംവിധാനത്തിലെ ഉദ്യോഗസ്ഥരായ ലംബദാറുകളും സിൽദാറുകളും വില്ലേജ് അധികാരികളുമെല്ലാം വിവരങ്ങൾ അപ്പപ്പോൾ അറിയിക്കാൻ ചുമതലപ്പെട്ടവരുമായിരുന്നു. ഗദ്ദർപാർട്ടിയിൽ തന്നെ വിവരം ചോർത്തിയെടുക്കാൻ ബ്രിട്ടീഷ് ഭരണാധികാരികൾ ആളെ നിയോഗിച്ചിരുന്നുവെന്നും കരുതേണ്ടിയിരിക്കുന്നു. കാരണം പാർട്ടിയിലെ പുതിയ നേതാക്കൾ അവരുടെ വിപ്ലവപദ്ധതികൾ മനസ്സിലാക്കുന്നതിനു മുൻപേ തന്നെ ബ്രിട്ടീഷ് അധികാരസ്ഥാപനങ്ങളിൽ ഗദ്ദർ വിപ്ലവത്തിന്റെ ചെറുതും വലുതുമായ സൂക്ഷ്മപദ്ധതികൾ എത്തിച്ചേർന്നിരുന്നു. യഥാസമയം കരുതൽ നടപടികൾ എടുക്കുവാൻ ഇതുകൊണ്ടുതന്നെ അധികാരികൾക്കു കഴിഞ്ഞിരുന്നു. ഇതൊക്കെ ഒരളവുവരെ ഗദ്ദറുകൾ മനസ്സിലാക്കിയതിന്റെ ഫലമായി അവർ പഞ്ചാബിൽ പൊലീസുകാരെ വകവരുത്തിയും രഹസ്യവിവരങ്ങൾ ചോർത്തിക്കൊടുക്കുന്നവരെ കണ്ടുപിടിച്ച് കൈകാര്യം ചെയ്തും, പാലങ്ങൾ തകർത്തും ബ്രിട്ടീഷ് സൈനികനീക്കം നടത്തിയ ട്രെയിനുകൾ അട്ടിമറിച്ചും വളരെ പെട്ടെന്ന് ആക്ഷനിലേക്കു നീങ്ങി. കൂടാതെ ബോംബ് നിർമ്മിക്കുന്ന യൂണിറ്റുകൾ ആരംഭിച്ച ഗദ്ദറുകൾ തങ്ങളുടെ യോദ്ധാക്കളെ പരമാവധി സായുധരാക്കി. ബ്രിട്ടീഷ് സർക്കാർ ശരിക്കും സമ്മർദ്ദത്തിലായി. അപകടം തൊട്ടുമുന്നിലെത്തിയതായി തിരിച്ചറിഞ്ഞു.

തങ്ങളുടെ പദ്ധതികളും ആക്രമണത്തിനായി നിശ്ചയിച്ച തീയതിയും ശത്രുക്കൾ മനസ്സിലാക്കിയെന്നറിഞ്ഞതോടെ ഗദ്ദർപാർട്ടി വളരെ പെട്ടെന്ന് യുദ്ധസജ്ജരായി. തീയതിയിൽ മാറ്റം വരുത്തി മുന്നോട്ടാക്കി 19 ആക്കി നിശ്ചയിച്ചു പക്ഷേ, ഈ വിവരവും 'കൃപാൽ' എന്ന രഹസ്യക്കാരൻ വഴി ബ്രിട്ടീഷ് പൊലീസിനു ലഭിച്ചു. അതോടെ പാർട്ടിയുടെ ഹെഡ് ക്വാർട്ടേഴ്സ് പൊലീസ് റെയ്ഡ് ചെയ്തു. ലാഹോറിന്റെ വിവിധ പാർട്ടി കേന്ദ്രങ്ങളിൽനിന്നും പതിമൂന്ന് 'അപകടകാരി'കളായ വിപ്ലവകാരികളെ അറസ്റ്റു ചെയ്തു. എല്ലാ സൈനിക കേന്ദ്രങ്ങളിലും ജാഗ്രതാ നിർദ്ദേശം നല്കി. ഇന്ത്യൻ സൈനിക ഗ്രൂപ്പുകളെ പ്രത്യേക നിരീക്ഷണത്തിലാ

ക്കി. ചില ട്രൂപ്പുകളെ നിരായുധരാക്കി. പഞ്ചാബ് പ്രവിശ്യയുടെ എല്ലാ ഭാഗത്തുനിന്നും ഗദ്ദർ യോദ്ധാക്കളെ അറസ്റ്റ് ചെയ്യുവാൻ തുടങ്ങി. കർത്താർ സിങ് സരാഭായുടെ സഹായത്തോടെ റാഷ്ബിഹാരി ബോസ് ലഹോറിൽനിന്നും വാരണാസിയിലേക്കു കടന്നു. പക്ഷേ, വിഷ്ണുഗണേഷ് പിങ്കളെയെ മീററ്റിൽനിന്നും 1915 മാർച്ച് 23 ന് അറസ്റ്റു ചെയ്തു. കസ്റ്റഡിയിലെടുത്ത എല്ലാ ഗദ്ദർപോരാളികളെയും ലാഹോർ ജയിലിൽ അടച്ച് ബ്രിട്ടീഷ് ഭരണകൂടം തല്ക്കാലം ശ്വാസംവിട്ടു. സഫലമാകും മുമ്പ് എന്നോ, ആരംഭിക്കുന്നതിന് മുമ്പ് എന്നോ പറയാം ഗദ്ദർ വിപ്ലവത്തെ ബ്രിട്ടീഷ് അധികാരികൾ ഇല്ലാതെയാക്കി! മാത്രവുമല്ല 'ഡിഫൻസ് ഓഫ് ഇന്ത്യാ ആക്ടി'ന്റെ പിൻബലത്തിൽ ഇന്ത്യാ ഗവൺമെന്റ് പഞ്ചാബ് സർക്കാരിന് ഗദ്ദർവിപ്ലവം ഇല്ലായ്മ ചെയ്യാനും ഇനിയൊരിക്കലും പുനരാനയിക്കാനാകാത്തവിധം വിപ്ലവകാരികളെ വിചാരണയ്ക്കു വിധേയമാക്കുവാനും ഉത്തരവുകളിലൂടെ അധികാരം നല്കി. പ്രത്യേക ടിബ്യൂണൽ രൂപീകരിച്ച് ലാഹോർ സെൻട്രൽ ജയിലിൽ ഗദ്ദർ പോരാളികളെ രഹസ്യവിചാരണ ചെയ്ത് നശിപ്പിക്കുവാൻ തന്ത്രങ്ങൾ മെനയുകയുമുണ്ടായി. ട്രിബ്യൂണലിലെ മൂന്നു ജഡ്ജിമാരിൽ ഒരാൾ ഇന്ത്യാക്കാരൻ ആയിരുന്നുവെന്നത് ലജ്ജയോടെ നമുക്ക് ഓർക്കുകയും ചെയ്യാം!

ലഹോർ ഗൂഢാലോചന കേസ് എന്ന് നാമകരണം ചെയ്ത് പ്രത്യേക ട്രിബ്യൂണൽ, ബാച്ചുകളായി ഗദ്ദറുകളെ വിചാരണയ്ക്കു വിധേയമാക്കി. 1915 ഏപ്രിൽ 26 ന് ആരംഭിച്ച വിചാരണയിൽ ആദ്യഘട്ട നടപടികൾക്കു വിധേയരായത് 291 പേരാണ്. ഇവരിൽ 42 പേർക്ക് വധശിക്ഷയും 114 പേർ ആജീവനാന്ത നാടുകടത്തലും 93 പേർ ജയിൽവാസവും ഏറ്റുവാങ്ങേണ്ടിവന്നു. എല്ലാവരുടെയും വസ്തുവകകൾ മുഴുവൻ കണ്ടുകെട്ടി. ശിക്ഷകൾ ഇളവു ചെയ്യാനോ നിരപരാധിത്തം തെളിയിക്കാനോ ആരും ആവശ്യപ്പെട്ടില്ലെന്നത് ബ്രിട്ടീഷുകാരെ അത്ഭുതപ്പെടുത്തി. തൂക്കിലേറ്റപ്പെട്ട ദേശാഭിമാനികളായ ഗദ്ദർ വിപ്ലവകാരികളിൽ നേതാക്കളായ കർത്താർ സിങ് സരാഭാ, ജഗത്സിങ് (സർസിങ്), വിഷ്ണുഗണേഷ് പിങ്ക്ളെ, ഹർണാംസിങ്, സിയാൻകോട്ട്, ഇഷാർസിങ്ങിന്റെ മകൻ ബക്ഷീവ് സിങ്, ഖുർദ് പൂരിലെ ഭായ് ബൽവന്ത് സിങ്, ബാബുറാം, ഹർണാംസിങ്, ഹാഫിസ് അബ്ദുള്ള, സങ്ക് വാളിലെ റൂർസിങ് എന്നിവരുമുൾപ്പെട്ടിരുന്നു.

മാറിയ സാഹചര്യത്തിൽ ഗദ്ദർ വിപ്ലവത്തോട് ഐക്യദാർഢ്യം പ്രഖ്യാപിച്ചിരുന്ന സൈനിക യൂണിറ്റുകൾ നിശ്ശബ്ദത പാലിക്കുകയായി. എങ്കിലും 26 പഞ്ചാബി, 7 രാജ്പുത്ര, 12 കവൽറി, 23 കവൽറി, 128 പയനീർസ്, മലയാ സ്റ്റേറ്റ് ഗൈഡ്സ്, 23 മൗണ്ടൻ ബാറ്ററി, 130 ബലൂചികൾ, 23 പഞ്ചാബി എന്നീ സൈനികയൂണിറ്റുകൾ മൗനം വെടിഞ്ഞ് ഗദ്ദർവിപ്ലവത്തെ പിന്തുണച്ചത് പരസ്യമായി പ്രഖ്യാപിച്ചു. സിങ്കപ്പൂരിൽ തമ്പടിച്ചിരുന്ന അഞ്ചാം ലൈറ്റ് ഇൻഫന്ററിയിലെ 700 ഓളം വരുന്ന സൈനികർ ഫെബ്രുവരി പതിനഞ്ചിന് വിപ്ലവം നടത്തി കോട്ടയുടെ അധികാരം കൈവ

ശപ്പെടുത്തി സ്വാതന്ത്ര്യം പ്രഖ്യാപിച്ചു. പക്ഷേ, ബ്രിട്ടീഷ് സൈന്യം അവരെ പരാജയപ്പെടുത്തുകയും 126 സൈനികരെ കോർട്ട് മാർഷൽ ചെയ്ത് വിചാരണയിൽ 37 പേർക്ക് വധശിക്ഷയും 41 പേർക്ക് ആജീവാനന്ത നാടുകടത്തലും മറ്റുള്ളവർക്ക് വിവിധ കാലഘട്ടങ്ങളിലേക്ക് കഠിന തടവും വിധിച്ചു. മറ്റു യൂണിറ്റുകളിലെ സൈനികരും ഈ വിധമുള്ള ശിക്ഷകൾക്കു വിധേയരായിക്കൊണ്ടിരുന്നു. ഇറാൻ, ഇറാഖ്, ടർക്കി എന്നിവിടങ്ങളിലെല്ലാം ഗദ്ദർ പാർട്ടിയുടെ ആശയം ഉൾക്കൊണ്ട ഇന്ത്യൻ സൈനികർ ബ്രിട്ടനെതിരെ ആയുധമെടുത്തുവെങ്കിലും എല്ലായിടത്തും അന്തിമ വിജയം വെള്ളക്കാർക്കുതന്നെയായിത്തീർന്നു.

ഗദ്ദർപാർട്ടിയുടെ പ്രതിനിധികൾ ജർമ്മനി, ടർക്കി, അഫ്ഗാനിസ്ഥാൻ, ചൈന തുടങ്ങിയ ഇതര രാജ്യങ്ങളുടെ നേതാക്കളെ ബന്ധപ്പെട്ടുവെങ്കിലും പ്രതീക്ഷിച്ച വിധം സഹായങ്ങൾ ലഭിച്ചില്ല. ചിലയിടങ്ങളിൽ നിന്നും ആയുധസഹായം ലഭിച്ചുവെങ്കിലും അവ നാട്ടിലെത്തിക്കുവാനും യഥാസമയം കഴിഞ്ഞില്ല. ഒന്നാം ലോക മഹായുദ്ധകാലത്ത് വിപ്ലവകാരികൾ സ്വിറ്റ്സർലാന്റിലെത്തി 'ഇന്ത്യൻ റവല്യൂഷണറി സൊസൈറ്റി' രൂപീകരിച്ചിരുന്നു. കാബൂളിൽ ഈ വിധം സൊസൈറ്റി രൂപീകരിച്ച് ഒരു പ്രൊവിഷണൽ ഗവൺമെന്റ് ഉണ്ടാക്കിയെങ്കിലും ഇന്ത്യയിലുള്ള പ്രസ്ഥാനവുമായി ബന്ധപ്പെടാൻ അവർക്ക് കഴിഞ്ഞിരുന്നുമില്ല. ഗദ്ദറുകളുമായി ധാരണയുണ്ടാക്കാനായെങ്കിലും വേണ്ടത്ര വിജയം കണ്ടില്ല എന്നതിനാൽ റവല്യൂഷണറി സൊസൈറ്റിയും നിഷ്ക്രിയമായി.

ഇന്ത്യയുടെ സ്വാതന്ത്ര്യത്തിനായി പഞ്ചാബിലെ മണ്ണിൽ രൂപം കൊണ്ട വിവിധ വിപ്ലവപ്രസ്ഥാനങ്ങളിൽ ഗദ്ദർ പാർട്ടി കൂടുതൽ കരുത്തോടെ ചില യുദ്ധതന്ത്രങ്ങൾ ആവിഷ്കരിക്കുകയുണ്ടായി. എന്നാൽ വിജയം കാണാതെ പോയ അത്തരം മുന്നേറ്റങ്ങൾ പില്ക്കാല സമരമുഖങ്ങൾക്ക് ആവേശമായും പ്രചോദനമായും മാറുകയുണ്ടായതായി ചരിത്രം രേഖപ്പെടുത്തുന്നു. പഞ്ചാബിൽ പിന്നീട് ശക്തമായിത്തീർന്ന അകാലിപ്രസ്ഥാനത്തിന് ഗദ്ദർ പാർട്ടി ഉൾപ്പെടെയുള്ള മുൻകാല വിപ്ലവ ജനമുന്നേറ്റങ്ങൾ ഏകിയ കരുത്ത് ചെറുതല്ലെന്നു കാണാം. ബബർ അകാലിപ്രസ്ഥാനത്തിന്റെ ചുക്കാൻ പിടിച്ചവരിൽ നിരവധി ഗദ്ദറിസ്റ്റുകൾ ഉണ്ടായിരുന്നതായും മനസ്സിലാക്കാം. പഞ്ചാബിന്റെ മണ്ണു സ്വാതന്ത്ര്യത്തിനായുള്ള തീരാത്ത മോഹങ്ങൾ വീണ്ടും കരുപ്പിടിപ്പിക്കുകയായിരുന്നു.

ശിരോമണി ഗുരുദ്വാരാ പ്രബന്ധക് കമ്മിറ്റി

അമൃത്സറിലെ അകാൽത്തക്തിനു സമീപം അകാലി നേതൃത്വം സിഖ് വിശ്വാസികളുടെ ഒരു ജനറൽ അസംബ്ലി 1920 നവംബർ 15 ന് വിളിച്ചു ചേർത്തു. ഹരിമന്ദിർ സാഹിബ് ക്ഷേത്രസമുച്ചയവും ഇതര ഗുരുദ്വാരകളും സംരക്ഷിക്കുന്നതിനും ഭരണനിർവ്വഹണം സുതാര്യമായി നടത്തുന്നതിനുമായിട്ടുള്ള ഒരു ജനകീയ സമിതി രൂപീകരിക്കുകയായിരുന്നു ലക്ഷ്യം. ആ ദിവസത്തിന് രണ്ടുനാൾ മുൻപ് ബ്രിട്ടീഷ് ഭരണാധികാരികൾ 36 സിഖുകാർ ഉൾപ്പെട്ട ഒരു സർക്കാർ കമ്മിറ്റിയെ ഗുരുദ്വാരകളുടെ ഭരണനിർവ്വഹണത്തിനായി നിർദ്ദേശിക്കുകയുണ്ടായി. എന്നാൽ വെള്ളക്കാരൻ മാത്രം നാമനിർദ്ദേശം ചെയ്ത കമ്മിറ്റിയല്ല ജനങ്ങളുടെ വിശ്വാസത്തെയും വിവേചനാധികാരത്തെയും മുഖവിലയ്ക്കെടുക്കുന്ന ജനകീയ സമിതിയാണ് വേണ്ടതെന്ന ചിന്തയിലാണ് അകാലി നേതൃത്വം വിപുലമായ ജനസഭ വിളിച്ചുചേർത്തത്. അങ്ങനെ അവിടെ 175 പേർ ഉൾപ്പെടുന്ന ഒരു സമിതി നിലവിൽ വന്നു- 'ശിരോമണി ഗുരുദ്വാര പ്രബന്ധക് കമ്മിറ്റി' എന്ന പേരിൽ. സർക്കാർ നിയോഗിച്ച കമ്മിറ്റിയംഗങ്ങളെയും ജനകീയ സമിതിയിലേക്ക് ഉൾപ്പെടുത്തുവാൻ അകാലിനേതൃത്വം സന്നദ്ധത കാട്ടി.

ആദ്യത്തെ ശിരോമണി ഗുരുദ്വാരാ പ്രബന്ധക് കമ്മിറ്റിയുടെ വൈസ് പ്രസിഡന്റ് ആയി ഹർബൻസ് സിങ് അട്ടാരിയും സെക്രട്ടറിയായി സുന്ദർസിങ് രാംഗാറിയയും ചുമതലയേറ്റു. സിഖുകാരുടെ ആരാധനാകേന്ദ്രങ്ങളുടെ നവീകരണത്തിനാണ് ഗുരുദ്വാരാ പ്രബന്ധക് കമ്മിറ്റി പരിഗണന നല്കിയത്. കമ്മിറ്റിയുടെ പ്രവർത്തനങ്ങൾ സജീവമായതോടെ ഓരോരോ ഗുരുദ്വാരകളുടെയും ചുമതല കമ്മിറ്റി ഏറ്റെടുക്കുവാൻ തുടങ്ങി. സ്വാഭാവികമായും ഗുരുദ്വാരകൾ കൈപ്പിടിയിൽ ഒതുക്കിയിരുന്ന

ശിരോമണി ഗുരുദ്വാര പ്രബന്ധക് കമ്മിറ്റി

അതാതിടങ്ങളിലെ മഹന്തുകൾ എതിർക്കുകയും ചെയ്തു. പക്ഷേ, എതിർപ്പുകളെ അതിജീവിക്കുവാനുള്ള നിശ്ചയദാർഢ്യവും അധികാര പിൻബലവും ശിരോമണിഗുരുദ്വാരാ പ്രബന്ധക് കമ്മിറ്റി ആർജ്ജിച്ചു കഴിഞ്ഞിരുന്നു. കമ്മിറ്റിയിൽ അംഗമായിരുന്ന മാസ്റ്റർ താരാസിങ് ഇക്കാലഘട്ടത്തിൽ സജീവമായി സിഖ് മതകാര്യങ്ങളിൽ ശ്രദ്ധിക്കുകയും അഭിപ്രായങ്ങൾ സ്വരൂപിക്കുന്നതിൽ നിർണ്ണായക പങ്കുവഹിക്കുവാനും തുടങ്ങി.

പഞ്ചാബിന്റെ ഗ്രാമങ്ങളിലും നഗരങ്ങളിലും മറ്റും 1920 കൾ മുതൽ തന്നെ മതനവീകരണവാദികൾ സ്വതന്ത്രമായ മതസംവിധാനം ആരംഭിച്ചിരുന്നു. 'ജത്താ' എന്നറിയപ്പെട്ട ഈ അടിസ്ഥാന സംവിധാനം പ്രാദേശിക ഗുരുദ്വാരയുടെ നിയന്ത്രണം ഏറ്റെടുക്കുകയായിരുന്നു ആദ്യം ചെയ്തത്. 'ജത്തേദാർ' എന്നറിയപ്പെടുന്ന ഒരാൾ ആ ഗുരുദ്വാരയുടെ പ്രവർത്തനങ്ങൾ നിയന്ത്രിച്ചുവന്നു. ഒരു ഗുരുദ്വാരയിൽനിന്നും മറ്റൊന്നിലേക്ക് ജത്തേദാർ മാറിപ്പോയി ചുമതലകൾ നിർവ്വഹിക്കുന്ന സന്ദർഭങ്ങളും ഉണ്ടാകാറുണ്ട്.

സിഖ് നേതൃത്വത്തിലെത്തിയ നേതാക്കൾ തങ്ങളുടെ മുന്നേറ്റത്തിന് പത്രങ്ങളുടെ സഹായസഹകരണങ്ങൾ അനിവാര്യമാണെന്ന് മനസ്സിലാക്കി. *ദ ഇൻഡിപെൻഡന്റ്, ദി ട്രിബ്യൂൺ* ലിബറൽ എന്നീ ഇംഗ്ലീഷ് പത്രങ്ങൾ, *സ്വരാജ്* എന്ന ഹിന്ദിപത്രം *കേസരി, മിലാപ്, സമീന്ദാർ* എന്നീ ഉറുദു പത്രങ്ങൾ *അകാലി, അകാലി തേ പർദേശി* എന്നീ പഞ്ചാബി പത്രങ്ങൾ എന്നിവ സിഖ് സമൂഹത്തിന് താങ്ങും തണലുമായി വർത്തിച്ചു.

മുൻസൂചിപ്പിച്ച പഞ്ചാബി പത്രങ്ങൾ സിഖ് നേതാവായ മാസ്റ്റർ താരാസിങ് തന്നെ എഡിറ്റ് ചെയ്തവയുമായിരുന്നു. നവീകരണത്തിനായി സിഖ് സമൂഹത്തെ സജ്ജരാക്കുന്നതിനും അതിനായി ഇറങ്ങിത്തിരിക്കുന്നതിനും പത്രങ്ങൾ വഴിയുള്ള പ്രചാരണങ്ങൾ സഹായിച്ചു. സെൻട്രൽ സിഖ് ലീഗിന്റെയും ഇന്ത്യൻ നാഷണൽ കോൺഗ്രസിന്റെയും ശിരോമണി ഗുരുദ്വാരാ പ്രബന്ധക് കമ്മിറ്റിയുടെയും പ്രത്യക്ഷവും പരോക്ഷവുമായ പിൻബലത്തിൽ 'ശിരോമണി അകാലിദൾ' ഗുരുദ്വാരകളുടെയാകെ നിയന്ത്രണം ലഭിക്കണമെന്ന ആവശ്യവുമായി സർക്കാരിനെതിരെ അഹിംസയിൽ അടിയുറച്ച പോരാട്ടത്തിനിറങ്ങി.

ശിരോമണി ഗുരുദ്വാര പ്രബന്ധക് കമ്മിറ്റിയുടെ മീറ്റിങ് 1921 ജനുവരി 14 ന് നടക്കുമ്പോഴാണ് താൺതരണിൽ ചില അനിഷ്ടസംഭവങ്ങൾ നടന്നതായുള്ള റിപ്പോർട്ട് ലഭിക്കുന്നത്. രണ്ടാഴ്ചയ്ക്കു മുൻപ് പ്രദേശത്തെ ഒരു 'ജത്താ'യിൽ ചുമതലക്കാരനെ മർദ്ദിക്കുകയും 'കീർത്തൻ' ആലപിക്കാൻ അനുവദിക്കാതെ പ്രാർത്ഥന മുടക്കുകയും ചെയ്തു ചിലർ. ഗുരുദ്വാരയിലേക്ക് ജിതേന്ദർ തേജ് സിങ്ങിന്റെ നേതൃത്വത്തിൽ ഒരു ജത്തേദാറെ അയക്കാൻ പ്രബന്ധക് കമ്മിറ്റി തീരുമാനിച്ചു. കർത്താർ സിങ് ജബ്ബാറും ഖരാസൗദബാരിൽനിന്നുള്ള അകാലികളുടെ സംഘവും അവരെ അനുഗമിച്ചു. താൺതരണിലെ ശ്രീദർബാർ സാഹിബിന്റെ ഭരണം ജനുവരി 25 ന് ആ സംഘം ഏറ്റെടുത്തു. 40 പേരടങ്ങിയ ആ സംഘത്തിന് ശക്തമായ എതിർപ്പു നേരിടേണ്ടി വന്നു. ഗുരുദ്വാരയിലെ പ്രകോപിതരായ മഹന്തുകളുടെ കിങ്കരന്മാരിൽ നിരവധി പേർക്ക് പരിക്കേറ്റു. രണ്ട് അകാലികൾ കൊല്ലപ്പെട്ടു. എന്തായാലും ഗുരുദ്വാരയുടെ ഭരണം പൂർണ്ണമായി ശിരോമണി ഗുരുദ്വാരാ പ്രബന്ധക് കമ്മിറ്റിയുടെ നിയന്ത്രണത്തിലായിത്തീർന്നു.

പഞ്ചാബ് പ്രവിശ്യയിലെ ഗുരുദ്വാരകൾ എല്ലാംതന്നെ ഏറ്റെടുക്കുന്നതിനായി സിഖ് നേതൃത്വത്തെ സഹായിക്കുക എന്ന ലക്ഷ്യവുമായി ബ്രിട്ടീഷ് ഗവർണർ മാൽക്കം ഹെയ്‌ലി ലെജിസ്ലേറ്റീവ് കൗൺസിലിലെ അംഗങ്ങളായ അഞ്ചു സിഖ് നേതാക്കളെ ഉൾപ്പെടുത്തി ഒരു കമ്മിറ്റി രൂപീകരിക്കുവാൻ നിർദ്ദേശിച്ചു. ലാഹോർ കോട്ടയിൽ തടവിൽ കഴിഞ്ഞുവന്ന അകാലി നേതാക്കൾക്കു മുന്നിൽ ഹെയ്‌ലി ഒരു പുതിയ ഗുരുദ്വാര ബില്ലിന്റെ കരട് അവതരിപ്പിച്ചു. മാസ്റ്റർ താരാസിങ്, അഡ്വക്കേറ്റ് ഭാഗ് സിങ്, അഡ്വ. ഗുരുചരൺസിങ്, തേജ്സിങ് അക്കേർപുരി, സോഹൻ സിങ് ജോഷ്, സർദാർ തേജ്സിങ് സാമുൻദ്രി എന്നിവർ പ്രസ്തുത ബില്ലിന്റെ ഓരോ വകുപ്പുകളും കൂലങ്കഷമായി പരിശോധിച്ചു. അകാലികളുടെ എല്ലാ ആവശ്യങ്ങളും അഭിസംബോധന ചെയ്യുന്ന ബിൽ 1925 ജൂലൈ 28 ന് പഞ്ചാബ് ലെജിസ്ലേറ്റീവ് കൗൺസിലിന്റെ റാറ്റിഫിക്കേഷനോടുകൂടി ഇന്ത്യയുടെ ഗവർണർ ജനറൽ അംഗീകരിച്ച് നിയമമാക്കി. പഞ്ചാബ് സർക്കാരിന്റെ ഗസറ്റ് വിജ്ഞാപനം വഴി നവംബർ 1 ന് 'ഗുരുദ്വാരാ ആക്ട് 1925' പ്രാബല്യത്തിൽ വന്നു.

ഗുരുദ്വാരാ ആക്ടിന്റെ അടിസ്ഥാനത്തിൽ എല്ലാ പ്രധാന സിഖ് ഗുരുദ്വാരകളുടെയും അധികാരാവകാശം തെരഞ്ഞെടുക്കപ്പെടുന്ന കേന്ദ്ര ഗുരുദ്വാരാ ബോർഡിൽ നിക്ഷിപ്തമാകും. ആദ്യത്തെ കേന്ദ്രഗുരുദ്വാര ബോർഡിൽ തന്നെ ഒരു പ്രമേയത്തിലൂടെ ആ സംവിധാനത്തിന്റെ പേര് ശിരോമണി ഗുരുദ്വാരാ പ്രബന്ധക് കമ്മിറ്റി എന്നാക്കി മാറ്റി. മൂന്നാം സിഖ് യുദ്ധം എന്ന ഇരട്ടപ്പേരിൽ അറിയപ്പെട്ടിരുന്ന ഗുരുദ്വാരകളെ സംബന്ധിച്ച തർക്കങ്ങൾ അതോടെ അവസാനിച്ചു. പഞ്ചാബ് സർക്കാരാകട്ടെ ശിരോമണി ഗുരുദ്വാരാ പ്രബന്ധക് കമ്മിറ്റിയും അതുപോലെയുള്ള മറ്റ് സിഖ് സംഘങ്ങൾക്കുമെതിരെ ഇറക്കിയിരുന്ന നിരോധനങ്ങൾ പിൻവലിക്കുകയും ഗുരുദ്വാരാ ആക്ടിനു വിധേയമായി ഇനിമുതൽ സിഖ് ആരാധനാലയങ്ങളുടെ പ്രവർത്തനം നടപ്പിലാകുമെന്ന് ലോകത്തെ അറിയിക്കുകയും ചെയ്തു. കൂടാതെ ശിരോമണി ഗുരുദ്വാർ പ്രബന്ധക് കമ്മിറ്റി പുതിയതായി പ്രാബല്യത്തിൽ വന്ന നിയമനത്തിന്റെ പരിരക്ഷയിലുള്ള സമിതിയാകുകയാണ്. ആ കമ്മിറ്റി മാത്രമായിരിക്കും ആധികാരിക സിഖ് പ്രസ്ഥാനമെന്ന് തീർപ്പുകല്പിക്കുകയുണ്ടായി.

ബ്യൂറോക്രസിക്കു മുന്നിലും ബ്രിട്ടീഷ് സർക്കാരിനു മുന്നിലും വർഷങ്ങളായി നടത്തിവന്ന നിരന്തര സമരങ്ങളുടെ വിജയമായിട്ടാണ് സിഖ് സമൂഹവും അകാലിനേതൃത്വവും 1925 ലെ ഗുരുദ്വാരാ ആക്ടിനെ കണ്ടത്. സിഖ് സമൂഹം മുന്നോട്ടുവച്ച ഒട്ടുമിക്ക ആവശ്യങ്ങളും ഈ ആക്ടിന്റെ നടപ്പിലാക്കലിലൂടെ പരിഹൃതമായി. നിലവിൽ വന്ന പുതിയ നിയമത്തിനെ അനുസരിച്ച് പ്രവർത്തിച്ചുകൊള്ളാം എന്ന ഉറപ്പിന്മേൽ തടവിലായിരുന്ന സിഖ് നേതാക്കളെയെല്ലാം മോചിപ്പിക്കാമെന്ന് ഗവൺമെന്റ് അറിയിച്ചു. എന്നാൽ തടവിലായ അകാലി നേതാക്കളെ മോചിപ്പിക്കുന്നതിന് ഇങ്ങനെയൊരു വ്യവസ്ഥ വച്ചത് അനുചിതവും അധാർമ്മികവും അനീതിയുമാണെന്ന് ശിരോമണി അകാലിദളും എക്സിക്യൂട്ടീവ് കമ്മിറ്റിയും വെളിപ്പെടുത്തി.

സർക്കാർ മുന്നോട്ടുവച്ച വ്യവസ്ഥകൾ പാലിച്ചുകൊള്ളാമെന്ന് രേഖാമൂലം എഴുതിക്കൊടുത്തിട്ട് അകാലിനേതാക്കളായ ചിലർ ജയിൽ മോചിതരായി. മെഹ്താബ് സിങ്, ഗ്യാനി ഷേർസിങ് എന്നിവരും ഒപ്പമുള്ള ഇരുപത് അകാലി നേതാക്കളുമാണിങ്ങനെ പുറത്തുവന്നത്. എന്നാൽ മാസ്റ്റർ താരാസിങ്, അഡ്വ. ഭാഗ്സിങ്, തേജ്സിങ് സാമുൻദ്രി, തേജ്സിങ് അക്കേർപുരി എന്നിവരും മറ്റ് 15 അകാലിനേതാക്കളും വ്യവസ്ഥകൾക്കു വിധേയമായി ജയിൽമോചനം ആവശ്യമില്ലെന്നും വ്യക്തമാക്കി. തങ്ങളുടെ ആത്മാഭിമാനത്തെ ചോദ്യം ചെയ്യുന്നതാണീ വ്യവസ്ഥ എന്ന് മാസ്റ്റർ താരാസിങ് ഉറപ്പിച്ചു പറഞ്ഞു. ഇപ്പോൾ അംഗീകരിക്കപ്പെട്ട ഗുരുദ്വാരാ ആക്ട് ഞങ്ങൾകൂടി ഇരുന്ന് ചർച്ചചെയ്ത് പ്രാവർത്തികമാക്കിയ നിയമമാണ്. അത് നടപ്പിലാക്കുവാനുള്ള ഉത്തരവാദിത്വവും നിയമം അനുസരിക്കുവാനുള്ള ജനാധിപത്യബോധവും സിഖ് സമൂഹത്തിനുണ്ടെന്നും അതൊരു മോചനവ്യവസ്ഥയാക്കേണ്ടതില്ലെന്നും മാസ്റ്റർ താരാസിങ് പറ

ഞ്ഞു. മാസ്റ്റർ താരാസിങ്ങിനെതിരെ ഉന്നയിച്ചിരുന്ന ആരോപണങ്ങൾക്കൊന്നിനും തെളിവുണ്ടാക്കുവാൻ പഞ്ചാബ് സർക്കാരിനു കഴിയാത്ത സാഹചര്യത്തിൽ താരാസിങ്ങിനെയും മറ്റുള്ളവരെയും ഉപാധികളില്ലാതെ സർക്കാരിന് ജയിലിൽനിന്നും മോചിപ്പിക്കേണ്ടിവന്നു. ഏതാനും മാസങ്ങൾക്കു ശേഷം മുഴുവൻ അകാലി നേതാക്കളെയും ജയിൽവാസത്തിൽ നിന്നും വിടുതൽ ചെയ്യുവാനും സർക്കാർ നിർബ്ബന്ധിതമായി. എന്നാൽ ഇതിനിടയിൽ തേജ്സിങ് സാമുൻദ്രി ഹൃദയസ്തംഭനംമൂലം ജയിലിൽ വച്ച് മരണമടയുകയും ചെയ്തു. ബ്രിട്ടീഷ് സർക്കാരിന്റെ വിചാരണയുടെ വേളയിൽ ജയിലിൽ കിടന്നുകൊണ്ട് അകാലിനേതാക്കൽ കാട്ടിയ ധീരോചിതമായ സിഖ് വീര്യം എല്ലാവരുടെയും അനുമോദനങ്ങൾക്ക് കാരണമായിത്തീർന്നപ്പോൾ സ്വാഭാവികമായും പ്രതിഷേധങ്ങളൊന്നുമില്ലാതെ ഉപാധികൾ അംഗീകരിച്ച് ജയിൽ മോചിതരായിത്തീർന്ന മെഹ്താബ് സിങ്ങും കൂട്ടരും രാഷ്ട്രീയരംഗത്തുനിന്നും നിഷ്കാസിതരായ പോലെ തോന്നി. അങ്ങനെ 'ഒത്തുതീർപ്പുകാർ' എന്ന അപഖ്യാതിയുമായി നിലകൊണ്ട മെഹ്താബ് സിങ് വിഭാഗം അകാലികൾക്കിടയിൽ മറ്റൊരു ഗ്രൂപ്പ് ആയിമാറി. 'റായ്ബഹാദൂർ പാർട്ടി' എന്ന പേരിൽ മെഹ്താബ് സിങ് പ്രസിഡന്റായി മറ്റൊരു അകാലി വിഭാഗവും രൂപീകൃതമായി. ഈ വിമതർക്കെതിരെ അകാലി പാർട്ടി കാര്യമായ പ്രചാരണ പരിപാടികളുമായി ജനങ്ങൾക്കിടയിലേക്കെത്തി.

ശിരോമണി ഗുരുദ്വാരാ പ്രബന്ധക് കമ്മിറ്റിയിലേക്കുള്ള പൊതുതിരഞ്ഞെടുപ്പ് അടുത്തു വന്നിരുന്നു. ഇരുവിഭാഗങ്ങളും വാശിയോടെ മത്സരരംഗത്തെത്തി. ഭൂരിപക്ഷം നേടി അകാലി പാർട്ടി ഔദ്യോഗികമായി വിജയിച്ചു. വിമതരിൽനിന്നും ആർക്കും ജനങ്ങളുടെ വിശ്വാസം നേടാനായില്ല. പുതുതായി വിജയിച്ചുവന്ന കമ്മിറ്റി തങ്ങളുടെ പ്രസിഡന്റ് ആയി ഖരക് സിങ്ങിനെയും മാസ്റ്റർ താരാസിങ്ങിനെ വൈസ് പ്രസിഡന്റായും തിരഞ്ഞെടുത്തു. അപ്പോഴും ബാബാ ഖരക് സിങ് മോചിതനാകാത്തതിനാൽ മാസ്റ്റർ താരാ സിങ്ങിന് ആ ചുമതലകൂടി ഏറ്റെടുക്കേണ്ടിയും വന്നു.

ഗുരുദ്വാരാ ആക്ട് 1925 ന് പിന്നീട് ഒരു പരിഷ്കരണം ഉണ്ടാകുന്നത് 1953 ൽ ആണ്. ഈ അമന്റ്മെന്റിൽ പറഞ്ഞിരുന്നത് ശിരോമണി ഗുരുദ്വാര പ്രബന്ധക് കമ്മിറ്റി എന്ന എസ് ജി പി സിയിലെ 140 അംഗസംഖ്യയിൽ 20 സീറ്റുകൾ സിഖ് സമൂഹത്തിലെ ഷെഡ്യൂൾഡ് കാസ്റ്റിൽപ്പെട്ടവർക്കായി സംവരണം ചെയ്യണം എന്നായിരുന്നു. സിഖ് സമൂഹത്തിന്റെ വിശ്വാസപ്രമാണങ്ങളെയും ഗുരുദ്വാരകൾ എന്ന ആരാധനാലയങ്ങളെയും സംരക്ഷിച്ചുകൊണ്ട് എസ് ജി പി സി അതിന്റെ ദൗത്യം ഇന്നും അഭംഗുരം നിറവേറ്റിക്കൊണ്ടിരിക്കുന്നു, മാതൃകാപരമായ ഒരു ജനാധിപത്യ സംവിധാനത്തിലൂടെ.

പഞ്ചാബും ദേശീയബോധവും

രാജ്യത്തിന്റെ ചരിത്രനിർമ്മിതിയിൽ നിർണ്ണായക സ്വാധീനം ചെലുത്തി ദേശീയധാരയുടെ മുൻപന്തിയിൽനിന്ന രാഷ്ട്രീയ പാരമ്പര്യമാണ് പഞ്ചാബ് കൈയാളുന്നത്. ബ്രിട്ടീഷ് അധിനിവേശത്തിനെതിരെ നിലകൊണ്ട മഹാറാണി ജിൻദ് കൗർ, ബാബാ റാംസിങ് കുക്കാ, സർദാർ താക്കർ സിങ് സന്ധ്‌വാലിയ, മഹാരാജ ദിലീപ്സിങ്, ഭായ് മഹാരാജ് സിങ് എന്നിവരെല്ലാം ഒരേ തുടർച്ചയുടെ ഭാഗമാണ്. പഞ്ചാബിലെ കർഷകർ ബ്രിട്ടീഷ് കോളനിയിൽ ഉയർത്തിയ പ്രതിഷേധസമരങ്ങളും ഗദ്ദർപാർട്ടി അതിശക്തമായി ആവിഷ്കരിച്ച സായുധ പോരാട്ടങ്ങളും സ്വാതന്ത്ര്യത്തിലേക്കു കുതിക്കാനാഗ്രഹിച്ച ഒരു ജനതയുടെ അഭിവാഞ്ഛകളായിരുന്നു. ജാലിയൻവാലാബാഗിൽ 1919 ൽ ബ്രിട്ടീഷ് സാമ്രാജ്യത്വം നടത്തിയ കൂട്ടക്കൊലയും അവിടെ പഞ്ചാബിന്റെ വീരപുത്രന്മാർ സമർപ്പിച്ച ജീവിതങ്ങളും സ്വാതന്ത്ര്യസമര ജ്വാലയെ ആളിക്കത്തിച്ചു.

അമൃത്സറിൽ 1919 നടന്ന സെൻട്രൽ സിഖ് ലീഗ്, ഇന്ത്യൻ നാഷണൽ കോൺഗ്രസ് സെഷന്റെ ഭാഗമായിട്ടാണ് സംഘടിപ്പിച്ചിരുന്നതെങ്കിലും പഞ്ചാബിലെ സ്വാതന്ത്ര്യകാംക്ഷയുള്ള ദേശീയവാദികളെല്ലാം അതിൽ പങ്കെടുത്തിരുന്നു. കൂടാതെ 1920 സെപ്തംബർ 20 ന് കല്ക്കത്തയിൽ നടന്ന ഇന്ത്യൻ നാഷണൽ കോൺഗ്രസിന്റെ പ്രത്യേക സെഷനിൽ അഹിംസ, നിസ്സഹകരണം എന്നിവയുൾക്കൊള്ളുന്ന മഹാത്മാഗാന്ധിയുടെ പ്രമേയം അംഗീകരിക്കപ്പെട്ടപ്പോൾ ബ്രിട്ടീഷുകാർക്കെതിരെയുള്ള പുതിയ സമരമുഖങ്ങൾ തുറക്കപ്പെടുന്നതായി പഞ്ചാബിലെ ദേശീയ പ്രക്ഷോഭകർ തിരിച്ചറിഞ്ഞു. സെൻട്രൽ സിഖ്ലീഗിന്റെ നേതാക്കൾ, തങ്ങൾ ലഹോറിൽ ഒക്ടോബർ 20 ന് നടത്താനിരുന്ന ലീഗിന്റെ രണ്ടാം സമ്മേളനത്തിലേക്ക് ആവേശപൂർവ്വം ഗാന്ധിജിയെ ക്ഷണിക്കു

കയും ചെയ്തു. സെൻട്രൽ സിഖ്ലീഗിന്റെ അപ്പോഴത്തെ പ്രസിഡന്റ് സർദാർ ഖരക്സിങ് ഇക്കാര്യത്തിൽ പ്രത്യേക താല്പര്യം എടുക്കുകയും ചെയ്തു. സമ്മേളനത്തിൽ സർദാർ ഖരക്സിങ്ങിന്റെ പ്രത്യേക അഭ്യർത്ഥന ഏറ്റെടുത്തുകൊണ്ട് ഖൽസയുടെ പൂർണ്ണ ശക്തിയോടെ അഹിംസയുടെയും നിസ്സഹകരണത്തിന്റെയും സമരവഴികൾ സിഖുകാർ ശരിയായ അർത്ഥത്തിൽ ഏറ്റെടുക്കുമെന്ന് പ്രതിജ്ഞയെടുക്കുകയുംചെയ്തു. പഞ്ചാബ് സിംഹം എന്നറിയപ്പെട്ട ലാലാ ലജ്പത്റായി ആകട്ടെ ആത്മസമർപ്പണത്തിന്റെയും രക്തസാക്ഷിത്വത്തിന്റെയും പഞ്ചാബിന്റെ തീക്ഷ്ണമായ സമരചരിത്രം എല്ലാവരെയും ഓർമ്മപ്പെടുത്തുകയും ചെയ്തു. നൻകാസാഹിബ്, അജ്നാലാ, അമൃത്സർ എന്നിവിടങ്ങളിലെ ആത്മബലി അദ്ദേഹം എടുത്തു പറഞ്ഞപ്പോൾ ഗാന്ധിയൻവഴിയിൽ സഹനസമരത്തിന് ഏറ്റവും യോഗ്യരായവർ പഞ്ചാബിന്റെ സന്തതികളാണെന്നും തെളിഞ്ഞു. സ്വയം സമർപ്പണത്തിന്റെ ചരിത്രം രചിച്ച സിഖ് ഗുരുക്കന്മാരുടെ പാത പിന്തുടരുന്നവർ എന്നനിലയിൽ ഇന്ത്യൻ സ്വാതന്ത്ര്യ സമരത്തിൽ ഏറ്റവുമധികം സംഭാവന ചെയ്യാനാകുന്നവരും പഞ്ചാബിന്റെ വീരപുത്രന്മാർ തന്നെയെന്ന് സിഖ് വീരന്മാർ നിശ്ചയം കൊണ്ടു.

പഞ്ചാബ് പ്രൊവിൻഷ്യൽ കോൺഗ്രസിന്റെ പ്രസിഡന്റ് ആയിരുന്ന ലാലാ ലജ്പത് റായി 1922 ഫെബ്രുവരിയിൽ അറസ്റ്റു ചെയ്യപ്പെട്ട് ജയിലഴികൾക്കുള്ളിലായപ്പോൾ ബാബാ ഖരക്സിങ് ആ ചുമതല ഏറ്റെടുത്തു. ഇന്ത്യൻ നാഷണൽ കോൺഗ്രസിന്റെ നയങ്ങൾ അംഗീകരിക്കാതെ കർശന നടപടികളിലേക്കു പോയ ബ്രിട്ടീഷ് സർക്കാർ ഗാന്ധിജിയെ അറസ്റ്റു ചെയ്തു. തുടർന്ന് മറ്റു നേതാക്കളെയും കസ്റ്റഡിയിലെടുക്കവെ പഞ്ചാബ് ഘടകത്തിന്റെ അദ്ധ്യക്ഷനായ ബാബാ ഖരക്സിങ്ങും ജയിലിലായി. അഞ്ചുവർഷത്തെ കഠിനതടവിൽ ജയിൽ അറയ്ക്കുള്ളിലെത്തിയപ്പോഴാണ് സിഖുകാർക്ക് തലയിൽ ടർബൻ ധരിക്കുന്നതിനും മറ്റുള്ള കോൺഗ്രസ് ഭടന്മാർക്ക് ഗാന്ധിത്തൊപ്പി ധരിക്കുന്നതിനും ജയിലിൽ വിലക്ക് ഏർപ്പെടുത്തിയിട്ടുള്ളതായി അറിയുന്നത്. പിന്നെ താമസിച്ചില്ല ഡിസംബറിലെ ആ തണുത്ത ദിനങ്ങളിൽ ബാബാ ഖരക്സിങ് എന്ന ഗാന്ധിയൻ ജയിൽ വസ്ത്രമുപേക്ഷിച്ച് ജയിലിൽ സമരമാരംഭിച്ചു. എന്നാൽ ഹിന്ദുക്കളെയും സിഖുകാരെയും വിഭജിച്ചു ഭരിക്കുക എന്ന തന്ത്രം പ്രയോഗിച്ചുകൊണ്ട് സർക്കാർ ഉടൻതന്നെ ടർബൻ ധരിക്കുന്നതിലുള്ള വിലക്കുമാറ്റിയിട്ട് ബാബാ ഖരക് സിങ്ങിനോട് സമരത്തിൽനിന്നു പിന്മാറാൻ ആവശ്യപ്പെട്ടു. പക്ഷേ, ആ അടവ് തിരിച്ചറിഞ്ഞ ബാബാ സമരം അവസാനിപ്പിച്ചില്ലെന്നു മാത്രമല്ല 1927 ജൂണിൽ ജയിൽ മോചിതനാകുംവരെ സമരത്തിൽത്തന്നെ തുടരുകയുംചെയ്തു. ജയിലിൽ സമരഭടന്മാർക്ക് ഗാന്ധിതൊപ്പി അണിയാനുള്ള സ്വാതന്ത്ര്യം അപ്പോഴും നിഷേധിക്കപ്പെട്ടിരുന്നു. നാലരവർഷത്തെ ജയിൽ വാസത്തിനുശേഷം വീണ്ടും സമരരംഗത്തെത്തിയ ബാബാ ഖരക്സിങ് പഞ്ചാബിലെ ഏറ്റവും തല

ലാലാ ലജപത് റായ്

മുതിർന്ന സ്വാതന്ത്ര്യസമരയോദ്ധാവായി ആദരിക്കപ്പെട്ടു.

സൈമൺ കമ്മീഷണനെതിരെ 1928 ൽ നടന്ന പ്രക്ഷോഭത്തിന്റെ മുൻനിരയിൽ പഞ്ചാബിലെ ജനങ്ങളും നിലകൊണ്ടു. മൊണ്ടേഗ് ചെംസ് ഫോർഡ് ഭരണപരിഷ്കാരനിയമങ്ങൾ നടപ്പിൽവന്ന് പത്തുവർഷങ്ങൾക്കുശേഷം അതനുസരിച്ചു നടത്തിയ ഭരണത്തെ വിലയിരുത്തുവാനും ആവശ്യമെന്നുവന്നാൽ ഭരണ പരിഷ്കാരങ്ങൾ ശുപാർശ ചെയ്യുന്നതിനുമായി ഒരു കമ്മീഷനെ നിയമിക്കുന്നതാണെന്ന് പ്രസ്തുത ആക്ടിൽ അനുശാസിച്ചിരുന്നു. അതനുസരിച്ച് 1929 ൽ കമ്മീഷനെ നിയമിക്കേണ്ടതുണ്ട്. എന്നാൽ രണ്ടു കൊല്ലം മുൻപു തന്നെ ബ്രിട്ടീഷ് ഗവൺമെന്റ് കമ്മീഷനെ നിയമിച്ചു. ചില പ്രത്യേക സാഹചര്യങ്ങൾ അതിനു പ്രചോദനമായിത്തീർന്നു. 1929 ൽ ബ്രിട്ടനിൽ പൊതുതിരഞ്ഞെടുപ്പു നടക്കും. ഇംഗ്ലണ്ടിലെ രാഷ്ട്രീയാന്തരീക്ഷം ലേബർ പാർട്ടിക്ക് അനുകൂലമായതിനാൽ അവർ ജയിച്ചേക്കുമെന്ന് കൺസർവേറ്റീവ് പാർട്ടി നേതാക്കൾ ഭയപ്പെട്ടു. ലേബർ പാർട്ടി നിശ്ചയമായും വിപ്ലവകരമായ ഭരണപരിഷ്കാരങ്ങൾ ഇന്ത്യയിൽ ഏർപ്പെടുത്തുമെന്ന് കൺസർവേറ്റീവ് നേതാക്കൾ ദീർഘദർശനം ചെയ്തു. അങ്ങനെ ലേബർപാർട്ടിക്ക് ലഭിക്കുമെന്നു കരുതിയ മേന്മ മുൻകൂട്ടി നേടിയെടുക്കുവാനുള്ള എളുപ്പമാർഗ്ഗമെന്ന നിലയിലാണ് സൈമൺ കമ്മീഷനെ ഉടൻ നിയമിക്കുവാൻ ബ്രിട്ടീഷ് ഗവൺമെന്റിന്റെ തീരുമാനമുണ്ടായത്.

ഏഴ് അംഗങ്ങളുള്ള കമ്മീഷനെ നിയമിച്ചുകൊണ്ട് 1927 നവംബർ 8-ാം തീയതി ഉത്തരവ് പത്രങ്ങളിൽ പ്രസിദ്ധപ്പെടുത്തി. സംഘത്തിൽ നാല് കൺസർവേറ്റീവ് പാർട്ടി അംഗങ്ങൾ, പില്ക്കാലത്ത് പ്രധാനമന്ത്രിയായിത്തീർന്ന ലേബർ പാർട്ടി നേതാവ് ക്ലമന്റ് ആറ്റ്ലി, മറ്റൊരു ലേബർ പാർട്ടി അംഗം ജോൺ സൈമൺ എന്നിവരാണ് ഉണ്ടായിരുന്നത്. എന്നാൽ ഇന്ത്യയുടെ പ്രതിനിധികളാരും ആ കമ്മീഷനിൽ ഇല്ലാതിരുന്നത് ഇന്ത്യാക്കാരെയാകെ നിരാശരാക്കി. രാജ്യമാകെ പ്രതിഷേധ സ്വരമുയർന്നു. 1927 ഡിസംബറിൽ മദ്രാസിൽ ചേർന്ന കോൺഗ്രസ് സമ്മേളനം സൈമൺ കമ്മീഷനെ ബഹിഷ്കരിക്കുവാനുള്ള പ്രമേയം പാസാ

ക്കി. ഒപ്പം തന്നെ ഹിന്ദുമഹാസഭയും മുസ്ലീംലീഗും കമ്മീഷനെ ബഹിഷ്കരിക്കുവാൻ നിശ്ചയിച്ചു. സമ്പൂർണ്ണമായ എതിർപ്പ് കുറയ്ക്കുന്നതിനായി ചെയർമാനായ ജോൺ സൈമൺ ഒരു കൗശലം പ്രയോഗിച്ചുനോക്കി. ഇന്ത്യയിലെ പ്രാദേശിക നിയമസഭകളിൽനിന്നും 7 പ്രതിനിധികളെ തെരഞ്ഞെടുത്ത് അവരുമായി എല്ലാ കാര്യങ്ങളിലും കൂടിയാലോചന നടത്താമെന്ന് ഒരു പ്രഖ്യാപനം നടത്തി. പക്ഷേ, ആർക്കും അത് സ്വീകര്യമായില്ല. എതിർപ്പ് തുടരുക തന്നെ ചെയ്തു.

സൈമൺ കമ്മീഷൻ ഫെബ്രുവരി രണ്ടിന് ബോംബെയിലെത്തിച്ചേർന്നു. തൊട്ടടുത്ത ദിവസം മൂന്നാം തീയതി ഭാരതമെങ്ങും ഹർത്താൽ ആചരിച്ചു. കടകൾ അടഞ്ഞുകിടന്നു. എല്ലായിടവും കരിങ്കൊടികൾ ഉയർത്തി. കറുത്ത ബാഡ്ജുകൾ ധരിച്ച മനുഷ്യർ “സൈമൺ ഗോ ബാക്ക്” എന്ന മുദ്രാവാക്യം മുഴക്കി കമ്മീഷനെ ബഹിഷ്കരിച്ചു. പ്രധാന നഗരങ്ങളിലെല്ലാം “ഭാരതം ഭാരതീയരുടേത്,” “സൈമൺ കമ്മീഷൻ ഗോ ബാക്ക്” എന്ന ബാനറുകൾ പ്രത്യക്ഷപ്പെട്ടു. കമ്മീഷൻ പോയ നഗരങ്ങളിലെല്ലാം പ്രതിഷേധയോഗങ്ങൾ സംഘടിപ്പിച്ചു. ലഖ്നൗവിൽ കൂടിയ പൊതുയോഗത്തെ പൊലീസ് വളയുകയും ലാത്തിച്ചാർജ് നടത്തുകയും ചെയ്തു. മാർച്ച് 20 ന് കമ്മീഷൻ ലാഹോറിലെത്തി. അവിടെ പൊലീസ് 144 പ്രഖ്യാപിച്ചു. എങ്കിലും ജനങ്ങൾ മൗനജാഥ നടത്തി. പൊലീസ് അകാരണമായി ലാത്തിച്ചാർജു നടത്തി. മാർച്ച് 31 ന് കമ്മീഷൻ പ്രഥമ പര്യടനം പൂർത്തിയാക്കി മടങ്ങി. എന്നാൽ ഒക്ടോബർ 11-ാം തീയതി സൈമൺ കമ്മീഷൻ തങ്ങളുടെ രണ്ടാമത്തെ പര്യടനത്തിനായി ഇന്ത്യയിൽ വീണ്ടുമെത്തി. ഒക്ടോബർ മുപ്പതിന് ലാഹോറിൽ കമ്മീഷണർ എത്തുമെന്നറിഞ്ഞ് പ്രതിഷേധ പ്രകടനത്തിനുള്ള തയ്യാറെടുപ്പുകൾ അവിടെ ഉണ്ടായി. 5000 ത്തോളം ജനങ്ങൾ അത്യാവേശപൂർവ്വം പട്ടണത്തിലേക്കൊഴുകിയെത്തി. കരിങ്കൊടികൾ ഏന്തിയ അവർ “സൈമൺ കമ്മീഷൻ ഗോ ബാക്ക്” എന്ന് മുഷ്ടി ചുരുട്ടി ഉച്ചത്തിൽ വിളിച്ചുകൊണ്ടിരുന്നു. ജനങ്ങളെ അടിച്ചമർത്താൻ ബ്രിട്ടീഷ് സർക്കാർ പൊലീസുകാർക്കൊപ്പം കുതിരപ്പട്ടാളത്തെക്കൂടി വരുത്തിയിരുന്നു. പിരിഞ്ഞുപോകണമെന്ന മുന്നറിയിപ്പുകൾ വകവയ്ക്കാതെ ജനങ്ങൾ പ്രകടനവുമായി മുന്നോട്ടു നീങ്ങി. അവർക്ക് നേതൃത്വം നല്കിക്കൊണ്ട് പഞ്ചാബ് കേസരി ലാലാ ലജ്പത്റായി ഏറ്റവും മുന്നിലുണ്ടായിരുന്നു. അന്തരീക്ഷം ഭീകരമാകുന്നതുകണ്ട് ലാലാജി ഉച്ചത്തിൽ വിളിച്ചുപറഞ്ഞു. “സമചിത്തത കൈവെടിയാതെ പ്രതിഷേധിക്കുക” എന്ന്. അതുകൊണ്ടുതന്നെ പൊലീസുകാരുടെ പ്രകോപനങ്ങളിലൊന്നും വീഴാതെ ജനങ്ങൾ നിലകൊണ്ടു. പക്ഷേ, പ്രശ്നം വഷളാക്കുവാൻ തന്നെ നിശ്ചയിച്ച പൊലീസ് ഉദ്യോഗസ്ഥർ ലാത്തിച്ചാർജ് ആരംഭിച്ചു. അതിക്രൂരമായ ലാത്തിയടിയിൽ നിരവധി പേർക്ക് തലയ്ക്കു മുറിവേറ്റു. ലാലാജിയെ ഒരു സംഘം പൊലീസുകാർ വളഞ്ഞിട്ട് മർദ്ദിച്ചു. അദ്ദേഹത്തിന്റെ തലപൊട്ടി രക്തം ചീറ്റി. മാറിൽ അഗാധമായി മുറിവേറ്റു. കൊടുംക്രൂരത കാട്ടി പൊലീസും കുതി

രപ്പടയും അഴിഞ്ഞാടി. നൂറുകണക്കിനു സമരസേനാനികൾ നിലം പതിച്ചു. അപ്പോഴും "സൈമൺ ഗോബാക്ക്" എന്ന പ്രതിഷേധശബ്ദം മുഴങ്ങിക്കൊണ്ടേയിരുന്നു. എല്ലാം അവസാനിക്കുമ്പോൾ ആശുപത്രിയിൽ നിരവധി പേർ രക്തത്തിൽ കുതിർന്ന നിലയിൽ പ്രവേശിപ്പിക്കപ്പെട്ടു.

ലാഹോറിൽ ക്രൂരമായി ജനങ്ങൾക്കു നേരെ അക്രമം അഴിച്ചുവിട്ടവർക്കെതിരെ അന്വേഷണം ആവശ്യപ്പെട്ട് പത്രങ്ങളിൽ വാർത്തകൾ വന്നു. ലാലാജിയുടെ നെഞ്ചിലേറ്റ മുറിവുകളുടെ ചിത്രങ്ങൾ പ്രസിദ്ധീകരിക്കപ്പെട്ടു. ഗത്യന്തരമില്ലാതെ സർക്കാർ അന്വേഷണ കമ്മീഷനെ നിയമിച്ചു. എന്നാൽ ആശുപത്രിയിൽ ലാലാജിയുടെ നില വഷളായിക്കൊണ്ടിരുന്നു. നവംബർ 17-ാം തീയതി പ്രഭാതത്തിൽ ആ വീരപുത്രൻ ഈ ലോകത്തോട് വിടപറഞ്ഞു. പഞ്ചാബിലെ ജനങ്ങളാകെ ശോകമൂകരായി. ഭാരതം ആ വാർത്ത കേട്ട് ഞെട്ടിത്തരിച്ചു. ജനസഹസ്രങ്ങളുടെ അകമ്പടിയോടെ പഞ്ചാബിലെ റാബി നദീതീരത്ത് പഞ്ചാബ് സിംഹമെന്നറിയപ്പെട്ട ആ ധീര ദേശാഭിമാനിക്ക് ലോകം വിട ചൊല്ലി. ഭാരതമുള്ള കാലത്തോളം ലാലാജിയുടെ കീർത്തി അനശ്വരമായി നിലനില്ക്കുമെന്നാണ് മഹാത്മജി ഖേദ പ്രകടനത്തിൽ വ്യക്തമാക്കിയത്. പഞ്ചാബിന്റെ ദേശീയ

ഇന്ത്യൻ നാഷണൽ കോൺഗ്രസ് ലാഹോർ സമ്മേളനം

പ്രക്ഷോഭചരിത്രത്തിൽ തിളക്കമാർന്ന ഒരു ഏടാണ് ലാലാലജ്പത് റായ് എന്ന ദേശാഭിമാനിയുടെ ജീവിതവും ത്യാഗവും.

ഇന്ത്യൻ നാഷണൽ കോൺഗ്രസിന്റെ അടുത്ത സമ്മേളനം 1929 ഡിസംബർ 31 ന് ലാഹോറിൽ നടക്കുമ്പോൾ പൂർണ്ണ സ്വാതന്ത്ര്യം രാജ്യത്തിനു ലഭിക്കണം. എന്ന പ്രമേയം ജവഹർലാൽ നെഹ്റുവിന്റെ അദ്ധ്യക്ഷതയിൽ അംഗീകരിക്കപ്പെട്ടു. മഹാത്മാഗാന്ധി 1930 ഫെബ്രുവരിയിൽ സിവിൽ ഡിസ്ഒബീഡിയൻസ് പ്രക്ഷോഭം പ്രഖ്യാപിച്ചപ്പോൾ പഞ്ചാബിലെ ശിരോമണി അകാലിദൾ 5000 ത്തോളം വാളന്റിയർ സേനയെ വിട്ടുകൊടുക്കാൻ സന്നദ്ധത അറിയിച്ചു. മാത്രവുമല്ല അതിൻപ്രകാരം മാർച്ച് അഞ്ചിന് അവർ സമരത്തിൽ പ്രവേശിക്കുകയും ചെയ്തു. എന്നാൽ കല്ക്കത്തയിലും പൂനയിലും ഹിന്ദു മുസ്ലീം കലാപം ഉണ്ടായതിന്റെ അടിസ്ഥാനത്തിൽ ആ പ്രക്ഷോഭം ഇന്ത്യൻ നാഷണൽ കോൺഗ്രസ് തല്ക്കാലം മുന്നോട്ടുകൊണ്ടുപോയില്ല. മാസ്റ്റർ താരാസിങ്ങിന്റെ നേതൃത്വത്തിൽ സിഖ് ജനത 1932 ൽ ബ്രിട്ടീഷ് പ്രധാനമന്ത്രി രാംസേ മക്ഡൊണാൾഡ് പ്രഖ്യാപിച്ച കമ്യൂണൽ അവാർഡ് നിരസിക്കുകയും തള്ളിക്കളയുകയും ചെയ്തു. എന്നാൽ സിഖുകാർ ഇന്ത്യയിലെ ഒരു ന്യൂനപക്ഷമായതുകൊണ്ട് മതസമൂഹങ്ങൾക്കിടയിൽ സ്പർദ്ധ വളർത്താൻ സഹായിക്കുന്ന കമ്യൂണൽ അവാർഡ് എന്ന ഭരണസംവിധാനത്തോട് കാട്ടിയ എതിർപ്പ് വേണ്ടത്ര ശ്രദ്ധിക്കപ്പെടാതെ പോയി.

ബ്രിട്ടീഷ് സർക്കാരിന്റെ നയങ്ങളോട് വിയോജിച്ചു നില്ക്കുന്ന സിഖ് സമൂഹത്തിന്റെ എതിർപ്പ് അവസാനിപ്പിച്ച് സഹകരണത്തിന്റെ വഴി സ്വീകരിക്കുവാൻ ശ്രമിച്ചുകൊണ്ട് സർ സുന്ദർസിങ് മജിത്തിയ ഇക്കാലത്ത് രംഗത്തെത്തി. രണ്ടാം ലോകമഹായുദ്ധത്തിൽ ബ്രിട്ടനെ സഹായിക്കുവാനും ഒരു കൂട്ടം സിഖുകാർ സന്നദ്ധരായി. എന്നാൽ 1942 ലെ ക്വിറ്റ് ഇന്ത്യാ പ്രക്ഷോഭത്തിൽ പഞ്ചാബും സിഖ് സമൂഹവും ഒന്നടങ്കം പങ്കെടുത്ത് ബ്രിട്ടനെതിരെ ശക്തമായി നിലകൊണ്ടു. ഒട്ടനവധി ആളുകൾ ജയിലഴികൾക്കുള്ളിലാവുകയുമുണ്ടായി. ആസാദ് ഹിന്ദ് ഫൗജ് എന്ന ഇന്ത്യൻ നാഷണൽ ആർമിയുടെ രൂപീകരണത്തിലും പ്രവർത്തനത്തിലും സിഖ് സേനാനികളുടെ പങ്ക് നിസ്തുലമാണ്. ഐ എൻ എയുടെ ആദ്യ കമാന്റർ ജനറൽ മോഹൻസിങ്ങും തുടർന്ന് നേതാജി സുഭാഷ് ചന്ദ്രബോസുമായിരുന്നു ആ ചുമതലയിലെത്തിയത്. 1942, 45 കാലത്തെ ഐ എൻ എയുടെ ചരിത്രം ഇതു ശരിവയ്ക്കുന്നുമുണ്ട്. ഒട്ടനവധി സിഖ് വീരന്മാർ ഐ എൻ എയിൽ ചേരുകയും ആയിരക്കണക്കിന് സിഖ് യോദ്ധാക്കൾ മുന്നേറ്റത്തിൽ ജീവൻ ബലിയർപ്പിക്കുകയുമുണ്ടായി. ഇന്ത്യയുടെ സ്വാതന്ത്ര്യസമരചരിത്രത്തിൽ തിളങ്ങി നില്ക്കുന്ന ഇന്ത്യൻ നാഷണൽ ആർമിയുടെ പ്രവർത്തനങ്ങളെ പഞ്ചാബികൾ പ്രത്യേകിച്ച് സിഖ് സമൂഹം എന്നും ആദരവോടെ നോക്കിക്കാണുകയും തങ്ങളുടെ വിലയേറിയ സംഭാവനകൾ നല്കി ആ തിളക്കമാർന്ന സംരംഭത്തെ ശക്തിയോടെ നിലനിർത്തുവാൻ യത്നിക്കുകയും ചെയ്തു.

വിഭജിക്കപ്പെടാത്ത അഖണ്ഡഭാരതം എന്ന സങ്കല്പത്തിനായി വാദിക്കുന്നവരായിരുന്നു ഭൂരിപക്ഷം സിഖുകാരും. ഇന്ത്യയുടെ വിഭജനം നടന്ന വേളയിൽ 1946, 47 കാലത്ത് മുഹമ്മദലി ജിന്ന പാകിസ്ഥാനിൽ പഞ്ചാബിക്ക് ഒരു പ്രത്യേക സ്റ്റേറ്റ് പദവി നല്കാമെന്ന് വാഗ്ദാനം മുന്നോട്ടുവച്ചപ്പോൾ സിഖ് നേതാവ് മാസ്റ്റർ താരാസിങ് അപ്പോൾത്തന്നെ അതു നിഷേധിക്കുകയും ഇന്ത്യയുടെ ഭാഗമാകാൻ തീരുമാനിക്കുകയുമാണ് ചെയ്തത്. ആ അവസരത്തിൽ സിഖ് നേതാവ് വിയോജിക്കാതെയിരുന്നുവെങ്കിൽ പഞ്ചനദികളുടെ നാടായ പഞ്ചാബ് ഇന്ത്യാമഹാരാജ്യത്തിനു നഷ്ടമാകുമായിരുന്നു. സിഖ് ജനതയുടെയാകെ മനസ്സറിയാമായിരുന്ന മാസ്റ്റർ താരാസിങ് രണ്ടാമതൊന്ന് ആലോചിക്കാതെ മുഹമ്മദലി ജിന്നയുടെ പ്രലോഭനത്തെ നിഷ്കരുണം തള്ളിക്കളയുകയായിരുന്നു. പ്രത്യേക പദവികൾ യാതൊന്നുമില്ലാതെ സ്വതന്ത്ര ഇന്ത്യയിൽ ഒരു സാധാരണസ്റ്റേറ്റായി പഞ്ചാബ് ഇക്കാലമത്രയും ദേശീയ ധാരയിൽ അഭിമാനപൂർവ്വം നിലകൊള്ളുകയും ചെയ്യുന്നു.

മഹാരാജാ യാദവേന്ദ്രസിങ് 18-ാം നറ്റാണ്ടിൽ അദ്ദേഹത്തിന്റെ സമ്പത്തുമുഴുവൻ പശ്ചിമപഞ്ചാബിൽനിന്നും പുറത്താക്കപ്പെട്ടവർക്കായി നല്കുവാൻ സന്നദ്ധനായതിന്റെ പാരമ്പര്യത്തെയാണ് പില്ക്കാല സിഖ് നേതാക്കളും പിന്തുടർന്നത്. വിഭജനത്തെ തടയുകയെന്നത് ഒരു നയമായി സിഖ് സമൂഹം ഏറ്റുവാങ്ങുകയുമുണ്ടായി. അഭയാർത്ഥികൾക്ക് ദൈവം നല്കിയ സഹായമായിട്ട് മഹാരാജാ യാദവേന്ദ്രസിങ്ങിന്റെ ജീവകാരുണ്യ സമീപനത്തെ ചിലരെങ്കിലും ചിത്രീകരിക്കുകയുണ്ടായി. യഥാസമയത്ത് അദ്ദേഹമെടുത്ത തീരുമാനം വേരറുക്കപ്പെട്ട പഞ്ചാബികൾക്ക് ആശ്വാസമാകുമ്പോൾ തന്നെ ഇന്ത്യക്കാകെ അഭയാർത്ഥികൾക്ക് സഹായമേകുവാനുള്ള ഉൾപ്രേരണ നല്കുകയും ചെയ്തു.

ഇന്ത്യയുടെ സ്വാതന്ത്ര്യാനന്തര ചരിത്രത്തിൽ 1947 ഒക്ടോബർ-നവംബർ മാസത്തിൽ സിഖ് സൈനികരുടെ പാട്യാല ട്രൂപ്പ് കാശ്മീരിൽ നടത്തിയ പോരാട്ടം തിളക്കമേറിയ ഏടായി നിലകൊള്ളുന്നുണ്ട്. പാകിസ്ഥാൻ സൈന്യത്തിന്റെ പിൻബലത്തിൽ വടക്കുപടിഞ്ഞാറു ഭാഗത്തുനിന്നുമുള്ള പത്താൻ സേന കാശ്മീർ താഴ്വരയെ കടന്നാക്രമിക്കുവാനും തുടങ്ങി.

മഹാരാജാ ഹരിസിങ് നിഷ്കാസിതനായതോടെ പ്രജകളാകെ അനിശ്ചിതത്വത്തിലാകുകയും പാകിസ്ഥാൻ സൈനികർ ക്രൂരമായ കൊള്ളയും കൊള്ളിവയ്പും നടത്തുകയും ചെയ്തു. കാരുണ്യരഹിതമായ ക്രൂരത നിറഞ്ഞ ബലാത്സംഗ പരമ്പരകളുമുണ്ടായി. 1947 ഒക്ടോബർ 26 ന് രാജാവ് ഇന്ത്യൻ യൂണിയനിൽ ചേരാൻ തയ്യാറായതോടെ ഒന്നാം സിഖ് റജിമെന്റ് കാശ്മീരിലേക്കു നീങ്ങി ക്രമസമാധാനച്ചുമതല ഏറ്റെടുത്തു. ധീരദേശാഭിമാനികളായ സിഖ് റജിമെന്റിലെ ഭടന്മാർ പാകിസ്ഥാൻ സൈന്യത്തെ അതിശക്തമായി തച്ചുതകർത്ത് താഴ്വരയെ സ്വതന്ത്രമാക്കി, വീണ്ടും സമാധാന അന്തരീക്ഷത്തിലേക്കു മടക്കിക്കൊണ്ടുവന്നു.

തുടർന്ന് കൂടുതൽ സൈന്യങ്ങളെത്തുകയും കാശ്മീർ ഇന്ത്യൻ യൂണിയന്റെ ഭാഗമായി സംരക്ഷിക്കപ്പെടുകയും ചെയ്തത് ചരിത്രം.

ഇന്ത്യയുടെ അഖണ്ഡത കാത്തുസൂക്ഷിക്കുന്നതിനും സ്വാതന്ത്ര്യവും സാഹോദര്യവും ഉയർത്തിപ്പിടിക്കുന്നതിനും എക്കാലവും ശ്രമിച്ചിട്ടുള്ള വീരന്മാരുടെ നാടായി പഞ്ചാബും സിഖ് സമൂഹവും വാഴ്ത്തപ്പെടുമ്പോഴും ചില വിമർശനങ്ങളും ബോധപൂർവ്വം ഉയർത്തുന്നതായും കാണാം. ഉത്തരേന്ത്യയിലെ ഉർദുപക്ഷപാതികളായ ചിലർ പഞ്ചാബിനെ ഒറ്റപ്പെടുത്തുന്നതിനും സിഖ് സമൂഹം കൈവിടാതെ ഒപ്പം കൊണ്ടുപോകുന്ന മാതൃഭാഷ സ്നേഹത്തെയും ആദിമസംസ്കൃതിയെയും അപകീർത്തിപ്പെടുത്തുവാനും സിഖുകാരുടെ ദേശീയ ചിന്തയെ ചോദ്യം ചെയ്യാനും തയ്യാറായിട്ടുള്ളതായും മനസ്സിലാക്കാം. സത്യത്തിൽ ഭാഷയും സംസ്കാരവും നിലനിർത്തുന്നതിനായി നൂറ്റാണ്ടുകളായി സിഖ് സമൂഹം നടത്തിവന്ന പോരാട്ടങ്ങൾ ഒരിക്കലും വിഭാഗീയതയുടെയോ വിഭജനവാദത്തിന്റെയോ തലത്തിൽ വിലയിരുത്തപ്പെടേണ്ട ഒന്നല്ല. ഇന്ത്യയുടെ പൊതുധാരയിൽ ഇഴുകിച്ചേരുകയും രാജ്യപുരോഗതിക്കായി എല്ലാ രംഗങ്ങളിലും ഈടുറ്റ സംഭാവനകൾ നല്കുകയും ചെയ്തിട്ടുള്ള പഞ്ചാബികൾ രാജ്യത്തിന്റെ സുരക്ഷയ്ക്കായി കൊടുത്തിട്ടുള്ള വില ഇന്ത്യയിലെ മറ്റേതൊരു സമൂഹത്തിനും അവകാശപ്പെടാനാകുന്നതിലും എത്രയോ ഇരട്ടിയാണ്.

സിഖ് സമൂഹത്തിനുമേൽ നിഴൽ വീഴ്ത്തിനില്ക്കുന്ന വിമർശനങ്ങളുടെ കാതൽ ആ ജനത ഇടയ്ക്കൊരുകാലത്ത് നേരിടേണ്ടി വന്ന ചില വിഭാഗീയ പ്രവർത്തനങ്ങളുടെ പേരിലാണെന്നും നമുക്കറിയാം. ഇന്ത്യൻ പ്രധാനമന്ത്രിയുടെ അരുംകൊലയിലെത്തിയ അഭിശപ്തമായ സംഭവവികാസം നിശ്ചയമായും കരിനിഴൽ ആയി സിഖ് സമൂഹത്തിനുമേൽ പാറിവീഴുകയുണ്ടായി. സിഖ് സമൂഹത്തെയും സിഖ് ആരാധനാലയത്തെയും കവചമാക്കി തീവ്രവാദികൾ നടത്തിയ വിധ്വംസകവേല രാജ്യം ഒറ്റക്കെട്ടായിനിന്ന് എതിർത്തു തോല്പിച്ചുവെങ്കിലും അതുണ്ടാക്കിയ മുറിവുകൾ ഉണങ്ങാതെ കാണപ്പെടുകയാണ്. പക്ഷേ, ഏതാനും ഭീകരവാദികൾ കാട്ടിയ അവിവേകത്തിന്റെയും എടുത്തുചാട്ടത്തിന്റെയും പേരിൽ രാജ്യസ്നേഹികളായ ഒരു ജനസമൂഹത്തെയാകെ കരിവാരിത്തേക്കുന്ന പ്രവണത ചെറുക്കപ്പെടുകതന്നെ വേണം. ഇന്ത്യയെ ലോകത്തിലെ ഏറ്റവും വലിയ ജനാധിപത്യരാജ്യമായി നിലനിർത്തുന്നതിന് ഏറ്റവുമധികം ജീവൻ ബലിദാനം ചെയ്ത് മുന്നണിയിൽനിന്ന് സിഖ്സമൂഹത്തെ രാജ്യസ്നേഹത്തിന്റെ ഉന്നത വിതാനങ്ങളിൽ പ്രതിഷ്ഠിച്ചു തന്നെ അംഗീകരിക്കുമ്പോഴേ ആ ജനത കാട്ടിയ ത്യാഗത്തെ ആദരിക്കാനാവുകയുള്ളൂ.

വിദേശാധിപത്യത്തിന്റെ വിവിധ മുഖംമൂടികൾ വ്യത്യസ്ത നൂറ്റാണ്ടുകളിൽ വലിച്ചുകീറി സ്വാതന്ത്ര്യത്തിലേക്ക് സമൂഹത്തെ നയിക്കുവാൻ പ്രതിജ്ഞാബദ്ധരായിരുന്നു അതിർത്തി പ്രദേശമായ പഞ്ചാബിലെ ജനങ്ങൾ. അവർക്ക് നേതൃത്വം നല്കുവാൻ നാട്ടുരാജാക്കന്മാർ കാലാകാലങ്ങളിൽ ശ്രമിച്ചിരുന്നതുപോലെ സിഖ് ഗുരുക്കന്മാരും ജാഗ്രത പാലിച്ചു.

തിന്മകൾക്കെതിരെ ശബ്ദമുയർത്തിയും അനാചാരങ്ങളെ തിരുത്തിയുമാണ് ഗുരുനാനാക്ക്ജി മുതൽ ഇങ്ങോട്ടുള്ള ഗുരുക്കന്മാരെല്ലാം സമൂഹത്തെ മുന്നോട്ടു നയിച്ചത്. യഥാർത്ഥത്തിൽ സിഖ് പോരാട്ടങ്ങൾ എല്ലാം തന്നെ രാജ്യാഭിമാനവുമായി ബന്ധപ്പെട്ടവയായിരുന്നുവെന്നു കാണാം. സിഖ് വിശ്വാസത്തെ നശിപ്പിക്കുവാൻ വിദേശശക്തികളാണ് നിരന്തരം ശ്രമിച്ചുകൊണ്ടിരുന്നതെന്നതും യാഥാർത്ഥ്യം. സിഖ് ഗുരുക്കന്മാർക്കു കീഴിൽ ആ സമൂഹം ഗാഢമായ ഐക്യവും അനിതരസാധാരണമായ ധൈര്യവും അനന്യമായ ത്യാഗബുദ്ധിയും കാട്ടുമ്പോൾ ഏതൊരു വിദേശ ശക്തികൾക്കും വെല്ലുവിളി ഉയർത്തുവാൻ പോന്ന ഒരു ഭാരതീയ ശക്തിയായി ശിഖന്മാർ മാറി. ഭാരതത്തിന്റെ അഖണ്ഡതയും ബഹുസ്വരതയും ഒരേ സമയം നിലനിർത്തുവാൻ പ്രതിജ്ഞാബദ്ധമായ ഒരു ഗണനീയ സമൂഹമായി സിഖ് ജനത നിലകൊള്ളുമ്പോൾ രാജ്യത്തിന്റെ അഭിമാന നിമിഷങ്ങളിൽ ശിഖസാന്നിദ്ധ്യമുണ്ടെന്ന ചരിത്രസത്യവും തെളിഞ്ഞുവരുന്നു.

സിഖ് ചിന്തയും സാഹിത്യവും

സിഖ് ചിന്തയുടെ പവിത്രസ്ഥാനം അലങ്കരിക്കുന്ന വിശുദ്ധഗ്രന്ഥ മാണ് *ഗുരുഗ്രന്ഥസാഹിബ്.* മതപരമായി ഏറ്റവും ദിവ്യവും ഗുരുതന്നെ യായി കരുതപ്പെടുന്നതുമായ ഗ്രന്ഥമെന്ന അർത്ഥത്തിൽ ആദി ശ്രീ ഗുരു *ഗ്രന്ഥസാഹിബ്ജി* സവിശേഷവും അനന്യവുമാണ്. ആദിഗ്രന്ഥത്തെ ഗുരു ദ്വാരകളിൽ പ്രതിഷ്ഠിച്ച് ആരാധിക്കുമ്പോൾ അതൊട്ടു വിഗ്രഹാരാധന യാകുന്നുമില്ല. ശ്രീകോവിലോ ആരതി ഉഴിയലോ ഒന്നുമില്ലാതെ ഗുരുദ്വാ രകളിൽ ഒരു മഹനീയസ്ഥാനത്ത് മേൽക്കട്ടിക്കു കീഴെ വച്ചിരുന്ന പീഠ ത്തിൽ *ഗുരുഗ്രന്ഥസാഹിബ്* നിവർത്തി വച്ചിട്ടുണ്ടാകും. 'ഗുരുദ്വാര' എന്നാൽ പഞ്ചാബി ഭാഷയിൽ ഗുരുവിന്റെ പവിത്രകവാടം എന്നാ ണർത്ഥം. ഭാരതത്തിലും വിദേശത്തുമുള്ള സിഖുമതവിശ്വാസി കൾക്കെല്ലാം അതാതിടങ്ങളിൽ 'ഗുരുദ്വാര' എന്ന സിഖ് ആരാധനാലയ ങ്ങൾ ഉണ്ട്. അത് പ്രാർത്ഥനയ്ക്കും വിവാഹം തുടങ്ങിയ മറ്റ് മതപര മായ ചടങ്ങുകൾ അനുഷ്ഠിക്കുന്നതിനുമുള്ള ഇടമാണ്. ആഘോഷാവ സരങ്ങളിൽ തീർത്ഥാടനകേന്ദ്രങ്ങളായി പ്രശസ്ത ഗുരുദ്വാരകൾ മാറാ റുണ്ട്. എല്ലാ പ്രധാന ഗുരുദ്വാരകൾക്കുമൊപ്പം ഒരു പൊതുഭക്ഷണശാല (ലങ്കാർ), ഒരു പാഠശാല എന്നിവയുണ്ടാകും. തുടർച്ചയായി ആരാധന യ്ക്കെത്തുന്നവർക്കെല്ലാം ഭേദമില്ലാതെ ഭക്ഷണം കൊടുക്കുന്ന പൊതു അടുക്കള വളരെ പ്രശസ്തമാണ്. അതേ അവസരത്തിൽ ഓരോ സിഖ് ഭവനങ്ങളിലും ഒരു ഭാഗത്ത് ഒരിടം മാറ്റിവയ്ക്കുകയും അവിടെ ആദി ഗ്രന്ഥം പ്രതിഷ്ഠിച്ച് ഗുരുദ്വാരയായി സങ്കല്പിക്കാറുമുണ്ട്. കുടുംബാംഗ ങ്ങൾ അവിടെയാകും അനുദിനം പ്രാർത്ഥന നടത്തുക.

ഗുരുദ്വാരയിലെ ഏറ്റവും പ്രധാന സ്ഥാനം *ഗുരുഗ്രന്ഥസാഹിബ്* സൂക്ഷിച്ചിരിക്കുന്ന വിശാലമായ ഹാൾ ആണ്. സന്ദർശകർക്കെല്ലാം

കാണാനാകുന്നവിധം സ്ഥാപിച്ചിട്ടുള്ള *ഗ്രന്ഥസാഹിബ്* മദ്ധ്യഭാഗത്തായി ഉണ്ടാകും. പ്രാർത്ഥനയ്ക്കായി എത്തുന്നവർ ഗ്രന്ഥത്തിലെ വചനഘോഷണം (പഥ്), വാദ്യോപകരണങ്ങളോടെയുള്ള ആലാപനം (കീർത്തൻ), കഥാകഥനം (കഥ) എന്നീ ദൃശ്യശ്രവണ സങ്കീർത്തന ആത്മീയ പ്രവൃത്തിയിൽ ഏർപ്പെടും. ഇതുകൂടാതെ വിശ്വാസപ്രാർത്ഥനയ്ക്കു ശേഷം ആദ്യകാലം മുതൽ ഇങ്ങോട്ടുള്ള സിഖ് വീരന്മാരുടെയും ഗുരുക്കന്മാരുടെയും ചരിത്രങ്ങൾ വിവരിക്കുന്ന സ്മരണാഞ്ജലിയിലും (ആർദാ) എല്ലാവരും ഏർപ്പെടും. സിഖ് വിശ്വാസ പ്രമാണമനുസരിച്ച് ദൈനംദിന കാര്യങ്ങൾ നടക്കുന്ന സിഖ് രാജ്യം (ഖൽസരാജ്) സ്ഥാപിക്കപ്പെടണമെന്ന ആഗ്രഹത്തിലേക്കും പ്രതീക്ഷയിലേക്കുമാണ് ഓരോ പ്രാർത്ഥനയും എത്തിച്ചേരുന്നത്. അന്ത്യത്തിൽ *ഗുരുഗ്രന്ഥസാഹിബി*ലെ അനുയോജ്യമായ ഒരു വചനം തെരഞ്ഞെടുത്ത് അതിന്റെ അർത്ഥം വിവരിച്ച് വർത്തമാനകാലപ്രശ്നങ്ങൾക്കുള്ള ആത്മീയ മറുപടിയായി (ഹുക്കും) അവതരിപ്പിക്കുകയും ചെയ്യും. അതിനെത്തുടർന്ന് സിഖ് സമൂഹം അന്നന്നു നേരിടുന്ന വെല്ലുവിളികളെക്കുറിച്ചുള്ള തുറന്ന ചർച്ചകളും ഉണ്ടാകും.

സിഖ് മതവിശ്വാസികൾ തീർത്ഥാടനത്തിന് എത്തുന്നത് സിഖ് ഗുരുക്കന്മാരുമായി നേർബന്ധമുള്ളതോ അവരുടെ ജീവിതത്തെ പ്രോജ്ജ്വലമാക്കിയ പ്രദേശങ്ങളിൽ സ്ഥിതി ചെയ്യുന്നതോ ആയ ഗുരുദ്വാരകളിലേക്കാണ്. ഏറ്റവും പ്രാധാന്യം ലഭിക്കുന്ന സിഖ് തീർത്ഥാടന കേന്ദ്രം നിശ്ചയമായും അമൃത്സറിലെ 'സുവർണ്ണക്ഷേത്രം' തന്നെയാണ്. മതകേന്ദ്രങ്ങൾ ആയി അമൃത്സറിലെ അകാൽത്തക്ത്, ബത്തിൻഡയ്ക്കടുത്തുള്ള തൽവാൻഡോ സാബോ, ആനന്ദ്പൂർ, ബീഹാറിലെ പാറ്റ്ന, മഹാരാഷ്ട്രയിലെ നാൻഡഡ്, ഗുരുനാനാക്ക്ജിയുടെ ജന്മസ്ഥലമായ ഇപ്പോൾ പാകിസ്ഥാനിലുള്ള നാൻകാന എന്നിങ്ങനെ പരിഗണിക്കപ്പെടുന്നു. സിഖ് ഗുരുക്കന്മാരെ വിചാരണ ചെയ്തിരുന്ന മുഗൾ ഭരണകാലത്ത് ധാരാളം സ്വത്തുവകകൾ ഉണ്ടായിരുന്ന മിക്ക ഗുരുദ്വാരകളും ഹിന്ദുസന്ന്യാസിമാരുടെ കൈകളിലായി. അവർ മഹന്തുകൾ എന്ന പേരിൽ ഗുരുദ്വാരകളുടെ നടത്തിപ്പുകാരായിത്തീരുകയും മുഗൾ ഭരണാധികാരികളുടെ മൗനസമ്മതം അതിനു ലഭിക്കുകയുമുണ്ടായി. ഒട്ടനവധി സമരങ്ങളുടെയും പോരാട്ടങ്ങളുടെയും ഫലമായി ബ്രിട്ടീഷ് അധിനിവേശകാലത്താണ് ഇന്ത്യയിലെ ബ്രിട്ടീഷ് സർക്കാർ 1925 ലെ സിഖ് ഗുരുദ്വാരാ ആക്ട് നടപ്പിലാക്കിയതും സിഖ് ഗുരുദ്വാരാകളുടെ നടത്തിപ്പും ഉടമസ്ഥാവകാശവും സിഖുകാർ തന്നെ അംഗങ്ങളായുള്ള പുതിയ ശിരോമണി ഗുരുദ്വാരാ പ്രബന്ധക് കമ്മിറ്റിയുടെ കൈവശം വന്നു ചേർന്നതും. സിഖ് ആരാധനാലയങ്ങളായ ഗുരുദ്വാരകളുടെ ഭരണത്തെസംബന്ധിച്ച പരമാധികാരശബ്ദമായി മാറി എസ് ജി പി സി.

സിഖ് വിശ്വാസികളുടെ ഏറ്റവും പവിത്രമായ രണ്ട് ഗ്രന്ഥങ്ങളാണ് *ആദിഗ്രന്ഥ*വും *ദശഗ്രന്ഥ*വും. നാമങ്ങൾ സൂചിപ്പിക്കുന്നതുപോലെ തന്നെ ആദ്യത്തെയും പത്താമത്തെയും ഗ്രന്ഥങ്ങളാണ് അവ. വിശുദ്ധഗുരു

വിന്റെ ദിവ്യപരിവേഷമുൾക്കൊള്ളുന്നുവെന്ന വിശ്വാസത്തോടെ ആരാധിക്കപ്പെടുന്ന *ആദിഗ്രന്ഥ*ത്തെ *ഗുരുഗ്രന്ഥസാഹിബ്* എന്നാണ് അറിയപ്പെടുന്നത്. രചയിതാവിനെക്കുറിച്ചും രചനയെക്കുറിച്ചും ചില വിവാദങ്ങൾ ദശഗ്രന്ഥത്തെക്കുറിച്ചുണ്ടായിട്ടുമുണ്ട്. എന്നാൽ *ആദിഗ്രന്ഥം* ഗുരു അർജ്ജുൻദേവ് 1603 നും 1604 നും ഇടയിൽ സമ്പാദനം നടത്തി 1430 പേജുകളായി എന്നും ലഭ്യമായിട്ടുള്ളതാകയാൽ സർവ്വസമ്മതമായ ദിവ്യരചനയായി ആദരിക്കപ്പെട്ടുപോരുന്നു. ദിവ്യനാമത്തിന്റെ പരിശുദ്ധിയെ സ്മരിച്ചുകൊണ്ടും സിഖ് ചരിത്രത്തെ ഓർമ്മപ്പെടുത്തിക്കൊണ്ടും ഗുരു അർജ്ജുൻദേവിന്റെ ജീവിതത്തെ ദിങ്മാത്രമായി പരാമർശിച്ചുകൊണ്ടും ആദിഗ്രന്ഥം പരിലസിക്കുന്നു. മൂന്നു ഭാഗങ്ങളായി തിരിച്ചിട്ടുള്ള ആദിഗ്രന്ഥത്തിന്റെ പ്രഥമ ഭാഗം ഒന്നുമുതൽ 13 വരെയുള്ള പുറങ്ങളിലായാണു കാണപ്പെടുന്നത്. നിശ്ചിത രാഗങ്ങളിൽ തുടർച്ചയായുള്ള അഞ്ചോളം ശ്രുതികളിൽ ഭാവഗീതം പോലെയാണ് *ആദിഗ്രന്ഥ*ത്തിന്റെ സ്വത്വം. ആദ്യഭാഗത്തു ചേർത്തിരിക്കുന്നത് ആരാധനാ ക്രമത്തിനായുള്ള രചനാഭാഗമാണ്. ദീർഘമായുള്ള രണ്ടാംഭാഗം 31 രാഗങ്ങളിലായി ഭക്തിസാന്ദ്രമായി ക്രമപ്പെടുത്തിയിരിക്കുന്നു. 14-ാം പുറം മുതൽ 1353 വരെയുള്ള പുറങ്ങളാണ് ഇതിനായി മാറ്റിവച്ചിട്ടുള്ളത്. മൂന്നാം ഭാഗമാകട്ടെ 1430 പേജു വരെ നീളുന്നു. അതിൽ വിവിധ വിഷയങ്ങൾ ഉൾപ്പെടുന്ന നാടകീയ ഉപസംഹാരമായാണ് നിർണ്ണയിച്ചിരിക്കുന്നത്.

സിഖ് വിശ്വാസത്തിന്റെ അടിസ്ഥാനപ്രമാണമായ സവിശേഷ മൂലമന്ത്രത്തിൽ നിന്നാണ് *ഗുരുഗ്രന്ഥസാഹിബ്* ആരംഭിക്കുന്നത്. "അനശ്വര യാഥാർത്ഥ്യം എന്ന പരമസത്യം മാത്രമാണ് ഉണ്മ. ഈ പരമസത്യമാകട്ടെ ഗുരുവിലൂടെ വെളിച്ചപ്പെട്ടതും ശാശ്വതവും സ്വയംഭൂവും ഭയരഹിതവും ശത്രുവിനാശകരവും അനവതാരകവുമാണ്." ഏതാണ്ട് ഇങ്ങനെയാണ് മൂലമന്ത്രാരംഭം. ആശയംകൊണ്ട് അന്വർത്ഥമാക്കുന്നതെങ്കിലും പഞ്ചാബിയിൽ വർദ്ധിതമായ ദാർശനികഗരിമയാൽ പ്രചോദിതവുമാണ്. ഗുരുനാനാക്ക്ജിയുടെ മനോജ്ഞമായ 'ജപ്ജി'യായി മന്ത്രസമാനമായ ഭാവത്തിൽ പ്രഭാതങ്ങളിൽ ശിഖന്മാർ ഉരുവിട്ടുറപ്പിക്കുന്ന മൂലമന്ത്രം *ആദിഗ്രന്ഥ*ത്തിൽ മാത്രം വെളിച്ചപ്പെട്ട ദിവ്യവചസ്സാണ്. 38 ഖണ്ഡികകളിലായി പൂർണ്ണമാകുന്ന മൂലമന്ത്രത്തിൽ ആത്മാവിന്റെ ആഗമനത്തെ അഞ്ച് തലങ്ങളിലായി വർണ്ണിച്ചിട്ട് അവസാനം സത്യത്തിന്റെ ദിവ്യമണ്ഡലത്തിലേക്കുള്ള പ്രവേശനത്തിനായി സന്നദ്ധമാകുന്നു. 'സോദാർ' എന്നുവിശേഷിപ്പിക്കപ്പെടുന്ന 9 സ്തോത്രങ്ങൾ സിഖ് വിശ്വാസികൾ സൂര്യാസ്തമനവേളയിൽ ദിനംതോറും ആലപിക്കുന്നു. 'കീർത്തൻ സോഹില' എന്ന് അറിയപ്പെടുന്ന അഞ്ച് സ്തോത്രങ്ങളുടെ മാലിക രാത്രിയുടെ വിടപറയലിനു തൊട്ടുമുൻപാണ് പാരായണം ചെയ്യുക. പ്രാർത്ഥനാ നിർഭരമായ ഈ സ്തോത്രങ്ങൾ എല്ലാംതന്നെ *ആദിഗ്രന്ഥ*ത്തിൽ മാത്രം കാണപ്പെടുന്നതിനാൽ പരമപവിത്രമായി പരിഗണിക്കപ്പെടുകയും ദിവ്യവചനപ്രഘോഷണത്തിനു വേണ്ടി ഉപയോഗിക്കുകയും ചെയ്യുന്നു.

ആദിഗ്രന്ഥത്തിന്റെ മദ്ധ്യഭാഗമായ രണ്ടാം ഭാഗം 'രാഗ'ങ്ങളുടെ അടിസ്ഥാനത്തിൽ ചെറുഭാഗങ്ങളായി വേർതിരിച്ചിരിക്കുന്നു. ഈ ഭാഗത്ത് പ്രഥമ പരിഗണന നല്കി ഉൾപ്പെടുത്തിയിട്ടുള്ളത് ഗുരുനാനാക്ക്ജി തയ്യാറാക്കിയ ലഘുസ്തോത്രങ്ങളാണ്. ചൗപദ് എന്നാണിവ അറിയപ്പെടുന്നത്. ദ്വിതീയ പരിഗണന കൈവന്നിരിക്കുന്നത് 'അഷ്ടപദി' എന്നുപേരുള്ള അല്പം കൂടി ദൈർഘ്യമുള്ള സ്തോത്രങ്ങൾക്കാണ്. തുടർന്ന് 'ചാൻത്' എന്നറിയപ്പെടുന്ന വ്യത്യസ്തതയുള്ള സ്തോത്രങ്ങൾ ഉൾപ്പെടുത്തിയിരിക്കുന്നു. പിന്നീട് വരുന്നത് മറ്റുഗുരുക്കന്മാർ തയ്യാറാക്കിയ ദൈർഘ്യമേറിയ സ്തോത്രങ്ങളാണ്. അവയിൽ പ്രധാനം ഗുരു അർജ്ജുൻ തയ്യാറാക്കിയ 'സുഖ്മാനി' എന്നുള്ള സ്തോത്രങ്ങളാണ്. അവസാനമായി 'ഭഗത്ബാനി'യാണ് കാണുന്നത്. ഇവ കബീർ 'ഹിന്ദുസന്തുകൾ' എന്നിവർ തയ്യാറാക്കിയ സ്തോത്രഭാഗങ്ങളാണ്. കബീറിന്റെയും ഹൈന്ദവ സന്തുകളുടെയും രചനകൾ ഉൾപ്പെടുത്തിയതു വഴി വ്യത്യസ്ത ധാരകളുമായുള്ള സിഖ് സഹവർത്തിത്വം വെളിവാകുന്നു. അമർദാസിന്റെയും അർജ്ജുന്റെയും രചനാസാന്നിദ്ധ്യം ഇവിടെ അനുഭവപ്പെടുന്നുമുണ്ട്. സിഖ് സമൂഹത്തിന്റെ സമ്പൂർണ്ണാംഗീകാരം *ആദിഗ്രന്ഥ*ത്തിന്റെ ഈ അവസാന ഭാഗത്തുനിന്നും ലഭിച്ചുവരുന്നു.

മദ്ധ്യ ഇന്ത്യയിലും ആധുനിക ഭാരതത്തിലും രൂപപ്പെട്ട ഇതര മതഗ്രന്ഥങ്ങളുടെ സ്വഭാവവിശേഷങ്ങൾ സിഖ് മതഗ്രന്ഥമായ *ആദിഗ്രന്ഥ*ത്തിലും പ്രകടിതമാകുന്നുണ്ട്. ഗുരു അർജ്ജുൻ നടത്തിയ വചനശേഖരത്തിൽ ആദ്യത്തെ അഞ്ച് സിഖ് ഗുരുക്കന്മാരുടെ രചനകളുമുണ്ടെങ്കിലും ഗുരു അൻഗദ് ജിയുടേത് കുറവുമാണ്. പില്ക്കാലത്ത് ഗുരുതേജ് ബഹാദൂറിന്റെ രചനകൾ കൂടി ഉൾപ്പെടുത്തി *ആദിഗ്രന്ഥ*ത്തെ പൂർണ്ണമാക്കുകയും ചെയ്തു.

സിഖ് ദാർശനിക സാഹിത്യത്തിന്റെ മറ്റൊരു പ്രമുഖ ഗ്രന്ഥമായ *ദശഗ്രന്ഥം* തത്ഖൽസ രൂപീകരിക്കുന്നതിനു മുൻപായുള്ളതും ഗുരുഗോവിന്ദ് സിങ്ജിയാൽ വിരചിതമാണെന്നും കരുതപ്പെടുന്നു. അതുകൊണ്ടു തന്നെ *ദശഗ്രന്ഥ*ത്തെയും *ഗുരുഗ്രന്ഥ സാഹിബി*ന്റെ ഭാഗമായാണു ശിഖന്മാർ പരിഗണിക്കുന്നത്. എന്നാൽ അത്യാധുനിക സിഖ് പണ്ഡിതന്മാർ പറഞ്ഞുവയ്ക്കുന്നത് *ദശഗ്രന്ഥ*ത്തിലെ ഭൂരിഭാഗവും ഗുരുഗോബിന്ദ് സിങ്ജിയുടെ ശിഷ്യന്മാർ പിന്നീട് എഴുതിച്ചേർത്തതാണെന്നും അവയ്ക്കൊന്നും ഗുരുവിന്റെ അംഗീകാരം ലഭിച്ചിട്ടില്ലെന്നുമാണ്. ഇതിന്റെ അർത്ഥം *ദശഗ്രന്ഥ*ത്തിലെ മുഖ്യഭാഗത്തിന് *ഗുരുഗ്രന്ഥസാഹിബി*ന്റെ ഭാഗം എന്ന അംഗീകാരം കൈവരുന്നില്ല എന്നാണ്.

പരമ്പരാഗതമായി പറഞ്ഞുവരുന്നത് *ദശഗ്രന്ഥ*ത്തിന്റെ മൂലഗ്രന്ഥം ഗുരുവിന്റെ വിശ്വസ്ത ശിഷ്യനായ മാനിസിങ് സമ്പാദിച്ചത് സംശോധന ചെയ്തത് ആണെന്നാണ് മറ്റൊരു വാദം. ദീപ്സിങ് ആണ് ആ മഹനീയ കർമ്മം നിർവ്വഹിച്ചതെന്നും എന്നാൽ ഇതു രണ്ടുമല്ല പാറ്റ്നയിൽ പതിനെട്ടാം നൂറ്റാണ്ടിൽ തയ്യാറാക്കിയതാണ് *ദശഗ്രന്ഥം* എന്ന വാദവും നില

വിലുണ്ട്. ഈ മൂന്നു വാദങ്ങളിലും പൊതുവായ ചിലതുണ്ടെങ്കിലും ഇല്ലാത്ത ഒന്നുണ്ട്. അത് മുഗൾ ഭരണാധികാരിയായ ചക്രവർത്തി ഔറംഗസേബിന് ഗുരു ഗോബിന്ദ് സിങ് അയച്ച ചരിത്രപ്രസിദ്ധമായ വിജയത്തിന്റെ സന്ദേശം എന്നർത്ഥം വരുന്ന 'സഫർനാമ' ഒഴിവാക്കപ്പെട്ടിരിക്കുന്നു എന്നതാണ്. ഈ കുറവു പരിഹരിക്കുന്നതിനായി 1902 ൽ അമൃത്സർ സിഖ് സഭയിലെ സനാതന സിഖുകാർ ചേർന്ന് സഫർനാമ കൂടി ഉൾപ്പെടുത്തിക്കൊണ്ട് *ദശഗ്രന്ഥം* പ്രസിദ്ധീകരിച്ച് ആധികാരികമാക്കി. അപ്പോഴേക്കും 1428 പുറങ്ങളിലായി ആ ഗ്രന്ഥം അച്ചടിമഷിപുരണ്ട് വിശ്വാസി സമൂഹത്തിന്റെ കൈകളിലെത്തി സമ്പൂർണ്ണമായി.

ഗുരുഗോബിന്ദ് സിങ്ങിന്റെ രചനയെന്ന നിലയിൽ ലഭ്യമായിട്ടുള്ളത് 'ജപ്' എന്നറിയപ്പെടുന്ന ആവർത്തനപുസ്തകമാണ്. ഇവിടെ ഗുരുനാനാക്ക്ജിയുടെ ജപ്ജിയിൽ നിന്നുള്ള വ്യത്യാസം ഓർക്കുകയും ചെയ്യാം. കൂടാതെ ഗോവിന്ദ്സിങ്ജിയുടെ ബച്ചിദാർ നാടക്, അകാൽ ഉസ്താദി, സഫർനാമ എന്നിവയുമുണ്ട് ഈ ഗ്രന്ഥത്തിൽ. *ദശഗ്രന്ഥ*ത്തിന്റെ ചെറിയൊരു ഭാഗം മാത്രമേ ആകുന്നുള്ളൂ ഇത്. കൂടുതൽ ഭാഗമായിട്ടുള്ളത് രാമന്റെയും കൃഷ്ണന്റെയും കഥകൾ പുനരാഖ്യാനം ചെയ്തതും സ്ത്രീസംരക്ഷണവുമായി ബന്ധപ്പെട്ട കഥകളുമാണ്. തത്ഖൽസ ഈ വകയുള്ള ഉള്ളടക്കങ്ങളെയെല്ലാം നിരന്തരം തള്ളിക്കളയുകയും ചെയ്തുകൊണ്ടിരുന്നു. *ദശഗ്രന്ഥ*ത്തിന്റെ ആധികാരികതയെക്കുറിച്ചുള്ള ചോദ്യങ്ങൾ തുടർച്ചയായി ഉയർന്നുവരുമ്പോൾ സിഖ് സമൂഹം യഥാർത്ഥത്തിലുള്ള പാരമ്പര്യം കണ്ടെത്തുന്നത് *ആദിഗ്രന്ഥ*ത്തിൽ തന്നെയാണ്.

സിഖ് മതവുമായി നേർബന്ധമുള്ള സവിശേഷഗ്രന്ഥങ്ങളായി ഇനിയുള്ളത് ഗുരുനാനാക്കിന്റെ ജീവിതം വർണ്ണിക്കുന്ന *ജന്മശാഖി,* രാഹിത് നിയമസംഹിതയായ *രാഹിത്നാമാ*, ആറാമത്തെയും പത്താമത്തെയും ഗുരുക്കന്മാരുടെ സാഹസികപോരാട്ടകഥനമായ *ഗുരുബിലാസ്,* സിഖ് ചരിത്രങ്ങൾ, വചന നിർവ്വചനങ്ങൾ, വീർ സിങ്ങിന്റെ സംഭവങ്ങളടങ്ങിയ ഗ്രന്ഥങ്ങൾ, സിഖ്മന്ത്രങ്ങളുടെ ഉദ്ധരണികൾ ഉൾക്കൊള്ളുന്ന സമാഹാരങ്ങൾ എന്നിവയാണ്. ഗുരുദ്വാരകളിൽ പവിത്രഗ്രന്ഥങ്ങൾ അല്ലാതെ പാരായണം ചെയ്യുന്നവ ഭായ്ഗുരുദാസ്, നന്ദലാൽ എന്നിവർ രചിച്ച ആത്മീയരചനകളാണ്. ഭായ് ഗുരുദാസ് (1551–1673) രചിച്ച 40 ദൈർഘ്യമേറിയ പഞ്ചാബി ഭക്തിഗീതകങ്ങൾ വളരെയേറെ ജനപ്രിയമായിത്തീർന്നു. വിശ്വാസികൾ അപൂർവ്വമായി മാത്രം ഇന്ന് ഉപയോഗിക്കുന്ന ബ്രജ് ഭാഷയിൽ രചിക്കപ്പെട്ട ഭായ് ഗുരുദാസിന്റെ 556 ലഘുകവിതകളേക്കാൾ പഞ്ചാബിയിലുള്ള ഈ ഭക്തിഗീതകങ്ങൾക്ക് സ്വീകാര്യത ഏറിവന്നു. നന്ദലാൽ (1633–1715) പേർഷ്യൻ ഭാഷയിൽ രചിച്ച ഗീതകങ്ങൾ ഭാഷാപരമായ പ്രശ്നങ്ങളാൽ, 'പന്തിലെ' വിശ്വാസികൾക്കിടയിൽ കൂടുതൽ പ്രചാരം നേടിയുമില്ല. ഗുരുഗോബിന്ദ്സിങ്ങിന്റെ ശിഷ്യ പരമ്പരയിൽ അംഗമായി 'ഗോയ' എന്ന തൂലിക നാമം സ്വീകരിച്ച നന്ദലാൽ പക്ഷേ, ഭക്തകവി എന്ന നിലയിൽ ബഹുമാനിതനുമാണ്. അതുകൊണ്ട് മൂന്ന് താഹിത് നാമകൾ നന്ദലാ

ലിന്റേതാണെന്നുള്ള തെറ്റിദ്ധാരണ പ്രബലമായി നിലനില്ക്കുന്നുമുണ്ട്.

പ്രധാനപ്പെട്ട *'ജനമ ശാഖി'*കൾ ബാല, പുരന്തൻ, *മിഹർബാൻ,* സന്തോഷ് സിങ്ങിന്റെ ശ്രദ്ധേയ രചനകൾ എന്നിവയാണ് പത്തൊൻപതാം നൂറ്റാണ്ടിൽ രചിക്കപ്പെട്ട സന്തോഷ് സിങ്ങിന്റെ പ്രശസ്ത രചന 1823 ൽ പൂർത്തിയാക്കിയ *ഗുരുനാനാക്ക് പ്രകാശ്* എന്ന ശീർഷകത്തിലുള്ള ഗുരുവിന്റെ ജീവിതരേഖയാണ്. തുടർന്ന് 1844 ൽ അദ്ദേഹത്തിന്റെ *ഗുരുപ്രതാപ് സൂരജ്* എന്ന ഗ്രന്ഥം പുറത്തുവന്നു. ഈ കൃതി 'സൂരജ് പ്രകാശ്' എന്ന പേരിലും അറിയപ്പെടുന്നു. ഇവിടെ സന്തോഷ് സിങ് മറ്റു ഗുരുക്കന്മാരുടെയെല്ലാം ജീവിതത്തെയാണ് ധന്യവും ജ്വലനാത്മകവുമായ പ്രകാശമായി അവതരിപ്പിക്കുന്നത്.

രാഹിതനാമകളിൽ ഏറ്റവും പ്രാചീനം എന്നു കരുതുന്നത് *നസിഹത്ത് നാമ*യാണ്. 1718 ൽ രചിക്കപ്പെട്ടതെന്നു വിശ്വസിക്കുന്ന രചന നന്ദലാലിന്റേതായി തെറ്റിദ്ധരിക്കുന്നുമുണ്ട്. 18-ാം നൂറ്റാണ്ടിന്റെ മദ്ധ്യത്തിൽ രൂപപ്പെടുത്തിയതെന്നു കരുതുന്ന കുറെക്കൂടി ദൈർഘ്യമേറിയ ചൗപ്പ സിങ് *രാഹിത് നാമ*യ്ക്കു ഒരു ബ്രാഹ്മണിക് മൗലികതയുണ്ടെന്ന് വിശ്വസിക്കുന്നവരുണ്ട്. മറ്റൊന്നാണ് ഏതാണ്ട് അതേ കാലഘട്ടത്തിലുള്ള പ്രേംസുമരാഗ്. രാഹിത് നാമകളുടെ പരമ്പര അവസാനിക്കുന്നത് തത്ഖൽസ നേരിട്ട് 1950 ൽ പ്രസിദ്ധീകരിച്ച *സിഖ് രാഹിത് മാരയദാ* സമകാലിക സിഖ് ജീവിതത്തിൽ പ്രമുഖ സ്ഥാനം നേടിയതോടെയാണ്. ഒരു ലഘുലേഖയിൽനിന്നും അല്പം വലുതായ പ്രസ്തുത ഗ്രന്ഥം രാഹിതുമായി ബന്ധപ്പെട്ട സിഖ് ആചാരങ്ങളെ കൃത്യമായി ക്രോഡീകരിച്ചിരിക്കുന്നു.

ഗുരുബിലാസ് രചനകൾ പ്രധാനമായും സിഖ് ഗുരുക്കന്മാരുടെ സാഹസികമായ യുദ്ധവീര്യവും പോരാട്ടകഥകളും ഉൾക്കൊള്ളുന്നതാണ്. പ്രധാനമായും ഗുരു ഹർഗോവിന്ദിന്റെയും ഗോബിന്ദ് സിങ്ജിയുടെയും വീരാപദാനങ്ങളാണ് ഇവയിൽ കാണപ്പെടുന്നത്. ജന്മശാഖിയിൽനിന്നു വ്യത്യസ്തമായി ഗുരുക്കന്മാരുടെ ജന്മോദ്ദേശ്യം ശത്രുക്കൾക്കെതിരെ പോരാടി വിജയം നേടുന്നതാണെന്ന് *ഗുരുബിലാസ്* പ്രഖ്യാപിക്കുന്നു. ശത്രു എന്നത് നിശ്ചയമായും മുഗൾഭരണാധികാരികൾത്തന്നെ. ഖൽസയുടെ പ്രതിഷ്ഠാപനവുമായി ബന്ധപ്പെടുത്തി ദേവതാചരിത്രങ്ങൾ വിവരിക്കുന്ന *ഗുരുബിലാസു*കളും കാണാം. *ദശഗ്രന്ഥ*ത്തിൽ കണ്ടെത്താനാകുന്ന ബചിതാൻ നാടക് ആണ് ഇവയുടെയൊക്കെ പ്രേരകഘടകം. പില്ക്കാലത്ത് സുഖ്സിങ്ങിന്റെ ഗുരുബിലാസ് ദാസ്വിൻ പദശാഹി, കോർസിങ്ങിന്റെ *ഗുരുബിലാസ് പദശാഹി,* സോഹൻസിങ്ങിന്റെ *ഗുരുബിലാസ് ചേവിൻ പദശാഹി* എന്നിങ്ങനെയുള്ളവയും രൂപപ്പെട്ടു. തത്ഖൽസയുടെ ഉത്ഭവത്തോടെ പ്രചാരം നേടിയ ഗുരുബിലാസുകൾ ആധുനിക സിഖ് വിശ്വാസത്തിന് കൂടുതൽ ഊർജ്ജം നല്കുന്നവയായിത്തീർന്നു.

'പന്ത്' ചരിത്രം രേഖപ്പെടുത്തുന്ന നിരവധി ഗ്രന്ഥങ്ങളിൽ ഏറ്റവും പ്രചാരമുള്ളവ നാലെണ്ണമാണ്. ഖൽസയുടെ രൂപീകരണവും ഗുരു ഗോബിന്ദ് സിങ്ജിയുടെ ജീവിതവും ചിത്രീകരിക്കുന്ന സൈനാപതിയുടെ

ഗുരുശോഭ (1711) എന്ന രചനയാണ് പ്രഥമം. രണ്ടാമത്തേത് രത്തൻസിങ് ബൻഗുവിന്റെ *പന്ത് പ്രകാശ്* (1809) ആണ്. ഖൽസയെ നന്നായി പ്രകീർത്തിക്കുന്ന ഗ്രന്ഥത്തിന്റെ നാമം പിന്നീട് *പ്രാചീൻ പന്ത് പ്രകാശ്* എന്നാക്കി മാറ്റി. കാരണം അതേപേരിൽ ഗിയാനസിങ്ങിന്റെ മറ്റൊരു ഗ്രന്ഥവും പിന്നീട് പുറത്തു വരുകയുണ്ടായി. മൂന്നാമത്തേത് ഗിയാൻസിങ്ങിന്റെ *പന്ത് പ്രകാശ്* തന്നെ. നാലാമത്തേത് ഗിയാൻസിങ്ങിന്റെ വേറൊരു രചനയായ *തവരിഖ് ഗുരു ഖൽസ* (1919) ആണ്. എന്നാൽ ഇവ നാലും ആധുനിക ചരിത്രരചനകളുടെ സാങ്കേതിക മികവ് പ്രകടിപ്പിക്കുന്നുമില്ല. മാത്രവുമല്ല ഗുരുക്കന്മാരുടെ വീരകഥകൾ വിവരിക്കുന്നിടത്ത് ഏറക്കുറെ ഗുരുബിലാസ് രീതിയാണ് അവലംബിച്ചിട്ടുള്ളതെന്നും കാണാം.

'തത്ഖൽസ' സജീവമായതിനുശേഷം *ആദിഗ്രന്ഥ*ത്തിന്റെ ഒട്ടനവധി വ്യാഖ്യാനങ്ങൾ പുറത്തുവരുകയുണ്ടായി. *ആദിഗ്രന്ഥ*ത്തിന്റെ ഇംഗ്ലീഷ് പരിഭാഷ ഏണസ്റ്റ് ട്രമ്പ് തയ്യാറാക്കി പ്രസിദ്ധീകരിച്ചപ്പോൾ അത് വലിയ വിവാദങ്ങൾക്കു വഴിതെളിച്ചു. സിഖ് സമൂഹമാകെ ആ പരിഭാഷയെ അപകീർത്തികരമായിട്ടാണ് കണ്ടത്. അത്രയധികം പാഠഭേദങ്ങളുമായിട്ടായിരുന്നു ട്രമ്പിന്റെ പരിഭാഷ. ഈ വികലസൃഷ്ടിയോടുള്ള പ്രതികരണം എന്ന നിലയിലാണ് ഫരീദ്കോട്ടയിലെ രാജാബിക്രിംസിങ് തയ്യാറാക്കി അവതരിപ്പിച്ച *ഫരീദ് കോട്ട് ടീക്ക* എന്ന ആദിഗ്രന്ഥവ്യാഖ്യാനം പ്രസിദ്ധീകരിച്ചത്. 1905 നും ആറിനും ഇടയിൽ ഈ ഗ്രന്ഥത്തിന്റെ മൂന്നു വാല്യങ്ങൾ പുറത്തിറങ്ങി. ഏറെ വൈകാതെ നാലാം വാല്യവും വന്നു. എന്നാൽ സിഖ് മതഗ്രന്ഥശ്രേണിയിൽ ഒരു പ്രമുഖ സ്ഥാനത്തേക്കെത്തുവാൻ ഈ ഗ്രന്ഥത്തിനായില്ല. വ്യാഖ്യാതാവിന്റെ പേരു സൂചിപ്പിക്കാതെ 1936 നും 41 നും ഇടയിൽ പ്രസിദ്ധീകരിച്ച 'ശപദർത്ത് ശ്രീഗുരുഗ്രന്ഥ് സാഹിബ് ജി' എന്ന നാലു വാല്യങ്ങളിലുള്ള ഗ്രന്ഥം സിഖ് സമൂഹം ഏറ്റെടുക്കുകയുമുണ്ടായി. തേജ് സിങ്ജിയുടെ രചനയാണീ നാലു വാല്യങ്ങൾ എന്ന് വിശ്വസിക്കപ്പെടുന്നു. അൻപത്തി എട്ടിനും അറുപത്തിരണ്ടിനുമിടയിൽ വീർസിങ്ജി ഏഴു വാല്യങ്ങളിലായി മറ്റൊരു വ്യാഖ്യാനം തയ്യാറാക്കിയെങ്കിലും അപൂർണ്ണമായി വിട്ടുകളഞ്ഞു. സാഹിബ് സിങ് വീണ്ടുമൊരു വ്യാഖ്യാനം അറുപത്തിരണ്ടിനും അറുപത്തിനാലിനുമിടയിൽ *ശ്രീഗുരുഗ്രന്ഥസാഹിബ് ദർപ്പണം* എന്ന നാമത്തിൽ പത്തു വാല്യങ്ങളിലായി തയ്യാറാക്കി.

സിഖ് സമൂഹത്തിൽ ഏറ്റവും സ്വാധീനമുള്ള ശ്രദ്ധേയനായ എഴുത്തുകാരൻ നിശ്ചയമായും ശ്രീ വീർസിങ് ജിയാണ്. തത്ഖൽസയുടെ മുഖ്യ സാരഥികളിലൊരാളായ വീർസിങ് ജി പഞ്ചാബി ഭാഷയിൽ അനിതരസാധാരണമായ രചനാപാടവമാണ് പ്രകടമാക്കിയിട്ടുള്ളത്. നോവലിസ്റ്റ് എന്ന നിലയിൽ ഏറെ പ്രശസ്തനായ അദ്ദേഹത്തിന്റെ 1943 ൽ രചിച്ച *സുന്ദരി*യും പിന്നീടുവന്ന *വിജയസിങ്ങും* അഭൂതപൂർവ്വമായ സ്വീകാര്യതയാണ് കൈവരിച്ചത്. മുസ്ലീം ഭരണാധികാരികൾ സിഖ് ഗുരുക്കന്മാരോട് കാട്ടിയ അതിക്രമങ്ങൾക്കെതിരെ സിഖ് വീരന്മാർ നടത്തിയ പോരാ

ട്ടങ്ങളുടെ വീരകഥകളാണ് നോവലുകളിലെ ഇതിവൃത്തം. പിന്നീട് കവിതാ രചനയിൽ ശ്രദ്ധവച്ച അദ്ദേഹം *റാണാ സുരാത് സിങ്* പോലുള്ള ദീർഘകാവ്യങ്ങളും എഴുതി. എന്നാൽ തന്റെ യഥാർത്ഥ മേഖല സിഖ് ദർശനമാണെന്ന തിരിച്ചറിവിൽ ഖൽസ ട്രാക്റ്റ് സൊസൈറ്റി രൂപീകരിച്ച് ആ വഴിക്ക് നിരവധി രചനകൾ നടത്തി. *ഖൽസ സമാചാർ* എന്ന പത്രം സ്ഥാപിച്ച വീർ സിങ്ജിയുടെ *ശ്രീ കൽഗിധർ ചമൽക്കാർ*, *ശ്രീഗുരുനാനാക്ക് ചമൽക്കാർ* എന്നിവ ഏറെ പ്രശസ്തി നേടി. ആദ്യത്തേത് ഗുരു ഗോബിന്ദ് സിങ്ജിയുടെ ജീവിതവും ദർശനവുമാണ് രേഖപ്പെടുത്തുന്നതെങ്കിൽ രണ്ടാമത്തേത് ഗുരുനാനാക്ക് ജിയെക്കുറിച്ചുള്ളതുമാണ്. എട്ടു ഗുരുക്കന്മാരെപ്പറ്റിയുള്ള *ശ്രീ അഷ്ടഗുരു ചമൽക്കാർ* ശ്രദ്ധേയമായ മറ്റൊരു വീരരചനയാണ്.

സിഖ് വിശ്വാസവുമായി ബന്ധപ്പെട്ട മറ്റൊരു പ്രധാന കൃതി കഹൻ സിങ് നാഭായുടെ *ഹം ഹിന്ദു നഹിം* എന്ന വിവാദ ഗ്രന്ഥമാണ്. 'ഞങ്ങൾ ഹിന്ദുക്കളല്ല' എന്ന് പ്രഖ്യാപിക്കുന്ന പ്രസ്തുത ഗ്രന്ഥം രചിക്കുവാൻ പ്രേരണയായത് താക്കൂർദാസ് എന്ന സനാതനിയായ പഞ്ചാബി രചിച്ച *സിഖ് ഹിന്ദു ഹൈൻ* എന്ന ഗ്രന്ഥമാണ്. സിഖുകാർ ഹിന്ദുക്കളാണെന്നു സ്ഥാപിക്കുവാനുള്ള വ്യഗ്രത അതിൽ പ്രകടമായപ്പോൾ കലർപ്പില്ലാത്ത പരിശുദ്ധിയുള്ള ഒരു മതമാണ് തങ്ങളുടേതെന്ന് ഉറച്ചു വിശ്വസിച്ച സിഖു സമൂഹത്തിന്റെയാകെ മറുപടിയാണ് കഹൻസിങ് നാഭായുടെ ഗ്രന്ഥം. ഈ കൃതിയുടെ ശീർഷകം പിന്നീട് 'തത്ഖൽസ'യുടെ പ്രഖ്യാപിത മുദ്രാവാക്യവും 'മോട്ടോ'യുമായി മാറുകയും ചെയ്തു.

പഞ്ചാബ് എന്ന പ്രദേശത്തിന്റെ ഭൗതിക ലാവണ്യം ഏറ്റവുമധികം ഏറ്റുവാങ്ങിയത് സിഖ് സമൂഹമാണെന്ന കാര്യത്തിൽ ആർക്കും എതിർപക്ഷമുണ്ടാവുകയില്ല. അതുകൊണ്ടുതന്നെ ഇതര മതവിഭാഗങ്ങളുടെ ജീവിതത്തിലും ആചാരങ്ങളിലും പഞ്ചനദസാംസ്കാരിക മുദ്രകൾ ഏറെയൊന്നും കണ്ടെത്താനുമാവില്ല. പഞ്ചാബി സാഹിത്യത്തിലും തദ്ദേശീയ കലകളിലും സിഖ് സാന്നിദ്ധ്യം വൻതോതിൽ പ്രകടിതമാകുമ്പോൾ പഞ്ചനാദം ശിഖ സങ്കല്പങ്ങളുമായി ഇണങ്ങിയാണു നില്പ്. മനോഹരമായ ഭൂപ്രകൃതിയും ഫലഭൂയിഷ്ഠമായ കൃഷിയിടങ്ങളും കഠിനാദ്ധ്വാനികളായ മനുഷ്യരും ജലസമൃദ്ധമായ നദികളും കഠിനപരീക്ഷണങ്ങളിലൂടെ രൂപപ്പെട്ട ചരിത്രവും അഞ്ചുനദികളുടെ നാടിനെ ഭാരതത്തിലെ മറ്റിടങ്ങളിൽനിന്നും വ്യത്യസ്തമാക്കി. അതുകൊണ്ടുതന്നെ പഞ്ചാബികൾക്ക് സഹനത്തിന്റെയും സമരത്തിന്റെയും പോരാട്ടങ്ങളുടെയും സമ്മിശ്രകഥകളാവും പറയാനുണ്ടാവുക. ഇന്ത്യൻ സാഹിത്യത്തിൽ പഞ്ചാബി സാഹിത്യം അതിന്റെ കരുത്തുകൊണ്ടുതന്നെ ശ്രദ്ധേയവുമായി.

ഇന്ന് പാകിസ്ഥാനിലും ഇന്ത്യയിലുമായിട്ടാണ് പഞ്ചാബി സാഹിത്യം പടർന്നുപന്തലിച്ചു നില്ക്കുന്നത്. സ്വാതന്ത്ര്യപൂർവ്വ കാലത്തെ എഴുത്തുകാരിൽ ശ്രദ്ധേയരായവർ അമൃതപ്രീതം, ജസ്വന്ത്സിങ് റാഹി, ശിവ്കുമാർ ദട്ടൽവി, സുർജിത് പത്താർ തുടങ്ങിയവരാണ്. *സുനേഹ്* എന്ന രച

നയിലൂടെ കേന്ദ്രസാഹിത്യ അക്കാദമി അവാർഡ് നേടി പ്രശസ്തയായി ത്തീർന്ന അമൃതപ്രീതം 2005 ൽ ഈ ലോകത്തോട് വിട പറയുംവരെ പഞ്ചാബി സാഹിത്യത്തിന്റെ മുഖശ്രീയായി നിലകൊണ്ടു. ശിവകുമാറിന്റെ ഇതിഹാസ സമാനമായ കൃതി *ലൂണാ*യും നിരവധിതവണ ബഹുമാനിതമായി. ഡോക്ടർ സുർജിത് പത്താർ, ഗുരുനാനാക്ക് യൂണിവേഴ്സിറ്റിയിലെ പ്രൊഫസർ എന്ന തരത്തിലും പ്രമുഖ പഞ്ചാബി എഴുത്തുകാരൻ എന്ന തലത്തിലും സിഖ് ജനതയാകെ ആദരിക്കുന്ന വ്യക്തിത്വമാണ്. പുരോഗമന സാഹിത്യപ്രസ്ഥാനത്തിന്റെ ഭാഗമായി പഞ്ചാബി സാഹിത്യത്തിലെ തിളങ്ങുന്ന പേരുകളാണ് നാനാക്ക് സിങ്, ചരൺ സിങ് ഷഹീദ്, ഹീരാസിങ് ദാർഡ്, ഡോക്ടർ സുഖ്ദേവ് സിങ് തുടങ്ങിയവരുടേത്. പഞ്ചാബ് സാഹിത്യ അക്കാദമിയുടെ ഇപ്പോഴത്തെ പ്രസിഡന്റായിട്ടുള്ള നിരൂപകൻ ഡോക്ടർ സുഖ്ദേവ് സിങ്ജി, പഞ്ചാബ് സർവ്വകലാശാലയിലെ ഭാഷാ പ്രൊഫസർ കൂടിയാണ്. സോഷ്യലിസ്റ്റ് വിപ്ലവത്തിന്റെ സ്വാധീനമുൾക്കൊണ്ട് പാബ്ലോ നെരൂദയെയും ഒക്ടോവിയോ പാസിനെയും മറ്റും ആരാധിച്ചുവന്നവരുടെ കൂട്ടത്തിൽ ഏറ്റവും പ്രശസ്തൻ പാഷ് എന്ന പഞ്ചാബികവിയാണ്. സ്ത്രീപക്ഷ എഴുത്തുകാരികളായ അജിത് കൗർ, ദലീപ് കൗർ, തിവാന തുടങ്ങിയവർ സാംസ്കാരിക ജീവിതത്തിലെ പുരുഷമേധാവിത്വത്തെ നിരന്തരം ചോദ്യം ചെയ്തു. പഞ്ചാബി കുറ്റാന്വേഷണ സാഹിത്യത്തിലെ ശ്രദ്ധേയ പ്രതിഭയാണ് ഹർദേവ് ഗ്രെവാൾ. കുൽവന്ത് സിങ് *വിക്ര നവലോക്* എന്ന ചെറുകഥാസമാഹാരത്തിലൂടെ സാഹിത്യ അക്കാദമി അവാർഡു നേടി. ആധുനിക പഞ്ചാബി ജീവിതത്തിന്റെ നഖചിത്രങ്ങൾ വരച്ചുകാട്ടിയ അദ്ദേഹം പഞ്ചാബി ചെറുകഥാസാഹിത്യത്തിലെ ചക്രവർത്തിയായാണ് നിരൂപകർ വിശേഷിപ്പിച്ചിട്ടുള്ളത്. *ഈശ്വർ നന്ദ*യിലൂടെ വികസിച്ച ആധുനിക പഞ്ചാബി നാടകസാഹിത്യം ഗുരുചരൺസിങ്ങിലൂടെ രചിതപാഠത്തെ രംഗപാഠം കൂടിയാക്കി പഞ്ചാബി നാടക അരങ്ങിനെ സജീവമാക്കി. സന്ദ് സിങ് സെക്കോൺ, കർത്താർ സിങ് ഡഗ്ഗൽ, ബൽവന്ദ് ഗാർഗി, അതാമ്ജിത് എന്നിങ്ങനെ നാടകലോകത്തെ ജീവത്താക്കിയ എഴുത്തുകാർ നിരവധിയുണ്ട്.

പഞ്ചാബികൾ വിദേശരാജ്യങ്ങളായ കാനഡ, അമേരിക്ക, ആഫ്രിക്ക, കെനിയ തുടങ്ങിയ പ്രദേശങ്ങളിൽ വസിച്ചുകൊണ്ട് മാതൃഭാഷാ സാഹിത്യത്തെ പ്രോജ്വലമാക്കുന്നുണ്ട്. അജേബ് കമാൽ, മഹർ തിർമാസി, രൂപീന്ദർ പാൽസിങ്, ഭൂപീന്ദർ കൗർ സന്തൗറ, പീർബുദ്ധ് ഷാഹ്ജി, അജ്മീർ റോഡേ, അമർജിത് ചന്ദാൻ, അവ്താർ സിങ് സിദ്ധു, സുർജിത് ഖൽസി എന്നിങ്ങനെ നവീനകാല പ്രതിനിധികളായ എഴുത്തുകാരുടെ നല്ല നിര തന്നെ കാണാം.

പാകിസ്ഥാനിൽ ഉൾപ്പെട്ട പഞ്ചാബിൽ വസിച്ചുകൊണ്ട് സാഹിത്യത്തെ സമ്പന്നമാക്കുന്നവരുടെ നിരയിൽ നജം ഹുസൈൻ സയ്യദ്, ഫഖർ സമാൽ, അഫ്സൽ ആഷൻ രന്ധ്വാന എന്നിങ്ങനെയുള്ള സീനി

യർ എഴുത്തുകാരെ കാണാം. സാഹിത്യവിമർശനത്തിൽ തിളങ്ങിയവരായ ഷൗക്കത്ത് തൻവീർ മിസ്ര, അഹമ്മദ് സലിം, എന്നിവരുടെ സംഭാവനകൾ നിസ്തുലമാണ്. നിശ്ചയമായും സിഖ് പാരമ്പര്യമല്ല ഇവരുടെ രചനകളെ ദീപ്തമാക്കുന്നതെന്ന യാഥാർത്ഥ്യം നിലനില്ക്കുമ്പോഴും അവിഭക്ത പഞ്ചാബിന്റെ സംസ്കൃതിയാണിവരുടെ ഊർജ്ജം എന്ന കാര്യത്തിൽ സംശയമില്ല. കാലദേശങ്ങൾകടന്ന് സിഖുകാരുടെയും ഹൈന്ദവരുടെയും മുസ്ലീങ്ങളുടെയും സഹവാസത്തിലൂടെ സംസ്കാരസമ്പുഷ്ടമാക്കിയ പഞ്ചാബിഭാഷ നിരന്തരം ശക്തിപ്പെട്ടുകൊണ്ടിരിക്കുന്നുവെന്ന സന്തുഷ്ടിയാണ് വർത്തമാനകാലം നല്കുന്നത്.

പഞ്ചാബി സൗഹൃദങ്ങൾ

പഞ്ചാബിലേക്കു പലതവണ സഞ്ചരിക്കുവാൻ അവസരമുണ്ടായപ്പോഴൊക്കെ ആദ്യം മനസ്സിൽ തെളിഞ്ഞ ചിത്രം സ്കൂൾ ക്ലാസിലെ സാമൂഹ്യപാഠപുസ്തകത്തിൽ അച്ചടിച്ചിരുന്ന താടിയും തലപ്പാവുമണിഞ്ഞ സിഖുകാരന്റെ ഗംഭീര മുഖമാണ്. പില്ക്കാലത്ത് *സർദാർജി തമാശകൾ* വായിച്ചപ്പോഴൊക്കെ മനസ്സുകൊണ്ട് അവ സ്വീകരിക്കുവാനോ അതിലടങ്ങിയ നിഷ്കളങ്ക നർമ്മം ആസ്വദിക്കുവാനോ കഴിയാതെ പോയതിനു കാരണവും ഗാംഭീര്യമുള്ള ആ മുഖം തന്നെ. പഞ്ചാബ് എന്നും എനിക്ക് തന്റേടത്തിന്റെയും ശക്തിയുടെയും കഠിനാദ്ധ്വാനത്തിന്റെയും പ്രതീകമായിരുന്നു. പഞ്ചനദികളുടെ നാട്ടിൽ എത്തിയപ്പോഴൊക്കെ ഈ ധാരണകൾ അരക്കിട്ടുറപ്പിക്കുംവിധമുള്ള അനുഭവങ്ങൾ നേർ മുന്നിൽ തെളിയുകയും ചെയ്തു. അതെ, പഞ്ചാബ് ശക്തിമത്തായ ഒരു ഇന്ത്യൻ പാരമ്പര്യമാണ്. വെല്ലുവിളികൾ ഏറ്റവുമധികം നേരിട്ട ഇന്ത്യൻ സമൂഹം ഈ മണ്ണിൽ വസിക്കുന്നു. ദേശാഭിമാനികളുടെ ഉരുക്കുകോട്ടയായി പഞ്ചാബ് നിലകൊള്ളുന്നു. ആരോഗ്യമുള്ള യുവതയെയാകെ സേനകളിലേക്കയച്ചുകൊണ്ട് പഞ്ചാബ് രാജ്യത്തിനു കാവൽ നില്ക്കുന്നു. ഇവയൊക്കെ അമിതവിശേഷണമാണെന്നു തോന്നുന്നവർക്ക് പഞ്ചനദത്തിലേക്കു സ്വാഗതം! കണ്ടറിയാനും തൊട്ടറിയാനും ഇതാ വടക്കുവടക്ക് അതിർത്തിദേശത്ത് സിഖ് വീര്യം ചുവപ്പും നീലയും പച്ചയും തവിട്ടും നിറങ്ങൾ വാരിയെറിയുന്ന തലപ്പാവ് അണിഞ്ഞ് തലയെടുപ്പോടെ ക്ഷണിക്കുന്നു! പഞ്ചാബിലേക്കു സ്വാഗതം...

പുരോഗമനസാഹിത്യപ്രസ്ഥാനത്തിന്റെ ഒരു ദേശീയ സമ്മേളനത്തിൽ ഒ എൻ വി കുറുപ്പു സാറിന്റെ നേതൃത്വത്തിൽ നടത്തിയ പ്രഥമ പഞ്ചാബ് യാത്ര കഴിഞ്ഞിട്ട് ഇപ്പോൾ രണ്ടു പതിറ്റാണ്ടുകൾ. അന്ന് ഒപ്പ

മുണ്ടായിരുന്നവർ കെ പി രാമനുണ്ണി, എൻ സി മമ്മൂട്ടി, പി കെ പാറക്കടവ്, എം എം സചീന്ദ്രൻ, കെ ഭാസ്കരൻ, കെ എം ചന്ദ്രഹാസൻ, എ പി കുഞ്ഞാമു, ഡി സുകേശൻ, രവീന്ദ്രൻ കണ്ടോത്ത്, വി പി മുഹമ്മദാലി, ടി വി ബാലൻ എന്നിവർ. ചണ്ഡിഗറിൽ വച്ച് നടന്ന പ്രോഗ്രസീവ് റൈറ്റേഴ്സ് അസോസിയേഷൻ ദേശീയ സമ്മേളനത്തിൽവച്ച് നാഷണൽ പ്രസിഡന്റ് പദവി പ്രൊഫ. ഒ എൻ വി കുറുപ്പ് ഒഴിയുകയും ഡോക്ടർ നാംവർസിങ് ആ ചുമതല ഏല്ക്കുകയും ചെയ്തു. അമൃതാപ്രീതം, ബീഷ്മസാഹ്നി, ഖുശ്വന്ത്സിങ് തുടങ്ങിയ പ്രതിഭകളെ നേരിൽ കാണാൻ ഭാഗ്യമുണ്ടായ ചണ്ടിഗർ കോൺഫറൻസ് വ്യത്യസ്തമായ അനുഭവങ്ങളാണ് നല്കിയത്. ദില്ലി അജയ് ഭവനിൽനിന്നും ഒരു മിനിബസിൽ സഖാവ് എ ബി ബർദന്റെ നേതൃത്വത്തിൽ ചണ്ഡിഗറിലേക്കുള്ള യാത്ര അവിസ്മരണീയം. യാത്രയിലെ ബേബിയായിരുന്നതിനാൽ കടന്നുപോകുന്ന ഓരോ പ്രദേശങ്ങളും ഗ്രാമങ്ങളുമൊക്കെ വിവരിച്ചുതന്നുകൊണ്ട് സഖാവ് ബർദൻ തൊട്ടടുത്ത സീറ്റിൽ ഒ എൻ വിയോടൊപ്പം ഇരുന്നിരുന്നു. വഴിമദ്ധ്യേ റോഡു വക്കിലുള്ള ധാബയിൽനിന്നും പാലുകുറുക്കിയുണ്ടാക്കുന്ന ചായയും ബജിയും കഴിക്കുവാൻ കയറ്റുകട്ടിലിന്റെ വക്കിലുള്ള സൂക്ഷിച്ചുള്ള ഇരിപ്പ്. ഇന്ത്യൻ കമ്യൂണിസ്റ്റ് പാർട്ടിയുടെ ദേശീയ സെക്രട്ടറിയും പുരോഗമനസാഹിത്യപ്രസ്ഥാനത്തിന്റെ ദേശീയ പ്രസിഡന്റുമായാണ് വഴിയോര തട്ടുകടയിൽ ചായകാത്തിരിക്കുന്നതെന്ന് ധാബയിലെ പാവം കച്ചവടക്കാരൻ അറിയുന്നതേയില്ല. അയാൾ എല്ലാ സാബുമാരെയും മറ്റൊരു സാബിനും ചായ കുറുക്കുന്നു. ഇവിടത്തെ രീതിയിൽ തിളച്ചവെള്ളത്തിൽ എല്ലാംകൂടി ചേർത്ത് ആകാശത്തിന്റെയും ഭൂമിയുടെയും ഇടയിൽ മഴവില്ലുപോലെ ഒരു മീറ്റർ നീളത്തിൽ ചായ അടിച്ചു പത്തുഗ്ലാസിൽ പതപ്പിച്ചു വീതിച്ചു നല്കുന്നതിനുപകരം ഓരോ ചായയും സൂക്ഷ്മതയോടെ പാലുകുറുക്കി ചായപ്പൊടിയും പഞ്ചസാരയും ചേർത്ത് വീണ്ടും തിളപ്പിച്ച് കപ്പിൽ വിളമ്പുകയാണു പതിവ്. വർഷങ്ങൾക്കുമുമ്പുള്ള ആ യാത്രയിൽ ചണ്ഡിഗർ കൂടാതെ അമൃത്സറും ജലന്ധറും പാട്യാലയുമൊക്കെ സന്ദർശിച്ചു. പഞ്ചാബിനെ ആവോളം ആസ്വദിച്ചു.

നിരവധി യാത്രകൾ പല ഘട്ടങ്ങളിലും പിന്നീട് പഞ്ചനദികളുടെ നാട്ടിലേക്കു നടത്തി. ഓരോ തവണയും കൂടുതൽ വ്യത്യസ്തങ്ങളായ അറിവുകളുമായി പഞ്ചനദം പുത്തൻപുത്തൻ മുഖങ്ങൾ കാട്ടിത്തന്നു. അവസാനത്തെ രണ്ട് യാത്രകൾ അവിസ്മരണീയങ്ങളായിരുന്നു. 2016 ൽ ആൾ ഇന്ത്യാ പബ്ലിഷേഴ്സ് മീറ്റ്, സിസ്റ്റർ കൺസേൺമീറ്റിങ്ങായി ചണ്ഡിഗറിലെ പഞ്ചാബ് ബുക്ക് സെന്ററിന്റെ ആതിഥേയത്വത്തിൽ നടക്കുമ്പോൾ പി ബി സിയുടെ മാനേജിങ് ഡയറക്ടർ 'കോമ്രേഡ് പോൾ' എന്ന വലിയ മനുഷ്യനാണ് സ്വീകരിച്ചത്. ചണ്ഡിഗറിലെ സെക്ടർ 22 ൽ ഉള്ള പഞ്ചാബ് ബുക്ക് സെന്റർ തന്നെ ഏറെ വിശേഷങ്ങൾ ഉള്ള സ്ഥാപനമായാണ് അനുഭവപ്പെട്ടത്. നഗരമദ്ധ്യത്തിലെ പടുകൂറ്റൻ ബഹുനില മന്ദിരത്തിന്റെ താഴത്തെ നിലയിലുള്ള ഔട്ട്ലെറ്റിലെ വിശാലമായ ഹാളിന്റെ ഒരു

ഭാഗത്ത് എഴുത്തുകാരായ സന്ദർശകർക്ക് ഇരിക്കാനൊരിടം പ്രത്യേക മായി. കുടിക്കാൻ ചായയും സ്നാക്സും ലഭിക്കുമ്പോൾ പുസ്തകങ്ങൾ വായിക്കുവാനും ചർച്ച ചെയ്യുവാനുമുള്ള സൗകര്യവും അവിടെയുണ്ട്. എല്ലാ സായാഹ്നങ്ങളും അതുകൊണ്ടുതന്നെ അവിടെ സജീവമാണ്. പുതിയ പുസ്തകങ്ങളെക്കുറിച്ചും എഴുത്തിന്റെ പുതിയ വഴികളെക്കു റിച്ചും അത്യാവശ്യം സാംസ്കാരിക രാഷ്ട്രീയത്തിന്റെ മേമ്പൊടിയോടെ ചർച്ച ചെയ്യാൻ കഴിയുന്ന കേന്ദ്രം കൂടിയായിമാറുന്നു പഞ്ചാബ് ബുക്ക് സെന്ററിന്റെ ചണ്ഡിഗറിലെ ഔട്ട്ലെറ്റ്. കോൺഫ്രൻസിലെത്തിയ പലരും കുടുംബമായാണ് എത്തിയിരുന്നത്. എങ്കിലും ആരും കുട്ടികളെ ഒപ്പം കൂട്ടിയിരുന്നില്ല. ഞാനും എന്റെ ശ്രീമതി ഡോക്ടർ ഗിരിജയും മറ്റ് രണ്ട് സുഹൃത്തുക്കളും അവരുടെ ഭാര്യമാരും ചേർന്ന ഗ്രൂപ്പ് കോൺഫ്രൻസി നുശേഷം പഞ്ചാബ് സന്ദർശനത്തിനിറങ്ങി. കോമ്രേഡ് പോൾ എല്ലാ സൗകര്യങ്ങളും ഒരുക്കിത്തരുമ്പോൾ അമൃത്സറിൽ പഞ്ചാബ് പൊലീസ് സേനയിലെ ഒരു ഡെപ്യൂട്ടി പൊലീസ് സൂപ്രണ്ട് മിസ്റ്റർ ധരംവീർസി ങ്ങിനെ ഗൈഡായും ലോക്കൽ ഗാർഡിയനായും നല്കുകയും ചെയ്തു. പിന്നെ എല്ലാം ആ തലയെടുപ്പുള്ള ധരംവീർസിങ്ങിന്റെ നേതൃത്വത്തിലാ യി. ഇടയ്ക്കിടെ മിസ്റ്റർ പോൾ ക്ഷേമാന്വേഷണങ്ങൾ നടത്തിക്കൊണ്ടു മിരുന്നു. പഞ്ചാബിനെക്കുറിച്ച് വാതോരാതെ പറഞ്ഞുകൊണ്ടിരുന്ന സിങ്ങിന് സുവർണ്ണക്ഷേത്ര സമുച്ചയത്തിന്റെ മുക്കും മൂലയും ചരിത്രവും വർത്തമാനവുമെല്ലാം സ്ഫടിക ജലംപോലെ അറിയും. ഏതു മേഖല യിൽ ജോലി ചെയ്യുമ്പോഴും തങ്ങളുടെ നാടിനെക്കുറിച്ചും സംസ്കാര

പ്രോഗ്രസീവ് റൈറ്റേഴ്സ് അസോസിയേഷൻ

ത്തെക്കുറിച്ചും ആഴത്തിലും സംശയരഹിതമായും മനസ്സിലാക്കിവയ്ക്കുകയെന്ന ശിഖ പാരമ്പര്യം നമ്മിൽ വിസ്മയവും ആദരവും സൃഷ്ടിക്കുമ്പോൾ ധരംവീർസിങ് മാതൃകാശിഖനായിത്തീരുകയായിരുന്നു. അസാധാരണ കൈയടക്കത്തോടെയും ചാരുതയോടെയും വാഹനമോടിച്ചിരുന്ന ഞങ്ങളുടെ സാരഥി രൺവീർ എന്ന യുവാവാകട്ടെ പഞ്ചാബിന്റെ കൃഷി, തൊഴിൽ മേഖലകളെപ്പറ്റിയുള്ള വിവരണങ്ങളിൽ മുഴുകുകയും പഞ്ചനദഭൂമിശാസ്ത്രത്തിന്റെ ടർബർ അനന്തമായി നീട്ടിവിരിക്കുകയും ചെയ്തു, സ്റ്റിയറിങ് വീലിൽനിന്നും കൈയെടുക്കാതെ തന്നെ. വാഗാ ബോർഡറിലെ സൈനിക കേന്ദ്രത്തിൽ കൊടിമാറ്റച്ചടങ്ങുകൾ വിശാലമായ ഗാലറിയിൽ തടിച്ചു കൂടിയ ജനക്കൂട്ടത്തിനു മുന്നിൽ കണ്ടക്ട് ചെയ്യുന്ന കർത്താർസിങ് എന്ന ബി എസ് എഫ് ഇൻസ്പെക്ടർ യുവരക്തത്തിന്റെ എല്ലാ തിളപ്പും പ്രകടമാക്കി ഭാരതീയദേശീയതയുടെ ഉജ്ജ്വലപ്രകാശമായി ആ സായന്തനത്തിൽ തിളങ്ങിവിളങ്ങിനിന്നു. പഞ്ചാബിന്റെ മണ്ണ് അങ്ങനെയാണ്, തലയെടുപ്പോടെ ആളിക്കത്തി നില്ക്കും, നേരിയ മങ്ങലിനുപോലും ഇടംകൊടുക്കാതെ....

എ ബി ബർദൻ

കടുത്ത പരീക്ഷണങ്ങൾ അഭിമുഖീകരിച്ചുകൊണ്ട് പാകിസ്ഥാൻ അതിർത്തിയിൽ ഇരവുപകലുകൾ ജാഗ്രതയോടെ വിനിയോഗിക്കുന്ന അതിർത്തി രക്ഷാസേനയിലെ സൈനികർക്ക് സലാംപറഞ്ഞു സുരക്ഷിതമായ സ്വന്തം നാടുകളിലേക്ക് രാജ്യത്തിന്റെ നാനാഭാഗത്തുനിന്നും എത്തിയ ഇന്ത്യൻ പൗരന്മാർ മടക്കയാത്രയിലാകുമ്പോൾ അതിർത്തിയിൽ കണ്ണുചിമ്മാതെ കാവൽ തുടരുകയാണ് നമ്മുടെ സഹോദരങ്ങൾ! വാഗാ അതിർത്തിയിൽ കർത്താർസിങ്ങിനൊപ്പം 'സെൽഫി' എടുക്കുവാൻ ആയിരക്കണക്കായ കാണികൾ തിരക്കുകൂട്ടുമ്പോൾ ദേശീയ പതാക കൂടി ദൃശ്യത്തിൽ വരണമെന്ന് എല്ലാവർക്കും നിർബ്ബന്ധം. ദേശീയബോധത്തിന്റെ ദീപശിഖയാണ് കർത്താർസിങ് ഓരോ സന്ദർശകന്റെ ഉള്ളിലും കൊളുത്തിവച്ചതെന്നു വ്യക്തം! സ്വയം ഒരു ദീപശിഖയായി ത്രിവർണ്ണപതാകയ്ക്കു മുന്നിൽ ആടിയുലയാതെ നിലകൊള്ളുകയായിരുന്നല്ലോ അതിർത്തി സംരക്ഷകനായ ആ ശിഖൻ..!

വീണ്ടും 2017 ലെ യാത്ര പഞ്ചാബ് സർവ്വകലാശാലയിലെ ഭാഷാവി

ഭാഗം പ്രൊഫസർ ഡോക്ടർ സുഖ്ദേവ് സിങ് സിർസയുടെ അതിഥിയായിട്ടായിരുന്നു. പഞ്ചാബ് സാഹിത്യ അക്കാദമിയുടെ അദ്ധ്യക്ഷൻ കൂടിയായ ശ്രദ്ധേയ നിരൂപകനും ഗദ്യകാരനുമായ സുഖ്ദേവ് സിങ്ജി പ്രോഗ്രസീവ് റൈറ്റേഴ്സ് അസോസിയേഷൻ ദേശീയ വൈസ് പ്രസിഡന്റുമാണ്. പി ഡബ്ലു എ പഞ്ചാബ് ഘടകത്തിന്റെ നെടുംതൂണായ അദ്ദേഹം സംഘടിപ്പിച്ച ദേശീയ സാഹിത്യ സെമിനാറിൽ ഇന്ത്യയുടെ നാനാഭാഗത്തുനിന്നും എഴുത്തുകാർ എത്തിച്ചേർന്നിരുന്നു. പ്രിയമുള്ളവരെ ആലിംഗനം ചെയ്തു സ്വീകരിക്കുന്ന സുഖ്ദേവ് സിങ്ജി സൗഹൃദത്തിനു നല്കുന്ന പ്രാധാന്യം വളരെയേറെയാണ്. പഞ്ചാബിൽ വച്ചു നടക്കുന്നതാകയാൽ ഒട്ടനവധി തദ്ദേശീയരായ എഴുത്തുകാരുടെ സാന്നിദ്ധ്യമുണ്ടായി. അവിടുത്തെ കലാരൂപങ്ങൾ ധാരാളമായി അവതരിപ്പിക്കപ്പെട്ടു. പഞ്ചാബിന്റെ കലയും സംസ്കാരവും അനാവൃതമാക്കുന്ന ഒട്ടനവധി പരിപാടികൾ ഉൾപ്പെടുത്തിയ ഒരു കൾച്ചറൽ ഫെസ്റ്റിൽ അതിഥിയായി പങ്കെടുക്കുവാനും സുഖ്ദേവ് സിങ്ജി അവസരമൊരുക്കി. പഞ്ചാബിലെ കവികളും കഥാകൃത്തുക്കളും നോവലിസ്റ്റുകളും നിരൂപകരുമൊക്കെയായി ആശയവിനിമയം നടത്തവെ ആ ഭൂമികയുടെ സാംസ്കാരികഗരിമയിലേക്കുള്ള ബഹുവിധ യാത്രകളായിത്തീർന്നു അവ. പഞ്ചാബി സാഹിത്യത്തിലെ സിഖ് സംഭാവനകൾ പ്രത്യേകമായി മനസ്സിലാക്കാനും ദേശീയ ധാരയിൽ പഞ്ചാബി സാഹിത്യത്തിന്റെ നില എന്തെന്നുമൊക്കെ വിവരിക്കുന്ന തരത്തിലേക്ക് അവിടുത്തെ എഴുത്തുകാരുമായുള്ള സംഭാഷണങ്ങൾ വിപുലപ്പെട്ടു. ഇന്ത്യൻ സംസ്കാരത്തിലും സ്വാതന്ത്ര്യസമരപ്രക്ഷോഭങ്ങളിലും പഞ്ചാബിന്റെ മണ്ണ് നല്കിയ സംഭാവനകൾ ജ്വലനാത്മകമായി അറിയുവാനും അവസരമുണ്ടായി.

പഞ്ചാബ് സർവ്വകലാശാലയിലെ പി ജി വിദ്യാർത്ഥികളും റിസർച്ച് സ്കോളേഴ്സുമായ പല യുവസുഹൃത്തുകളും നാടിന്റെ പുത്തൻ തുടിപ്പുകൾ വിവിധ സന്ദർഭങ്ങളിൽ പകർന്നു തരുകയുണ്ടായി. അവരുടെ വാക്കുകളിൽ നിറഞ്ഞുനിന്ന പ്രതീക്ഷയുടെ തീക്ഷ്ണതയ്ക്കൊപ്പം ഏതാനും പേർ പങ്കുവച്ച ഉൽക്കണ്ഠകളും ഗൗരവമേറിയതായിരുന്നു. രാജ്യത്ത് ഏറ്റവുമധികം മയക്കുമരുന്ന് ഉപയോഗിക്കുന്നതോ വിപണനം ചെയ്യുന്നതോ പഞ്ചാബിന്റെ മണ്ണിലാണെന്ന അനഭിമത വാർത്ത യാഥാർത്ഥ്യമാകരുതെന്ന് ആഗ്രഹിച്ചുവെങ്കിലും അതൊരു വസ്തുത തന്നെയായിരുന്നു. യുവാക്കളിൽ നല്ലൊരു ശതമാനത്തെയും ഇങ്ങനെ വഴിതെറ്റിക്കുവാൻ ലോകമയക്കുമരുന്നു മാഫിയ ശ്രമിക്കുകയായിരുന്നു. ആ ഞെട്ടലിൽനിന്നും കരകയറും മുമ്പാണ് 2018 ന്റെ അന്ത്യത്തിൽ പുറത്തുവന്ന കണക്കുകൾ പ്രകാരം ഏറ്റവുമധികം മയക്കുമരുന്നു സാന്നിദ്ധ്യം അറിയിക്കുന്ന ഇന്ത്യയിലെ ഇരുണ്ട സംസ്ഥാനമായി കേരളം മാറുന്നത്. കേരളത്തിനു പിന്നിലായി പഞ്ചാബ് രണ്ടാംസ്ഥാനത്തേക്കു പിൻവാങ്ങുകയും ചെയ്തു. അതിർത്തി സംസ്ഥാനമായ പഞ്ചാബിന് ഭൂമിശാസ്ത്രപരമായ ചില പരിമിതികളുണ്ടെങ്കിൽ കേരളത്തിന് അങ്ങനെ

യൊരു പ്രശ്നമേയില്ലെന്ന അറിവ് സംഗതികൾ കൂടുതൽ അപകടകരമാണെന്ന് ഓർമ്മപ്പെടുത്തുന്നു. പല കാര്യങ്ങളിലും മുന്നിലാണെങ്കിലും കാതലായ വിഷയങ്ങളിൽ പിന്നാക്കം പോകുന്ന കേരളത്തിന്റെ ദുരിതമയമായ ഭാവി അതീവ ഉൽക്കണ്ഠയാണു നല്കുന്നത്. വീണ്ടും പഞ്ചാബിലേക്കു മടങ്ങിവരുമ്പോൾ യുവാക്കളുടെ വാക്കുകളിൽ തങ്ങളുടെ സഹജീവികളെ മയക്കത്തിൽനിന്നും മോചിപ്പിക്കുവാനുള്ള ദൃഢനിശ്ചയം തെളിഞ്ഞുനിന്നിരുന്നു. അതിന്റെ തെളിവാണല്ലോ സംസ്ഥാനത്തിന്റെ മയക്കത്തിൽ നിന്നുള്ള പിന്നാക്കം പോക്ക്! ഏതു ഭൂപ്രദേശവും കുറേയേറെ സന്തോഷങ്ങളും അല്പം ചില തീവ്രദുഃഖങ്ങളും പ്രദാനം ചെയ്യുമെന്നത് കാലത്തിന്റെ വികൃതിയായി മാത്രം നമുക്ക് കണക്കാക്കാനാവുകയില്ല. പഞ്ചാബിന്റെ സുവർണ്ണശോഭയെ തകർക്കുന്ന ഘടകങ്ങൾ ഒന്നൊന്നായി തിരിച്ചറിഞ്ഞ് ചികിത്സയേകി സുഖപ്പെടുത്തി പൂർണ്ണ ആരോഗ്യമുള്ള ഒരു സമൂഹമാക്കി മാറ്റുവാൻ പ്രതിജ്ഞാബദ്ധരായ യുവത രൂപപ്പെടുന്നതിൽ നമുക്ക് പ്രതീക്ഷയർപ്പിക്കാം. നൂറ്റാണ്ടുകളുടെ അനുഭവങ്ങൾ സൃഷ്ടിച്ച അതിജീവനത്തിന്റെയും വിജയകഥകളുടെയും പിൻബലത്തിൽ മുന്നോട്ടുകുതിക്കുന്ന ജനസമൂഹമായതിനാൽ താല്ക്കാലികമായ തിരിച്ചടികളിൽ തളരുന്നവരല്ല പഞ്ചാബികൾ.

അഞ്ചു നദികൾക്കൊപ്പം തലങ്ങുംവിലങ്ങും നിണച്ചാലൊഴുക്കിയ പഞ്ചാബ് എന്ന ഭൂപ്രദേശം പക്ഷേ, ഫലഭൂയിഷ്ഠമായി ഹരിതാഭയിൽ കുളിച്ച് രണഭേരികൾ വിസ്മരിച്ച് സമാധാനപൂർണ്ണമായ പ്രഭാതങ്ങളെയാണ് ഇന്ന് എതിരേല്ക്കുന്നത്. കഠിനാദ്ധ്വാനംചെയ്ത് വ്യവസായസ്ഥാപനങ്ങൾ പടുത്തുയർത്തിയും കൃഷിയിടങ്ങളിൽ വിയർപ്പൊഴുക്കി പണിചെയ്ത് ഗോതമ്പ് പാടങ്ങളെ സ്വർണ്ണാഭമാക്കിയും കടുംവർണ്ണങ്ങളിലെ ശിരോവസ്ത്രത്താൽ തലപ്പാവണിഞ്ഞ് സമൂഹത്തിലെ സമസ്ത മേഖലകളിലും സാന്നിദ്ധ്യമറിയിച്ചും യൂണിഫോം അണിഞ്ഞ് രാജ്യരക്ഷയ്ക്കായി ആയുധമേന്തിയും പഞ്ചാബികൾ രാജ്യത്തിന്റെ അഭിമാനഭാജനങ്ങളായി മാറുന്നു. പ്രതിബന്ധങ്ങൾ പലതുണ്ടായിട്ടും വർണ്ണശബളമാണ് പഞ്ചാബിലെ ജീവിതം. അനന്തമായി പരന്നുകിടക്കുന്ന ഗോതമ്പുവയലുകളിൽ കൃഷിയിറക്കും വിളവെടുപ്പും പാട്ടും നൃത്തവുമൊക്കെയായി ആഘോഷിക്കുന്ന പഞ്ചാബികൾ. ജീവിതത്തിലെ സുപ്രധാന ചടങ്ങുകളിലെല്ലാം ഡോലക്കിന്റെ താളവും ബാഗ്രനൃത്തത്തിന്റെ ശീലുകളും അനിവാര്യമാക്കുന്ന സൗന്ദര്യബോധത്തിനുടമകളായ പഞ്ചാബികൾ. അവരുടെ നാടും നഗരവും ജീവിതവും സംസ്കാരവും നാടോടിത്തനിമയും ചരിത്രസന്ദർഭങ്ങളുമെല്ലാം ആവുംവിധം ആവിഷ്കരിക്കാനൊരു ശ്രമം എന്ന നിലയ്ക്കാണ് ഈ പഞ്ചാബ് അനുഭവങ്ങളുടെ പങ്കുവയ്ക്കൽ. മലയാളത്തിൽ ഇതുവരെ സമഗ്രമായൊരു ശിഖസഞ്ചാരം വെളിച്ചപ്പെട്ടിട്ടില്ലെന്ന അറിവിലാണ് ഇത്തരമൊരു സാഹസം. സഞ്ചരിച്ച വഴികളിലൂടെ അനുവാചകർക്ക് യാത്രചെയ്യാൻ അവസരമൊരുക്കിക്കൊണ്ട് അകമേ നിദ്രകൊള്ളുന്ന രചനാ രീതിയാകയാൽ സാമ്പ്രദായിക യാത്രയെഴുത്തിന്റെ

ശീലിൽ വീണുപോകാതെ നോക്കുകയും ചെയ്തിട്ടുണ്ട്. പഞ്ചാബിന്റെ സൗവർണ്ണശോഭ വർണ്ണിക്കുവാൻ ആരാലും സാദ്ധ്യമാകുകില്ലെന്ന തിരിച്ചറിവിൽ പഞ്ചനദത്തിന്റെ നിറവും മണവുമുള്ള ഒരു യാത്രാനുഭവമേകാനുള്ള ശ്രമത്തിൽ പങ്കാളികളായ അനുവാചകർക്ക് ഒരു ശിഖനമസ്കാരം പറഞ്ഞുകൊണ്ട് ശിഖസഞ്ചാരത്തിൽനിന്നും പുറത്തുകടക്കുന്നു. മനസ്സിൽ നിന്നും ഒരിക്കലും വിമുക്തി നേടാനാകാത്ത ഒട്ടനവധി സമ്മിശ്ര അനുഭവങ്ങളുടെ വേലിയേറ്റവും ഇറക്കവും സിഖ് പോരാട്ടങ്ങൾ നല്കിയിട്ടുണ്ടെന്ന സത്യത്തെ ഓർത്തെടുത്തുകൊണ്ട് പഞ്ചനദത്തിലെ ജീവനദി സുഗമമായി ഒഴുകട്ടെ എന്നാഗ്രഹിക്കുന്നു. മറ്റൊരു പഞ്ചാബ് യാത്രയ്ക്കായി വീണ്ടും മനസ്സിനെ പാകപ്പെടുത്തുന്നു.

www.ingramcontent.com/pod-product-compliance
Lightning Source LLC
LaVergne TN
LVHW100815051026
849519LV00006B/2083
9789390301225